# የጎርዲያን ቋጠሮ

## ከራሷ ጋር የታረቀች ኢትዮጵያ

በ ሪ ሁ ን  አ ዳ ነ

ጥቅምት 2017 ዓ.ም.

የደራሲው መብት በሕግ የተጠበቀ ነው፡፡


የመጀመሪያ እትም፣ ጥቅምት 2017 ዓ.ም.

## አበርክቶ

ለእናቴ ገነት ጥሩነህ መርሻ (እማሆይ)
እንዲሁም
በጽሑፎቹ ላስተማረኝ ለፕሮፌሰር መሳይ ከበደ

## ማውጫ

ምስጋና ........................................ 1

መቅድም ........................................ 2

መግቢያ ........................................ 10

**ምዕራፍ አንድ የታሪክ ፖለቲካና የማንነት ጥያቄ** ........................................ 27

2. የብሔርተኝነት እርሾ ........................................ 40

3. ዝመና እና ሲቪክ ብሔርተኝነት ........................................ 45

4. ዘውጌ ብሔርተኝነት ........................................ 54

5. ጽንፈኛ የብሔረሰብ ፖለቲካ ........................................ 69

6. የጽንፈኝነት መራር ፍሬዎች ........................................ 74

6.1 ጥቂት ስለ ዘር ማጥፋት ወንጀል ........................................ 77

6.1.1 ምክንያቶች ........................................ 80

6.1.2 ተዋናዮች ........................................ 88

6.1.3 ከጥላቻ ወደለየለት እብደት ........................................ 93

6.1.4 ለራስ ማን እንደ ራስ ........................................ 97

7. ኢትዮጵያ፡- ምን ይበጃል? ........................................ 103

7.1 የብሔረሰቦችን መብት በተሟላ ሁኔታ ማክበር ........................................ 104

7.2 ፌደሬሽኑን መከለስ/ማረም ........................................ 110

7.3 ልሳነ ብዙ አስተዳደር ........................................ 112

7.4 ተጨማሪ ርእሰ መዲናዎች ........................................ 113

7.5 የምርጫ ሥርዓቱን መቀየር ........................................ 114

7.6 የተሟላ የፖለቲካ ነጻነትን ማስፈን ............................................. 115

7.7 ፈጣንና ተከታታይነት ያለው የኢኮኖሚ እድገት እና ልማት ................ 118

**ምዕራፍ ሁለት የፖለቲካ ሽግግር** ............................................................ 121

1. ስለ ፖለቲካ ልማት አንዳንድ ነጥቦች ...................................... 121

1.1 ዘመናዊ አገረ መንግሥት ........................................................ 127

1.2 የሕግ የበላይነት .................................................................... 129

1.3 ዴሞክራሲያዊ ተጠያቂነት ..................................................... 131

2. መሠረታዊ የሕገ መንግሥት ማሻሻያ ...................................... 138

2.1 ሕገ መንግሥት ማሻሻል ለምን? ............................................ 149

2.2 እንዴት ይሻሻል? ................................................................. 152

2.3 ሂደቱን ማን ይምራው? ........................................................ 155

2.4 ጊዜ የለም! ........................................................................... 160

3. የፖለቲካ ሽግግር እንዴት? ..................................................... 162

3.1 ኢትዮጵያ እና የዴሞክራሲ ሽግግር ......................................... 170

3.1.1 ታሪክ እና ሽግግር ............................................................. 172

3.1.2 ባህል እና ሽግግር ............................................................. 181

3.1.3 ሲቪል ማኅበረሰብ እና ሽግግር ........................................... 188

**ምዕራፍ ሦስት ሌላ የሽግግር ዕድል** ..................................................... 192

1. በሕዝብ መሥዋዕት የተገኛ ድል ............................................ 192

2. እኔ አሻግራችኋለሁ ................................................................ 204

3. ሽግግር ያለ ፍትሕ? ........................................... 206
4. አደገኛው የወዳጅ/ጠላት አስተሳሰብ ........................................... 208
4.1 "የቀን ጅብ" ከመምጣቱ በፊት ........................................... 209
4.2 ፀረ ዴሞክራሲ፣ ትምክሕተኝነት እና ጠባብነት ........................................... 211
4.3 ከየቀን ጅብ ወደ ጁንታ፣ አሸባሪ፣ ጽንፈኛ... ........................................... 212
4.4 ወይ ተደመር፣ ወይ ተመርመር! ........................................... 214
5. ሕዝባዊነት ወይስ ሕዝበኝነት? ........................................... 215
6. ብልጽግና፦ ክምር ወቅቶ ጭብጦ ........................................... 218

**ምዕራፍ አራት ጥቅመኝነት እና የሽግግር ከሽፈት** ........................................... 224
1. ዴሞክራሲ፦ የነብስ አድን አጀንዳ ........................................... 229
2. የዴሞክራሲ ንቅናቄ አስፈላጊነት ........................................... 237
3. ይቻላል! ........................................... 241

# ምስጋና

በመጽሐፉ ዝግጅት የተባበሩኝን ጓደኞቼን አመሰግናቸዋለሁ:: በተለይ የረጅም ጊዜ ጓደኛዬ ዳንኤል ኪባሞ ልዩ ምስጋና ይገባዋል:: የጋራ መምህራችን የሆነውንና በቅርቡ ያረፈውን ፕሮፌሰር አንድሪያስ እሸቴንም በልዩ ሁኔታ አመሰግነዋለሁ:: ፕሮፌሰር አንድሪያስ በቤቱ እየተገኘን በምንፈልገው ርእሰ ጉዳይ ላይ እንድንወያይ እድሉን ሰጥቶናል:: ብዙዎቻችን ከፕሮፌሰር አንድሪያስ ጋር የፖለቲካ ልዩነት ቢኖረንም፣ ቅን ሰውና ድንቅ መምህር ስለነበር፣ በቤቱ እየተሰባሰብን እንደልባችን እንድንወያይና እንድንከራከር ፈቅዶልናል:: በበኩሌ ምስጋናዬ ከፍ ያለ ነው::

# መቅድም

ከዐሥር ዓመት በፊት፣ የየካቲት 66ቱን የኢትዮጵያ ሕዝባዊ አብዮት 40ኛ ዓመት ለመዘከር ከበሪሁን አዳነና ሰሎሞን ለማ ጋር ቃለ ምልልስ ያደረጉት ዶ/ር የራስወርቅ አድማሴ "በአብዮታዊያኑ ላይ አብዮቱ የደረሰባቸው ገና ትጥቃቸውን በበቂ ሳያጠባብቁና ሳያሰማምሩ ነው ማለት ይቻላል" ብለው ነበር። በዚህ ምክንያት አብዮቱ ያስገኛቸው በጎ ትሩፋቶች መኖራቸው ባይካድም፣ ሂደቱ በአግባቡ ባለመመራቱና መሥመሩን በመሳቱ ምክንያት አገራችን ውድ ዋጋ ከፍላለች፤ ዛሬም እየከፈለች ነው።[1]

በተመሳሳይ መልኩ፣ እንደ የካቲት አብዮታዊያን ሁሉ፣ በኢትዮጵያ አገረ መንግሥት ግንባታ ፕሮጀክት ላይ አብዮትና ዘውጌ ብሔርተኝነት ተከታትለው የደረሱበት ገና በሚገባ ባልተደራጀበትና ባልደረጀበት ሁኔታ ላይ ነበር።[2] በዚህም ምክንያት አገረ መንግሥቱ ባልጠና አቅሙ በአብዮት ጫና ተፈትኗል። በተለይም ደግሞ ከኀብረ ብሔረሰባዊ ኀይሎች መመታት በኂላ ተጠናክሮ የወጣው አክራሪ ዘውጌ ብሔርተኝነት ያደረሰበት ውርጅብኝ (onslaught) አገረ መንግሥቱን በእጅጉ አዳክሞታል። አሁንም ይበልጥ እያዳከመው ነው።

በርግጥ ኢትዮጵያዊያን የራሳቸውን ግዛተ-አፄ እና አገረ መንግሥት የመሠረቱ ሌሎች ሕዝቦች ያልገጠማቸው ፈተና አልገጠመንም። የብሪታኒያ አገረ መንግሥትም እንደኢትዮጵያ በዘውጌ ብሔርተኝነት

---

[1] በአብዮቱ ዙሪያ በሪሁንና ሰሎሞን ከዶ/ር የራስወርቅ ጋር ያደረጉት ብዙ ጉዳዮችን የሚዳስስ ቃለ ምልልስ ዕንቁ መጽሔት (የካቲት 2006 ዓ.ም.) ላይ ታትሞ ወጥቷል።

[2] "አገረ መንግሥት"፣ "የአገረ መንግሥት ግንባታ"፣ "የብሔረ መንግሥት ግንባታ"፣ "ግዛተ አፄ" የሚሉትን በአማርኛችንም ሆነ በእንግሊዝኛው አከራካሪ የሆኑ ቃላት እዚህ ላይ ለማብራራት አልሞከርም። እንደ ቅደም ተከተላቸው የእንግሊዝኛዎቹን "Nation State", "State building"□ "Nation building" እና "Empire" ማለቴ እንደሆነ ይታወቅልኝ።

ተፈትኗል:: ሆኖም ጠንካራ፣ ነጻና ሕዝብ የሚተማመንባቸው ተቋማት የዳበሩበት አገር በመሆኑ ፈተናዎቹ የአገረ መንግሥቱን ህልውና አደጋ ላይ ሳይጥሉት፣ ጥያቄዎችን በዴሞክራሲያዊ መንገድ እየፈታ ቀጥሏል:: በብሪታኒያ የሚታየው ሁኔታ ከዘውጌ ብሔርተኝነቶች መፈጠር በፊት ጠንካራ፣ ነጻና ገለልተኛ ተቋማት በተገነቡባቸው ሌሎች አገሮች ሁሉ ያለ ነው::

አንዱና ትልቁ የኢትዮጵያ ፈተና ነጻና ዜጎች የሚተማመኑባቸው ተቋማት ከመፈጠራቸውና የዴሞክራሲ ባህል ከመዳበሩ በፊት አብዮት መከሰቱ እና የከረሩ ዘውጌ ብሔርተኝነቶች ጠንክረው መውጣታቸው ነው:: በተለይ የአገረ መንግሥቱ "መሠረተ-ልማታዊ አቅም" ባልዳበረበት ሁኔታ የከረሩ ዘውጌ ብሔርተኝነቶች መፈጠራቸው የብሔርተኛ ኀይሎችን ጥያቄዎች በአግባቡ ለማስተናገድና የአገረ መንግሥቱን ህልውና ለማስጠበቅ ትልቅ ችግር ፈጥሯል::[3]

ከተቋማት ግንባታ አንጻር የቅርቡን ታሪካችንን ወደኋላ መለስ ብለን ብናይ፣ ከድኅረ ጣልያን ወረራ እስከ የካቲት 66 አብዮት ድረስ ያለው ጊዜ ከፍተኛ እርምጃዎች የተወሰዱበት ወቅት መሆኑ አከራካሪ አይደለም:: ይሁን እንጂ ሁሉም ሙከራዎችና ጥረቶች ውጤታማ ነበሩ ማለት አይቻልም:: ለምሳሌ ያህል የገባር-ጉልት/ማደሪያ ሥርዓትን የተካው የመሬት የገንዘብ ግብር ሥርዓት አርሶ አደሩን ከዓይነትና ከጉልበት

ግብር እና የጉልተኛ እንግልት ነጻ ያወጣ እርምጃ ብቻ ሳይሆን አርሶ አደሩን ለተነቃይ ጭሰኝነት የዳረገ፣ የቀድሞውን ባለ ጉልትና ባለ

[3] ‹ማይክል ማን› የተባለው ሶስዮሎጂስት እንዳብራራው "መሠረተ-ልማታዊ አቅም" ማለት አንድ አገረ መንግሥት ያለውን የበላይነት (የሐሳብ/የርዕዮት/attraction እና የመቅጫ አቅም/coercive power) ተጠቅሞ በሲቪል ማኅበረሰቡ ውስጥ የመግባት አቅሙን፣ እንዲሁም በሁሉም የአገሪቱ አካባቢዎች እስከታችኛው መዋቅር መድረስ መቻሉን የሚገልጽ ነው:: ለዝርዝር ትንተናው የሚከተለውን ጽሑፍ ይመልከቱ፡- Michael Mann, "Infrastructural Power Revisited", *Studies in Comparative International Development,* Vol. 43, No. 3 (August 2008), pp. 355-365.

ማደሪያ ደግሞ ወደ ከተማ ነዋሪ ባለመሬትነት ያሸጋገረ ለውጥ ነበር:: ስለነበርም ውሎ አድሮ ‹የመሬት ላራሹ›ን መፈክር በማዋለድ የገጠር መሬትን የመንግሥት ያደረገውን አዋጅ አስከተለ::

ቀልጣፋና ቀና የፍትሕ ተቋማትን ለመፍጠር የተወሰዱት እርምጃዎችም ቢሆኑ፣ ከብዙ መመዘኛዎች አንጻር ሲታዩ ውጤታማ የነበሩ ቢሆንምና፣ ለመጀመሪያ ጊዜ መንግሥታዊ አካላትንና ባለሥልጣኖችን በሕግ ፊት ተጠያቂ እስከማድረግ ደረጃ ቢደርሱም እንኳ፣ እንደ ማንኛውም ተቋማት ሁሉ የፍትሕ ተቋሙ ከተፈጠረበትና ከሚሠራበት የፖለቲካ ሥርዓትና አካባቢ (አውድ) ነጻ ሊሆን ባለመቻሉ በነበረው ጨቋኝ አገዛዝ መሸበቡ አልቀረም:: የሕግ አውጭው አካል እጣ ፈንታም ከዚህ የተለየ አልሆነም::

የየካቲቱን አብዮት ተከትሎ ሥልጣን የያዘው የደርግ አገዛዝ በበኩሉ ከተቋማት ግንባታ አንጻር አገሪቱን የኋልዮሽ አስኪዷታል:: ከዚያ በፊት ተገንብተው የነበሩትን ተቋማት ማፈራረሱ፣ ደርጉ ከተቀበለው አብዮታዊ አጀንዳ አኳያ አስፈላጊ እንደነበር የማይካድ ቢሆንም፣ ይህ ሁኔታ ባፈራረሳቸው ተቋማት ቦታ ሌሎችን ሳይተካ ለመቅረቱ በቂ ምክንያት አይሆንም:: ያም አለ ይህ፣ ሥር-ነቀል ለውጥ፣ የእርስ በርስ ጦርነት፣ የውጭ ወረራን መመከት እና የራሱን ፈላጭ ቆራጭ አገዛዝን ማጠናከር ዋነኛ ተግባሮቹ የነበሩት ደርግ ያፈራረሳቸውን ተቋማት በአዲስ አልተካም:: በዚያ ፈንታ አንዳንድ ጊዜ ከየት እንደፈለቁ በማይታወቁ፣ በተበጣጠሱና እርስ በርስ በሚጋጩ እና ቦታቸውን በሚለቁ አዋጆች፣ መመሪያዎችና ቀላጤዎች አገር ለመግዛት ደፋ ቀና እያለ አገሪቱን የተቋም አልባ አደረጋት:: መዋቅር መንደፍ እንደ ዋና ሥራ የተወሰደበትና አንዱን በጭንጋፍ የተወለደ መዋቅር በሌላ መዋቅር መተካት እንደ ትልቅ ሥራ የተያዘበት አሳዛኝ የትርምስ ጊዜ ነበር::[4]

---

[4] ይህን ጉዳይ ዶ/ር የራስወርቅ አድማሴ በተለያዩ ጽሑፎቻቸው በዝርዝር ሄደውበታል:: የተወሰኑት ሐሳቦች በዚህ መጽሐፍ ስለተጠቀሱ ታገኟቸዋላችሁ::

በአጠቃላይ ከተቋማት ግንባታ አንጻር የአገሪቱ ጉዞ የቁልቁለት ስለነበር፣ ችግሮች እየተደራረቡ ሄደው የሰሜኑ የኢትዮጵያ ክፍል (ኤርትራ) በሰላምና በዴሞክራሲያዊ መንገድ ሳይሆን ከአውዳሚ የእርስ በርስ ጦርነት በኋላ ከኢትዮጵያ ሊነጠል ችሏል። የኤርትራ ሉዓላዊ አገር መሆን ኢትዮጵያን ያለ ባሕር በር ያስቀረ ብቻ ሳይሆን የአገሪቱን ብሔራዊ ደኅንነት ችግር ውስጥ ያስገባ አሳዛኝ የታሪክ ክስተትም ነው።[5]

ከኤርትራ መነጠል በኋላም ቢሆን የሕወሓት/ኢሕአዴግ አገዛዝ ምንም እንኳን ሕገ መንግሥትን ጨምሮ በርካታ ተቋማትን ለመገንባት የሞከረ ቢሆንም፣ በተለይ የአገረ መንግሥት ግንባታ ፕሮጀክቱን ጉድለቶች የሚያርሙ እርምጃዎችን በመውሰድ አካታች ዴሞክራሲዊ ሥርዓትን መገንባት እና ጠንካራ፣ ገለልተኛና ዜጎች የሚተማመኑባቸው ተቋማትን እውን ማድረግ ባለመቻሉ ወይም ባለመፈለጉ አገራችን የአክራሪ ዘውጌ ብሔርተኛ ኀይሎች የጦርነት አውድማ ወደመሆን ተሸጋግራለች።[6]

የሕወሓት/ኢሕአዴግ መሪዎች ዴሞክራሲ ለኢትዮጵያ የመኖር ያለመኖር የህልውና ጉዳይ ነው እያሉ ደጋግመው ሲነግሩን ቢከርሙም፣ በተግባር ያሰፈኑት ሥርዓት ግን ኢዴሞክራሲያዊ ብቻ

---

[5] ኢትዮጵያ ያለ ባሕር በር እንድትቀር በማድረጉ ሂደት ላይ የሕወሓት/ኢሕአዴግ ሚናም ከፍተኛ ቢሆንም፣ ለኤርትራ መነጠል ዋነኛ ተጠያቂ መሆን የሚገባቸው ግን ፌደሬሽኑ እንዲፈርስ የራሱን ሚና የተጫወተው የአፄ ኀይለሥላሴ እና የኤርትራን ጥያቄ በግትርነት የያዘውና በኀይል ብቻ ለመፍታት የሞከረው የደርግ አገዛዞች ናቸው።

[6] ስለ ተቋማት ስንወያይ ሊሰመርበት የሚገባው ወሳኝ ቁምነገር፣ አገዛዞችም ስለ ተቋማት አስፈላጊነት አብዝተው የሚሰብኩ የመሆናቸው ጉዳይ ነው። ይሁን እንጅ አምባገነኖች የሚገነቧቸው ተቋማት ነጻና ገለልተኛ ያልሆኑ፣ ስለዚህም ቅቡልነት የሌላቸው የአገዛዝ መሣሪያዎች ናቸው። በዚህ ጉዳይ ላይ ዝርዝር ትንታኔ ለማግኘት የሚከተለውን መጽሐፍ ይመልከቱ፡- Jennifer Gandhi, *Political Institutions under Dictatorships* (Cambridge: Cambridge University Press, 2008)። ተቋማት ለአገራት ህልውና ስለሚጫወቱት ወሳኝ ሚና ደግሞ የሚከተለውን መጽሐፍ ይመልከቱ፡- Daren Acemoglu and James A. Robinson, *Why Nations Fail: The Origins of Power, Prosperity and Poverty* (New York: Profile Books, 2013)

ሳይሆን ፀረ ዴሞክራሲያዊም ነበር:: የሕወሓት/ኢሕአዴግ መሪዎች በዘረጉት ሥርዓት አማካይነት የብሔረሰቦችና የሃይማኖቶች እኩልነት መረጋገጡን፣ በመፈቃቀድ ላይ የተመሠረተ ዴሞክራሲያዊ አንድነት መገንባቱንና በዚህም መሠረት አዲሲቷ ኢትዮጵያ እውን መሆኗን አበክረው ሲገልጹልን ቢከርሙም፣ በብሔረሰቦች መብት መከበርና በፌዴራሊዝም ስም በተግባር የፈለፈሉት ግን “የብሔረሰቦች እስር ቤት” የሆኑ ክልሎችን፣ የብሔረሰብ ዞኖችንና ወረዳዎችን ነው:: የሕወሓት/ኢሕአዴግ መሪዎች የልማታዊ መንግሥት ፈለግን በመከተል ፈጣንና ተከታታይነት ያለው ልማትን በማረጋገጥ የኢትዮጵያን ህዳሴ እውን እያደረጉ መሆናቸውን ሲነግሩን ቢቆዩም፣ በተግባር ያሰፈኑት ግን ከልማታዊ መንግሥት ጋር ፈጽሞ የማይገናኝ የፓርቲ ድርጅቶችና ከድርጅቱ ጋር የተቆራኙ ጥቀመኛ (clientelistic) ባለሀብቶችን የፈጠረ የመዥገር ፖለቲካ-ኢኮኖሚን ነበር::[7]

ባጠቃላይ ሕወሓት/ኢሕአዴግም እንደቀደሙት አገዛዞች ራሱን ማረምና ማሻሻል ባለመቻሉ ከነበረበት የሥልጣን ማማ ክብሩን ባልጠበቀ አኳኋን ወርዷል:: ከጥንት ዘመን ጀምሮ ለመኖር መታደስ (reform to survive) አስፈላጊ መርህ የመሆኑ ጉዳይ ተደጋግሞ የተወሳ ቢሆንም፣ አምባገነኖች ራሳቸውን እውነተኛ በሆነ መንገድ ለማረምና ለመታደስ ፈቃደኞች ባለመሆናቸው አወዳደቃቸው የከፋ ነው::[8]

---

[7] በሕወሓት/ኢሕአዴግ የመጨረሻዎቹ ዐሥር ዓመታት የኢኮኖሚ ዕድገት መመዝገቡ የማይካድ ቢሆንም፣ በሪሁን በዚህ መጽሐፍ እንዳብራራው ዕድገቱ ጥቂቶችን በኢፍትሐዊ መልኩ ያከበረ፣ ሰፊውን የኢትዮጵያ ሕዝብ ግን “ሺህ ቢታለብ ያው በገሌ” ከማሰኘትም አልፎ የድሃ ድሃ ያደረገ ነበር፡፡

[8] እ.አ.አ በ1789 የተካሄደውን የፈረንሳይ አብዮት ተከትሎ በብዙ አገሮች መንግሥታት ዘንድ አብዮቱ እንዳይዛመት ስጋት ነበር፡፡ ይህን መነሻ በማድረግ የብሪታኒያ ፖለቲከኞችና ምሁራን አብዮትን ማስቀረት የሚቻለው አስቀድሞ ማሻሻያ በማድረግ ነው በሚል የተለያዩ እንቅስቃሴዎችን አካሂደዋል፡፡ ከእነዚህ እንቅስቃሴዎች መካከል አንዱ በጌታ (Lord) ግሬይ የተመራው ሲሆን፣ ከብዙ ዓመታት ጥረት በኋላ “The Great Reform Act” የተሰኘው አዋጅ እ.አ.አ በ1832 እንዲወጣ ለማድረግ ተችሏል፡፡ አዋጁ ለብሪታኒያ የዴሞክራሲ ሽግግር ከፍተኛ አስተዋጽዖ እንዳደረገ ይነገራል፡፡ ለዝርዝር ትንተናው የሚከተለውን ጽሑፍ ይመልከቱ፡- Thomas Ertman, “The Great Reform Act of 1832 and British Democratization”, *Comparative Political Studies,* Vol. 43, No. 8 (June 2010), pp. 1000-1022.

ትልቁ ችግር ደግሞ አምባገነኖች ሲወድቁ በአገርና በሕዝብ ላይ ጭምር መውደቃቸው ነው:: ከ2008 ዓ.ም. እስከ ዛሬ ያለው የአገራችን ያልተቋረጠ ምስቅልቅል በግልጽ የሚያሳየው በኢሕአዴግ ውስጥ የተፈጠረው ቀውስ ከራሱ ከድርጅቱ አልፎ አገር እያመሰ መሆኑን ነው:: ከ2013 ዓ.ም. ጀምሮ በትግራይ እና ከዚያም በኋላ በአማራ፣ በአፋርና በሌሎችም ክልሎች የቀጠለው እጅግ አውዳሚ የእርስ በርስ ጦርነት ምንጩ በኢሕአዴግ ጥቅመኛ አምባገነኖች መካከል የተፈጠረ ልዩነት ነው:: ይህ በኢሕአዴጋዊያን መካከል የተፈጠረ የጥቅምና የሥልጣን ልዩነት ወደፊትም ዋጋ እንደሚያስከፍለንና የአገሪቱ የህልውና አደጋ ሆኖ እንደሚቀጥል ግልጽ ነው::

በሪሁን እንደገለጸው የአገራችን ትልቁ ችግር የሚመነጨው ግን ከተከታታይ አገዛዞች ብቻ አይደለም:: ከአገዛዞች ውጪ ያለው የአገሪቱ ልኂቅ የዴሞክራሲ ቁርጠኝነትም አጠያያቂ ነው:: አብዛኛው ተቃዋሚ ፖለቲከኛም ሆነ ከፓርቲ ፖለቲካ ውጪ ያለው ልኂቅ ዴሞክራሲን በተመለከተ የሐሳብ ብቻ ሳይሆን የቁርጠኝነትም ችግር ያለበት መሆኑን እንደ አገር የምንገኝበት አሳፋሪ ሁኔታ ይመሰክራል:: ዴሞክራሲ ለኢትዮጵያ በርግጥም የህልውና ጉዳይ ነው ብሎ ከልብ የሚያምነው እና ለዴሞክራሲ እውን መሆን የሚዋደቀው ኢትዮጵያዊ ቁጥር በጣም ጥቂት ነው::

አገራችን ዛሬ ከመቼውም ጊዜ በላይ የዴሞክራሲያዊ ሕገ መንግሥት ጥያቄን አንግበው፣ የአካታች ዴሞክራሲያዊ ሥርዓት ጥያቄን ከፍ አድርገው ይዘው በቁርጠኝነት የሚታገሉና ጠንካራ ተገዳዳሪ የዴሞክራሲ ጎራ ለመፍጠር የሚተጉ ልጆች ያስፈልጓታል:: በአገራችን በውድ መሥዋዕት የሚገኙት ለውጦች ሁሉ እየመከኑ፣ የተወሰኑ ኀይሎች በሽግግር ስም ራሳቸውን እያደላደሉ የሚቀጥሉት መሠረተ-ሰፊ የሆነ ጠንካራ የዴሞክራሲ ንቅናቄ ባለመኖሩ ነውና፣ ኢትዮጵያ ጠንካራ የዴሞክራሲያዊ ኀይሎች ንቅናቄ ያስፈልጋታል::

እንደሕዝብ ላለፉት 50 ዓመታት ያጋጠመንን የተወሳሰበ “የጎርዲያን ቋጠሮ”[9] ለመፍታት ያልተሄደበት መንገድ እና ያልተሞከረ ሙከራ የለም። አንዱ ውል ሲገኝ ሌላው እየጠፋ ወይም ሌላ ቋጠሮ እየተፈጠረ ከመከራ ወደ መከራ ከመባከን ውጪ ምንም ዓይነት የተስፋ ጭላንጭል አልታየም። በመሆኑም በሪሁን እንደገለጸው መፍትሔው ውል አልባውን ውል ከመፈለግ ገመዱን መበጠስ ነው።

የገጠመንን አገራዊ ፈተና ለመሻገር መፍትሔው ዴሞክራሲ ነው የሚለው በሪሁን፣ ለዴሞክራሲ ሽግግር አስፈላጊ የሆኑ አስቻይ የሆኑ ሁኔታዎች ሳይሟሉ እንዴት ይቻላል? ተብሎ ሲጠየቅ፣ ራሱን የአስቻይ ሁኔታዎችን አለመሟላትና የኢትዮጵያን የህልውና ፈተና እንደ ወሳኝ የታሪክ አጋጣሚ መጠቀም ያስፈልጋል ሲል ይከራከራል። ይህን ሲል ምን ማለቱ እንደሆነ በዚህ መጽሐፍ በዝርዝር አብራርቷል።

በሪሁን ለእኔና ለሌሎች ጓደኞቹ ያስተዋወቀንን የኦስትሪያ ሶሻል ዴሞክራቶችን ሐሳብም በዚህ መጽሐፍ ለኢትዮጵያ አንባቢያን አስተዋውቋል። እስከማውቀው ድረስ በዚህ መጠን በአማርኛ ቋንቋ ስለነኘህ ምሁራን ዘመን ተሻጋሪ ሐሳብ የጻፈ የለም።

ይህን መቅድም ከማጠናቀቄ በፊት አንድ ጉዳይ ላንሳ። ይኸውም የመጽሐፉን ሕትመት የተመለከተ ነው።

---

[9] የጎርዲያን ቋጠሮ የተሰኘው የግሪክ አፈ ታሪክ ይዘት እንዲህ ነው፡፡ ፍሪጂያ (phrygia) በሚባል አካባቢ (አሁን ቱርክ ውስጥ የሚገኝ) በነበረ ግዛት ውስጥ አንድ በበሬ ከሚጎተት ጋሪ ጋር የተያያዘ ውስብስብ ቋጠሮ ነበር። ይህን ቋጠሮ መፍታት የቻለ ሰው እስያን በሙሉ አንድ አድርጎ የመግዛት ዕድል አለው የሚል አፈ ታሪክም ነበር። ብዙዎች ቋጠሮውን ለመፍታት ቢሞክሩም ውሉን ማግኘት ባለመቻላቸው ሊሳካላቸው አልቻለም። እስክንድር የተባለ ሰው ቋጠሮውን ለመፍታት እንደሌሎቹ ሲፈተን የተወሳሰበውን ቋጠሮ ውል ከመፈለግ ይልቅ በያዘው ሰይፍ ገመዱን ይበጥሰውና በቀላሉ ቋጠሮውን ይፈታዋል፡፡ ይህ ተከትሎ ከጊዜ በኋላ “ታላቁ እስክንድር” የሚጠራ ስያሜ ያተረፈው ይህ ሰው በእስያ ብቻ ሳይሆን በዓለምም የታወቀ ገናና መሪ ለመሆን በቃ፡፡

በሪሁን በ2014 ዓ.ም "የቀን ወጣልን ፖለቲካ፡- ጥቅመኝነትና የሽግግር ክሽፈት" የሚል መጽሐፍ አሳትሞ ነበር። ይሁን እንጅ አንዳንዶች ርእሱን ባልተገባ ሁኔታ በመረዳት መጽሐፉን አምርረው ሲተቹት ታዝበናል። ለዚህ ነው፣ በአዲስ ርእስ ከአዳዲስ ሐሳቦች ጋር በዚህ መልኩ እንዲወጣ የገፋፋሁት። አላሳፈረኝም። ይበልጥ አስፋፍቶና አዳብሮ አዲስ ሊባል የሚችል መጽሐፍ ሰጥቶናል። አንብቡት። ታተርፉበታላችሁ!

ዳንኤል ኪባሞ

ኬፕ ታውን፣ ደቡብ አፍሪካ

# መግቢያ

"ከቲቶ በኋላም ቲቶ!" - የፕሬዚዳንት ጆሴፕ ብሮስ ቲቶን ሕልፈተ ሕይወት ተከትሎ ዩጎዝላቪያ ውስጥ በስፋት ሲቀነቀን የነበረ መፈክር ነው:: ሚያዚያ 26 ቀን 1972 ዓ.ም. ያረፉትን የማርሻል ቲቶን ሕልፈተ ሕይወት ተከትሎ ለቀብራቸው ከፍተኛ ዝግጅት ተደርጓል:: በቀብር ሥነ ሥርዓቱ ላይ የ128 አገሮች ተወካዮች የተገኙ ሲሆን፣ ከእነዚህ ውስጥ 31 ፕሬዚዳንቶች፣ 22 ጠቅላይ ሚኒስትሮች፣ 4 ንጉሦች፣ 6 ልዑሎች እና 47 የውጭ ጉዳይ ሚኒስትሮች ይገኙባቸዋል:: በመቶ ሺህዎች የሚቆጠሩ ዩጎዝላቪያዊያን በመንገዶች ተሰልፈው የመርሐ ግብሩ አካል ሆነዋል:: በሌሎች ከተሞች የሚኖሩ የአገሪቱ ዜጎች በበኩላቸው በቴሌቪዥን መስኮቶች ተሰይመው ለመሪያቸው ስንብት አድርገዋል:: ከቀብር ሥነ ሥርዓቱ በኋላ ዩጎዝላቪያዊያን በየባቡር ጣቢያውና በሌሎችም ቦታዎች እየተሰበሰቡ የአገራቸውን ብሔራዊ መዝሙር እየዘመሩ ቲቶ በተለሙላቸው መሥመር ጸንተው እንደሚቀጥሉ ያላቸውን ቁርጠኝነት ገልጸዋል:: በወቅቱ ገንኖ የወጣው መፈክር "ከቲቶ በኋላም ቲቶ!" (Tito after Tito) የሚል ነበር::[10]

ይሁን እንጂ የዩጎዝላቪያ የፖለቲካ መሪዎችና ልኂቃን ከዚህ አቋማቸው አፈንግጠው የየራሳቸውን የብሔረሰብና የቡድን ጥቅም ለማስጠበቅ መንቀሳቀስ የጀመሩት ወዲያውኑ ነበር::

ፕሬዚዳንት ቲቶ "በመርህ ደረጃ ጥያቄዎቻችንን ለመመለስ አስችሎናል"[11] ያሉት እና በብሔርተኝነት ጥናት ላይ የታወቁ ምሁራንም ጭምር በምሳሌነት ሲጠቅሱት የነበረው የብሔረሰብ ፌደሬሽን የዩጎዝላቪያን ህልውና የሚታደግ አልሆነም::[12]

---

[10] Sabrina P. Ramet, "The Uniqueness and Non-uniqueness of Jossip Broz Tito: A Forward" in Gorana Ognjenovic and Jasna Jozelic (eds.), *Revolutinary Totalitarianism, Pragmatic Socialism, Transition: Tito's Yugoslavia, Stories Untold* (Palgrave Macmillan, 2016), pp. vii-xi.

[11] ዝኒ ከማሁ::

[12] በብሔርተኝነት ጥናት መስክ ከታወቁት ምሁራን አንዱ የሆነው አንተኒ ስሚዝ የዩጎዝላቪያን ፌዴሬሽን

ያ ለሌሎች ኀብረ ብሔረሰባዊ አገሮች አብነት ሊሆን የሚችል ነው እየተባለ ሲገለጽ የነበረው ሥርዓት እንኳን ለሌሎች ምሳሌ ሊሆን የራሷን የዩጎዝላቪያን አንድነትና አገራዊ ህልውናም ሊያስጠብቅ አልቻለም:: ፕሬዚዳንት ቲቶ በነበራቸው ተቀባይነትና በኮምዩኒስት ፓርቲው የዴሞክራሲያዊ ማእከላዊነት አሠራር አማካይነት የተረጋጋ ይመስል የነበረው ሥርዓት መሪው ሲለዩት መፍረክረክ የጀመረው ብዙም ሳይቆይ ነበር::

ከታሪክ፣ ከኢኮኖሚ፣ ከጅኦ-ፖለቲካዊ ሁኔታዎች፣ ከኮምዩኒዝም መውደቅ ወዘተ. ጋር የተያያዙ ሌሎች ምክንያቶች ቢኖሩም፤ ለዩጎዝላቪያ ደም አፋሳሽ ጦርነት፣ ለተፈፀመው የዘር ማጽዳትና የዘር ማጥፋት ወንጀል እንዲሁም እሱን ተከትሎ ለተከሰተው አገራዊ ብተና ዋነኛው ምክንያት፣ የዴሞክራሲ ሽታ ያልነበረው የብሔረሰብ ፌዴሬሽን እንደነበር ብዙ ምሁራን የጻፉበት ጉዳይ ነው::[13]

ከማርሻል ቲቶ ሕልፈተ ሕይወት በኂላ የተከሰቱት ኢኮኖሚያዊ፣ ፖለቲካዊና ማኅበራዊ ቀውሶች በሕዝቡ ዘንድ ምሬትን የፈጠሩ ከመሆናቸውም በላይ፣ የተለያዩ የፖለቲካ ኀይሎችን ለውጥ ያስፈልጋል የሚል ጥያቄ እንዲያነሱ አስገድዷቸዋል:: የሕዝቡ የለውጥ ጥያቄ በፖለቲካ ሕይወታቸው ላይ የመጣ መሆኑን የተገነዘቡት የየክልሉ (በዩጎዝላቪያና ሶቭዬት ኅብረት ‹ሪፐብሊክ› የሚባሉት) የፖለቲካ ድርጅቶች መሪዎች በበኩላቸው ዋነኛ የብሔረሰብ ጥቅም አስጠባቂ መስለው ቀረቡ:: ተደራጅተው ያገኟቸውን የብሔረሰብ ማኅበራትና ልዩ ልዩ አደረጃጀቶችም እነሱን በሚጠቅም መልኩ ተገለገሉባቸው:: እኛ

---

በአብነትነት ገልጾት ነበር፡፡ የሚከተለውን ጽሑፉን ይመልከቱ፡- Anthony D. Smith, "State-Making and Nation-Building", in John A. Hall (ed.), *States in History* (Oxford, Oxford University Press, 1986), pp. 228-263.

[13] Sinisa Malesevic, "Ethnicity and Federalism in Communist Yugoslavia and its Successor States", in Yash Ghai (ed.), *Autonomy and Ethnicity: Negotiating Competing Claims in Multi-Ethnic States* (Cambridge: Cambridge University Press, 2000), pp. 149-150.

ከሌለን የብሔረሰቡ ህልውና አደጋ ላይ ይወድቃል፣ ለብሔረሰቡ ህልውና የእኛ መኖር ወሳኝ ነው ወዘተ. በማለት የብሔረሰቡንና የክልሉን ሕልውና ከእነሱ ህልውና ጋር አያያዙት:: የትናንት "ተራማጆች" የወቅቱ ዘውጌ ብሔርተኞች እፍ እፍ ብለው ያቀጣጠሉትን ብሔርተኝነት ተጠቅመው ሕዝቡን ከጎናቸው አሰልፈው ወደ ጦርነት ማገዱት፣ ዩጎዝላቪያም ፈረሰች::[14]

ችግሩ የአፈጻጸም እንጂ የፌዴራላዊ ሥርዓቱ አይደለም በሚል ከላይ የቀረበውን ሐሳብ አጥብቀው ይቃወሙ የነበሩት እና ልክ እንደ ቲቶ አገራቸውን በፕሬዚዳንትነትና በጠቅላይ ሚኒስትርነት የመሩት አቶ መለስ ዜናዊ ያረፉት ነሐሴ 15 ቀን 2004 ዓ.ም. ነበር:: በዚያው ዕለት ማታ የአቶ መለስ አስከሬን በቤተሰባቸው ታጅቦ አዲስ አበባ ሲገባ የከተማው ሕዝብ በነቂስ ወጥቶ አቀባበል አድርጎለታል:: የጠቅላይ ሚኒስትሩን ሕልፈተ ሕይወት ተከትሎ መንግሥት ብሔራዊ የሐዘን ሳምንት ያወጀ ሲሆን፣ ከአዲስ አበባ አልፎ ከብዙ የአገሪቱ አካባቢዎች የመጣው ሕዝብ አስከሬኑ ባረፈበት በምኒልክ ቤተመንግሥት እየተገኘ ሐዘኑን እንዲገልጽ ሲደረግ ቆይቶ ነሐሴ 27 ቀን 2004 ዓ.ም የውጭ አገራት መሪዎችና መልዕክተኞች፣ የአገር ውስጥ ባለሥልጣናት፣ ታዋቂ ሰዎችና ቤተሰቦቻቸው በተገኙበት በመንበረ ፀባዖት ቅድስት ሥላሴ ቤተክርስቲያን ሥርዓተ ቀብራቸው ተፈጽሟል:: በመስቀል አደባባይ በተደረገው የመጨረሻ ስንብት ባለቤታቸው፣ ጓዶቻቸው እና

የውጭ አገር መሪዎችና ተወካዮች አቶ መለስን እያደነቁ ንግግር አድርገዋል:: ከቀብራቸው በኋላም በመንግሥት አቅጣጫ ሰጪነት ለአንድ ወር ያህል በአገሪቱ የተለያዩ አካባቢዎች ድንኳኖች እየተዘጋጁ

---

[14] V. P. Gagnon, Jr., "Ethnic Nationalism and International Conflict: The Case of Serbia", *International Security,* Vol.19, No.3 (Winter, 1994-1995), pp.130-166; Vladimir Goati, "The Disintegration of Yugoslavia: The role of political elites", *Nationalities Papers,* Vol. 25, No. 3 (1997), pp. 457-459.

ሕዝቡ ሐዘኑን እንዲገልጽ ተደርጓል:: በወቅቱ በአቶ መለስ ስም የተለያዩ ተቋማት የተሰየሙ ሲሆን፣ "ታላቁ መሪ" ተብለው እንዲጠሩ ተወስኖ እንደነበርም አይዘነጋም::

ተተኪው ጠቅላይ ሚኒስትር አቶ ኀይለማርያም ደሳለኝ መስከረም 11 ቀን 2005 ዓ.ም በሕዝብ ተወካዮች ምክር ቤት ተገኝተው ቃለ መሃላ ሲፈጽሙ "ታላቁ መሪ መለስ ዜናዊ ከኢሕአዴግና ከሕዝቡ ጋር በመሆን በጽኑ መሠረት ላይ ያስቀመጡት የግንባታ ሂደት ተጠናክሮ ይቀጥላል!" ብለው ነበር:: በዩጎዝላቪያ "ከቲቶ በኋላም ቲቶ" የተባለውን ያህል፣ በኢትዮጵያም ከአቶ መለስ ሕልፈት በኋላም የእሳቸው ራዕይ ሳይሸራረፍ እንደሚቀጥል በስፋት ተነግሯል:: ስለ ፕሬዚዳንት ቲቶ ፀረ ፋሽስት አርበኝነት፣ ስለ ታላቅ መሪነታቸው፣ ስለ ዓለም አቀፋዊ ተቀባይነታቸው ወዘተ. የተገለጸውን ያህል፣ ስለ አቶ መለስ ስብዕናም ብዙ ተብሏል:: የብሔረሰብ ፌደሬሽኑ ለዩጎዝላቪያ ህልውናና አንድነት መድህን ነው እየተባለ እንደተነገረው ሁሉ፣ በአቶ መለስ መሪነት እውን የሆነው ፌዴሬሽንም ለሌሎች አገሮች ጭምር በተሞክሮነት የሚቀርብ ስለመሆኑ ብዙ ተነግሯል፤ ተጽፏልም:: በወቅቱ በተለይ በኢሕአዴግ አባላትና መሪዎች ዘንድ ስለ አቶ መለስ ከቀረቡት ንግግሮችና ጽሑፎች መካከል አዲስ ራዕይ መጽሔት ላይ የቀረበው ሐተታ የነበረውን ድባብ በሚገባ ይገልጸዋል::

"... ወደፊትም በሁላችንም ተሳትፎ ተጠናክራ የመለስ/ኢሕአዴግን ራዕይ ለማስፈጸም ጥራት ያለው ርዕዮተ ዓለምና የፖለቲካ ትንታኔዎችን ይዛ ትቀርባለች:: ከመሪያችን ጓድ መለስ መሥዋዕት በኋላ በሌሎች ሥራዎቻችን ሁሉ የሚኖረው የድርጅታችን የመሥመር ቀጣይነት በአዲስ ራዕይ ላይም ይቀጥላል፤" በሚል ርእሰ አንቀጽ የታጀበችው የኢሕአዴግ የንድፈ ሐሳብ መጽሔት፣ ስለ አቶ መለስ በስፋት ካተተች በኋላ በሚከተሉት አንቀጾች ሐሳቧን ትቋጫለች፡-

አውሮፓዊያኑ የብሔር ጥያቄን በቅጡ ማስተናገድ አቅቷቸው ዩጎዝላቪያ ለአስከፊ ደም መፋሰስና የዘር ማጥፋት ወንጀል ስትዳረግ በተመለከትንበት ዘመን ኢትዮጵያ ለዘመናት አስቸጋሪ ሆኖ ለቆየው የብሔር ጥያቄ ብቁ ምላሽ የሰጠችው በመለስ/ኢሕአዴግ አመራር ነው:: አውሮፓዊያንና አሜሪካ ላለፉት ሠላሳ ዓመታት በማያቋርጥ የማሽቆልቆል ጉዞ ውስጥ ገብተው ከአንድ ቀውስ ወደ ሌላ ቀውስ ሲሸጋገሩ ኢትዮጵያ ያለአንዳች የነዳጅ ሀብትና ያለብዙ ካፒታል ለዐሥርት ዓመታት ባለ ሁለት አሃዝ ዕድገት ማረጋገጥ የቻለችውም በመለስ/ኢሕአዴግ አመራር ነው:: የበለጸገው ዓለም ትርፍ ለማጋበስ በመቋመጥ የተፈጥሮ ሚዛንን እያዛባ ዓለማችንን ያለማቋረጥ እየበከለ በሚጓዝበት ዓለም ኢትዮጵያ በታዳሽ ሀብት ላይ የተመሠረተ አረንጓዴ ልማት እያስፋፋች የተጓዘችው በመለስ/ኢሕአዴግ አመራር ነው:: ጊዜና ቦታ ባይገድበን ኖሮ እንዲህ እንዲህ እያልን አፍሪካ የሚያስብ አእምሮ ብቻ ሳይሆን ምጡቅ ዓለማዊ የታሪክ ስብዕና ያለው መሪ መፍጠርና ለዓለም ማበርከት የምትችል አህጉር መሆኗን በተጨማሪ ማስረጃዎች ማስደገፍ ባልገደደን ነበር:: ለዛሬው ግን ጀርመኖች ሄግልን፣ ካርል ማርክስንና ፍሬድሪክ ኤንግልስን የመሳሰሉ ምጡቅ ዓለማዊ ስብዕናዎቻቸውን ጀርመን ለዓለም ያበረከተቻቸው ስጦታዎች እንደሚሏቸው ሁሉ እኛም በልበ ሙሉነት ታጋይ መለስ ዜናዊን ኢትዮጵያና አፍሪካ ለዓለም ያበረከቱት ታላቅ ስጦታና ምጡቅ ዓለማዊ ስብዕና ብለን እንለያያለን:: በእርግጥም መለስ ኢትዮጵያና አፍሪካ ለዓለም ያበረከቱት ምርጥ ስጦታ ነውና::[15]

የሆነ ሆኖ የኢሕአዴግ አመራሮች የአቶ መለስን ራዕይ ለማስቀጠል ቁርጠኞች ስለመሆናቸው አበክረው ቢናገሩም፣ በግንባሩ አባል ድርጅቶች መካከል ልዩነቶች መታየት የጀመሩት ግን ብዙም ሳይቆይ ነበር:: በአንድ ጠንካራ መሪ እና በአንድ አፋኝ ድርጅት የዴሞክራሲያዊ

[15] አዲስ ራዕይ፡- የኢሕአዴግ የንድፈ-ሐሳብ መጽሔት (ጥቅምት 2005 ዓ.ም - ልዩ እትም)::

ማእከላዊነት መርህ አማካይነት የተረጋጋ ይመስል የነበረው እና ከኢትዮጵያ አልፎ ለሌሎች ኅብረ ብሔረሰባዊ አገሮች አብነት ይሆናል እየተባለ ብዙ የተነገረለት ፌደሬሽንም፣ እንኳን ሌሎች ሊማሩበት የራሷን የኢትዮጵያን አገራዊ አንድነት ሊያረጋግጥ እንደማይችል መታየት የጀመረው ብዙም ሳይቆይ ነበር።

ልክ በዩጎዝላቪያ እንደነበረው በዘመነ ኢሕአዴግም አብዛኛው ነገር የተንጠለጠለው በግንባር-ቀደሙ ድርጅትና በድርጅቱ “ታላቅ መሪ” ላይ ስለነበር፣ አቶ መለስ ከሞቱ በኋላ በኢሕአዴግ ውስጥ ነገሮች እየተበላሹ ሄዱ። ለሥልጣናቸውና ለሥርዓቱ ፈተና የሆነን የትኛውንም አካል አደብ የማስገዛት አቅም ከነበራቸው ከአቶ መለስ ሕልፈት በኋላ የድርጅቱ አመራሮችና ከእነሱ ጋር የሚሠሩ ባለሀብቶች ያለከልካይ በዘረፋ ተግባር ላይ ተሰማሩ። እንደ አቶ መለስ የሚፈራና መቆንጠጥ የሚችል አካል ባለመኖሩ የአገር ሀብት ቅርምቱ በከፍተኛ ደረጃ ተጧጧፈ። ማን-አለብኝነት ነገሠ። የድርጅቱ መሪዎች ዋነኛዎቹ የንቅዘቱ ተዋናዮች በመሆናቸው ተጠያቂነትን የሚያሰፍን ውሳኔ መወሰንና ማስፈጸም እየከበደ ሄደ። ድርጅቱ የገባበት ቀውስ “ጥልቅ ተሐድሶ” ተብሎ በተነደፈው ስትራቴጂም የማይቀረፍ ሆነ።

በተለይ የሁለቱ የግንባሩ አባል ድርጅቶች (ብአዴንና ኦሕዴድ) አንዳንድ አመራሮች በወከልነው የሕዝብ ቁጥር ልክ ፍትሐዊ የፖለቲካ ውክልናና የኢኮኖሚ ተጠቃሚነት ሊኖረን ይገባል፤ በኢሕአዴግ ውስጥም ሆነ በአገር ደረጃ የሕወሓት የበላይነት አለ ወዘተ. የሚሉ ጥያቄዎችን ከማንሳትም አልፈው መንግሥትን በኀይል ለማስወገድ ከሚታገሉ ኀይሎች ጋር በድብቅ መሥራት ጀመሩ። ልክ በዩጎዝላቪያ ከቲቶ ሞት በኋላ የሰርቢያ፣ ክሮኤሽና ስሎቬንያ ልኂቃን እንዳደረጉት የሕወሓት፣ ብአዴንና ኦሕዴድ አመራሮችም ድጋፍ ለማሰባሰብ እንወክለዋለን የሚሉትን ሕዝብ ብሔርተኛ የሆኑ ኮርኲሪ ቅስቀሳዎችን በማድረግ ከጎናቸው ለማሰለፍ መሽቀዳደም ጀመሩ። አንዱ ስለ ማንነትና ወሰን

ጥያቄ ሲያነሳ፣ ሌላው በሕዝቤ ላይ የዘር ማጥፋት ቅስቀሳ እየተደረገ ነው ይላል:: አንዱ በሕዝቤ ላይ የመሬት ወረራና የዘር ማፅዳት ወንጀል እየተካሄደበት ነው ሲል ሌላው የትርክትና የታሪክ ጥያቄ ያነሳል::[16]

በዚህ መንፈስ የቀጠለው ሂደት ሕወሓት በኢሕአዴግና በአገር ደረጃ የነበረውን የበላይነት ለመቀየር ቢያስችልም፣ ውጤቱ አካታች ወደሆነ ዴሞክራሲያዊ ሥርዓት የሚያሸጋግር ሳይሆን ልክ በዩጎዝላቪያ እንደታየው አውዳሚ የእርስ በርስ ጦርነትን ያዋለደ ሆኗል:: በኢትዮጵያ ዛሬም በየቦታው የቀጠለው የእርስ በርስ ጦርነት የአያሌ ዜጎችን ሞትና አካል ጉዳተኛነት እንዲሁም የቤተሰቦችን መበተንና መጠነ-ሰፊ የንብረት ውድመትን እያስከተለ ነው:: በነበረው ልኂቅ ሠራሽ አለመተማመንና ጥላቻ ላይ ተጨማሪ ጥላቻንና ቅራኔንም እየፈጠረ ይገኛል::

በአገራችን ከለውጡ ማግስት የተለመደው "አሸናፊን ወደ ቤተ መንግሥት ተሸናፊን ደግሞ ወደ ወህኒ ቤት ወይም ወደ ጫካ እየላከ ኅብረተሰቡን በሙሉ የድል አድራጊዎች እስረኛ አድርጎ የሚይዘው አጥፊ አዙሪት" [17]ቀርቶ ኢትዮጵያዊያን ከአፈና አገዛዝ ወደ ዴሞክራሲያዊ ሥርዓት የሚሸጋገሩበት ሁኔታ ይፈጠራል የሚል ከፍተኛ ተስፋ ነበር:: ሆኖም

በተለይ በዋናነት በኢሕአዴግ አባል ድርጅቶች መካከል በተፈጠረ ሽኩቻ ምክንያት ብዙዎች ተስፋ ያደረጉበት የሽግግር ዕድል ተኮላሽቶ አገሪቱ ወደ አስከፊ የእርስ በርስ ጦርነት ገብታለች:: እንደተለመደው

---

[16] በዩጎዝላቪያም ከቲቶ ሞት በኋላ "የዘር ማፅዳትና ማጥፋት ወንጀል" በሁሉም ጎራ ባሉት ዘውጌ ብሔርተኞች በስፋት የሚጠቀስ ጉዳይ ነበር:: ፖለቲከኞች፣ ጋዜጠኞች፣ ምሁራን ሁሉ አዘውትረው የሚጠቅሱት "ተወዳጅ" ርእስ ጉዳይ ነበር:: በተመሳሳይ መልኩ የታሪክና የትርክት ጉዳዮችም ዋና የልዩነት አጀንዳዎች ነበሩ:- Diana Oncioiu, "Ethnic Nationalism and Genocide: Constructing 'the Other' in Romania and Serbia", in Ugur Umit Ugnor (ed.), *Genocide: New Perspectives on its Causes, Courses and Consequences* (Amsterdam: Amsterdam University Press, 2016), p. 44.

[17] ነገደ ጎበዜ፣ *ይድረስ ለግንቦት ከየካቲት* (ዋሽንግተን ዲሲ፣ ኤሶፐ አሳታሚ፣ እ.አ.አ 2014)፣ ገጽ 420::

የሚያልቀውን የሕዝብ ቁጥር የሚያስታውሰውና በወጉ የሚመዘግበው ባይኖርም እልቂቱ አሰቃቂ ነው።

ደራሲ ሀዲስ ዓለማየሁ የፀረ ፋሽስት ጦርነቱን በዘገቡበት መጽሐፋቸው፣ "በጦር ሜዳ እንኳንስ የጠላትን ሙታንና ቁስለኞች፣ የራሳችንንም ቆጥሮ የመያዝ ልምድ ስለሌለን፣ በዳባጉና ጦርነት ከእኛም ከጠላትም ምን ያክል ሞተው ምን ያክል እንደ ቆሰሉ በእኛ በኩል እርግጡን የሚያውቅ ያለ አይመስለኝም፤ መቼም እኔ አላውቅም። ማርሻል ባዶሊዮ ግን በመጽሐፉ ከጣልያን ጦር ወገን የሞቱና የቆሰሉ 392 ወታደሮችና 9 መኮንኖች በድምሩ 401 መሆናቸውን ጽፏል።"[18] ካሉ በኋላ፣ በሌላ ገጽ፣"በሰለክላካ ጦርነት ከሁለቱ ወገኖች የሞቱትና የቆሰሉት ስንት እንደሆኑ በእኛ በኩል አይታወቅም፤" በማለት ሐሳባቸውን አስፍረዋል።[19]

በሚያሳዝን ሁኔታ በአገራችን ከዚያ በኋላ በተደረጉት አውዳሚ ጦርነቶች ስላለቀውና አካል ጉዳተኛ ስለሆነው ወገንም የተጣራ መረጃ ለሕዝብ ቀርቦ አያውቅም። ይህም የኢትዮጵያ ተከታታይ አገዛዞች ተጠያቂነትን የማያውቁ መሆናቸውን የሚያሳይ ነው። ለዚህ ነው፣ በዚህ መጽሐፍም በሰሜን ኢትዮጵያ (በትግራይ፣ አማራና አፋር ክልሎች) በተካሄደው ጦርነት የሞቱትንና የቆሰሉትን ወገኖች እንዲሁም የወደመውን ንብረት በተመለከተ ዛሬም እንደ ትናንቱ የተጣራ መረጃ ማቅረብ ያልተቻለው።

በፕሪቶሪያው ስምምነት አደራዳሪ የነበሩት የቀድሞው የናይጀሪያ ፕሬዚዳንት ኦሊሴጎን ኦባሳንጆ በሁለት ዓመቱ ጦርነት ያለቀው ሕዝብ ቁጥር ስድስት መቶ ሺህ መሆኑን ገልጸዋል። [20]

---

[18] ሀዲስ ዓለማየሁ፣ *ትዝታ* 2ኛ እትም (አዲስ አበባ፣ ማንኩሳ አሳታሚ፣ 2013 ዓ.ም)፣ ገጽ 58።

[19] ዝኒ ከማሁ፤ ገጽ 80።

[20] Financial Times, January 15/2023.

የሆነ ሆኖ የሞቱትንና የአካል ጉዳተኛ የሆኑትን ወገኖች እንዲሁም የደረሰውን የንብረት ውድመት በተመለከተ ከመንግሥትና ከሌሎች አካላት የተጣራ መረጃ ማግኘት ባይቻልም፣ ጦርነቱ እየፈጠረው የሚገኘው ጥላቻ ግን በግልጽ የሚታይ ነው:: ለሌላ ዙር ጦርነት እርሾ ሆነው ሊያገለግሉ የሚችሉ መጻሕፍትና ዶክመንተሪ ፊልሞችም በስፋት በመሰራጨት ላይ ናቸው::[21] ይህም የኢትዮጵያ ፈተና ከመቃለል ይልቅ እየጨመረ ሊሄድ እንደሚችል ያመለክታል::

የዩጎዝላቪያ እጣ ፈንታም ሆነ አገራችን የገባችበት አረንቋ በግልጽ የሚያረጋግጠው፣ ፌደሬሽን ያለ ዴሞክራሲ ከንቱ መሆኑን ነው:: ይሁን እንጂ የእኛ ችግር የዴሞክራሲ እጦት ብቻ አይደለም:: ፌደሬሽኑ ራሱም በርካታ ጉድለቶች ያሉበት ነው:: ችግሩ የፌደሬሽኑ ሳይሆን የአፈጻጸም ነው የሚሉት አካላት ፌደሬሽኑ የብሔረሰቦችን መብት ለማስከበር ተዋቅሮ መልሶ የብሔረሰቦችን መብት የሚደፈጥጥና ግጭትን የሚፈለፍል መሆኑን በልኩ አልተገነዘቡትም ወይም ይሁን ብለው ተቀብለውታል:: በማያከራክር ሁኔታ አብዛኛዎቹ የፌደሬሽኑ አባል ክልሎች "የብሔረሰቦች እስር ቤቶች" ናቸው::

ባጠቃላይ ከአካታች ዴሞክራሲያዊ ሥርዓት እና ከነጻና ገለልተኛ ተቋማት ጋር የተያያዙት የኢትዮጵያ ችግሮች በውል ተለይተው ዘላቂ

መፍትሔ ሳይበጅላቸው ሁኔታዎች አሁን ባለው መንገድ ከቀጠሉ የአገሪቱ እጣ ፈንታ ከድጡ ወደ ማጡ የመሆኑ ጉዳይ በደላይ ኅሊና (false consciousness) ላልተሸበበ ሁሉ በግልጽ የሚታይ ነው::

---

[21] በማኅበራዊ ሚዲያ የሚሰራጩት እጅግ አውዳሚ ዘገባዎችና ዶክመንተሪ ፊልሞች እንደተጠበቁ ሆነው፣ መጻሕፍትም በስፋት እየታተሙ ነው:: ለአብነት የሚከተሉትን መጥቀስ ይቻላል፡- Daniel Berhane, *War on Tigray: Genocidal Axis in the Horn of Africa* (Amazon, September 2023); Goitom Mekonen Gebrewahid, *Primed for Death: Tigray Genocide, A Survivor's Story* (Amazon, January 2023); Martin Plaut and Sarah Vaughan, *Understanding Ethiopia's Tigray War* (London: Hurst, 2023).

ተከታታይ አገዛዞች ብቻ ሳይሆኑ ከአገዛዞች ውጪ ያለው የኢትዮጵያ ልኂቅም ለአገሪቱ ወሳኝ ጥያቄዎች (ለዴሞክራሲ፣ ለነጻና ገለልተኛ ተቋማት...) ያለው ታማኝነትና ቁርጠኝነት ደካማ በመሆኑ፣ የአገሪቱን የጋራ ወደፊት (shared future) በሚመለከቱ ወሳኝ ጉዳዮች ላይ ስምምነት ፈጥሮ አገር የሚያሻግሩ የፖለቲካ ድርጅቶችንና የሲቪል ማኅበረሰብ ድርጅቶችን መገንባት አልቻለም።

ብዙዎቹ የኢትዮጵያ ችግሮች ካልሰመረ የብሔረ መንግሥት ግንባታ ጋር የተያያዙ ናቸው። የብሔረ መንግሥት ግንባታ አለመሳካት ግን የኢትዮጵያ ችግር ብቻ አይደለም። ሌሎች እንደ ኢትዮጵያ በራሳቸው ዜጎች የተገነቡ አገረ መንግሥታት ችግርም ነው። ዩናይትድ ኪንግደም፣ ስፔን፣ ቤልጄም፣ ሶቭዬት ኅብረት፣ ሩሲያ፣ ዩጎዝላቪያ ወዘተ. እንዲህ ዓይነት ከብሔረ መንግሥት ግንባታ አለመሳካት ጋር የተያያዘ ችግር ገጥሟቸዋል። ይሁን እንጂ አንዳንዶቹ ችግሩን ያለ ግጭትና ጦርነት የሚፈቱባቸው ነጻና ገለልተኛ ተቋማት ባለቤቶች በመሆናቸው የሚነሱ ጥያቄዎችን በብቃት ማስተናገድ ችለዋል። ሌሎች እንደ ዩጎዝላቪያና ኢትዮጵያ ያሉት በአንጻሩ የነጻና ገለልተኛ ተቋማት ምድረ በዳ በመሆናቸው ፈተናዎችን በአግባቡ ማለፍ አልቻሉም።

ያልሰመረ የብሔረ መንግሥት ግንባታ ፕሮጀክት የእርስ በርስ ጦርነት እርሾ በመሆኑ፣[22] ዩጎዝላቪያ ለተከታታይ አውዳሚ የእርስ በርስ ጦርነቶች ተዳርጋ በመጨረሻም ህልውናዋ አክትሟል፤ ተበታትናለች። የኢትዮጵያ ፈተናም በብዙ መልኩ ከዩጎዝላቪያ ጋር ተመሳሳይ

[22] "Failed nation-building, in short, is a recipe fo civil war." – Andreas Wimmer, *Nation-Building: Why Some Countries Come Together While Others Fall Apart* (Princeton: Princeton University Press, 2018), p. 5; "When Nation building is either not pursued or is unsuccessful it leads to either state collapse (through civil war and/or secessionists movements) or to weak states. In fact, many civil wars or national schisms can be understood as national integration crises." - Harris Mylonas, "State of Nationalism (SoN): Nation-Building", *Studies on National Movements,* 8 (2021), p.2.

ነው:: በአገራችን በቀዳማዊ ኀይለሥላሴ መንግሥትና በደርግ ዘመን በኢትዮጵያ አንድነት ስም የተካሄዱት የብሔረ መንግሥት ግንባታ ፕሮጀክቶች አልሰመሩም:: በዘመነ ኢሕአዴግ "በመፈቃቀድ ላይ የተመሠረተ ዴሞክራሲያዊ አንድነት" በሚል የተካሄደው የብሔረ መንግሥት ግንባታ ፕሮጀክትም ከሽፏል:: ኢሕአዴግ፡-

> ካለፈው የውርደትም ሆነ የገናናነት ታሪክ በተለየ ሁኔታ የኢትዮጵያ ህዳሴ የሁሉም ሕዝቦች ህዳሴ፣ የሁሉም ሕዝቦች የጋራ ፕሮጀክት ነው:: [ህዳሴው እውን እንዲሆን] በመጀመሪያ ደረጃ የዞሩ ብድርና ዕዳዎችን ማወራረድ አለብን:: ባዕድና ቤተኛ የሌለበት ሁኔታ መፍጠር አለብን:: ይህንን በልዩ ሕገ መንግሥታችን አማካይነት አረጋግጠናል:: አሁን ሁላችንም ኢትዮጵያውያን የሆንነው ተገደን ሳይሆን ወደንና የጋራ ፕሮጀክቱ ተዋናይ መሆን አማልሎን ነው:: አሁን ሁላችንም የፕሮጀክቱ መሥራች አባላትና ቤተኞች ነን:: ከእንግዲህ ያለፈውን ታሪክ መጠጊያ በማድረግ በተለየ ሁኔታ ቤተኛ ሆኖ ለመቀጠል የሚከጅል፣ ወይም በባይተዋርነት ውጭ ውጭ ማየት የሚከጅል ካለ በቂ ምክንያት ስላለው ሳይሆን አንድም የኪራይ ሰብሳቢነት መዥገር ስለሆነ፣ ወይም የእነሱ ሰለባ ስለሆነ ብቻ ነው::[23]

ቢልም፣ የኢሕአዴግ የብሔረ መንግሥት ግንባታ ፕሮጀክት የት ላይ እንዳደረሰን ሁላችንም የምናውቀው ነው::

ዛሬ ብልጽግና ፓርቲ እፈጥረዋለሁ የሚለው "ገዥ ትርክት"ም ቢሆን እንደተለመደው ዋና ዋና የፖለቲካ ኀይሎችን ያገለለ በመሆኑ ሊሳካ አይችልም:: ጠቅላይ ሚኒስትር ዐቢይ አሕመድ ልክ እንደ ማርሻል ቲቶ በወንድማማችነትና እህትማማችነት ላይ የተመሠረተ አንድነትን

[23] ኢሕአዴግ/መለስ ዜናዊ፤ *የተሃድሶው መሥመርና የኢትዮጵያ ህዳሴ* (አዲስ አበባ፤ ኅዳር 2003)፣ ገጽ 117::

እንገነባለን እያሉ ነው::[24] ይሁን እንጅ እሳቸውም ልክ እንደ ቲቶ አንድነትን አመጣለሁ የሚሉት በኢዴሞክራሲያዊ መንገድ በመሆኑ ሊሳካ አይችልም::

ያልሰመረው የአገራችን የብሔረ መንግሥት ግንባታ ተከታታይ አገዛዞች ከተከተሉት አካታችነት የሌለው የተቋማት ግንባታ ጋር የተቆራኘ መሆኑ ግልጽ ነው:: የብሔረ መንግሥት ግንባታው አግላይ በመሆኑ ምክንያት ፕሮጀክቱ እኛን ያላሳተፈና የእኛ ጉዳይ ያልተካተተበት ስለሆነ አይወክለንም በሚል የተለያዩ ኀይሎች በብሔረሰባዊ ማንነታቸው እየተደራጁ ታግለዋል፤ እየታገሉም ነው:: ይህ ሂደት በጊዜ ሂደት በአገሪቱ ታሪክ፣ ባህል፣ ዕሴቶች፣ ተቋማትና በማኅበረሰቦች የጋራ ወደፊት ወዘተ. ላይ የተራራቀ እይታ ያላቸው ተፎካካሪ ዘውጌ ብሔርተኛ ኀይሎችን ፈጥሯል:: ሁሉም የኢትዮጵያ ዜጎችና ብሔረሰቦች በዴሞክራሲያዊ ሁኔታ የተሳተፉባቸው ጠንካራ፣ ነፃና ገለልተኛ ተቋማትን በመገንባት ሁሉም በእኩልነት፣ በፍትሕና በዴሞክራሲ የሚኖርባትን ኢትዮጵያ እውን ለማድረግ ከመታገል ይልቅ አገር በታሪክ ይመራ ይመስል ዋነኛው የተፎካካሪ ብሔርተኛ ኀይሎች የትግል አጀንዳ የኢትዮጵያ ታሪክ ሆኗል::

አገር የሚመራው ግን በታሪክ ሳይሆን በተቋማትና በፖሊሲ ነው:: ታሪክ አስፈላጊ ቢሆንም አገር በታሪክ ሊገነባም ሊመራም አይችልም:: ለዚህም ነው፣ ፕሮፌሰር ባሕሩ ዘውዴ "ከልዩነታችን ይልቅ ለአንድነታችን፤ ከባለፈው ይልቅ ለአሁኑ አጽንዖት መስጠት ይጠበቅብናል" ሲሉ የመከሩት::[25]

---

[24] ፕሬዚዳንት ቲቶ 6ቱን ሪፐብሊኮች ማለትም ሰርቢያን፣ ክሮኤሻን፣ ቦስንያ-ሄርዞጎቪንያን፣ ሞንቴኔግሮን፣ መቄዶኒያን እና ስሎቬኒያን እንዲሁም በሰርቢያ ውስጥ የነበሩትን ሁለቱን ራስ-ገዝ ክልሎች፣ ማለትም ኮሶቮንና ቮጅቮዲናን በማያዝ የተመሠረተውን የዩጎዝላቪያ አገረ መንግሥት ለመገንባት የሞከሩት "ወንድማማችነት እና አንድነት" (Brotherhood and Unity) በሚሉ መርሆች አማካይነት ነበር፡፡ ይሁን እንጅ የብሔረ መንግሥት ግንባታ ፕሮጀክቱ አካታችና ዴሞክራሲያዊ በሆነ መንገድ የተካሄደ ባለመሆኑ ምክንያት የማታ ማታ ውጤቱ መበታተን ሆኗል፡፡

[25] በኢትዮጵያ የታሪክ ባለሙያዎች ማኅበርና በፍሬድሪክ ኤበርት ፋውንዴሽን ትብብር "ትስስርና

በዚህ አነስተኛ መጽሐፍ ኢትዮጵያ እንደ አገር ህልውናዋ እንዲጠብቅ ብቻ ሳይሆን ሁሉንም ዜጎቿንና ብሔረሰቦቿን በእኩልነትና በፍትሐዊነት የምታስተናገድ አገር እንድትሆን ካስፈለገ፣ ያላት ብቸኛ አማራጭ ዴሞክራሲያዊ ሥርዓትን እውን ማድረግ መሆኑን ለማሳየት ተሞክሯል:: ምንም እንኳን ኢትዮጵያ ለዴሞክራሲ ሽግግር የሚያስፈልጉ ከፖለቲካ ባህል፣ ከኢኮኖሚ ልማት፣ ከልኂቃን የጋራ መግባባት ወዘተ. ጋር የተያያዙ አስቻይ ሁኔታዎች የሚጎድሏት ቢሆንም፣ እንዲህ ዓይነቱን ፈተና ተቋቁመው ዴሞክራሲያዊ ሥርዓትን በመገንባት ህልውናቸውን ያስጠበቁና ወደልማት መሥመር የገቡ አገሮችን ፈለግ ተከትላ የቁልቁለት ጉዞውን መግታት ትችላለች:: ይገባታልም::

ካልሰመረ የብሔረ መንግሥት ግንባታ ጋር ተያያዞ የመጣውን የኢትዮጵያ ፈተና አልፎ የአገሪቱን ህልውና ማስጠበቅና ሁለንተናዊ ልማቷን ማረጋገጥ የሚቻለው ወጀቡን ሁሉ ተቋቁሞ በሚገነባ ዴሞክራሲያዊ ሥርዓት ብቻ ነው::[26] የፈለገውን ያክል የፖለቲካ ባህላችን ለዴሞክራሲ ባህል የማይመች ቢሆንም፣ የፈለገውን ያክል ኢኮኖሚያዊ ሁኔታችን ለዴሞክራሲ ግንባታ አጋዥ ባይሆንም፣ የፈለገውን ያክል ያለንበት የአፍሪካ ቀንድ ቀጠና የአምባገነኖች መናኸሪያና የነያላኑ መሻኮቻ ቢሆንም፣ ያለን ብቸኛ ምርጫ የሚከፈለውን ዋጋ ከፍለን ሁሉም ዜጎቿና ብሔረሰቦቿ በእኩልነትና በፍትሕ የሚኖሩባት ዴሞክራሲያዊት ኢትዮጵያን መገንባት ነው::

---

መስተጋብር በኢትዮጵያ ታሪክ" በሚል መሪ ሐሳብ ነሐሴ 10 ቀን፣ 2014 ዓ.ም. በተዘጋጀ አውደ ጥናት ላይ ከተናገሩት የተወሰደ::

[26] "ወጀቡን ሁሉ ተቋቁሞ" ማለታችን ሁለት የፖለቲካል ሳይንስ ምሁራን "Democracy against the odds" ሲሉ ያስቀመጡትን ለመግለጽ ነው:: ይኸውም በተለምዶ ለዴሞክራሲ ሽግግር ያስፈልጋሉ ተብለው የሚጠቀሱት አስቻይ ሁኔታዎች ባይሟሉም ዴሞክራሲን እውን ማድረግ እንደሚቻል ለማስገንዘብ ነው፡ - Nancy Bermeo and Deborah J. Yashar Nancy, *"Parties, Movements, and the Making of Democracy" in Bermeo and Deborah J. Yashar (eds.) Parties, Movements, and Democracy in the Developing World* (Cambridge: Cambridge University Press, 2016), p. 4.

በታሪካችን ያሳለፍናቸው ጥሩም ሆኑ መጥፎ ሂደቶች "ከራሷ ጋር የታረቀች ኢትዮጵያ"ን ለመገንባት ጠቃሚ የታሪክ እርሾ (usable past) ሆነው ሊያገለግሉን እንጅ እስረኛ ሊያደርጉን አይገባም:: "ከራሷ ጋር የታረቀች ኢትዮጵያ" ማለት ያለፈው ታሪኳ ጠቃሚ እርሾ እንጅ ዕዳ የማይሆንባት፤ የሃይማኖት፣ የብሔረሰብና የሐሳብ ብዝሃነት የተከበረባት እንዲሁም የፖለቲካ ነጻነትና የሕግ የበላይነት የተረጋገጠባት ዴሞክራሲያዊት ኢትዮጵያ ማለት ነው:: የኢትዮጵያ መዳኛ ይህ በመሆኑ፣ ርብርቡ ሁሉ ማተኮር የሚገባውም በሱ ላይ ነው::

በርግጥ ስለ ዴሞክራሲ አስፈላጊነት የኢሕአዴግም ሆነ የብልጽግና አመራሮች ከመግለጽ ተቆጥበው አያውቁም:: አቶ መለስ ዜናዊ እንዲያውም ዴሞክራሲ ለኢትዮጵያ "የህልውና ጉዳይ" መሆኑን ሳይገልጹ ያለፉበት ጊዜ አልነበረም:: ዝቅ ብለን በዚህ መጽሐፍ እንደምናየው በአንድ ጽሑፋቸው ላይ የዴሞክራሲ ግንባታ ጉዳይ ለኢትዮጵያ "የነብስ አድን እንቅስቃሴ"[27] መሆኑን ገልጸው ነበር:: በአገራችን ለዴሞክራሲ ሽግግር የሚያስፈልጉ አስቻይ ሁኔታዎች ባይሟሉም፣ የኢትዮጵያን ህልውና ለማስጠብቅ ሲባል የግድ እውን መሆን ያለበት ጉዳይ መሆኑን መግለጻቸው ነው፡- ቃላቸውና ተግባራቸው እንደማይገናኝ በተግባር የተረጋገጠ ቢሆንም::

የሆነ ሆኖ በአንድ በኩል የተከታታይ አገዛዞች መሪዎች ለዴሞክራሲ ያላቸው ቁርጠኝነት ከቃል ያለፈ ባለመሆኑ እና በሌላ በኩል ከአገዛዞች ውጪ ያለው ጎራም ቢሆን ለዴሞክራሲ ታማኝነትና ቁርጠኝነት ኖሮት ባለመታገሉና ተገዳዳሪ ኀይል/አቅም መፍጠር ባለመቻሉ ምክንያት በአገራችን ዴሞክራሲ እውን ሊሆን አልቻለም::

---

27 መለስ ዜናዊ፣ የኢትዮጵያ የህዳሴ ጉዞ፡- የልማትና ዴሞክራሲ ግንባታ ድርሰቶች (አዲስ አበባ፤ መለስ ፋውንዴሽን፤ 2009 ዓ.ም)፣ ገጽ 176::

ይሁንና ዛሬም ቢሆን በአገራችን ተስፋ ልንቆርጥ አንችልም:: ይልቁንም እንደ አገር የገባንበትን መቀመቅ እንደ ወሳኝ የታሪክ አጋጣሚ (critical juncture) ወስደን የዴሞክራሲ ግንባታን በርግጥም የነብስ አድን እንቅስቃሴ አድርገን መታገል ይገባናል::

እንደ መግቢያ ይህን ካልኩ፣ ከመደምደሜ በፊት ሦስት ነጥቦችን በማስታወሻ መልክ ልጠቁም::

የመጀመሪያው በዚህ መጽሐፍ የተለመደውን "ብሔር፣ ብሔረሰብ፣ ሕዝብ" የሚለውን አንዱን ከፍ ሌላውን ዝቅ የሚያደርግ አሻሚ ብያኔ እንዲሁም "የኢትዮጵያ ሕዝቦች" የሚለውን ግራ አጋቢ አገላለጽ ትቼ የፕሮፌሰር ባሕሩ ዘውዴን ምክረ ሐሳብ በመቀበል "ብሔረሰብ" እና "የኢትዮጵያ ሕዝብ" እያልኩ የተጠቀምኩ መሆኔን የተመለከተ ነው:: ፕሮፌሰር ባሕሩ በጽሑፋቸው በተለይ የብሔረሰቦችን ጉዳይ በሚመለከት ካቀረቧቸው ማሻሻያዎች መካከል ሁለቱ፡-

> ከፍተኛ ብዥታ ያለበትን "ብሔር፣ ብሔረሰብ፣ ሕዝብ" የሚለውን አገላለጽ አንድ ወጥ በሆነ "ብሔረሰብ" በሚል ቃል መተካት:: ይህ በብሔረሰቦች መካከል የማበላለጥ ስሜትን አስወግዶ ሁሉንም በእኩል ደረጃ ያስቀምጣቸዋል:: በተለይ "ሕዝብ" የሚለውን አጠራር በማስቀረት ይህ አጠራር ያነጣጠረባቸው ብሔረሰቦች የሚሰማቸውን የዝቅተኛነት ስሜት ያስወግዳል:: ይልቁንስ "ሕዝብ" የሚለውን መጠሪያ ልዕልና ሰጥቶ ለመላው የኢትዮጵያ ሕዝብ መጠሪያ ማድረግ::
>
> [ሌላው] ባለሥልጣናት "የኢትዮጵያ ሕዝቦች" ብለው ንግግራቸውን ሲጀምሩ ለጆሮ በጣም የሚከብድ ነገር ነው:: ከኢትዮጵያ ባላነሰ ሁኔታ ቅይጥ የሆነው የአሜሪካ ሕዝብ እንኳ በነጠላው እንጂ በብዙኃኑ ሲጠራ አንሰማም:: "የጀርመን ሕዝቦች"፣ "የስዊትዘርላንድ

ሕዝቦች"፣ ወይም "የናይጀሪያ ሕዝቦች" ሲባልም አንሰማም:: ስለዚህ ሳንፈራ ሳንቸር "የኢትዮጵያ ሕዝብ" ብለን መናገር መጀመር ይኖርብናል::[28] የሚሉ ናቸው:: ምክረ ሐሳቦችን ተቀብያለሁ::

ሁለተኛው ነጥብ "ኢንስቲትዩሽን" የሚለውን የእንግሊዝኛ ቃል የተመለከተ ነው:: "የቀን ወጣልን ፖለቲካ" በሚል ርእስ በታተመው መጽሐፍ የዶ/ር የራስወርቅ አድማሴን ማብራሪያ በመቀበል "ኢንስቲትዩሽን" ለሚለው ቃል "ሥርዓት" የሚለውን የአማርኛ አቻ ትርጉም ተጠቅሜ ነበር::[29] ይሁን እንጅ ጓደኛዬ ዳንኤል ኪባሞና ሌሎችም አንባቢዎች፣ "ሥርዓት" የሚለው ቃል ለአንባቢው አሻሚ እየሆነ በመምጣቱ "ተቋም" የሚለውን መጠቀም ተመራጭ እንደሆነ አበክረው ባሳሰቡኝ መሠረት ቅር እያለኝ ሐሳባቸውን ለመቀበል ተገድጃለሁ:: ታዲያ ተቋም ስንል የማይታዩና የማይዳሰሱትን እንዲሁም ግዝፈት ያላቸው፣ የሚታዩ የሚዳሰሱትን የሚያጠቃልል መሆኑን መገንዘብ ይገባል::[30]

---

[28] ይህ "የኢትዮጵያ ተማሪዎች ንቅናቄ አሻራ በብሔረሰብ ጥያቄ ላይ" በሚል አርእስት ያለው የፕሮፌሰር ባሕሩ ዘውዴ ጽሑፍ ቀደም ሲል በማኅበራዊ ሚዲያው በስፋት የተሰራጨ እና በሸገር ሬዲዮ በአቶ ተፈሪ ዓለሙ የቀረበ ሲሆን፣ በሪፖርተር ጋዜጣ፣ መጋቢት 5/2013 ዓ.ም. ታትሟል።።

[29] ዶ/ር የራስወርቅ አድማሴ በዚህ ጉዳይ ላይ ያቀረቡትን ግሩም ማብራሪያ ከሚከተለው ጽሑፋቸው ማግኘት ይቻላል፡- "ሥርዓታት፣ የፖለቲካ ነጻነትና ልማት በኢትዮጵያ"፣ *ኢትዮጵያ ከአንድ ትውልድ በኋላ፡- የኢትዮጵያ ኢኮኖሚክስ ባለሙያዎች ማኅበር ባዘጋጀው ርዕይ 2020 የውይይት መድረክ የቀረቡ ጽሑፎችና አስተያየቶች* (ጥር 1999)።።

[30] ፕሮፌሰር ሺፈራው በቀለ የፍትሕ ሥርዓቱን በተመለከተ ሲያብራሩ፣ "የፍትሕ ሥርዓቱ ባንድ በኩል፣ እንደ ፍርድ ቤት፣ ዐቃቤ ሕግ፣ ፖሊስ ወዘተ. ያሉ ግዝፈት ያላቸው፣ የሚታዩ የሚዳሰሱ ተቋማት ሲኖሩት፤ በሌላ በኩል እንደ የፍትሐ ብሔር፣ የወንጀል፣ የንግድ፣ የትራፊክ ወዘተ. ሕጎች ያሉ የማይታዩ የማይዳሰሱ፣ ይሁንና እጅግ ወሳኝ የሆኑ ተቋማት አሉት፤" ይላሉ፡- ሺፈራው በቀለ፣ "መግቢያ"፣ ከሺፈራው በቀለ (አርታኢ)፣ *ከድህነት ወደ ልማት፡- ዕውቀትን ለትውልድ ማስተላለፍ - በፎረም ፎር ሶሻል ስተዲስ የውይይት መድረክ ላይ የቀረቡ ጽሑፎች* (አዲስ አበባ፣ ኢክሊፕስ)፣ ገጽ xvii-xviii::

በመጨረሻም፣ በመጽሐፉ ውስጥ የተጠቀሱ የዘመን አቆጣጠሮችን በተመለከተ፣ "እ.አ.አ" እየተባለ ከተገለጸውና በእንግሊዝኛ ከቀረቡት የእግርጌ ማስታወሻዎች በስተቀር ሁሉም በኢትዮጵያ አቆጣጠር መሆኑን አንባቢያን እንዲገነዘቡልኝ እጠይቃለሁ::

መልካም ንባብ::

በሪሁን አዳነ

ጥቅምት 2017 ዓ.ም.

አዲስ አበባ

# ምዕራፍ አንድ

# የታሪክ ፖለቲካና የማንነት ጥያቄ

በሩሲያ ታሪክ ላይ ሰፊ ጥናትና ምርምር ያደረገችው የታሪክ ፕሮፌሰሯ ቬራ ቶልዝ፣ ማነው ሩሲያዊ? የሚለው ጥያቄ ምን ያህል የሩሲያን ምሁራንና ፖለቲከኞችን ሲያከራክርና ሲያጨቃጭቅ እንደቆየ በስፋት ጽፋለች:: ሩሲያዊነት ምንድን ነው? ሩሲያዊስ ማን ነው? ሩሲያ የሚባል ብሔረሰባዊ ማንነት አለ ወይስ የለም? የሚሉት የማንነት ጥያቄዎች በተለያዩ የታሪክ አጋጣሚዎች እየተነሱ ሰፊ ክርክር ሲደረግባቸው እንደቆየ፣ በተለይም ከሶቭዬት ኅብረት መፍረስ በኋላ እንዲህ ዓይነት ጥያቄዎች ይበልጥ አፍጥጠው እንደመጡና የጦፈ ክርክር እንደተደረገባቸው ታስረዳለች፡- ቬራ ቶልዝ::[31]

አንዳንድ ማንነቶች ከሁኔታዎች መለወጥ አኳያ "የማያበሉ" (ሥልጣን፣ ገንዘብ ወዘተ. የማይገኝባቸው) እየሆኑ ሲመጡ፣ ሁሉም እየተነሳ ወደ ሌላ የማንነት ትግል የመግባቱ ነገር በታሪክ ውስጥ ተደጋግሞ የታየ ነው:: ለምሳሌ በአንድ ዘመን ገናና የነበረው የሶቭዬት ኅብረት አቅም

[31] Vera Tolz, "Forging the Nation: National identity and nation building in Post-communist Russia," *Europe-Asia Studies,* Vol. 50, No.6 (1998), p. 993-1022; Vera Tolz, I*nventing the Nation: Russia* (New York: Oxford University Press Inc, 2001), pp. 236-273.

እየተዳከመ ሲመጣ ከሩሲያ ውጪ ያሉት የኅብረቱ አባል ሪፐብሊኮች ብቻ ሳይሆኑ፣ በራሷ በሩሲያ ሪፐብሊክ ውስጥ የሚገኙት አነስተኛ ቁጥር ያላቸው (ህዳጣን) ብሔረሰቦች ጭምር የመገንጠል ጥያቄ እስከማንሳት ደርሰው ነበር::[32]

በብሪታኒያ የሆነውም በብዙ መልኩ ተመሳሳይ ነው:: ከአሜሪካ እስከ ደቡብ አፍሪካ፣ ከናይጀሪያ እስከ ሕንድና ኒውዚላንድ የዓለማችን አብዛኛው አካባቢ በታላቋ ብሪታኒያ ቅኝ ግዛት ሥር ስለነበር፣ በብሪታኒያ ግዛተ-አፄ (Empire) ፀሐይ አትጠልቅም ይባል ነበር:: ሆኖም ብዙዎቹ ቅኝ ግዛቶች ነጻነታቸውን ሲያውጁ እና የግዛተ-አፄው ፀሐይ መጥለቅ ስትጀምር፣ የስኮትላንድና የዌልስ ልኂቃን በገናናው የብሪታኒያ ግዛተ-አፄ ዘመን የዘውዱን ጋሻና ጦር ይዘው በየቦታው በኀላፊነት እየተመደቡ በምቾት ሲኖሩ እንዳልነበር፣ በማንነታችን ምክንያት እየተበደልን ነው የሚል አጀንዳ በመያዝ፣ በየብሔረሰባዊ ማንነታቸው ተደራጅተዋል::[33] በተለይ የስኮትላንድ ልኂቃን ደግሞ፣ ከዚህም አልፊው፣ የራሳቸውን ነጻ አገር ለመመሥረት እስከመታገል ደርሰዋል::[34]

ይህንን የስኮትላንድንና የዌልስን ልኂቃን እርምጃ ተከትሎም፣ እንግሊዛዊያን እኛስ ማን ነን? እንግሊዝነትስ ምንድን ነው? ወዘተ. የሚሉ ጥያቄዎችን እንዲጠይቁ ተገደዋል:: ብዙ ክርክሮች ተደርገዋል፣

---

[32] Dimtry P. Gorenburg, *Minority Ethnic Mobilization in the Russian Federation* (Cambridge: Cambridge University Press, 2003), pp. 200-209.

[33] Krishan Kumar, *Visions of Empire: How Five Imperial Regimes Shaped the World* (Princeton and Oxford: Princeton University Press, 2017), p. 470; Victor Kiernan, "The British Isles: Celts and Saxons" in Nikulas Teich and Roy Porter (eds.), *The National Question in Europe in Historical Context* (Cambridge: Cambridge University Press, 1998), pp.1-34.

[34] አገር የመመሥረት ጥያቄው ይበልጥ የተጠናከረው ደግሞ ስኮትላንድ ውስጥ የነዳጅ ዘይት ከተገኘ በኋላ ነው:- Milton J. Estman, "Scottish Nationalism, North Sea Oil, and the British Response", in Milton J. Esman (ed.), *Ethnic Conflict in the Western World* (Ithaca, NY: Cornell University Press, 1977), pp. 267-276.

በተለይ አገሪቱ ከአውሮፓ ኅብረት አባልነት ራሷን ካገለለች በኋላ ደግሞ ክርክሮች ይበልጥ ተጠናክረዋል።

ማኅበረሰቦች እኛ ማን ነን? ብለው መጠየቃቸውና በየዘመናቱ ማንነታቸውን እየበየኑ መጓዛቸው ያለና የነበረ ነገር ነው። ችግር የሚመጣው ማኅበረሰቦችን እንወክላለን ወይም እናጠናለን የሚሉ ልኂቃን የጋራ ታሪክን ክደው አንዱን ማኅበረሰብ ከሌላው የሚነጥል እና በማኅበረሰቦች መካከል የአለመተማመንና የጥላቻ ግንብ የሚያቆም፤ ውሎ አድሮም አብሮነታቸውን የሚያናጋና የአገረ መንግሥቱን ህልውና አደጋ ላይ የሚጥል ትርክት በሚፈጥሩበት ጊዜ ነው።

በሁሉም አገሮች የአገረ መንግሥትና ብሔረ መንግሥት ግንባታ ሂደት ውስጥ የታሪክ ምሁራን ሚና ከፍተኛ ነው። የታሪክ ምሁራን በአገረ መንግሥት ምሥረታ ሂደቱ ምን እንደተፈጠረ፣ የትኛው ኹነት የበለጠ ክብደት እንደነበረው፣ የትኛው መሪና የኅብረተሰብ ክፍል ምን ዓይነት ሚና እንደተጫወተ፣ በሂደቱ ምን እንደተገኘና ምን እንደታጣ ወዘተ. ያጠናሉ፤ ይተነትናሉ፤ ይዘግባሉ። ምሁራኑ ይህንን ሁሉ የሚያከናውኑት ታዲያ፣ እንዲሁ በዘፈቀደ ሳይሆን የታሪክ ምርምር ዘዴን በመጠቀም ነው። "ይኸውም እንዲያው ባጭሩ፣ ለሚጠናው ዘመንና ጉዳይ መረጃዎች በትጋት ፈልጎ መሰብሰብ፣ የአስተማማኝነት ደረጃቸውን ማጣራት፣ በዝርዝር ማጥናት፣ መተንተንና የተጣራ ዘገባ መስጠት ነው።"[35] ይሁን እንጂ በታሪክ ምርምር ዓላማ ብቻ ሳይሆን፣ ጥቅም ላይ በሚውለው የምርምር ዘዴ ላይም በራሳቸው በታሪክ ምሁራን ዘንድ ሰፊ ክርክር አለ። የማን ታሪክ? ማን የጻፈው ታሪክ? በምን መልኩ የተጠና ታሪክ? ወዘተ. የሚሉት ተደጋግመው የሚቀርቡ ጥያቄዎች ናቸው።

---

[35] ታደሰ ታምራት፣ "ተረትና ታሪክ በኢትዮጵያ"፣ ውይይት - የአዲስ አበባ ዩኒቨርሲቲ መምህራን መጽሔት - 3ኛ ሴሪ፣ ቅጽ 1፣ ቁጥር 2 (ነሐሴ 1984 ዓ.ም.)፣ ገጽ 72።

ማርክሳዊ የሆኑ ምሁራን፣ የአገሮች ታሪክ ተብሎ የሚቀርበው የሰፊው ሕዝብ ሳይሆን የገዥው መደብ ታሪክ ነው፤ የሚጻፈው ታሪክም ገዥው መደብ ራሱን በሥልጣን ላይ ለማስቀጠል መደላድልና ቅቡልነት የሚፈጥርለት መሣሪያ ነው ወዘተ. ከሚል ጭብጥ በመነሳት፣ ታሪክ ሠሪው ሰፊው ሕዝብ ስለሆነ ትኩረት መደረግ ያለበት በእሱ ላይ ነው ሲሉ ይከራከራሉ:: ከሥነ ጾታ አኳያ የሚነሳው ክርክር ደግሞ፣ የሴቶች ታሪክ አልተካተተም ወይም ሆነ ተብሎ እንዳይካተት ተደርጓል፣ የአገሮችም ይሁን የዓለም ታሪክ ተብሎ የሚቀርበው አባዊነት የተጫነው (patriarchal) ነው ወዘተ. የሚሉ ይዘቶች አሉት::

የማኅበራዊ ታሪክ ጥናት ዘርፍ ጠበብት በበኩላቸው፣ የልኂቃኑ (የነገሥታቱ፣ ልዑላኑ፣ የአገረ ገዥዎች፣ የጦር መሪዎች ወዘተ.) ታሪክ ብቻ ሳይሆን "የተራው ሕዝብ" ተሳትፎና አኗኗር (ምን በላ፣ ምን ጠጣ፣ ምን ለበሰ፣ ምን ተጫማ፤ የሕይወት መስተጋብሩ፣ የትዳሩና የሃይማኖቱ እንዲሁም የኢኮኖሚው ሁኔታ እንዴት ነበር? ወዘተ. የሚለው) መዘገብ እንዳለበት ይሞግታሉ::

ይህ ብቻ ሳይሆን፣ የታሪክ ምርምር የሳይንስን መንገድ የተከተለ መሆን አለበት/የለበትም የሚለው የክርክር አጀንዳ እንደተጠበቀ ሆኖ፤ "አንድ እውነት የለም፣ ብዙ አተረጓጎሞች እንጂ" ከሚለው የድኅረ ዘመናዊነት (Post-modernism) ንድፈ ሐሳብ የሚመጣ ሌላ ክርክርም አለ::[36]

---

[36] በዚህ ጉዳይ ላይ የተጻፉ በጣም በርካታ መጻሕፍትና ጥናታዊ ጽሑፎች አሉ:: ለአብነት የሚከተሉትን ይመልከቱ:- Anna Green and Kathleen Troup, *The houses of history: A critical reader in the twentieth-century history and theory* (New York: New York University Press, 1999); Bahru Zewde, "A Century of Ethiopian Historiography," *Journal of Ethiopian Studies*, Vol. XXXIII, No. 2 (November 2000); Eric Hobsbawm, *On History* (New York: The New Press,

እነኝህና እነኝህን የመሳሳሉት ከነገረ ዕውቀት (Epistemology)፣ ከንድፈ ሐሳብ እና ከታሪክ አጻጻፍ ሥነ ዘዴ አኳያ የሚደረጉት ክርክሮች መኖራቸው በራሱ ችግር አይደለም። ትልቅ ችግር የሚሆነው ታሪክ ተልዕኮውን ስቶ በሥልጣን ላይ ያሉ አካላትን በሚጠቅም መልኩ ሲዘገብ ወይም እነሱ በሚያራምዱት አስተሳሰብ (ርዕዮተ ዓለም) ላይ የተመሠረተ እንዲሆን ሲደረግ ወይም በሌላ አባባል የፖለቲካ መሣሪያ ሲሆን ነው። "የታሪክ መንታ ተግባር፣ የሰው ልጅ ያለፈውን ዘመን በቅጡ እንዲረዳና ባሁኑ ዘመን ላይ ያለውን ቁጥጥር እንዲያዳብር መርዳት"[37] መሆኑ ቀርቶ፣ የባለ ሥልጣናትና የተፎካካሪ ልኂቃን የፖለቲካ መሣሪያ እንዲሆን ከተደረገ ዓላማውን ሳተ ማለት ነው።

በሌላ በኩል፣ የታሪክና የዘውጌ ብሔርተኞች ያልተቀደሰ ጋብቻ ደግሞ፣ በማኅበረሰቦች መካከል የግጭት ዘር የሚዘራ የአገር ህልውና ጠንቅ ነው። ዘውጌ ብሔርተኞች እንወክለዋለን የሚሉትን ሕዝብ በቀላሉ ስሜት ኮርኳሪ በሆነ መንገድ ለመቀስቀስና ለማደራጀት፣ ታሪክህ አልተጻፈም፣ እንዲጠለሽ ተደርጓል፣ ታሪክህን ተቀምተሃል ወዘተ. ከማለትም አልፈው፤ "እውነተኛ" የሚሉትን የዚያን ሕዝብ "ታሪክ" ይጽፋሉ ወይም ሌሎች ጸሐፊዎችን ተጠቅመው ያስጽፋሉ።

እነዚህ አካላት ያልተበረዘ፣ ያልተከለሰና እውነተኛ የሚሉትን "ታሪክ" ለመጻፍ ብዙ ርቀት ይጓዛሉ። ብሔረሰቡ ገናና እና ጥንታዊ መሆኑንና አሁን በሚገኝበት አካባቢ ለብዙ ዘመናት እንደኖረ፤ ነገር ግን በሌሎች

1997); Joyce Appleby, Lynn Hunt and Margaret Jacob, *Telling the truth about History* (New York: W.W. Norton & Company, 1994); Peter Burke (ed), *New Perspectives in Historical Writing* (Pennsylvania: Pennsylvania State University, 2001); Stefan Berger (ed.), *Writing the Nation: A Global Perspective* (New York: Palgrave Macmillan, 2007); ታደሰ ታምራት፣ "ተረትና ታሪክ በኢትዮጵያ"

[37] *What is History?* ከተሰኘው የካር (E.H Carr) መጽሐፍ ጠቅሰው፣ "ተረትና ታሪክ በኢትዮጵያ" በሚለው ጽሑፋቸው ካቀረቡት የፕሮፌሰር ታደሰ ታምራት ጽሑፍ (ገጽ 74) የተወሰደ።

ኀይሎች ወረራ ምክንያት ዓይነተኛ ባህሉና ሥልጣኔው እንዲጠፉ ተደርጎ የጨለማ ዘመን እንዳሳለፈ፤ ከዚያ በፊት የነበረው ዘመኑ ወርቃማ ዘመን እንደነበረ፤ ብሔረሰቡ ከፈጣሪ የተሰጠው ልዩ ተልዕኮ

ያለው ስለመሆኑ ወዘተ. ይጽፋሉ::[38] ምናብ ወለድ የሆነ ወይም በተረት ላይ የተመሠረተ አዲስ "የጥንት ታሪክ" ይፈበርካሉ:: አዳዲስ ጀግኖችን ይፈጥራሉ:: አንዳንድ የሽንፈት አውደ-ውጊያዎችን እና የታሪክ በደሎችን ለጥጠውና አጋነው በማቅረብ ብሔረሰቡ እንዲነሳሳ ይቀሰቅሳሉ:: ለፈጠሯቸው ጀግኖች ሐውልትና መታሰቢያ ሊቆምላቸው እንደሚገባ ይከራከራሉ ወዘተ.::

በጥቅሉ፣ ታሪክ የብሔረሰቡን የጋራ ማንነትና መጻኢ ዕጣ ፈንታ የሚወስን መንገድ መሪ ይሆናል:: በዚህ ሂደት አንዳንድ ጸሐፊዎች የብሔረሰቡ መሥራች አባቶች ሆነው ይወጣሉ::[39] ንግግራቸው ይጠቀሳል፤ ተቋማት በስማቸው ይሰየማሉ፤ ሐውልት ይቆምላቸዋል ወዘተ.::

ኧርነስ ሬነን የተባለው ፈረንሳያዊ ምሁር እንደገለጸው፣ አንዳንድ ጸሐፊዎች መዘገብ የሚገባውን ጉዳይ ሆነ ብለው በመተው ወይም በመርሳት ወይም አጣመው በማቅረብ፣ ብሔረሰባዊ ማንነትን በመፍጠር ረገድ ከፍተኛ ሚና ይጫወታሉ::[40] ኤሪክ ሆብስቦውም የተባለው የታወቀ የታሪክ ምሁር በበኩሉ "የኮኬይን ተክል አምራቾች

---

[38] John Coakley, *Nationalism, Ethnicity and the State: Making and Breaking Nations* (London: SAGE, 2012), pp. 100-111; Anthony D. Smith, *Chosen Peoples* (Oxford: Oxford University Press, 2003), pp. 166-253; Anthony D. Smith, *National Identity* (Reno, Las Vegas: University of Nevada Press, 1991), p. 66.

[39] John Hutchinson, *Nations as Zones of Conflict* (London: SAGE, 2005), pp. 51-52

[40] Ernest Renan, "What is a nation?" quoted by John Coakley, *Nationalism, Ethnicity and the State: Making and Breaking Nations,* p.96.

ለኮኬይን አምራቹ ግብዓት እንደሚያመርቱት ሁሉ ለብሔርተኞች ጥሬ እቃ የምናቀርብላቸው የታሪክ ምሁራን ነን፤" ሲል ያብራራል::[41]

ሩስቶው የተባለው የፖለቲካል ሳይንስ ምሁር ደግሞ፣ "ብሔርተኞች ልክ እንደ [ሃይማኖት] ተሐድሶ አራማጆች የተረሳውንና ያልተጻፈውን ዓይነተኛ ታሪክ እንደሚጽፉ ይናገራሉ፤ እውነታው ግን ከታሪክ ምርምር ዘዴ ውጭ በሆነ መልኩ ለዚህ ዘመን የፖለቲካ ዓላማቸው የሚጠቅማቸውን እና በሥነ ልቡና ረገድ በራስ መተማመን የሚያስገኝላቸውን 'ታሪክ' እየፈጠሩ ነው፤" ይላል::[42]

እዚህ ላይ፣ ግለሰቦችም ሆኑ የብሔረሰቦችን ጉዳይ እንወክላለን የሚሉ ተቋማት እንዲህ ዓይነት በአመዛኙ ምናብ ወለድ እና የታሪክ አጻጻፍ ሥነ ዘዴን ያልተከተለ "ታሪክ" መጻፋቸው በራሱ ችግር አይደለም:: [43]ትልቁ ፈተና በዚህ መንገድ የተጻፈውን የብሔረሰቡን "ታሪክ" ዘውጌ ብሔርተኞች ለጠባብ ዓላማቸው በአስረጂነት ብቻ ሳይሆን፣ በእዳ አስከፋይነት መጠቀማቸው ነው:: ገናና ታሪክ ነበረን፣ ያ ገናና

[41] Eric Hobsbawm, *On History,* p. 5.

[42] "The early nationalist, like the religious reformer ... professes to be rediscovering when indeed he is innovating. History serves him as a grab-bag from which he instinctively selects past themes that suit his present purpose ... the historical themes he invokes are significant not as hypotheses of historic causation but as part of a psychological search for symbols of confidence in the present." - Dankwart A. Rustow, *A World of Nations: Problems of Political Modernization* (Washington, DC: Brookings Institution, 1967), pp. 40-42.

[43] "በራሱ ችግር አይደለም" ሲባል፣ ሌሎች ፕሮፌሽናል የታሪክ ምሁራን የሰላ ኂስ በማቅረብ እውነታውን ስለሚያጋልጡት ሕዝቡ እውነተኛውን ታሪክ ከእነሱ ይገነዘባል ለማለት ነው:: በዚህም እንዲህ ዓይነቱ ልብወለድ "ታሪክ" ነው ተብሎ በማስተማሪያ መጻሕፍት ሊጠቀስ አይችልም ለማለት ነው:- "Nationalists believe nations have been around since time immemorial. The business of historians is to refute such assertions." - Donald Sassoon, "Introduction", in Eric Hobsbawm, *On Nationalism*, p. ix; "*We* [Historians] have a responsibility to historical facts in general and for criticizing the politico-ideological abuse of history in particular." - Eric Hobsbawm, *On History,* p. 7.

ታሪካችንና ሥልጣኔያችን የጠፋው ታሪካዊ ጠላታችን በሆነው እከሌ የተሰኘ ብሔረሰብ ነው ይባላል፤ መባል ብቻ ሳይሆን ያንን በታሪካዊ ጠላትነት የተፈረጀውን ብሔረሰብ ማጥቃትና ማፈናቀል ዋናው የትግሉ ግብ ይሆናል:: ይህ ቦታ የአያቶቻችን የነበረ ቢሆንም በወረራ ተይዞ ስሙ ተቀይሯል ይባላል፤ መባል ብቻ ሳይሆን ያንን ቦታ በብቸኝነት ተቆጣጥሮ ስሙን መቀየር የትግል አጀንዳ ሆኖ ይቀርባል:: ለዘመናት ከኢኮኖሚውና ከሥልጣን ተገፍተን ኖረናል ይባላል፤ መባል ብቻ ሳይሆን አሁን ጊዜው የእኛ ነውና በጊዜያችን ሌሎችን አፈናቅለን መብላት ይገባናል የሚል አጀንዳ ይራመዳል ወዘተ.::

አንዱ፣ ምናልባትም ትልቁ፣ የኢትዮጵያ አሁናዊ ፈተና ከእንዲህ ዓይነቱ "የታሪክ ፖለቲካ" ጋር የተቆራኘ ነው::[44]

በአገሪቱ የሚታየው የማያቋርጥ የሲቪል ዜጎች መፈናቀል፣ ሞት እና የንብረት ውድመት መሠረታዊ ምክንያቱ ከጠንካራ ተቋማት አለመኖር ጋር የተያያዘ ቢሆንም፣ ችግሩ ነብስና ሥጋ የሚዘራው እና ቅርጽ የሚያገኘው ግን በታሪክ ፖለቲካው አማካይነት ነው:: በአገራችን ታሪክ ዋነኛው የፖለቲከኞች የጦርነት አውድማ ከሆነ ዓመታት ተቆጥረዋል:: ፕሮፌሰር ባሕሩ ዘውዴ እንዳሉት "ኢትዮጵያ ረጅምና ደማቅ ታሪክ ያላት አገር ነች ብትሆንም ከቅርብ ጊዜ ወዲህ ታሪክ የፖለቲካ ግብግብ አውድማ እየሆነ መጥቷል::"[45]

ታሪካችን ለዛሬ ሕይወታችን ጠቃሚ እርሾ ከመሆን ይልቅ የሚያፋጀን ጉዳይ እንዲሆን አድርገነዋል:: የእኛ ታሪክ አልተጻፈም፣ በበቂ ሁኔታ አልተካተተም፣ ከነአካቴው የለም፣ እንዲጠለሽ ተደርጓል ወዘተ.

---

[44] የኢትዮጵያ የፖለቲካ ኀይሎች እንዳይሰባሰቡና የጋራ አጀንዳ እንዳይቀርጹ ካደረጓቸው ምክንያቶች አንዱ፣ ምናልባትም ዋነኛው፣ የታሪክ ፖለቲካ ነው ማለት ይቻላል::

[45] በኢትዮጵያ የታሪክ ባለሙያዎች ማኅበርና በፍሬድሪክ ኤበርት ፋውንዴሽን ትብብር "ትስስርና መስተጋብር በኢትዮጵያ ታሪክ" በሚል መሪ ሐሳብ ነሐሴ 10 ቀን፣ 2014 ዓ.ም. በተዘጋጀ አውደ ጥናት ላይ ከተናገሩት የተወሰደ::

የሚሉ ክሶች ከየአቅጣጫው ሲቀርቡ ቆይተዋል:: ከዚህም አልፎ እከሌ የሚባለው ሕዝብ የራሴ ታሪክ ነው ብሎ የጻፈው የእኔ እንጂ የእሱ አይደለም ሲባል ይደመጣል:: የታሪክና የጀግና ሽሚያ አለ:: ታሪክን በሚመቸው መንገድ እየተነተነ አንዱ ሌላውን አምርሮ ይከሳል፤ ያወግዛል፤ ጥላቻን ይሰብካል:: የምንኮራበት የጋራ ታሪክ የለንም፣ በቅኝ ግዛት የተያዝን ሕዝብ ነን ወዘተ. ሁሉ ይባላል::[46]

በታሪክ ላይ የሚደረገው የከረረ እሰጥ-አገባ በሐሳብ ክርክር ደረጃ የሚቀርና በዚህ የሚቋጭ ቢሆን ባልከፋ ነበር:: ትልቁ ፈተና፣ የታሪክ ፖለቲካው በሚፈጥረው የከረረ ልዩነት ምክንያት ሲቪል ዜጎች በማይመለከታቸው ጉዳይ መከራ መቀበላቸው ነው:: ትልቁ ፈተና፣ በዚህ ሂደት የአገር ህልውና አደጋ ላይ መውደቁ ነው:: ፕሮፌሰር ሆብስቦውም "ታሪክ በብሔርተኞች እጅ ስትገባ የሚፈጠረው ምስቅልቅልና የሚያልቀው ሕዝብ በደካማ አገረ መንግሥት ገንቢዎች ምክንያት ከሚያልቀው ይበልጣል:: ቀደም ሲል ታሪክ እንደ ሌሎች መስኮች (ለምሳሌ እንደ ኒውክሌር ፊዚክስ) ዓይነት ጉዳት ሊያመጣ አይችልም የሚል ሐሳብ ነበረኝ:: አሁን ያ ሐሳቤ ተቀይሯል:: ታሪክ በብሔርተኞች እጅ ሲገባ እጅግ አውዳሚ ሊሆን እንደሚችል ተረድቻለሁ፤" ያለው በዚህ ምክንያት ነው::[47]

ለምሳሌ እንዲህ ዓይነቱ የታሪክ ፖለቲካ ለዩጎዝላቪያ መፍረስ ምክንያት ከሆኑ ጉዳዮች አንዱ እንደነበር አይዘነጋም:: ፖለቲከኞች "ታሪክ"

---

[46] ፕሮፌሰር ባሕሩ ዘውዴ በኢትዮጵያ፣ በአመዛኙ በፖለቲካ ድርጅቶች ተጽዕኖ፣ የብሔረሰብ ታሪክንና አገራዊ ታሪክን ለማጣጣም ችግር እየተፈጠረ እንደሆነ እና በዚህም ምክንያት በአገሪቱ ታሪክ ዙሪያ ከፍተኛ ብዥታ እንደነገሠ ገልጸዋል፡፡ ከሚያቀራርቡን ይልቅ የሚያለያዩንን ጉዳዮች እያጋነኑ ማቅረብ እየተለመደ መምጣቱ አገሪቱን አደጋ ውስጥ እያስገባት ስለሆነ መታረም እንደሚገባው በተለያዩ መድረኮች አበክረው አሳስበዋል፡፡ ለአብነት የሚከተለውን የኢትዮጵያ የታሪክ አጻጻፍ ከየት ተነስቶ የት እንደ ደረሰ እና ምን ዓይነት ፈተናዎች እንደተጋረጡበት የሚያሳይ ጽሑፋቸውን ይመልከቱ፡- Bahru Zewde, "A Century of Ethiopian Historiography"

[47] Eric Hobsbawm, *On History*, p. 5.

ይጽፉ ነበር:: የታሪክ ምሁራንም የዘውጌ ብሔርተኛ ኀይሎች መሣሪያ ሆነው ብዙ ጉዳት አድርሰዋል:: ብዙ ምሁራን በታሪክ በክለሳው ሂደት ተሳትፈዋል:: የከረረ የታሪክ አጻጻፍ ሥነ ዘዴ ንትርክም ነበር::[48]

በአገራችንም በተለይ ኢሕአዴግ ሥልጣን ከያዘ ወዲህ ባሉት ዓመታት፣ ታሪክ የመሬት ባለቤትነትና የነባር ሕዝብነት ማረጋገጫ ሰርተፊኬት ሆኖ እየቀረበ እና በዚህ ምክንያት ብሔረሰብ ተኮር ግጭቶች እየተቀሰቀሱ በጣም በርካታ ዜጎች ተፈናቅለዋል፣ ተጨፍጭፈዋል፣ ንብረታቸው ወድሟል:: በነባር/መጤ አስተሳሰብ የተበከለው ፖለቲካችን ውጤቱ አገሪቱን ወደ ተፈናቃይ መጠለያነት መቀየር ሆኗል::

ኢትዮጵያዊያን፣ ለዚህ ሁሉ መቀመቅ የዳረገንን፣ በተለይም ከተማሪዎች ንቅናቄ ጋር ተያይዞ የመጣውንና የሥርዓቱ ገዥ ሐሳብ ሆኖ እያፋጀን የሚገኘውን የአገሪቱን ታሪክ በትክክለኛ ቦታው ያላስቀመጠ ትንታኔ ፈትሸን፣ ወደፊት ተመልካች የሆነ ትረካ ማዳበር ካልቻልን፣ አገራችንን አፍርሰን የጦር አበጋዞች መፈንጫ የመሆን ዕድላችን ሰፊ ነው::

## 1. ማነው ኢትዮጵያዊው?

ማንነት በግልም ይሁን በማኅበራዊ ሕይወት ውስጥ ጉልህ ስፍራ ያለው ነገር ነው::[49] ማኅበረሰቦች በማያቋርጥ ሁኔታ ባሕላዊና ታሪካዊ ዕሴቶችን በመፍጠር፣ ደጋግመው በመከለስና በማሻሻል፣ በልማዳዊና

[48] Gorana Ognjenovic and Josan Jozelic, "Introduction – Nationalism and the Politicization of History in the Former Yugoslavia", in Gorana Ognjenovic and Josan Jozelic (eds.) *Nationalism and the Politicization of History in the former Yugoslavia* (Palgrave Macmillan: eBook, 2021), p.2; Ivo Banac, "The Dissolution of Yugoslavia Historiography", in Sabrina Petra Ramet and Ljubisa S. Adamovich (eds.) *Beyond Yugoslavia: Politics, Economics, and Culture in Shattered Community* (Boulder: Westview Press, 1995), pp. 48-51.

[49] ሁልጊዜም ስለ ማንነት ሲነሳ፣ በየዘመናቱ አንዱ ወይም ሌላው ገጽታ (መገለጫ) ጎልቶ ሊወጣ ቢችልም፤ ማንነት አገራዊ፣ ብሔረሰባዊ፣ ሃይማኖታዊ፣ አካባቢያዊ ወዘተ. ገጽታ ያለው መሆኑን ልብ ማለት ያስፈልጋል፡፡ በአንድ ዘመን ማእከላዊ ቦታ የነበረው የማንነት መገለጫ በሌላ ጊዜ ትርጉም የለሽ ይሆናል፡፡ ለምሳሌ የአየርላንድ ብሔርተኝነት ዋነኛው መሠረት ካቶሊክ ክርስትና ነበር፡፡ ሆኖም ዛሬ አየርላንድ ውስጥ ካቶሊክ ክርስትና ያለው ሚና እንደ ድሮው አይደለም፡፡

ሥነ ጥበባዊ መንገዶች በመግለጽና በመጠበቅ የስብዕናቸው አካል ያደርጓቸዋል:: በሰው ልጆች ረጅምና ሰፊ ታሪክ ውስጥ አካባቢያዊ፣ ብሔረሰባዊ፣ ሃይማኖታዊ፣ ጾታዊ፣ ባሕላዊ፣ መደባዊ ወዘተ. ይዘት ያላቸው የማንነት መገለጫዎች በፈረቃ ወይም በተጓዳኝ ሰፍነው ኖረዋል፤ ይኖራሉም::

ብሔረሰባዊ ማንነት በማኅበረሰቦች ሕይወት ውስጥ ቀላል የማይባል ስፍራ ቢኖረውም፣ የጥያቄዎች ሁሉ መነሻና መድረሻ በመሆን በግላጭ በፖለቲካ መሣሪያነት መዋል የጀመረው ግን ከዘመና (Modernization) ጋር ተያይዞ ነው:: ዘመና ባንድ ወገን ሰላቂ፣ ደባላቂ፣ ተሻጋሪ እና ዓለም አቀፋዊ፤ በሌላ ወገን ከፋፋይ፣ ወግ አጥባቂ፣ ደመነፍሳዊ እና መንደርተኛ ዝንባሌዎችን ያዘለ በተቃርኖ የተሞላ ሂደት ነው::

ስለ ዘመና ሲነሳ ግልጽ መሆን ያለበት፡-

> ለውጡ እጅግ ሥር ነቀል፣ ሁሉንም የተወረሱ የኑሮ፣ የባህል፣ የርዕዮተ ዓለም፣ የምርት፣ የውጊያ፣ የግንኙነት ዘርፎችን ወደ ጎን አድርጎ በቦታቸው "ዘመናዊ" የኑሮ፣ የባሕል ወዘተ. ሁነቶችን የሚተካ መሆኑ ነው፤ ለውጡም አንዳንዴ አዝጋሚ፣ ሌላ ጊዜ ፈጣን፣ አንዳንዴ ሰላማዊ፣ ሌላ ጊዜ በግጭት የተሞላ ይሆናል:: ባጭሩ፣ ዘመና "ለምዕራባዊነት" (Westernization) የተሰጠ ሌላ ጽንሰ ሐሳብ [ስም] ነው::[50]

ዘመና (እና ከእሱ ጋር ተያይዘው የሚመጡት ክስተቶች፣ ማለትም የከተሞች መስፋፋት፣ የኢንዱስትሪ እድገት፣ የዘመናዊ ትምህርትና የሳይንስ መስፋፋት፣ የኢኮኖሚ እድገት ወዘተ.) የተለያየ ቋንቋ፣ ሃይማኖትና ባህል ያላቸውን ማኅበረሰቦች እያቀለጠ አንድ ቋንቋ፣

---

[50] ሺፈራው በቀለ (አርታኢ)፣ *ከድህነት ወደ ልማት፡- ዕውቀትን ለትውልድ ማስተላለፍ - በፎረም ፎር ሶሻል ስተዲስ የውይይት መድረክ ላይ የቀረቡ ጽሑፎች*፣ ገጽ xiii::

ባህልና ሃይማኖት ያላቸው ጠንካራ አገረ መንግሥቶችን መፍጠሩ አይቀሬ ነው የሚለው ንድፈ ሐሳብ ከሁለተኛው የዓለም ጦርነት ፍጻሜ በኋላ በነበሩት ሦስት ዐሠርት ከፍተኛ ተቀባይነት አግኝቶ ነበር::

በወቅቱ አንድ የታወቀ የታሪክ ምሁር የዓለም ኅብረተሰቦች ከዝመና ጋር ተያይዞ እየተገናኙና እየተዋሐዱ እንደሚሄዱ፣ በጊዜ ሂደት አንድ-ዓይነት ኅብረተሰብ እንደሚፈጠርና አንድ የዓለም አገረ መንግሥት ሊኖር እንደሚችል እስከመጻፍ ሄዶ ነበር::[51] ሆኖም በኋላ እንደተረጋገጠው በዚህ ንድፈ ሐሳብ ላይ ተመሥርተው የተደረጉት አብዛኞቹ የአገረ መንግሥትና የብሔረ መንግሥት ግንባታ ጥረቶች ከተለያዩ ብሔረሰቦች የከረረ ተቃውሞ ገጥሟቸዋል:: በብዙ አገሮች ለዘውጌ ብሔርተኛ ድርጅቶች መፈጠርና መጠናከር ምክንያት የሆነው ይህ ሂደት ነው::

የሆነ ሆኖ፣ የብሔረሰብ ፖለቲካ፣ ምንም እንኳን ከሁለተኛው የዓለም ጦርነት በኋላ ጉልበት እያገኘ ቢመጣም፣ የሶሻሊስቱ ጎራ እስከፈራረሰበት ጊዜ ድረስ ዓለም አቀፋዊ ልዕልና አልያዘም ነበር:: በዚህ ረገድ፣ በ1980ዎቹ ሶቭዬት ኅብረት፣ ዩጎዝላቪያና ኢትዮጵያ የደረሰባቸው የመከፋፈል አደጋ የብሔረሰብ ፖለቲካ የበላይነቱን ያረጋገጠበት ክስተት ተደርጎ ሊቆጠር የሚችል ነው:: ሶቭዬት ኅብረት ከ15፣ ዩጎዝላቪያ ከ5፣ ኢትዮጵያ ከ2 ከመከፈላቸውም በላይ፣ ዛሬም በሩሲያ ፌደሬሽን፣ በዩጎዝላቪያ ፍርስራሽ ላይ በተፈጠሩት አገሮች እና በኢትዮጵያ ዘላቂ ሰላም አልሰፈነም::

በአገራችን አሁንም የብሔራዊ ማንነት ጥያቄ ወሳኝ ጥያቄ ነው:: ማነው ኢትዮጵያዊው? የሚለው የማንነት ጥያቄ ከአፄ ኤዛና የድንጋይ ላይ ጽሑፎች እስከ ክብረ ነገሥቱ ይስሐቅና ባልደረቦቹ፣ ከዘርዓ ያዕቆብና

[51] Cyril E. Black, *The Dynamics of Modernization: A Study in Comparative History* (New York: Harper and Row, 1966), p.174.

ጺጋዝዓብ እስከ አለቃ ታዬና ኢብሳ ጉተማ ለዘመናት ሲንከባለል የመጣ መንታ ገጽታ ያለው ጥያቄ ነው:: ጥያቄው በአንድ በኩል የተወሳሰቡ የቡድን ማንነት ድንበሮችን፣ የዜግነት መብቶችን፣ የፖለቲካና የባህል ነጻነትና እኩልነትን የሚመለከቱ ጉዳዮችን ሲዳስስ፤ በሌላ በኩል ኢትዮጵያዊያን ከሌሎች ሕዝቦች አኳያ ያላቸውን መለዮዎች ይመለከታል::

ይኸው መንታ ገጽታ ያለው ጥያቄ ዛሬም አብሮን አለ:: በአንድ በኩል፣ ኢትዮጵያዊነት ከሌሎች አገሮችና ሕዝቦች ማንነት አንጻር ምን ማለት ነው፣ ምን መለዮች አሉት? እንላለን:: በሌላ በኩል፣ አገረ መንግሥቱ [የኢትዮጵያዊያን] የጋራችን ነውን? የሚል ጥያቄ ይቀርባል::[52]

ኢትዮጵያ ጥንታዊና ቀጣይነት ያለው መንግሥት ያላት፣ ከብሔረሰቦች ጥያቄ መፈጠር ብዙ መቶ ዓመታት በፊት የነበረች፣ በውስጧም የተለያዩ ሃይማኖቶች ተከታዮች እና የተለያዩ ቋንቋዎችን የሚናገሩ ማኅበረሰቦች ለዘመናት በራሳቸው መንገድ ተግባብተውና ተቻችለው፣ እንዲያም ሲል አንዱ ሌላውን እየወረረና እያስገበረ የኖሩባት አገር ናት::[53] በደስታዋ የሚፈነድቁና በመከራዋ መሥዋዕት የሚሆኑላት ዜጎች እንዳሏት ሁሉ፣ መስከረም ሲጠባ ኢትዮጵያዊነታቸው የሚታወሳቸው ልጆችን ማፍራቷም የታወቀ ነው - እንደማንኛውም አገር:: በየወቅቱና በየታሪክ አጋጣሚው ፍጹም የማይተኙላት

---

[52] "አገረ መንግሥቱ የጋራችን ነውን?" የሚለው ጥያቄ በኢትዮጵያ ብቻ ሳይሆን በብዙ አገሮችም ያለ ነው:: በዚህ ጉዳይ ላይ የሚከለተውን መጽሐፍ ይመልከቱ:- Andreas Wimmer, *Nationalist Exclusion and Ethnic Conflict: Shadows of Modernity* (Cambridge: Cambridge University Press, 2004), pp. 85-113.

[53] አንዳንድ ሰዎች በአገራችን መቻል እንጂ መቻቻል አልነበረም ሲሉ ይደመጣል:: ሆኖም በኢትዮጵያዊያን መካከል የነበረው በጎ መስተጋብር፣ የመቻቻል ፈታውራሪ ነን ከሚሉት ምዕራባዊያን የኋላ ታሪክ አንጻር ሲመዘን የእኛው በእጅጉ የተሻለ እንጂ ያነሰ አልነበረም:: እንኳጠር ቢሉ በአውሮፓና በአሜሪካ የነበረው ጨፍላቂነት ወደር አልነበረውም:: ኢትዮጵያዊያን በሚፈለገው ደረጃ ወደፊት አለመራመዳችን ሐቅ ቢሆንም፣ ሊጠቀሱ የሚችሉ በጣም በርካታ ውብ የመግባባትና የመቻቻል ዕሴቶች ነበሩን፤ አሉንም:: ሌላውን ሁሉ ትተነው፣ ኢትዮጵያ አብደላ ጊዮርጊስ የሚባል ቤተክርስቲያን ያለባት አገር መሆኗን

ደመኞችንም አላጣችም። እነዚህ ሁሉ ለኢትዮጵያና ኢትዮጵያዊነት የየራሳቸውን ትርጉም ሲሰጡ ኖረዋል። የኢትዮጵያዊነት መገለጫ፣ የቅጥሩ ስፋትና ርዝመት እንደየዘመኑ ገዥ አመለካከት፣ እንደ ኀይል ሚዛኑና ሌሎችም ውስጣዊና ውጫዊ ተጽዕኖዎች ቢዋዥቅም፣ ጨርሶ ከመክሰምና ከመጥፋት ይልቅ ወዳለንበት ዘመን ተሻጋሪ ቅርሶችንና ስሜቶችን አድርሶልናል።

የዚህ ጽሑፍ ዓላማ ታሪክ ያኖራቸውን የብሔራዊ ማንነት ገጽታዎች በማስታወስ፣ በዘመናችን የተከሰቱትን ተጻራሪ ገድሎችና ትንታኔዎችን መነሻዎች ማሳየት እና የያዝነው መንገድ ወዴት ያደርሰናል? ለሚለው የእያንዳንዳችን ጥያቄ የበኩላችንን ሐሳብ ማዋጣት ነው። ለዚህም ሲባል በአገሪቱ ያሉትን ሁለት ተገዳዳሪ ብሔርተኝነቶችና የተመሠረቱባቸውን እሳቤዎች ባጭሩ እንዳስሳለን። በጽሑፉ ታሪካዊ መሠረቶችን የያዙ ሐሳቦችን አንጸባርቀናል የሚል እምነት ቢኖረንም፣ ትንታኔዎቹ ሙሉ በሙሉ ከወገናዊነት የራቁ ናቸው ለማለት ግን አንደፍርም።

## 2. የብሔርተኝነት እርሾ

በታሪክ "ኢትዮጵያ" የሚለው ቃል ለአገሪቱና ለሕዝቧ መጠሪያ ሆኖ ስለመዋሉ የማያሻማ ማስረጃ የተመዘገበበት ወይም አክሱማዊያን "እኛ ኢትዮጵያዊያን እንባላለን" ብለው ያወጁበት አራተኛው ክፍለ ዘመን ከክርስትና አመጣጥና ልሣነ ግዕዝ አናባቢ ተሟልቶለት ወደ ጽሑፍ ቋንቋ ከማደጉ ጋር ይገጥማል። አክሱማዊያን በተከታዮቹ ምዕተ ዓመታት ሙሉ በሙሉ ኢትዮጵያዊያን መሆናቸውን ማስረገጥ ይቻላል።[54]

---

ማስታወስ ይገባል። "መቻል ወይስ መቻቻል?" በሚለው ጉስ ላይ የሚከተለውን ጽሑፍ ይመልከቱ፡- Dereje Feyissa, "Mechachal or Mechal? The Politics of Representing Ethiopia's Religious Past", *The Ethiopian Journal of Religious Studies,* Vol. 1, Inaugural Issue (2017), pp. 70-97.

[54] Tekeste Negash, "Ethiopic Script: A Brief History of its Origin and Impact" (2012), p. 3 & 9.

የአገሪቱ መሥራች ሰነድ በመሆን ያገለገለውና ትውፊትን ከታሪክ አዋሕዶ የያዘው ክብረ ነገሥት፣ ለመጀመሪያ ጊዜ "ብሔረ ኢትዮጵያ" የምትባል አገርን ዋነኛ መለዮዎች፣ ማኅበራዊና ፖለቲካዊ መሠረቶች፣ ዕሴቶችና እምነቶች ተንትኖ ከማቅረቡም በላይ፣ አገሪቱ በዓለም ማኅበረሰብ ውስጥ ያላትን ስፍራ በግልጽ ለማስቀመጥ ሞክሯል:: ክብረ ነገሥት የብሔረ-ኢትዮጵያን ምንጭ ከዘመነ ብሉይ እምነት፣ በኋላም ከክርስትና አቀባበል ጋር በማስተሳሰር፣ ሕዝብ፣ መንግሥትና ሃይማኖት የአንድ ሳንቲም ገጽታዎች እንደሆኑ ይተርካል::

የኢትዮጵያዊነት ፖለቲካዊ መገለጫው የንጉሠ ነገሥት መንግሥት፣ ርዕዮተ ዓለሙ የኦርቶዶክስ ተዋሕዶ ክርስትና ሃይማኖት እንዲሁም በእነዚሁ ላይ የካበተው ሕዝባዊ ባህልና እምነት ነበር:: በተለይ "ታቦታዊ ክርስትና"[55] የኢትዮጵያዊነት ባህላዊና ርዕዮተ ዓለማዊ ውሃ-ልክ ሆኖ ከማገልገልም አልፎ ለአገሪቱ ታሪክ፣ ሥነ ጥበብ፣ ሥነ ጽሑፍ፣ ኪነ ሕንጻና ለብሔራዊው ሥነ ልቡና ልዩ ቀለም ያጎናጸፈ ነበር::

የታሪካዊት ኢትዮጵያ ስብዕና ድርና ማግ ሃይማኖታዊነት ሲሆን፣ ሃይማኖተኝነቱም በጥልቅ ጽድቃዊነት ላይ የቆመ ነበር:: ምድሪቱ ራሷ "ቅድስት አገር" ስትባል፣ ብሔራዊ ተልዕኮዋም የጥንት የጠዋቱን የአበው እምነትና አስተሳሰብ በዓለም ዙሪያ ማስፋፋት እንደሆነ ይታመን ነበር::

ፖላንዳዊያን፣ ስፔናዊያን፣ ክሮኤሽያዊያንና ሃንጋሪያዊያን የፈጣሪን ዓላማ ለማስፈጸም ተልዕኮ የተሰጣቸው የክርስትና ጠበቃዎች መሆናቸውን እንደሚገልጹት፣ ሩሲያዊያን አገራቸውን ሦስተኛዋ ሮም ብለው እንደሚገልጿትና የኦርቶዶክስ ክርስትና ጠበቃ ነች ብለው እንደሚያምኑት፣ አየርላንዳዊያን የካቶሊክ ክርስትናን የማስፋፋት ልዩ

[55] Teshale Tibebu, *The Making of Modern Ethiopia 1896-1974* (Lawrenceville, NJ: Red Sea Press, 1997), p. 83.

ተልዕኮ አለን ይሉ እንደነበረው፤ እስራኤላዊያን፣ የሰሜን አየርላንድ ፕሮቴስታንቶች፣ አርመናዊያን፣ የሕንድ ሲኮች፣ ድሩዞችና አፍሪካነሮች የተመረጥን ሕዝብ ነን እንደሚሉት፤ የስዊዘርላንድ ልኂቃን ስዊዞች እግዚአብሔር የሚወዳቸውና ለልዩ ተልዕኮ የሚፈልጋቸው ናቸው እያሉ ይጽፉ እንደነበረው፤[56] ወዘተ. ኢትዮጵያዊያንም የተመረጥንና ልዩ ተልዕኮ ያለን ሕዝብ ነን ብለው ያምኑ ነበር::[57]

የኢትዮጵያ ነገሥታት ለአገሪቱ ግዛታዊ አንድነት መጠበቅ ያሳዩት ሕይወታቸውን እስከመስጠት የደረሰ የማያወላውል አቋምና ቁርጠኝነት ከዚህ የሰማያዊ ተልዕኮ ግንዛቤ የመነጨ ይመስላል::

ይህ መሠረታዊ ግንዛቤ ለዘመናት በአገሪቱ ትውፊቶች፣ ገድሎች፣ ሐተታዎች እና ዜና መዋዕሎች እየተብራራና እየተተረጎመ ዘልቋል:: ለዚህም ነው፣ ክብረ ነገሥት በኢትዮጵያ ታሪክ እጅግ በስፋት ሲጠናና ሲተነተን፣ ያለመታከት ሲባዛ እና ሲሰራጭ እንዲሁም በንቃትና በስስት ሲጠበቅ የኖረ ሰነድ መሆኑ:: በ17ኛው ክፍለ ዘመን ጀምስ ብሩስ "በሁሉም የሐበሻ ክፍሎች በከፍተኛ አክብሮትና ዝና የሚታይ ሰነድ" ሲለው፣ የ20ኛው ክፍለ ዘመን ዋሊስ ባጅ በበኩሉ "በምድረ ሐበሻ ለበርካታ ምዕተ ዓመታት በልዩ አክብሮት የተያዘ፣ እስካሁንም ክብሩ ያልጎደለበት" ሲል መስክሮለታል::[58] እንዲት የክብረ ነገሥት ቅጂ ከአፄ ኢያሱ ቀዳማዊ (1682-1706 ዓ.ም.) ጀምራ እየተላለፈች

---

[56] Andreas Wimmer, *Nationalist Exclusion and Ethnic Conflict: Shadows of Modernity* (Cambridge: Cambridge University Press, 2004), p. 235; Anthony D. Smith, Chosen Peoples, pp. 95-165; Anthony D. Smith, *Myths and Memories of the Nation* (Oxford: Oxford University Press, 1999), pp.129-135; Anthony D. Smith, *National Identity*, p. 62; Anthony D. Smith, "The 'Golden Age' and the National Renewal," In Geoffrey Hosking and George Schopflin (eds.), *Myths and Nationhood* (New York: Routledge, 1997), pp. 36-59; John Coakley, *Nationalism, Ethnicity and the State: Making and Breaking Nations*, pp.108-109.

[57] በዚህ ጉዳይ ላይ የሚከተለውን ጽሑፍ ይመልከቱ:- Donald N. Levine, "Reconfiguring The Ethiopian Nation In A Global Era", *International Journal of Ethiopian Studies*, Vol. 1, No. ll (Winter/Spring 2004)

[58] Wallis Budge, The Kibre Negest (1922), p. ii.

እስከ ቀዳማዊ አፄ ኀይለ ሥላሴ ዘመነ መንግሥት ድረስ ለሦስት መቶ ዓመታት የመዝለቋ ብልሃትም ይኸው ነው:: የክብረ ነገሥቱ አጠናቃሪ ካህን ይስሐቅ የተጠመደበት ሥራ ለአገሪቱ ብሔራዊ ታሪክ የነበረውን ፋይዳ በሚገባ በመገንዘቡ ይመስላል "ለኢትዮጵያ መንግሥትና ንጉሠ ነገሥት ክብርና ልዕልና በእጅጉ ደክሜያለሁ" ሲል አስፍሯል:: አንድ ጸሓፊ በበኩሉ፣ ይህንኑ ለማጠናከር ይስሐቅን "ብሔራዊ አርበኛ" ሲል ገልጾታል::[59]

የኢትዮጵያ የፖለቲካ፣ የሃይማኖትና የባሕል እምብርት አክሱም ብትሆንም አክሱማዊያን አገራቸውን "አክሱማይት" ብለው አልሰየሙም:: ይህም ኢትዮጵያ እንደ እንግሊዞች (ኢንግላንድ)፣[60] ፈረንሳዊያን (ፍራንስ)፣ ሩሲያዊያን (ሩሲያ) እንደ ቱርኮች (ተርኪ/ቱርኪዬ) ወዘተ. የአንድ ልዩ ሕዝብ መጠሪያ ሳትሆን በርካታ ማኅበረሰቦችን ያቀፈችና ሰፊ መሠረት ያላት አገር መሆኗን ይመሰክራል::

ይህ መጠሪያና መጠሪያው የሚወክለው ማንነት የብሔረሰብ፣ የእምነት፣ የክልል፣ የመደብ ልዩነትን የሚሻገር የጋራ ቅርስ በመሆኑ እስከ ዘመናችን ዘልቋል:: በ17ኛው ክፍለ ዘመን በአውሮፓ እንደነበረው ኢትዮጵያዊ ካህን ጸጋዘዓብ ከእርሱ በፊትም ይሁን በኋላ ኢትዮጵያዊያን "ብሔራዊ መጠሪያችን ኢትዮጵያ እንጂ ሐበሻ አይደለም" በማለት ያለመታከት አስረድተዋል::61 በየዘመናቱ የተነሱ የኢትዮጵያ ጠላቶች በአንጻሩ ይህን ብሔራዊ ስያሜ ቢቻል እንዲጠፋ ካልተቻለም ማኅበራዊ ይዘቱ የጠበበ እንዲሆን ያለመታከት ደክመዋል::

---

59 Ibid, p. iv.

60 ‹ኢንግላንድ› የተሰኘው የዩናይትድ ኪንግደም አንዱና ትልቁ ግዛት ስያሜውን ያገኘው ‹አንግልስ› ከተባሉት ‹ጀርመኒክ› ማኅበረሰቦች ቢሆንም፤ በ5ኛው መቶ ክፍለ ዘመን ከእነሱ ጋር የመጡት ሌሎች [ጀርመኒክ] ማኅበረሰቦችን (Saxons and Jutes)፣ ከስካንዲኔቪያን አካባቢዎች የመጡ ‹ቫይኪንግ› የተሰኙ ማኅበረሰቦችን፣ ከፈረንሳይ የመጡ ‹ኖርማኖች›ን እንዲሁም እዚያው ቀደም ሲል ሰፍረው ይኖሩ የነበሩ ‹ሴልቲክ› የተሰኙ ማኅበረሰቦችን በአንድ ላይ አቅልጦና አዋሕዶ የተገነባ ነው:: ስለሆነም እንግሊዝነት ራሱ የተለያየ ማንነት የነበራቸው ማኅበረሰቦች ውሕድ ነው:- Krishan Kumar, *The Making of English National Identity* (Cambridge: Cambridge University Press, 2003), pp 5-12.

61 Geddes Michael, *The Church History of Ethiopia* (London: 1966) p. 113.

በርግጥ ኢትዮጵያዊነት ይህን ሁሉ ዘመን ያላንዳች የቅርጽም ይሁን የይዘት ለውጥ ዘለቀ ለማለት አይቻልም። በጎም ይሁን መጥፎ ክስተቶች፣ ዐበይት ውጫዊና ውስጣዊ ግጭቶችና ወረራዎች፣ የሕዝብ ንቅናቄዎችና የሥልጣን መቀናቀኖች የየራሳቸውን ተጽዕኖ እያሳደሩ አልፈዋል። ሆኖም በርካታ ኢትዮጵያዊያን፣ የአገሪቱ ብሔራዊ ማንነት ያልተበረዘና ያልተከለሰ፣ የጥንቱ የጠዋቱ ነው ብለው ያስቡ ነበር። በዚህም መሠረት ኢትዮጵያ ለዘመናት በግልጽና በስውር የተደረጉባትን ወረራዎች በፈጣሪ ረድኤት በሕዝቧ ጀግንነትና አይበገሬነት እየተቋቋመች የመጣች መሆኗን የሚመሰክሩ አስተሳሰቦች በተለያየ መንገድ ሲንጸባረቁ ኖረዋል። ብሔረ ኢትዮጵያ “ታፍራና ተከብራ የኖረች አገር”፣ “የክርስቲያን ደሴት”፣ “እጆቿን ወደ እግዚአብሔር ትዘረጋለች” ወዘተ. ተብላለች፤ ተብሎላታል።

በ20ኛው ክፍለ ዘመን ማግስት አለቃ ታዬ የዚህ ጥንተ ኢትዮጵያዊ ስብዕና ይዘት ሲተነትኑ፣ “ኢትዮጵያዊያን በአመጋገብ፣ በመጠጥና በጋብቻ ከሌሎች ያልተቀላቀሉ፣ በተለያዩ የዓለም ክፍሎች ታሪካዊ መዛግብቶች ውስጥ እነሱን የሚመለከቱ በርካታ አስረጂዎች ያሏቸው፣ በመጽሐፍት ቅዱስ ትንቢት የተነገረላቸው” ወዘተ. እያሉ ሃይማኖታቸውን፣ መልካቸውን፣ ሥነ ምግባራቸውን፣ ቋንቋቸውን እንዲሁም የአገራቸውንና የእነሱን መጠሪያ በተመለከተ ያብራራሉ።[62]

በየዘመኑ የተነሱ የኢትዮጵያ ጠላቶች ዋነኛ ዒላማዎች እነኚህ ማኅበራዊ፣ ባህላዊና ሃይማኖታዊ ቅርሶች በመሆናቸው፣ ቤተ መንግሥቶቿን፣ ቤተ እምነቶቿንና ገዳማቷን ያልበዘበዘና ያላቃጠለ፤ መነኮሳቷንና ምዕመኗን ያላሳደደ፣ ያላጋዘና ያልገደለ፤ ዜጎቿንና ማኅበረሰቦቿን ያላንኳሰሰ፣ ያላዋረደና ያልፈተነ ጠላት አልነበረም።

---

[62] አለቃ ታዬ፣ *የኢትዮጵያ ሕዝብ ታሪክ* (1914 ዓ.ም.) ገጽ 21።

በተለይ፣ ዝቅ ብለን ስለ ዘውጌ ብሔርተኝነት በሚያትተው ክፍል እንደምናየው፣ የራሳቸውን አስተሳሰብ በማስረፅ የየአገሮቻቸውን ጥቅም ለማስጠበቅ ከምዕራብ አውሮፓና ሰሜን አሜሪካ በወንጌል ማስፋፋት ስም የመጡት ሚሲዮናዊያን ከሌሎቹ የአፍሪካ አገሮች በተለየ መልኩ ለሥራቸው እንቅፋት የሆኑባቸውን ሁለት ተቋማት፣ ማለትም የኢትዮጵያን አገረ መንግሥትና ኦርቶዶክስ ተዋሕዶ ቤተክርስቲያንን በጽኑ ፈትነዋል::

## 3. ዝመና እና ሲቪክ ብሔርተኝነት[63]

ይህን ሁሉ መከራ ተቋቁማ የዘለቀችው ኢትዮጵያ ትልቁና የማይበገረው ባለጋራዋ ዝመና ያመጣው ጣጣ ነበር ማለት ይቻላል:: ዝመና ማርን ከሬት ያዋሐደ ብቻ ሳይሆን የሚያጓጓም የሚያሰጋም፣ በአንድ ላይ ዕድልና አደጋ የተቀየጠበት ክስተትም ነው:: ይቅርብኝ ብለው ሊያመልጡት የማይችሉት መሆኑም አስፈሪነቱን ጉልህ ያደርገዋል:: የምዕራቡ ዓለም ባህላዊና አስተሳሰባዊ ተጽዕኖ ከወታደራዊ ወረራ የላቀና የመጠቀ፣ ኢትዮጵያ የቆመችበትን ባህላዊና መዋቅራዊ መሠረቶች የተገዳደሩ አዳዲስ ዕሴቶችና አመለካከቶችን ያረገዘ ሂደት

[63] ሁሉም ብሔርተኝነቶች "ዘውጌ ብሔርተኝነቶች" መሆናቸውን ገልጸው፣ በተለምዶ "ሲቪክ ብሔርተኝነት" (civic nationalism) እየተባለ የሚጠራው "አርበኝነት" (patriotism) እንጂ ብሔርተኝነት ተብሎ ሊገለጽ እንደማይገባ የሚከራከሩ ምሁራን አሉ፡- Walker Connor, "Nation-Building or Nation-Destroying?" *World Politics, Vol. 24, No. 3* (April 1972), pp.319-365:: በሌላ በኩል፣ አርበኝነት አገርን (ሪፐብሊኩን)፣ በተለይም የሕዝቡን የጋራ የነጻነት ዕሴቶች፣ የፖለቲካ ተቋማቱን ወዘተ. ከመውደድና ለእነኝህ ዕሴቶች ጥብቅና ከመቆም ጋር የሚያያዝ ጽንሰ ሐሳብ ሲሆን፤ ብሔርተኝነት በአንጻሩ የባህል፣ የቋንቋና የዘውግ አንድ ዓይነትነትን (oneness/homogeneity) የሚመለከት ጉዳይ ነው ሲሉ የሚሞግቱም አሉ፡- Maurizio Viroli, *For Love of Country: An Essay on Patriotism and Nationalism* (Oxford: Oxford University Press, 1995), pp. 1-17. በዚህ መጽሐፍ "ሲቪክ ብሔርተኝነት" ተብሎ የተጠቀሰው፣ የኢትዮጵያን ሉዓላዊነት ከውጭ ወራሪ ለመጠበቅ በተደረጉት የጋራ ተጋድሎዎች መኩራትን፤ ነባሩን የአትንኩኝ-ባይነት መንፈስ ለማስቀጠል የነበረውን ከፍተኛ የአንድነት ስሜትና መነቃቃት፤ ኢትዮጵያን ለማዘመን ማለትም ትምህርትን ለማስፋፋት፣ ዘመናዊ የአገር መከላከያ ሠራዊት፣ ፖሊስና ሌሎች የጸጥታ ኀይሎችን ለመገንባት እንዲሁም የዘመናዊ ሥርዓታትን መሠረት ለመጣል በተደረጉ ጥረቶች ውስጥ የነበረውን በአገርና በወገን ፍቅር ስሜት ላይ የተመሠረተ እንቅስቃሴ ለመግለጽ ነው::

ሲሆን፣ የኢትዮጵያዊነት ደርዝና ትርጓሜ የተነሱበት ፈተናዎችም ከዚህ ምንጭ ውስጥ የፈለቁ ነበሩ::

በሃያኛው ክፍለ ዘመን መጀመሪያ ያቆጠቆጠው በተለይም የምዕራቡን ትምህርት የቀመሰው የኅብረተሰብ ክፍል ጊዜው በፈቀደለት መጠን የብሔረሰብ፣ የሃይማኖትና የመደብ ልዩነቶችን በመተቸት፣ የእምነትና የአስተሳሰብ ነጻነትን በመደገፍ፣ በመንግሥትና በሃይማኖት መካከል ልዩነት እንዲኖር፣ አዲስ ዓለማዊ ፖለቲካ እንዲፈጠር፣ በዚሁ መሠረትም ኢትዮጵያዊነት እንዲታደስና የተለያዩ የቋንቋ፣ የባህል፣ የእምነትና የፖለቲካ ማኅበረሰቦችን እንዲያቅፍ፣ በሕግ በተወሰነ ዜግነት ላይ የተመሠረተ ብሔራዊ ማንነት መሠረት እንዲያገኝ ድምጹን ማሰማት ጀመረ:: ባሕሩ ዘውዴ እንደገለጹት፡-

> በተለያየ መንገድ ይግለጹት እንጂ ሥርዓትን የተከተለ አስተዳደር [Rational Administration] ሁሉንም ምሁራን ያሳሰበ ጉዳይ ነበር:: በተለይ ገብረሕይወት ባይከዳኝ "ሥርዓት" ያለው አስተዳደርን መምራት መተኪያ የሌለው ጉዳይ እንደሆነ በዝርዝር አትተዋል:: በርሳቸው ግምት የሠለጠነውን ሕዝብ ካልሠለጠነው የሚለየው ይኸው ጉዳይ ነው:: ባልሠለጠኑት አገራት ንጉሡ ጨቋኝ ከመሆኑም ባሻገር መንግሥትና ንጉሥ ተነጥለው አይታዩም:: ስለሆነም ንጉሥ በሞተ ቁጥር እርሱን ለመተካት በሚደረገው ሽሚያ አገር ትታመሳለች:: ትንተናቸውንም በሚከተሉት ምንጊዜም ከኀሊና በማይጠፉ ቃላት ነው የደመደሙት፡- "አእምሮ የሌለው ሕዝብ ሥራት የለውም:: ሥራትም የሌለው ሕዝብ የደለደለ ኀይል የለውም:: የኀይል ምንጭ ሥራት ነው እንጂ የሠራዊት ብዛት አይደለም:: ሥራት ከሌለው ሰፊ መንግሥት ይልቅ በሕግ የምትኖር ትንሽ ከተማ ሙያ ትሠራለች::"[64]

---

[64] ባሕሩ ዘውዴ፣ *ፋና ወጊ የለውጥ አቀንቃኞች በኢትዮጵያ:- በሃያኛው መቶ ዓመት መባቻ* (አዲስ አበባ፣ አዲስ አበባ ዩኒቨርሲቲ ፕሬስ፣ 2013 ዓ.ም.)፣ ገጽ 173::

የራስወርቅ አድማሴ በበኩላቸው በጽሑፋቸው እንዳስቀመጡት፡-

> ነጋድራስ ገብረሕይወት ባይከዳኝ የነበረውን የሥርዓት ጉድለት ከማተት አልፈው ለጊዜው ይበጃሉ ያሏቸውን የሚከተሉትን ዐሥር የሥርዓት ማሻሻያ ሐሳቦችን ጠቁመዋል:: (1) የመንግሥትንና የንጉሥን ሀብት በሥርዓት መለየት (2) ሕዝብ ለመንግሥት የሚከፍለውን ግብር እንደየሀብቱ መጠን በቁጥር ማሳወቅ (3) በዓይነት የሚከፈልን ግብር አስቀርቶ በብር ብቻ በሚከፈል ግብር መተካት (4) ለአማርኛ ቋንቋ የሰዋሰው ሥርዓት ማበጀትና ትምህርት ቤቶችን መክፈት (5) ከአውሮፓ ሥርዓት ጋር የሚስማማ ፍትሐ ነገሥት ማውጣት (6) የጦር ትምህርት ቤት ማቋቋምና ሥርዓት ያለው ሠራዊት ማቆም (7) ለመላው ኢትዮጵያ የሚሆን የገንዘብ ሥርዓት በቶሎ መፍጠር (8) በመላው አገሪቱ የሚሠራ የንግድና ቀረጥ ሥርዓት ማውጣት (9) ተዘዋዋሪ አገር አስተዳደር ተቆጣጣሪዎች በመሾም ሕዝቡ ባንድ መንግሥት ውስጥ መሆኑን ማስረፅ እና (10) የሃይማኖት አርነት ማወጅ::[65]

ይህ በልዩ ልዩ ማኅበራዊ ኀይሎች መካከል ያለው መስተጋብር ሚዛኑን የጠበቀ እንዲሆን የሚሰብክ ለዘብተኛ አካሄድ ከፍተኛ ደረጃ ላይ የደረሰው በ1923 ዓ.ም. የመጀመሪያው ሕገ መንግሥት በወጣበት እና በራሳቸው በንጉሠ ነገሥቱና በሹማምንቶች አማካይነት የተመረጡ አማካሪዎችን ከመሣፍንት፣ መኳንንትና ባላባቶች የተወጣጣ ምክር ቤት በተቋቋመበት ጊዜ ነበር::

እነዚህ እርምጃዎች ተዓማኒና ትክክለኛ የሕዝብ ውክልና መገለጫዎች ነበሩ ብሎ መናገር ባያስደፍርም፣ ዘመናዊ የመንግሥት ሥርዓት ዝርጋታ ጅማሮ መሆናቸውን ግን መቀበል ይቻላል::[66] በጥቅሉ፡-

---

[65] የራስወርቅ አድማሴ፣ "ሥርዓታት..."፣ ገጽ 306::

[66] ካሳሁን ብርሃኑ፣ "የፖለቲካ ፓርቲዎች፣ ሕዝባዊ ምርጫና የሕዝብ ውክልና በኢትዮጵያ"፣ አበበ አሰፋና ከቡር እንግዳወርቅ (አርታኢዎች)፣ *ዴሞክራሲያዊ የለውጥ እርምጃዎች፣ እንድምታዎችና አማራጮቻቸው በኢትዮጵያ*፣ ቅጽ አንድ (አዲስ አበባ፣ ፎረም ፎር ሶሻል ስተዲስ፣ 2012)፣ ገጽ 53::

> ኢትዮጵያ እ.ኤ.አ ከ1925 ጀምሮ የጣልያንን ወረራ ለመመከት ዘመቻ እስከተጠራበት እስከ 1935 ድረስ ባሉት ዐሥር ዓመታት ውስጥ ከሥርዓታት ግንባታ አንጻር ከዚያ በፊት ያልታዩ እርምጃ አስመዘገበች:: በዓይነትም ሆነ በስፋት ከነጋድራስ ገብረሕይወት ራዕይ አልፎ የሄደ ስኬታማ ሙከራ ተደረገ::[67]

ያ ሕጋዊ መሠረት ያለው ብሔራዊ ማኅበረሰብ የመፍጠሩ አጠቃላይ ሂደት፣ ለዘመናት የደረጀና ወግ አጥባቂ "ፊውዳላዊ" ፈተና የተጋረጠበት እንደነበር ግን አይካድም::

ይሁን እንጂ ያን በጎ ጅምር በእንጭጩ በመቅጨት የኢትዮጵያን ብሔራዊ እድገት አቅጣጫ ያስቀየረውና ለቀጣይ ማኅበራዊና ፖለቲካዊ ክፍተቶች ዘመናዊ ጥንስሶች የተበጠበጡበት፣ በተለይም የፀረ ኢትዮጵያ ርዕዮተ ዓለም ግዘፍ ነስቶ የታየበትና የማንነት ፖለቲካ በግብር ላይ የዋለበት የአምስት ዓመቱ (ከ1928 እስከ 1933 ዓ.ም.) የጣልያን ወረራ ዘመን ነበር:: ጣልያን የብሔረ ኢትዮጵያን ፖለቲካዊ፣ ማኅበራዊ፣ ታሪካዊ፣ ባህላዊና ሃይማኖታዊ መገለጫዎች ሁሉ ለማጥፋት በብሔረሰቦች እንዲሁም በልዩ ልዩ ሃይማኖት ተከታዮች መካከል መቃቃሮችን በማባባስ እና በብሔረሰባዊና በሃይማኖታዊ ማንነት ላይ የተመሠረቱ ድርጅቶችንና አመለካከቶችን በማስፋፋት የኢትዮጵያዊያንን የጋራ ማንነት ለመናድ ከፍተኛ ጥረት ያደረገችው በዝመና ስም ነበር::[68]

---

[67] ዝኒ ከማሁ::

[68] ፋሽስት ጣልያኖች በነበራቸው የከፋፍለህ ግዛ መርህ መሠረት "የክርስቲያን አማራ ገዥ መደብ" ያሉትን የኅብረተሰብ ክፍል የፖለቲካና የባህል አቅም ለማዳከም እና የእስልምና ሃይማኖት ተከታይ ወገኖችን ድጋፍ ለማግኘት በማለም ልዩ ልዩ ማባበያዎችን ያደርጉ ነበር:: ከእነኝህ ማባበያዎች መካከል ለሸሪአ ሕግ ዕውቅና መስጠት፣ ከአማርኛ ይልቅ አረብኛ ቋንቋ ለሃይማኖት ማስተማሪያና ለሚዲያ አገልግሎት እንዲውል ማድረግ፣ ታላቁን የአንዋር መስጊድ ጨምሮ ሌሎችን መስጊዶች መገንባት የመሳሰሉት ይጠቀሳሉ:- Bahru Zewde, "The Burden of History: The Constraints and Challenges of the Democratization Process in Ethiopia", in Bahru Zewde, *Society, State and History: Selected Essays* (Addis Ababa: Addis Ababa University, 2008), p. 334.

የምዕራብ ኦሮሞ ኮንፌደሬሽን ውጥን፣ ‹ሶማሊያ ሀኖላቶ ኢትዮጵያ ሃዲማቶ› (ሶማሊያ ትቅደም ኢትዮጵያ ትውደም) በሚል መፈክር የተደራጀው የሶማሌ ወጣት ቡድን፣ የወያኔ አመጽ፣ የኤርትራና የባሌ አመጾች፣ ባጠቃላይ የዘመናዊው የብሔረሰብ ፖለቲካ ማራመጃ የሆኑት የታላቅነት ሕልሞች፣ ማለትም "ታላቋ ትግራይ" (ትግራይ ትግርኝ)፣ "ታላቋ ሶማሊያ"፣ "ታላቋ ኦሮሚያ" ወዘተ. የመሳሰሉ አስተሳሰቦች የጡት አባቶች ጣልያኖች ነበሩ:: በአገራችን በርካታ ከውጭ፣ በተለይም ከአውሮፓና ከሰሜን አሜሪካ አገሮች የመጡ ሚሲዮናዊያን የሥነ ሰብና የሥነ ጽሑፍ ወዘተ. ተመራማሪዎች፣ ጋዜጠኞችና ሌሎች ምሁራን ለዘውጌ ብሔርተኛ እንቅስቃሴዎች ዋነኛ የሐሳብ አፍላቂዎችና ደጋፊዎች ነበሩ፤ ናቸውም:: በኢትዮጵያ ማኅበረሰቦች መካከል ያልነበሩ ልዩነቶችን በመፍጠርና ያሉትንም ለጥጦና አጉልቶ በማቅረብ፣ እንደ ኦሮምኛ ያሉ የኢትዮጵያ ቋንቋዎች በላቲን ፊደል እንዲጻፉ መሠረት በመጣል፣ የዚህና የዚያ ማኅበረሰብ መኖሪያ የሚሉ አከራካሪ ካርታዎችን በመሳል፣ ምናብ ወለድ ታሪክ በመጻፍ ወዘተ.

በኢትዮጵያ አንድ የፖለቲካ ማኅበረሰብ እንዳይገነባ እና ጠንካራ አገረ መንግሥት እንዳይኖር በጣም በስፋት ሠርተዋል::[69]

ፋሽስት ጣልያን ከተባረረ በኋላም ቢሆን በኢትዮጵያዊነት ቅርጽና ይዘት ላይ የተደቀኑት ፈተናዎች የተለያየ መልክ እየያዙ ቀጠሉ

---

[69] Seven Rubenson, "The Missionary Factor in Ethiopia: Concequences of a colonial context", in Getachew Haile, Asulv Lande and Samuel Rubenson (eds.), *The Missionary Factor in Ethiopia* (Peter Lang: Frankfurt am main, 1998), pp.57-70; አክሊሉ ሀብቴ፣ *የቀዳማዊ ኀይለሥላሴ ዩኒቨርሲቲ ታሪክ፡- የከፍተኛ ትምህርት መቋቋምና መስፋፋት በኢትዮጵያ* (አሳታሚው ያልተገለጸ፣ እ.ኤ.አ. 2017)፣ ገጽ 98-105፤ ደቻሳ አበበ፣ *ከ‹ኦሮሚያ ሪፐብሊክ› እስከ ‹ኩሻዊ ኢትዮጵያ›፡- የታሪክ ትርጉምና የፖለቲካ ዓላማ* (1965-2010) (አዲስ አበባ፣ ሳምኪት ኀ.የተ.የግል ማኅበር፣ 2016)፣ 41-43::
በብዙ አገሮች ከውጭ የሚመጡ ሚሲዮናዊያን፣ የሥነ ሰብና የታሪክ ተመራማሪዎች እና የእነሱ ደቀ-መዛሙርት የሆኑ የየብሔረሰቡ ምሁራን ለዘውጌ ብሔርተኛ እንቅስቃሴዎች ማቆጥቆጥና መጎልመስ ምን ያክል ከፍተኛ አስተዋጽዖ እንዳላቸው ጆን ኸችንሰን በስፋት ጽፎበታል፡- John Hutchinson, *Nations as Zones of Conflict*, pp. 62-65.

እንጂ አልቆሙም:: አብዛኞቹ ኢትዮጵያንና ኢትዮጵያዊነትን የማዳከም ስልቶች ደግሞ፣ በአንድም ይሁን በሌላ መልኩ፣ በዝመና ጽንሰ ሐሳቦች ሥር የተጠለሉ ነበሩ፤ ናቸውም::

ከዚሁ ጋር ተያይዞ ሊጠቀስ የሚገባው ሌላው ነጥብ፣ በኢትዮጵያ በኋላ ላቆጠቆጡት ብሔርተኛ እንቅስቃሴዎች የምዕራባዊያን የካቶሊክና ፕሮቴስታንት ሚሲዮናዊያን ሚና ከፍተኛ የነበረ መሆኑ ነው:: እነኝህ ሚሲዮናዊያን በተለይ በኤርትራ፣ ትግራይ፣ ወለጋ፣ ሐረር ወዘተ. አካባቢዎች በቋንቋ፣ ባህልና ታሪክ ጥናት ስም በኢትዮጵያ ማኅበረሰቦች መካከል ውሎ አድሮ የሚፈነዳ ቦምብ በማጥመድ ለዘውጌ ብሔርተኛ ድርጅቶች መፈልፈልና መጠናከር፣ በዚህም ለአገረ መንግሥቱ መዳከም ከፍተኛ የሆነ አሉታዊ አስተዋጽዖ አድርገዋል:: ለሥራችን እንቅፋት ሆናብናለች ብለው የሚያስቧትን የኢትዮጵያ ኦርቶዶክስ ተዋሕዶ ቤተ ክርስቲያንን ብቻ ሳይሆን፣ ልክ እንደ ቤተክርስትያኒቱ ኋላቀር ብለው የሚጠሩትን የአገሪቱን መንግሥት ለማዳከምም ብዙ ሠርተዋል:: ሚሲዮናዊያን የፈጠሩትን ተጽዕኖ በተመለከተ ዘርዘር አድርገው የጻፉት ደቻሳ አበበ የሚከተለውን አስፍረዋል፡-

> በዐሥራ ዘጠነኛው ክፍለ ዘመን ወደ ኢትዮጵያ የዘለቁት የካቶሊክ ሚሲዮች ገና ከጅምሩ ሥራቸውን ሲያቅዱ ለብቻው ለይተው ከፋፋይ በሆነ አቀራረብ የኦሮሞ አገረ ስብከት በሚል ነበር:: አንቷን ዳባዲም ይሁን አባ ማስያስ ወደ ኦሮሞ ማኅበረሰብ ለመግባት የሞከሩት በዚህ አመለካከት ነበር:: ይህ አቀራረብ ከጣልያን ፖለቲካ ብዙም ልዩነት የሌለው ሲሆን፣ በእስልምናና በኦርቶዶክስ ክርስትና ግን ኢትዮጵያ በሚለው አሰያየም እንጂ እንዲህ ዓይነት አግላይ አቀራረብ አልነበረም:: ካቶሊክ ግን ይህንኑ ከፋፋይ መዋቅር ይዞ ነበር የደረሰው:: ሁለተኛውና እስካሁን ባለው የኦሮሞ ታሪክ አጻጻፍ ውስጥ እንደ ትልቅ ዐምድ ቆሞ የሚገኝ ሐሳብ ወንጌል እና ዘመናዊ የጦር መሣሪያ ወደ ኦሮሞ እንዳይደርስ የአበሻ መንግሥት እንቅፋት ሆኖ ከለከለን የሚል የካቶሊክና የፕሮቴስታንት ሚሲዮናዊያን ኦፊሴላዊ ትርክት ነበር::

> በዘመናችን የተነሱ የኦሮሞ ታሪክን በባለቤትነት እንጽፋለን የሚሉ ፈረንጆችም ይሁኑ ኦሮምኛ ተናጋሪ የቅኝ ግዛት ሐቲት አራማጅ ምሁራን፣ ይህን ምንም ሳይጨምሩ ምንም ሳይቀንሱ ወስደው ለኦሮሞ ታሪክ አውለውታል:: ጽሑፎቻቸው በእነ አንቷን ዲባዲ፣ ክራምፐፍ፣ አባ ማስያስ ግጥምና ቅኝት የተዜመ እንደሆነ አንድ ሰው የእነዚህን ሰዎች ዘገባ አንብቦ የኦሮሞ ምሁራንን ትንተና ቢያነብ ግጥሙና የዜማው ደራሲዎች ሚሲዮናዊያኑ ሲሆኑ፣ ኦሮሞዎቹ ምሁራን ድምጻዊያን ብቻ ሆነው ይታዩታል:: በተለይም የሚሲዮናዊያን እንቅስቃሴና ትምህርት ጠንካራ በነበረባቸው አካባቢዎች ሰፋሪ ጦርም ሆነ ትክለኛ መልከኞች ብዙም ባልነበሩባቸው በቀደምት ተወላጅ ባላባቶች በሚተዳደሩት እንደ ወለጋ ባሉ አካባቢዎች ነበር::[70]

በፋሽስት ጣልያን ወረራ ዘመን ብዙዎቹ የሚሲዮን ድርጅቶች፣ በተለይም ካቶሊኮቹ ከፋሽስቶች ጋር እጅና ጓንት ሆነው መሥራታቸው የሚታወቅ ነው::[71] ወደተነሳንበት ነጥብ ስንመለስ፣ የድኅረ ጣልያን ዘመን የአፄ ኀይለሥላሴ መንግሥት በፀረ ፋሽስት ትግሉ ከደገፋትና የሞግዚት አስተዳደር ለማስፈን ከሚፈልጉት የብሪታኒያ ባለሥልጣናት ጋር እየታገለ የኢትዮጵያዊነትን ትርጉም ከባህላዊ፣ ሃይማኖታዊና ግዛታዊ ማሕቀፉ በማውጣት ሕዝባዊና ዜግነታዊ እንዲሆን እና በአገሪቱ ውስጥ የሚገኙትን የቋንቋ፣ የእምነትና የባህል ማኅበረሰቦች እንዲያካትት ለማድረግ ብዙ ጥረቶችን አድርጓል::[72] የመጀመሪያው

---

[70] ደቻሳ አበበ፣ *ከ‹ኦሮሚያ ሪፐብሊክ› እስከ ‹ኩሻዊ ኢትዮጵያ›፡- የታሪክ ትርጉምና የፖለቲካ ዓላማ* (1965-2010)፣ ገጽ 60-61::

[71] በዚህ ጉዳይ ላይ ዝርዝር መረጃና ትንታኔ ለማግኘት የሚከተለውን መጽሐፍ ይመልከቱ፡- Ian Campbell, *Holy War: The Untold Story of Catholic Italy's Crusades Against the Ethiopian Orthodox Church* (*Londo*: Hurst, 2021)

[72] የብሪታኒያ ባለሥልጣናት "ታላቋ ትግራይ" የሚሉትን መርዘኛ ፕሮጀክታቸውን ጨምሮ፣ በሌላው የኢትዮጵያ ክፍልም ሕዝቡን በብሔረሰባዊ ማንነቱ የመከፋፈል ሥራ ይሠሩ ነበር:: ዶ/ር መለስ ወን በግለ ታሪካቸው እንዲህ ይላሉ፡- "መስከረም ትምህርት ሲከፈት፤ በ1947 ዓ.ም አንደኛ ክፍል (1C) ገብቼ የጓጓሁለትን ትምህርት መከታተል ጀመርኩ:: ... እዚህ ላይ የማልረሳው አንድ ነገር አለ:: ትምህርት ቤት

ሕገ መንግሥትም ሆነ በ1948 ዓ.ም. የተሻሻለው ሕገ መንግሥት፣ የኢትዮጵያዊነትን ትርጉም በግዛታዊና ዜግነታዊ አመለካከቶች ላይ የመሠረቱ ከመሆናቸውም በላይ፣ መንግሥት ይህንን አመለካከት የሚወክሉ የዘመናዊት ኢትዮጵያ ተቋማትንና መለያዎችንም ፈጥሯል፡፡

> ከጣልያን ወራሪዎች መባረር በኋላም ቢሆን እንደገና የተቋቋመው ንጉሠ ነገሥታዊ መንግሥት የሥርዓታት ግንባታ ሥራውን ከበፊቱ በተሻለ ፍጥነት ቀጠለበት፡፡ ከእነዚህ አንዳንዶቹን እንደ ምሳሌ ያህል ብንጠቅስ፡- አዲስ የገንዘብ የባንክና የቀረጥ ሥርዓት በሥራ ላይ አዋለ፡፡ በፊት በአዋጅ ደረጃ ብቻ የቀረውን የገባር-ጉልት/ማደሪያ ሥርዓትን በመሬት ገንዘብ ግብር ሥርዓት ተካው፡፡ ዘመናዊ የቢሮክራሲ ሥርዓትን ዘረጋ፡፡ ዘመናዊ የወንጀለኛ፣ የፍትሐ ብሔርና የንግድ ሕጎችንና ሥነ ሥርዓታቸውን በመደንገግ እና ፍርድ ቤቶችንና የዐቃቤ ሕግ መሥሪያ ቤቶችን በየደረጃው በማዋቀር በመላ አገሪቱ የሚሠራ ዘመናዊ የፍትሕ ሥርዓትን ፈጠረ፡፡ ምንም እንኳን ያፈጠጡ ጉድለቶች የነበሩበት ቢሆንም፣ በአገሪቱ ታሪክ ለመጀመሪያ ጊዜ በዜጎቿ የተመረጡ ተወካዮች ጭምር የሚመክሩበት ሕግ አውጪ አካል በተሻሻለው ሕገ መንግሥት መሠረት ተቋቋመ፡፡ የምሳሌው ዝርዝር ረዥም ስለሚሆን፣በዚሁ እናብቃው፡፡[73]

ይሁን እንጂ ሂደቱ በሥርዓቱ ውስጥ ላቆጠቆጡት አዳዲስ ከተማ ቀመስ ቡድኖች፣ ማለትም ለወታደሩ፣ ለተማሪው፣ ለነጋዴውና ለሌሎች የኅብረተሰብ ክፍሎች በጭራሽ አጥጋቢ አልነበረም፡፡ በዚህም ምክንያት

---

ለመግባት ፎርም ስንሞላ፣ ፎርሙ ላይ ከየትኛው ዘር እንደሆንን መሙላት ነበረብን፡፡ እዚያ ፎርም ላይ ዘሬን የሞላሁት ‹ጉራጌ› ብዬ ነበር፡፡ በሕፃን አእምሮዬ ዘሬን መጠየቁ ያኔ ችግር ያለበት መስሎ አልታየኝም፡፡ የደነቀኝ ግን ሁለተኛ ክፍል ስንገባ፣ እንድንሞላ የተሰጠን ፎርም ላይ ግን፣ ‹ዘር› የሚለው ጥያቄ አልነበረም፡፡ በሥጋም፣ በአእምሮም ሳድግ ‹ዘር› የሚለው ጥያቄ ፎርሙ ውስጥ ለምን እንደገባ መረዳት ቻልሁ፡፡ እኔ አንደኛ ክፍል ስገባ የትምህርት ቤቶች ዋና ዳይሬክተር የነበሩት እንግሊዞች፣ ምክትል ዳይሬክተሮች ደግሞ ኢትዮጵያዊያን ነበሩ፡፡ ሁለተኛ ክፍል ስገባ፣ በ1948 ዓ.ም ዋና ዳይሬክተሮች ኢትዮጵያዊያን ሆኑ፡፡ እንግሊዞች በቅኝ ግዛት የያዟቸውን አገሮች በቁጥጥራቸው ሥር ለማድረግ እንዲረዳቸው ሕዝቡን በዘር በመከፋፈል ይጠቀሙበት ስለነበረ ነው፡፡ ኢትዮጵያ በቅኝ ግዛት ስላልተያዘች ዘር የሚለው ዐሳብ ለኢትዮጵያዊያን እንግዳ ነበር፡፡" - መለስ ወጉ፤ *አሁን የሆነውን ሆነ፡- ግለ ታሪክ* (አዲስ አበባ፤ ርሆቦት አታሚዎች፤ መጋቢት 2014 ዓ.ም)፤ ገጽ 108-109፡፡

[73] የራስወርቅ አድማሴ፣ "*ሥርዓታት…*"፣ ገጽ 307፡፡

ራሳቸውን እንደ ተራማጅ የሚቆጥሩት ፊደል ቀመስ የኅብረተሰብ ክፍሎች ኢትዮጵያ ያልበለጸገች፣ ብሔራዊ አንድነቷ የላላ ብቻ ሳትሆን የኢትዮጵያዊነት መብትም ሆነ ክብር ከገዥው "የፊውዳል መደብ" አባላት ያልዘለለ እና ፍትሐዊነት የጎደለው መሆኑን አበክረው መግለጽ ጀመሩ:: የእንቅስቃሴያቸው ዓይነተኛ ዓላማም ሠላውን የአገሪቱን ሕዝብ ፍትሕና ርትዕ የተጎናጸፈ ዜግነት ማላበስ፣ በሰፊው ሕዝብ ስም ለሰፊው ሕዝብ መታገል እና በሕዝብ ሉዓላዊነት ላይ የተመሠረተ ብሔራዊ ማኅበረሰብ መፍጠር ነበር:: ያም ሆኖ ሥርዓቱን ለመጠገን ወይም ለመገርሰስ ከ1960 ዓ.ም. በፊት የተነሱ አመጾችና ንቅናቄዎች ባጠቃላይ በኢትዮጵያዊ ብሔራዊ ስብዕናና አመለካከት ላይ ለዘብተኛ የሆነ አቋም እንደነበራቸው አይካድም::

ለምሳሌ የዚህ ሂደት ዋነኛ አጋፋሪ የሆነው የኢትዮጵያ ተማሪዎች ንቅናቄ ተዋናዮች ለኢትዮጵያዊነት የሰጡት ትርጓሜ ሰፊ መሠረት የያዘ፣ አንድ ዜጋ ከብሔረሰባዊና አውራጃዊ ቋጠሮዎች ይልቅ ለአገሪቱና ለሕዝቧ የሚኖረውን ፍቅር፣ ታማኝነትና አርበኝነትን የሚያካትት ትርጉም ነበረው::[74] በብሔረሰብ፣ በአውራጃ፣ በቋንቋ፣ በሃይማኖትና በነገድ ላይ የተመሠረቱ አስተሳሰቦች ለተማሪው ትግልም ሆነ ለብሔራዊው አንድነት የሚደቅኑት አደጋ ከፍተኛ መሆኑን በመገንዘብ፣ አስተሳሰቡን በጽኑ የመቃወምና ከዚህ አስተሳሰብ የመራቅ አዝማሚያዎችም በስፋት ይታዩ ነበር::[75]

በአገር ውስጥም ሆነ በውጭ የነበሩት የተማሪው ማኅበራት እስከ 1960 ዓ.ም. መጀመሪያ ድረስ ይህ አመለካከት የጎላባቸው እንዲሁም

[74] Abdul Mejid Hussein, "Ethiopia and Ethiopianism" *Struggle,* Vol. III, No. 1 (1969), pp. 9-11.
[75] ለምሳሌ ያህል News and Views በተሰኘው የቀዳማዊ ኀይለ ሥላሴ ዩኒቨርሲቲ የተማሪዎች ጋዜጣ ላይ ጥር/1963 (እ.አ.አ) በነገድ ላይ የተመሠረተ አስተሳሰብን (tribalism) ነቅፎ የጻፈው ጉታ ስርነሳም ሆነ፣ "ኢትዮጵያዊ ማነው?" በሚል አርእስት በኋላ ዝነኛ ሆኖ የወጣውን ግጥም በ1966 (እ.አ.አ) ያቀረበው ኢብሳ ጉተማ፣ በጽሑፎቻቸው አጽንዖት የሰጡት የአካባቢያዊና ነገዳዊ ስሜቶችና የልዩነት አጀንዳዎች መጠናከር ለኢትዮጵያ አንድነት ፈተና መሆኑን፣ ስለዚህም ከሁሉም በላይ ቅድሚያ ሊሰጠው የሚገባው የአገሪቱ አንድነት እንደሆነ ነው:- Bahru Zewde, *The Quest for Socialist Utopia: The Ethiopian*

በዓለም አቀፋዊነት፣ አሕጉራዊነት፣ ኢትዮጵያዊነት፣ አውራጃዊነት እና በዘውጌ ብሔርተኝነት መካከል ያለውን ተዋረድ በማጥናትና በመተንተን የተጠመዱ ነበሩ:: በንቅናቄው ውስጥ የግራ አመለካከት እየጎለበተና ተቀባይነት እያገኘ በመጣበት ወቅትም ቢሆን፣ መደብን ከብሔረሰባዊ ማንነት የተሻለ ማኅበራዊ ዘርፎችን የሚወክል መገለጫ አድርጎ በመውሰድ፣ በሶሻሊዝም ላይ የተመሠረተ ብሔራዊ አንድነት መፍጠርን ዋና ግብ አድርጎ የመቀበል አዝማሚያ ነበር:: ለዚህ ኅብረተሰባዊ ዝንባሌ በዘመኑ የገነኑ አህጉራዊ የነጻነት ንቅናቄዎች፣ ዓለም አቀፋዊ የሶሻሊስት አስተሳሰቦች እና የተማሪዎች አብዮታዊ ኀይል ሆኖ መውጣት የየራሳቸውን ተጽዕኖ አሳድረዋል::

## 4. ዘውጌ ብሔርተኝነት[76]

የዘውጌ ብሔርተኝነት ማኅበራዊ መሠረት ዘመናዊ ትምህርት የወሰደው የኅብረተሰብ ክፍል፣ ነጋዴው እና በተወሰነ ደረጃ ሠራተኛው ክፍል ሲሆን፣ በተለይም የአዲሱ ምሁራዊ መደብ አካል የሆነው የተማሪዎች ንቅናቄ ማቆጥቆጥና ቀስ በቀስ የሥር ነቀል ለውጦች አቀንቃኝ መሆን በአገሪቱ ብሔራዊ ታሪክና ፖለቲካ ላይ ያልተጠበቁ ሒደቶችን አስከትሏል:: ያ ትውልድ ታሪካዊና ባህላዊ የሆነውን የብሔረ ኢትዮጵያ ግንዛቤ ሙልጭ አድርጎ በመጣል ረገድ "ቢስማማም" በምትኩ ስለሚመሠረተው ኅብረተሰብም ይሁን ስለ ኢትዮጵያዊነት ቅርጽና ይዘት ጥርት ያለ እይታና ስምምነት አልነበረውም::

የኢትዮጵያ የግራ ኀይሎች ሶሻሊዝምን ከአገር በቀሉ እውነታ ጋር ማጣጣም ባለመቻላቸው አንድ በእኩልነትና በፍትሐዊነት ላይ የተመሠረተ ብሔራዊ

---

*Student Movement 1960-1974* (Addis Ababa: Addis Ababa University Press, 2014), p.196.

[76] "ዘውጌ ብሔርተኝነት" (ethnonationalism) የተሰኘውን ጽንሰ ሐሳብ የፈጠረው እና በዚህ ዙሪያ በስፋት የጻፈው ወከር ኮነር የተባለ አሜሪካዊ የፖለቲካል ሳይንስ ምሁር ሁሉም ብሔርተኝነቶች ዘውጌ ብሔርተኝነቶች ናቸው ሲል ይሞግታል፡፡ ስለ ጽንሰ ሐሳቡና ምሁሩ ስለሚያቀርባቸው መከራከሪያዎች በጥልቀት ለመረዳት የሚከተለውን መጽሐፉን ይመልከቱ፡- Walker Connor, *Ethnonationalism: The Quest for understanding* (Princeton, NJ: Princeton University Press, 1994)

ማኅበረሰብ በማነጽ ፈንታ በርካታ (ንዑሳን) የብሔረሰብ እንቅስቃሴዎችን ፈለፈሉ:: በሌኒናዊና ስታሊናዊ አስተሳሰብ የተቃኘው ርዕዮተ ዓለም በኢትዮጵያና ኢትዮጵያዊነት አመለካከት ውስጥ በመደባዊና አውራጃዊ ወይም በአውራጃዊና ብሔራዊ ጭቆናዎች፣ በጨቋኝና ተጨቋኝ ብሔረሰቦች፣ በደቡብና ሰሜን ንፍቀ አገሮች፣ በባህላዊ ራስ-ገዝነትና በፖለቲካዊ መገንጠል የተከፈሉ ተቃርኖዎችን ያለ ቅጥ በማጋነን ትልቅ ጥፋት አደረሰ::[77] ይህንን ብዥታና ወላዋይነት ተጣብተው የተፈለፈሉት አስተሳሰቦች ቀስ በቀስ የብሔረሰቦችን ጥያቄ በማጉላት ገዥ መርህ ሆኖ እንዲወጣ አድርገዋል:: ገና የኢትዮጵያ አብዮት ከመፈንዳቱ ቀደም ብሎ በብሔረሰቦች ስም የተቋቋሙ ልዩ ልዩ የባህልና የመረዳጃ ማኅበሮችን በመጠለል ሲንቀሳቀሱ የቆዩት ኀይሎች የአብዮቱን ሂደት መቆጣጠር እንዳልቻሉ ሲገነዘቡ፣ እውነተኛ ማንነታቸውን ገልጠው የብሔረሰብ ድርጅቶችን ያቋቋሙ ሲሆን፣ ማኅበራቱንም በማዕከልነት ተጠቅመውባቸዋል:: ለምሳሌ "ባህል ትግራይ" እና "ሜጫና ቱለማ" የተሰኙት ማኅበራት፣ እንደ ቅደም ተከተላቸው፣ ለሕወሓት እና ለኦነግ መሠረት ሆነው አገልግለዋል::

ይህ በእንዲህ እንዳለ፣ በቀዳማዊ ኀይለ ሥላሴ ዩኒቨርሲቲ ውስጥ በተመሠረቱ ሕቡዕ ቡድኖች ሲብላላ የነበረው እና በነ ጥላሁን ግዛውና ዋለልኝ መኮንን በ1961 ዓ.ም. የተስተጋባው የብሔረሰቦች ጥያቄ ትንተና የጭቆናውን ምንነት ሲገልጽ፣ ብሔራዊ ጨቋኙን አማራ፣ መፍትሔውን ደግሞ በአመጽ እስከ መገንጠል በማድረግ በኢትዮጵያ ላይ ለሚደረገው ግልጽና ስውር ዘመቻ ቡራኬ ሰጠው:: ለዚህ ትርክት መደምደሚያነት ጥቅምት 1963 ዓ.ም. "ጥላሁን ታከለ" በሚል የብዕር ስም የወጣውን በብርሃነ መስቀል ረዳና ኢያሱ ዓለማየሁ የተዘጋጀ፣ በሌኒንና ስታሊን ጽሑፎች ጥቅስ የተሞላና በኀይለ ቃል ናዳ ጀምሮ በዚያው የሚጨርስ ጽሑፍ መጥቀስ ይቻላል::[78]

---

77 የነበረውን የማጋነን ሁኔታ በተመለከተ፣ ከተማሪው እንቅስቃሴ መሪዎች አንዱ የነበሩት ዶ/ር የራስወርቅ አድማሴ ከአሻም ቴሌቪዥን "አናርጅ እናውጋ" መርሐ-ግብር ጋር ያደረጉትን ቆይታ ያድምጡ::

78 ጽሑፉ የሚከተለው ነው:- Tilahun Takele, "The National Question ("Regionalism") in Ethioipia" (1970)

ከዚህ በኋላ ያለው ጽንፈኞቹ በለዘብተኞቹ ተራማጆች ላይ የማያዳግም የበላይነት ያገኙበት፣ የብሔረሰቦች ጥያቄም ከዴሞክራሲ ጥያቄነት ይልቅ የሥልጣን መወጣጫ መሣሪያ ሆኖ የቀረበበት ድኅረ ታሪክ ሊባል የሚችል ነው:: ጊዜው የነ ዋለልኝ ቡድን ለኢትዮጵያ ብሔራዊ አንድነት የሚሟገተውን ማንኛውንም አካል "ትምክኅተኛ"፣ "አድኃሪ"፣ "ባንዳ" ወዘተ. የሚሉ ታርጋዎችን በመለጠፍ አንገቱን ማስደፋት የጀመረበት ብቻ ሳይሆን፣ የኢትዮጵያዊነት መሠረት ጠብቦ ከአንድ ብሔረሰብ ማለትም ከአማራ ጋር እንዲቆራኝ የተደረገበት ጊዜም ነበር::[79]

---

[79] የነ ዋለልኝ መኮንን እና "ጥላሁን ታከለ" በኀይለ ቃልና በሽሙጥ የታጨቁ ጽሑፎች በኢትዮጵያዊያን ከመጻፋቸው በቀር ሙሉ በሙሉ ሊባል በሚችል ደረጃ ከሌኒንና ስታሊን ጽሑፎች የተገለበጡ እንደነበሩ ጽሑፎችን ያነበበ ሁሉ የሚገነዘበው ነው:: ሌኒን "የሩሲያ ትምክኅተኝነት" ያለውን እነ ዋለልኝ "የአማራ ትምክኅተኝነት" እያሉ፤ "የሩሲያ ግዛተ-አፄ የብሔረሰቦች እስር ቤት ነው" ያለውን "ኢትዮጵያ የብሔረሰቦች እስር ቤት ናት" እያሉ፤ "የፍች መብትን ማረጋገጥ ሁሉም ሚስቶች ባሎቻቸውን እንዲፈቱ አያደርጋቸውም" (the right to divorce is not an invitation for all wives to leave their husband) ወዘተ. እያሉ ቃል በቃል እየገለበጡ ይጽፉና ይናገሩ ነበር::

ብርሃነ መስቀል ረዳና ኢያሱ ዓለማየሁ "ጥላሁን ታከለ" በሚል የብዕር ስም ባወጡት ጽሑፍ፣ የሌኒንን ሐሳብ እንዳለ በመውሰድ፣ ለመገንጠል መብት ዕውቅና መስጠት እና/ወይም መብቱን መደገፍ በራሱ የመገንጠልን እንቅስቃሴ ያዳክማል ሲሉ ጽፈዋል፡- Tilahun Takele, "The National Question ("Regionalism") in Ethioipia", p.32.

የብሔረሰቦች የመገንጠል ጥያቄ የሚመነጨው ከመጨቆናቸው ነው የሚለው ሌኒን፣ በሩሲያ ግዛተ-አፄ ውስጥ የነበሩትን [ከሩሲያ ብሔረሰብ ውጭ ያሉ] ብሔረሰቦች መደገፍ እና የራሳቸውን ዕድል በራሳቸው እንዲወስኑና ከፈለጉም ነጻ መንግሥት እንዲያቋቁሙ ዕውቅና መስጠት፣ እንዲገነጠሉ ከማበረታታት ይልቅ ብሔርተኝነትን እንዳያቀነቅኑና ከመገንጠል እንቅስቃሴ እንዲታቀቡ ያደርጋቸዋል የሚል ሐሳብ ነበረው:: ለዚህም ሲባል የሌሎችን ብሔረሰቦች ባህልና ቋንቋ ማሳደግ ብቻ ሳይሆን የሩሲያን ባህልና ቋንቋ (በዚያውም "የታላቁን ሩሲያ ትምክኅተኝነት") መድፈቅ ያስፈልጋል ብሎ ያምን ነበር:: የመገንጠልን አደጋ ለማስወገድ የሚያስችለው አስተማማኝ መፍትሔ የብሔረሰቦችን እኩልነት ማረጋገጥና እስከ መገንጠል የሚደርስ መብታቸውን ማወቅ ነው፤ ያለፈው ጭቆና ተወግዶ በጥሩ ሁኔታ እስከተያዘ ድረስ መገንጠል የሰፊውም ምዝብር ሕዝብ (the toiling masses) አጀንዳ አይደለምና - ይላል ሌኒን:: ይሁንና የብሔረሰቦች እስከመገንጠል የሚደርስ መብታቸው ዕውቅና ቢሰጠውም በተግባር ይፈቀዳል ማለት እንዳልሆነ፣ መብቱ የሚመለከተውም ከበርቴውን ሳይሆን ወዛደሩን እንደሆነ በተለያየ ጊዜ ተገልጿል:: የብሔረሰቦች ቋንቋና ባሕል እንደ መሸጋገሪያ ቢከበርም፣ ወደፊት፣ ማለትም ዓለም አቀፋዊ ሶሻሊዝም ሲገነባ ሌሎች ቋንቋዎችና ባሕሎች ጠፍተው አንድ-ወጥ ኅብረተሰብ መፈጠሩ እንደማይቀር እና የብሔረሰቦች ጉዳይ የሽግግር ጊዜ ችግር እንደሆነ ሌኒንም እንደሌሎች ሶሻሊስቶች ያምን ነበር::

ሌኒን መጀመሪያ ላይ "ትርጉም የለሽ" እያለ አጥብቆ ይቃወመው የነበረውን የብሔረሰብ ፌደሬሽን እ.አ.አ ከሚያዚያ 1917 በኋላ ማቀንቀን የጀመረውም፣ ልክ የብሔረሰቦችን ጥያቄ እንደተቀበለው

ያ ጽንፈኞች በለዘብተኞች ላይ የበላይነት የያዙበት ወቅት በደቡብና በሰሜን፣ በአቢሲንያና በኢትዮጵያ፣ በመሃልና ዳር አገር፣ በሴማዊና ኩሻዊ ክፍፍሉና ተቃርኖው በተመቸ መንገድ ሁሉ የጦዘበት እና ዘውጌ ብሔርተኝነት ከብሮ ኢትዮጵያዊነት የተዋረደበት፤ የኤርትራ፣ የትግራይ፣ የኦሮሞ፣ የሲዳማና የሶማሌ አማጺዎች "የሐበሻ ቅኝ አገዛዝን" ተዋግተን ነጻ እንወጣለን በማለት የተረባረቡበት አስገራሚ ዘመን ነበር::

ዜትላው ጄስማን፣ "ኢትዮጵያ ‹የዘር ልዩነትን› በሚደንቅ ሁኔታ በማስተናገድ ላይ ያለች ለአፍሪካዊያን ብቻ ሳይሆን ለምዕራባዊያንም ቢሆን ናሙና ልትሆን የምትችል አገር፤" በማለት ገልጿት ነበር::[80] በተቃራኒው ይህ ወቅት ዋለልኝ መኮንን "ለአዋጁ አዋጅ" በሚለው ጽሑፉ፣ "የኢትዮጵያ ሕዝብ ማለት አዲስጌና ሞጃ ብቻ መሆኑ ነውን?" ሲል የጠየቀበት፣ ጥቂት ወራት ቆይቶም "የብሔረሰቦች ጥያቄ በኢትዮጵያ" የሚለውን በራሱ አባባል "በቂ ትንተና ያላደረገ" ጽሑፍ ይዞ የወጣበት ጊዜ ነበር::[81]

ጊዜው ተማሪው የአገሪቱን ፖለቲካዊ፣ ኢኮኖሚያዊና ማኅበራዊ አቋሞች ለመረዳትና የራሱንም ሚና ለመወሰን የሚጥርበት ጊዜ ብቻ ሳይሆን፣ ማርክሲዝም ሌኒኒዝም በመሪ ርዕዮተ ዓለምነት ገሃድ የወጣበት፣ በተወሰነው ከተማ ቀመስ የኅብረተሰብ ክፍል ዘንድ ብሔረሰባዊ ማንነት

---

ፌደሬሽኑ ለቦልሸቪክ ፓርቲው ደጋፊ በማሰባሰብ ጥንካሬ ይፈጥርለታል ከሚል መንፈስ እንጂ እውነተኛ የፌደራሊዝም አቀንቃኝ ስለሆነ ወይም ብሔርተኝነትን ስለሚደግፍ አልነበረም:: እንዲያውም ሶሻል ዴሞክራቶች ማንኛውንም ዓይነት ብሔርተኝነት እንደሚቃወሙ እና ዴሞክራሲያዊ ማዕላዊነትን እንደሚደግፉ (We Social Democrats are opposed to all nationalism and advocate democratic centralism) አበክሮ ጽፏል፡- Walker Connor, *The National Question in Marxist-Leninist Theory and Strategy* (Princeton: Princeton University Press, 1984), pp. 28-66; Graham Smith, "Nationalities Policy from Lenin to Gorbachev," in Graham Smith (ed.), *The Nationalities Question in the Soviet Union* (London: Longman, 1990), pp. 1-7.

[80] Czetlaw Jessman, Ethiopia: a *Test Case of Racial Integration* (1969), p. 471.

[81] Walelign Mekonen, "On the Question of Nationalities in Ethiopia," *Struggle*, Vol.V, No.2 (November 17, 1969)

ማንሰራራት የጀመረበት እና ተማሪው በየአቅጣጫው ንቃቃቱ እየሰፋ የመጣውን ዘውዳዊ ሥርዓት ለማፍረስ ያቆበቆበበት ወቅትም ነበር።[82]

[82] የቀዳማዊ ኀይለ ሥላሴ መንግሥት ራሱን እንዲያሻሽል የሥርዓቱ አካል የሆኑ አገር ወዳድ ኢትዮጵያዊያን ቢያሳስቡም፣ ወግ አጥባቂው የሥርዓቱ ክፍል የአገሪቱንና የዓለምን ሁኔታ ተንትኖ ራሱን ከሁኔታዎች ጋር ለማሻሻል ችሎታውና ፈቃደኝነቱ ስላልነበረው እና የፖለቲካ ፓርቲ መፍጠር ስላልቻለ፣ የሐሳብና የድርጅት ብልጫ ተወስዶበት ራሱንም ሆነ አገሪቱን አደጋ ላይ ጥሎ ተንኮታኩቷል።
የአፄ ኀይለሥላሴ መንግሥት ጨቋኝና ለብዙሃኑ ኢትዮጵያዊ ጥቅም ያልቆመ መሆኑን አምነውና መለወጥ እንደሚገባው አቋም ወስደው የመፈንቅለ መንግሥት ሙከራ ካደረጉት ከእነ ብ/ጄኔራል መንግሥቱ ነዋይ እርምጃ ማግስት (በሁለት ሳምንቱ)፣ አቶ ሀዲስ ዓለማየሁ ለንጉሠ ነገሥቱ ደብዳቤ ጽፈው ነበር። አቶ ሀዲስ እሳት በሌለበት ጭስ እንደማይወጣ ገልጸው፣ የሕዝቡን ጥያቄ ማዳመጥ እንደሚያስፈልግ፤ ኢትዮጵያ በአፍሪካ ደረጃ ሲመዘን እንኳ በኢኮኖሚ ልማት፣ በትምህርት ወዘተ. መስኮች ወደኋላ የቀረች በመሆኗ፣ በዚህ ረገድ ከመንግሥት ብዙ እንደሚጠበቅ እንዲሁም ሕገ መንግሥቱን ማሻሻል እንደሚገባና ሥልጣን የሕዝብ መሆኑን ተቀብሎ ሕገ መንግሥታዊ የዘውድ አገዛዝ ማንበር ተመራጭ እንደሆነ አሳስበዋል።
በሁለት ዓመት በኋላ ደግሞ፣ የኤርትራ የንጉሠ ነገሥቱ እንደራሴ የነበሩት ሌ/ጀኔራል ዐቢይ አበበ፣ የወቅቱ መከላከያ ሚኒስትርና ቀደም ሲል መፈንቅለ መንግሥቱን በግንባር ቀደምነት ያከሸፉት ሌ/ጄኔራል መርዕድ መንገሻ፣ የሕግ መወሰኛ ምክር ቤት ፕሬዚዳንቱ ልዑል ራስ እሥራተ ካሳ፣ የንጉሠ ነገሥቱ መንግሥት የሐረር እንደራሴ የነበሩት ሌ/ኮ ታምራት ይገዙ እና የማስታወቂያ ሚኒስትሩ ደጃዝማች ግርማቸው ተክለ ሐዋርያት መፈንቅለ መንግሥቱ በኢትዮጵያ ሕዝብ ጥበብና ታማኝነት የከሸፈ ቢሆንም፣ መፈንቅለ መንግሥት እንዲካሄድ ያደረጉትን መሠረታዊ ወይም ገፊ ምክንያቶች በዝርዝር መርምሮ መፍትሔ ማበጀት እንደሚገባ፤ ለዚህም ሕገ መንግሥቱን አሻሽሎ በዴሞክራሲ መርህ መሠረት ለሕዝቡ (ለፓርላማው) እና ለጠቅላይ ሚኒስትሩ ከፍ ያለ ሥልጣን መስጠት እንደሚያስፈልግ፤ የጠቅላይ ሚኒስትሩ ኀላፊነትና ሥልጣን ከፍ ማለቱ ንጉሠ ነገሥቱን ከተጠያቂነት እንደሚያድን፤ እንዲያ ካልሆነ ግን ሠራዊቱ ከከሸፈው መፈንቅለ መንግሥት ድክመቶች ተምሮ ሌላ መፈንቅለ መንግሥት ሊያደርግና የሕዝቡን ድጋፍም ሊያገኝ እንደሚችል ወዘተ. ገልጸው ትንቢታዊ ሊባል የሚችል ምክረ ሐሳብ አቅርበው ነበር። ሆኖም ንጉሠ ነገሥቱ የእነኝህን አገር ወዳዶች ማሳሰቢያ ተቀብለው የማስተካከያ እርምጃዎችን ከመውሰድ ይልቅ ሐሳብ ያቀረቡትን ሰዎች ከኀላፊነት አንስተው ልዑል ራስ እሥራተንና ደጃዝማች ግርማቸውን የጠቅላይ ግዛት አስተዳዳሪ ሲያደርጓቸው፣ ሌ/ኮ ታምራትን ወደ ሌላ ጠቅላይ ግዛት ማለትም ወደ ጎንደር አዛውረዋቸዋል። አቶ ሀዲስ በብሪታኒያ የኢትዮጵያ አምባሳደር ሆነው ወደ ለንደን ሲያቀኑ፣ ሌ/ጄኔራል መርዕድ ምክንያቱ ግልጽ ባልሆነ (አጠራጣሪ) ሁኔታ ብዙም ሳይቆዩ ሞተዋል፡- Bahru Zewde, "The Challenge of the New Millennium: Renaissance or Reappraisal?" *Papers and Proceedings of Conferences on Fostering Shared Core National Values and Enhancing Religious Tolerance in Ethiopia in the New Millenium* (InterAfrica Group, June 2008), pp. 52-54.
ባጭሩ፣ የንጉሠ ነገሥቱ መንግሥት የወቅቱንና መጪውን ሁኔታ የሚተነትኑና ቅርጽ የሚያስይዙ፣ አንቶኒዮ ግራምሺ ‹ኦርጋኒክ› ሲል የሚጠራቸው ምሁራን በበቂ ሁኔታ ስላልነበሩት ወይም የሐሳብ የበላይነቱን ስላልወሰዱ፣ ብሎም ልዩ ልዩ ፍላጎቶችን ለማስተናገድና ቅርጽ ለማስያዝ የሚያስችል ፓርቲ ስላላቋቋመ ከለውጥ ፈላጊው ትምህርት ቀመስ የኅብረተሰብ ክፍል ጋር ሊግባባ አልቻለም። በዚህ ሒደት፣ የአፄው መንግሥትና ተራማጅ ኀይሎች የከረረ ውስጣዊና የጎንዮሽ ፍጥጫ ውስጥ ገብተው እርስ በርስ ሲዳከሙ፣ ግራምሺ "ቄሳራዊነት" (Caesarism) የሚለው ክስተት/ሁኔታ ሰለባ ሆነው ሥልጣኑን በሌላ ሦስተኛ

ከዚህ በኋላ የብሔረሰቦች ጥያቄ በተማሪው ንቅናቄ ውስጥ ዓይነተኛ መታገያ መሆኑ ገሃድ ቢሆንም፣ ከመደባዊ ወደ ብሔረሰባዊ ትንታኔዎች የተደረገው ሽግግር ግን አጭርና በሚገባው ደረጃ ያልተመከረበት ነበር:: ለመሆኑ አንድ ሰፊ ማኅበረሰብን በጅምላ ጨቋኝ ወይም ተጨቋኝ፣ ተራማጅ ወይም አድኃሪ ብሎ መፈረጅ እንዴት ይቻላል?[83] በታሪካዊውና ነባራዊው ጭቆና መካከል ምን ዓይነት ግንኙነትና ልዩነት አለ? አገሪቱስ ለአብነት እንኳን የሚወሳ ባህላዊ፣ ፖለቲካዊና ማኅበራዊ ዕሴቶች የላትምን? የሚሉ ጥያቄዎች እንደ ቅንጦት የተቆጠሩበት ጊዜ ነበር:: የሩሲያ አብዮተኞች እንዳደረጉት ኢትዮጵያም ውስጥ ሩጫ ነበር:: ከስሌት ይልቅ ስሜት ቦታውን መረከብ ጀምሮ ነበር::

ጊዜው "አዞው ቡድን" (the crocodiles) እና ተከታዮቹ ከኋላ ሆነው በሚዘውሩት "የድርጅት ሥራ" ከጽንፈኞች አቋም የተለየ ሐሳብ ያለው አካል ከየአቅጣጫው የሚቀጠቀጥበትና ዝም እንዲል የሚደረግበት የአፈና ጊዜም ነበር:: በወቅቱ በተማሪ መጣጥፎች ውስጥ ተወዳጅ

---

የተደራጀ ኃይል፣ ማለትም በወታደሩ ተነጠቁ:: ወታደራዊ መንግሥቱ በበኩሉ ከነፍጡ ውጭ የሞራል የበላይነትና ምሁራዊ አቅም ገንብቶ ልዕልና (hegemony) ማስፈን ባለመቻሉ፣ ቆሜለታለሁ ከሚለው ሰፊ ሕዝብ ጋር ተቆራርጦ በዘውጌ ብሔርተኛ ኃይሎች ተወግዷል::
ግራምሺ "ቄሳራዊነት" የሚለውን ጽንሰ ሐሳብ በተመለከተ የሚከተለውን ጽሑፍ ይመለከቷል፡- Benedetto Fontana, "The Concept of Caesarism in Gramsci," in Peter Bachr and Melvin Richer (eds.), *Dictatorship in History and Theory* (Cambridge: Cambridge University Press, 2004), pp.173-195.

[83] የነ ሌኒንን ጽሑፎች ቀኖናዊ በሆነ መልኩ የተቀበለ ኃይል ለእያንዳንዱ ሩሲያ ውስጥ አለ ተብሎ ለተገለጸ አካል ኢትዮጵያም ውስጥ ተመሳሳዩን የመፈለግ ሁኔታ ቢኖር አይገርምም:: እነ ሌኒን በሩሲያ ግዛተ-አፄ ውስጥ "የታላቁ ሩሲያ ትምክኅተኝነት" አለ ሲሉ፣ በኢትዮጵያም በዚህ መንገድ የሚገለጽ ብሔረሰብ ፍለጋና ፍረጃ እንደነበር ግልጽ ነው:: በቃል ደረጃ "የሸዋ ገዥ መድብ"፣ "የሸዋ አማራ ገዥ መደብ"፣ "የአማራ ገዥ መደብ" ወዘተ. እየተባለ ቢገለጽም፣ በኋላ በተግባር እንደታየው ኢላማ የተደረገው ብሔረሰቡ ነው ማለት ይቻላል:: ለምሳሌ በሕወሓት/ኢሕአዴግ ዘመን አንድ አማራ አገዛዙን አጥብቆ የሚቃወም ከሆነ "ትምክኅተኛ" መባሉ የማይቀር ነበር:: ማርክሲዝም፤ ሌኒኒዝም እንደ "የፖሊቲካ ኃይማኖት" ሲታይ ያለውን ተጽዕኖ በተመለከተ የሚከተለው ጥሩ ግንዛቤ ይሰጣል፡- Klaus-Georg Riegel, "Marxism-Leninism as a Political Religion", *Totalitarian Movements and Political Religions,* Vol. 6, No. 1 (June 2005), pp. 97-126.

ከነበሩ ጥቅሶች አንዱ "ኢትዮጵያ ዓለምን ረስታ ዓለምም ረስቷት ለሺህ ዓመታት አንቀላፋች" የሚለው የኤድዋርድ ጊበን አባባል ነበር:: ጄስማን ይህንን ጨለምተኝነት ሲተች፣ "የዘመኑ የኢትዮጵያ ምሁር የአገሪቱን ኅብራዊ ተሰጥዖ ከቁብ የማያስገባ፣ እንዲያውም አሳፋሪና የማያስመካ ‹አዌያዊ ቅሪት› አድርጎ ለማጣጣል የተዘጋጀ ነበር፤" ይለዋል::[84]

ለመሆኑ የኢትዮጵያን አብዮት መስመር ያሳተው እና ለግማሽ ምዕተ ዓመት ያህል የአገሪቱ ፖለቲካ የጎርዲያን ቋጠሮ (Gordian knot) ሆኖ የቀጠለው የብሔረሰቦች ጉዳይ እንዴትና ለምን ከድጡ ወደማጡ ወሰደን? አንዱና ዋናው ችግር፣ የብሔረሰቦች ጥያቄ፣ ከዴሞክራሲ ጥያቄነቱ ይልቅ የአገዛዝ ማንበርከኪያ እና የሥልጣን መንጠቂያ መሣሪያ ሆኖ መቅረቡ ነው::

የያኔው አንጋፋ የተማሪዎች ንቅናቄ መሪ ፕሮፌሰር አንድሪያስ እሸቴ እንደገለጹት፣ ከአሜሪካው ማኅበር መሪዎች ውጭ ላሉት፣ ማለትም በኋላ ኢሕአፓንና መኢሶንን ለመሠረቱት (ለአልጀሪያ - አዲስ አበባ እና አውሮፓ ተማሪዎች ንቅናቄ) መሪዎችም ይሁን በኋላ በየፊናቸው የትጥቅ ትግል ለጀመሩት የብሔረሰብ ድርጅቶችና ለኤርትራ ኀይሎች፣ ጉዳዩ ከማደራጃ መሣሪያነትና ከሥልጣን መወጣጫ ብልሃትነት ያለፈ ክብደት (ሚና) አልነበረውም::[85] ሌላው የኢትዮጵያ ተማሪዎች ንቅናቄ

---

[84] Ibid.

[85] Bahru Zewde, *Documenting the Ethiopian Student Movement: An Exercise in Oral History* (Addis Ababa: Forum for Social Studies, 2010), p.105-106; Kifle Selassie Beseat, "Class struggle or jockeying for position? A Review of Ethiopian Student Movements from 1900 to 1975", in *The role of African student movements in the political and social evolution of Africa from 1900 to 1975,* (UNESCO Publishing: 1994), p. 173.
የኢትዮጵያ ተማሪዎች ማኅበር በአሜሪካ ሊቀመንበር የነበሩት ፕሮፌሰር አንድሪያስ እሸቴ "ቱምቱ ሌንጮ" በሚል የብዕር ስም በዋለልኝ መኮንን ጽሑፍ ላይ የሰላ ኂስ ያቀረበ እና በኢትዮጵያ ስላለው ቅራኔ ሰፋ ያለ ትንታኔ የያዘ ጽሑፍ [በጽሑፉ ውስጥ ተካትተው የታተሙት ሽሙጦች የእሳቸው አለመሆናቸውን ገልጸዋል] አውጥተው ነበር:: ጽሑፉ የሚከተለው ነው:- Tumtu Lencho, "The Question of Nationalities and Class Struggle in Ethiopia," *Challenge,* Vol. XI, No. 2 (July 1971)
ቀደም ሲል የአውሮፓው ማኅበር አባል እና በኋላም የመኢሶን መሪ የነበሩት አቶ አንዳርጋቸው አሰግድ በበኩላቸው፣ የብሔረሰቦችን ጥያቄ እንደ ዴሞክራሲያዊ መብት እንዲታወቅና እንዲከበር ሳይሆን፣

አባል ክፍለሥላሴ ብፅዓትም በተመሳሳይ መልኩ በተማሪው ንቅናቄ መሪዎች ዘንድ የከረረ የሥልጣን ፍላጎትና ሽኩቻ እንደነበር ጽፈዋል::[86]

በወቅቱ የብሔረሰቦች ጥያቄ ከኢትዮጵያ ተጨባጭ ማኅበረ-ኢኮኖሚያዊ ሁኔታ አንጻር ምን ዓይነት ይዘት እንዳለውና አንድምታው ምን እንደሆነ፣ ብሔሮችና ብሔረሰቦች እነማን እንደሆኑ፣ በታሪክ ሂደት የነበራቸው መስተጋብር ምን እንደሚመስል፣ በምን መልኩ የራሳቸውን ዕድል በራሳቸው ሊወስኑ እና ከዚያም አልፈው ሊገነጠሉ እንደሚችሉ፣ የብሔረሰቦች ጥያቄና ሶሻሊዝም እንዴት አብረው ሊሄዱ እንደሚችሉ ወዘተ. በጥልቀት ከመመርመርና ከመጠየቅ ይልቅ እነ ሌኒን ያራመዱትን አቋም እንዳለ የመገልበጥ እና ተቃራኒ ትንታኔ የሚያቀርቡ ወገኖችን "አድኃሪ"፣ "ባንዳ" ወዘተ. እያሉ የመፈረጅ አዝማሚያ ሥር ሰድዶ ነበር:: የኢትዮጵያ የግራ ኀይሎች እውነትም የብሔረሰቦችን ጉዳይ ከአገዛዝ ማንበርከኪያ መሣሪያነት እና ከሥልጣን መጠቀሚያነት ባሻገር በዴሞክራሲያዊ ጥያቄነቱ ከልብ ተቀብለውት

---

የብሔረሰቦች ትግል ለሶሻሊዝም ለሚደረገው ትግል ይጠቅማል ከሚል የትግል መሣሪያነቱ [በአውሮፓው ማኅበር ሳይሆን] በነ ዋለልኝ መኮንን የተራመደው አቋም እና እሱን ተከትለው የመጡት የብሔረሰብ ድርጅቶች የጥያቄውን አቅጣጫ እንዳሳቱት ይገልጻሉ፡- "ዋለልኝ በጽሑፉ ብሔሮች የራሳቸውን ዕድል በራሳቸው ለመወሰን እስከ መገንጠል ድረስ ያላቸው መብት እንዲታወቅ የሞገተ ቢሆንም፤ የብሔር እንቅስቃሴዎችን የሚደግፈው መብቱ እንደ ዴሞክራሲያዊ መብት እንዲታወቅና እንዲከበር አልነበረም:: ይልቁኑ፣ የብሔሮች ትግል ለሶሻሊዝም ለሚደረገው ትግል ማራመጃና ማሳኪያ መሣሪያ ለመሆን ይጠቅማል ከሚል የትግል መሣሪያነቱ ሒሳብ አንጻር ነበር:: በሌላ አገላለጽ፣ ዋለልኝ የኢትዮጵያን ብሔሮች ጥያቄ የሚመለከተው ከሽጉጥና ከክላሽ የማይለይ የትግል መሣሪያ አድርጎ ነበር:: ... የብሔር እንቅስቃሴዎች አገዛዙን የሚያዳክሙ ስለሆኑ፣ መደገፍ አለባቸው የሚለውን አስተሳሰብ ያራምድ ነበር:: በአንዳንድ የብሔር ድርጅቶች አመራሮች ዘንድ የብሔሮችን መብት ጥያቄ የብሔር ወገንን የሥልጣን መጨበጫ መሣሪያ አድርጎ የመጠቀም ዘዴና አካሄድ የተፀነሰው ምናልባት በዚህ ጊዜ ይሆናል ቢባል ሊያስኬድ ይችላል:: ሕወሓትና ኦነግ ዋለልኝን አብዝተው የሚያሞካሹትም በዚሁ ምክንያት ይሆናል:: ለሥልጣን ሲበቁ የመግዣና የሥልጣን መጠበቂያ መሣሪያ አደረጉት::"፡- አንዳርጋቸው አሰግድ፣ ቅን ፍላጎት እስካለ መንገድ አለ፡- ስለ ወቅቱ የኢትዮጵያ ፖለቲካ ሁኔታ አንዳንድ ማስታወሻ (አዲስ አበባ፣ ጉተንበርግ ማተሚያ ቤት፣ 2012)፣ ገጽ 128::

[86] Kifle Selassie Beseat, "Class Struggle or Jockeying for Position? A Review of Ethiopian Student Movements from 1900 to 1975", in *The role of African Student Movements in the Political and Social evolution of Africa from 1900 to 1975,* (UNESCO Publishing: 1994), p. 173.

ቢሆን ኖሮ፣ እነ ሌኒንንና ስታሊንን ብቻ ሳይሆን እነ ካርል ሬነርንና ኦቶ ባወርንም በጠቀሱና ጉዳዩን ሰፋ አድርገው ከተለያየ አቅጣጫ በተመለከቱት ነበር::[87]

ለማንኛውም፣ ፕሮፌሰር ባሕሩ እንገለጹት በዚህ መንገድ፡-

> ሲብላላ ቆይቶ ከ1983 ጀምሮ በአገሪቱ የተንሰራፋው የብሔር-ብሔረሰብ ፖለቲካ በአያሌ የታሪክ ምፀቶች የታጀበ ክስተት ሆኗል:: የነ ሌኒንን ስሌት ተከትሎ የብሔር-ብሔረሰቦችን እስከመገንጠል ያለ፣ የራስን ዕድል በራስ የመወሰን መብት ዕውቅና የመስጠት መርህ መጀመሪያ በተማሪው ንቅናቄ ሥር የሰደደው የኤርትራዊያንን የመብት ትግል በመደገፍ ከሙሉ ነጻነት በመለስ መፍትሔ ለማግኘት እንደነበረ በወቅቱ በተማሪዎች ንቅናቄ የተሳተፍን ሁሉ የምናውቀው ነው:: ይሁንና ይህ ያልተቆጠበ ድጋፍ የተሰጣቸው የኤርትራ ግንባሮች የኛ ጉዳይ የብሔር ጥያቄ ሳይሆን የቅኝ ግዛት ነው፣ ትግላችንም የነጻነት ትግል ነው ሲሉ ስሌቱ ከሸፏል:: ግንባሮቹ፣ በተለይ ሻዕብያ፣ ከዚያም አልፈው ነባሩን ታሪክ ፈጽሞ

---

[87] የኦስትሪያ ሶሻል ዴሞክራቶች ካርል ሬነር (Karl Renner) እና ኦቶ ባወር (Otto Bauer) በአንድ አካባቢ ተሰባስበው የሚኖሩትን ብቻ ሳይሆን፣ በተለያዩ አካባቢዎች ከሌሎች ጋር ተሰባጥረው የሚኖሩ ብሔረሰቦችን ጭምር የራስን ዕድል በራስ የመወሰን መብት ለማስከበር የሚያስችል የመንግሥት አወቃቀር (national cultural autonomy) መከተል እንደሚያስፈልግ ጥልቅ ይዘት ያላቸው የጥናት ውጤቶችን አቅርበው ነበር፡- Ephraim Nimni, "Nationalist Multiculturalism in Late Imperial Austria as a Critique of Contemporary Liberalism: The case of Bauer and Renner," *Journal of Political Ideologies,* Vol. 4, No. 3. (1999), pp. 289-314.
እነ ሌኒን በበኩላቸው፣ ምሁራንና የፖለቲካ መሪዎች፣ እንደተለመደው በሽሙጥ ጋጋታ የታጀበ ምላሽ የሚያቀርቡ በራሪዎችን ይጽፉ ነበር:: ሌኒን ስታሊንን ስለ ብሔረሰቦች ጥያቄ እንዲጽፍ ያደረገው በዋናነት የእነኝህን ምሁራን ሐሳብ ለመቃወም ሲሆን፣ በ1960ዎቹ የኢትዮጵያ ተማሪዎች እንደ ዳዊት ሲደግሙት የነበረውና ዛሬም የአገሪቱ ሕገ መንግሥት መሠረት ሆኖ የሚያገለግለው በዚህ መንፈስ የተጻፈው የስታሊን "Marxism and the Nationalities Question" የተሰኘ መጽሐፍ ነው:: ምናልባት የኢትዮጵያ ተማሪዎች የሁለቱን የኦስትሪያ ሶሻል ዴሞክራቶች ‹ኦሪጅናል› ሥራዎች እንዳያነቡ ቋንቋ (ጀርመንኛ) ችግራቸው ሊሆን ይችላል:: በርግጥ በጊዜው አሸናፊ ሆኖ የወጣው እነ ሌኒን የመሩት አብዮት ስለነበር፣ የኢትዮጵያ የግራ ኀይሎች አሸናፊ የሆነውን አቋም እንደ ፍቱን መድኃኒት የተቀበሉት ይመስላል::

በመከለስ፣ የሁለቱን ሕዝቦች ታሪካዊ ትስስርና ኤርትራዊያን ለአንድነት ያደረጉትን ትግል በመካድ፣ ኢትዮጵያና ኤርትራ በታሪክ ምንም የሚያገናኛቸው ነገር ኖሮ አያውቅም፣ ኤርትራዊያን በሙሉ በ1933 ዓ.ም. ጀምሮ ለነጻነት ሲታገሉ ነው የቆዩት የሚል አዲስ ታሪክ በመፍጠር እነሱም አምነውበት ዓለምንም ለማሳመን በቁ::[88]

ሕወሓት/ኢሕአዴግ በ1983 ዓ.ም. የደርግን መንግሥት ድል አድርጎ ሥልጣን ሲይዝ የብሔረሰብ ፖለቲካ በግልጽ ሥርዓታዊና ተቋማዊ ድጋፍ አግኝቶ ተደላደለ:: ሥርዓቱም ዜግነታዊ ይዘት የሌለው እና

በብሔረሰቦች ሉዓላዊነት ላይ የተመሠረተ አገር ለመፍጠር፣ ነባሩን ኢትዮጵያዊ ማንነት ከነ መገለጫዎቹ ማራከስ፣ ማጥፋትና አፍርሶ መገንባት እንደ ዓይነተኛ ስልት የተያዘበት ሆነ::

ኢሕአዴግ ብሔረሰብን ብቸኛው የፌደራል ሥርዓቱና የአገረ መንግሥቱ መገንቢያ ያደረገው በአንድ በኩል፣ በከፋፍለህ ግዛ መርህ ለረጅም ዘመናት በሥልጣን ላይ ለመቆየት በመሣሪያነት እንደሚያገለግለው ስለሚያምን እና በሌላ በኩል፣ ግንባሩ ወደ ሥልጣን በመጣበት ወቅት የብሔረሰብ ፖለቲካ በዓለም አቀፍ ደረጃ ከፍተኛ ተቀባይነት ያገኘበት ጊዜ ስለነበር፣ የብሔረሰቦች መብት ጠበቃ ሆኖ መቅረቡ በአገር ውስጥ ዘውጌ ብሔርተኛ ኀይሎች ብቻ ሳይሆን በዓለም አቀፉ ማኅበረሰብ ዘንድም በበጎ መንፈስ እንደሚያሳየው/እንደሚያቀራርበው ስለተገነዘበ ነበር ማለት ይቻላል:: በሌላ አባባል፣ ኢሕአዴግ በብሔረሰብ ፌደሬሽን ላይ ሙጭጭ ያለው የብሔረሰቦች መብት እንደ ዴሞክራሲያዊ መብት እንዲከበር ካለው ቁርጠኝነት አልነበረም::

ኢሕአዴግ ይህንን ስሌት በመያዝ ጊዜ ሳያባክን በብሔረሰባዊ በማንነት ላይ የተመሠረቱ ክልሎችን ፈጠረ:: ቀይቶም አዲሱን

[88]ባሕሩ ዘውዴ፣ "ምን አለምን? የት ደረስን? ወዴትስ እያመራን ይሆን?" ኢትዮጵያ ከአንድ ትውልድ በኋላ፣ የኢትዮጵያ ኢኮኖሚክስ ባለሙያዎች ማኅበር ባዘጋጀው ርዕይ 2020 የውይይት መድረክ የቀረቡ ጽሑፎችና አስተያየቶች (አዲስ አበባ፣ ነሐሴ 1996)፣ ገጽ 7-8፡፡

መዋቅር ሕገ መንግሥታዊ "ይሁንታ" አቀዳጀው::[89] በወቅቱ የቀድሞ አንጋፋ የተማሪዎች ንቅናቄ መሪዎችን ጨምሮ፣ በርካታ አገር ወዳድ ኢትዮጵያዊያን እንዲህ ዓይነቱ የአገሪቱን ታሪክ በቅጡ ያላገናዘበ፣ ብሔረሰባዊ ማንነትን ብቸኛው የፌደራል ሥርዓቱ መሠረት የሚያደርግ መንግሥታዊ አወቃቀር በብሔረሰቦች መካከል አላስፈላጊ ፉክክርንና አለመተማመን የሚያነግሥ፣ ቂምና ቁርሾን የሚተክል፣ መጠፋፋትን የሚያመጣ እና ውሎ አድሮም የአገሪቱን ህልውና የሚፈታተን መሆኑን በመግለጽ ያላቸውን ስጋትና ተቃውሞ ቢያቀርቡም የሰማቸው አልነበረም:: በጊዜው የኢሕአዴግ መሪዎች ብቻ ሳይሆኑ ሌሎች በብሔረሰባዊ ማንነት ላይ የተመሠረተ ፌደሬሽን ደጋፊ የሆኑ ኀይሎችም፣ የሚያራምዱትን አቋም ተራማጅነት እየጠቀሱ፣ ለኢትዮጵያ ከዚህ ውጪ ሌላ አማራጭ የለም፤ ከዚህ ውጭ ያለው አማራጭ የብተና ጎዳና ነው የሚል ፍርጥም ያለ አቋም ያራምዱ ነበር::

የኢሕአዴግ መሪዎች የብሔረሰብ ፌደሬሽኑንም ሆነ እስከ መገንጠል የሚደርሰውን የብሔረሰቦችን ዕድል በራስ የመወሰን መብት የተቀበልነው የኢትየጵያ ነባራዊ ሁኔታ ስለሚያስገድደን ብቻ ሳይሆን በወቅቱ ከ17 በላይ የታጠቁ ኀይሎች ስለነበሩ፣ ጎረቤት ሶማሊያ ስለፈረሰች እና የእኛም ዕጣ ፈንታ እሱ ሊሆን ይችላል የሚለው ግምገማ በኢትዮጵያዊያንና በዓለም አቀፉ ማኅበረሰብ ዘንድ ከፍተኛ ስለነበረ ነው፤ እርምጃውም ኢትዮጵያን ከብተና ለመታደግ የተወሰደ አገር-አድን ተግባር ነው ባዮች ናቸው:: ውሃ የማይቋጥርና እጅግ የተጋነነ ስጋትን በማንገሥ ላይ የተመሠረተ ትንተና መሆኑ ግልጽ ነው:: በወቅቱ በትጥቅ ትግል አሸንፎ ኤርትራን ከተቆጣጠረው ከሻዕቢያ ውጪ ጠንካራ አቅምና

[89] አንዳንድ ሰዎች አሁን ባሉት ክልሎች ውስጥ የሚኖሩት ከአንድ በላይ ብሔረሰቦች በመሆናቸው አወቃቀሩ የብሔረሰብ ፌደሬሽን ሊባል እንደማይችል ይሞግታሉ:: ሆኖም አንድ ክልል ለአንድ ብሔረሰብ የሚለው መርህ (ፕሪንሲፕል) በሕገ መንግሥት ደረጃ የፌደራል ሥርዓቱ መርህ ሆኖ መቀመጡን መረዳት ያስፈልጋል:: ይህ መርህ ነው፣ ለየብሔረሰቡ ልኂቃን የክልልነት ጥያቄ እንዲያነሱ ምቹ ሁኔታ የሚፈጥርላቸው:: ይህ መርህ ነው፣ በአገሪቱ የክልልነት ጥያቄ ማባሪያ የሌለው አጀንዳ እንዲሆን ያደረገው:: ከክልልነት በመለስ የብሔረሰብ አስተዳደር (ዞን፣ ወረዳ ወዘተ.) ለማቋቋም ያለው ፍጅትም ከፍተኛ ነው::

ሕዝባዊ መሠረት የነበረው የመገንጠል አጀንዳን የሚያቀነቅን ድርጅት አልነበረም። ከኤርትራ ውጪ ባለው የአገሪቱ ክፍል ተገዳዳሪ የሌለው ኀይል ኢሕአዴግ እንደነበር፣ ስለዚህም እሱ ቢፈልግ ፌደሬሽኑ በተሻለ መንገድ ሊዋቀር ይችል እንደነበር አያከራክርም።

የኢሕአዴግ መሪዎችና ሌሎች ጥቅመኛ ዘውጌ ብሔርተኞች፣ በአገሪቱ ብሔረሰቦች መካከል ያሉ የአብሮነት ታሪኮችን፣ የጋራ ዕሴቶችንና ባህሎችን በመካድ እንዲሁም ከመቶ ዓመታት በፊት የተደረጉ ጦርነቶችን እና የጭቆናና የሰቆቃ ገድሎችን በመፍጠርና በማጉላት ኢትዮጵያዊያንን የሚያገናኙ ድልድዮችን ሁሉ ለማፍረስ ባከኑ። አሸናፊዎች (አሸናፊነት ከተባለ) ታሪክን በሚስማማቸው መንገድ ለመከለስ እና ሐውልቶችን ለመቅረጽ ተረባረቡ። በኢትዮጵያዊያን መካከል አለመተማመንን እና ጠላትነትን የሚፈጥር ትርክት ነገሡ።[90]

ይሁን እንጂ ነገሩ ሁሉ ነፋስን በወጥመድ ለመያዝ መሞከርን የሚያስታውስ ነበር። ኢሕአዴግ የወሰነው ውሳኔና የወሰደው እርምጃ በአንድ በኩል እንደታሰበው ጥቅመኛ ዘውጌ ብሔርተኞችን የሚያረካ አልሆነም። ከየትኛውም ማንነት በላይ የኢትዮጵያ አንድነትና ህልውና ይገደናል የሚሉ ወገኖችን ደግሞ በእጅጉ ያስከፋና ከሥርዓቱ በተቃራኒ ያሰለፈ ሆኗል። አገሪቱን ወደ ገደል እየከተታት የሚገኘው አንደኛው ተቃርኖ ይህ ነው።

ከፍ ብሎ እንደተገለጸው፣ የሚሰማ ባይገኝም፣ በብሔረሰባዊ ማንነት ላይ ብቻ የተመሠረተ ፌደሬሽን ግጭት ቀፍቃፊ እንደሆነ እና የአገርን ህልውና አደጋ ላይ እንደሚጥል፣ ስለዚህም የኢትዮጵያን ህልውና አደጋ ውስጥ በማያስገባ መልኩ የብሔረሰቦችን መብት ለማስከበር የሚያስችሉ ሌሎች መንግሥታዊ አወቃቀሮችን ማየት እንደሚገባ ብዙ ኢትዮጵያዊያንና የሌሎች አገሮች ምሁራን አበክረው መክረዋል፣

---

[90] የኢሕአዴግ መሪዎች ለኢትዮጵያ ታሪክ የነበራቸው እይታ በጣም አሉታዊ ነበር፡፡ ፕሮፌሰር ባሕሩ በግለ ታሪካቸው "እንደ ኢሕአዴግ ለኢትዮጵያ ታሪክ አለርጂክ የሆነ ሥርዓት ተፈጥሮ አያውቅም፤" ይላሉ፡- ባሕሩ ዘውዴ፣ *ኅብረ ሕይወቴ፡- ግለ ታሪክ* (አዲስ አበባ፣ ኢክሊፕስ ማተሚያ ቤት፣ 2015)፣ ገጽ 236፡፡

አስጠንቅቀውማል:: ሆኖም የኢሕአዴግ አገዛዝ የተለየ ሐሳብ የሚያዳምጥበት ጆሮ አልነበረውም:: በዘመነ ኢሕአዴግ የብሔረሰብ ፌደሬሽንን የሚቃወሙ ኢትዮጵያዊያን ሁሉ በድሮ ሥርዓት ናፋቂነት፣ በአሐዳዊነት፣ በፀረ ዴሞክራሲነት ወዘተ. መክሰስና ማሸማቀቅ የተለመደ ስልት ነበር::

የታሪክ ምፀት ሆነና፣ የማታ ማታ የሕወሓት/ኢሕአዴግ አመራር ለዘመናት በሥልጣን ላይ ለመቆየት የፈጠረው ፌደሬሽን ጉሮሮውን አንቆታል:: አቶ መለስ ዜናዊ ድርጅታቸው በተግባር በሕገ መንግሥት ደረጃ የተከለው ፌደሬሽን ሥር እየያዘ መጥቶ በክልሎች መካከል የድንበር ጥያቄው ሲጦፍ እንዲህ ብለው ነበር፡-

> የድንበር ማካለል ጉዳይ ከአንድ አገራዊ እይታ፣ ከአዲስ ኢትዮጵያዊነት መንፈስ የሚነሳ መሆን ይኖርበታል:: አንድ የተሳሰረ ኢኮኖሚ ያላት አገርን ለመገንባት ነው የምንታገለው:: የአገራችን መሬትም ሆነ ሌላው የተፈጥሮ ሀብት ለጋራ ልማት የምንጠቀምበት እንጂ በአፓርታይድ ሥርዓት ደንብ ከዚህ አካባቢ ባሻገር የእከሌ ብሔር ተወላጅ ዝር ማለት የለበትም ብለን የምናጥርበት አይሆንም:: የድንበርን ጉዳይ ከዚህ አንጻር ካላየነው በስተቀር፣ ለራሴ ለምንለው ብሔር መሬት ከልሎ የማጠር ጉዳይ እንዳልሆነ እስካልተገነዘብን ድረስ፣ ጉዳዩ የመሬት መነጣጠቅ ጉዳይ የጠባብነት/የትምክኅተኝነት ጉዳይ መሆኑ አይቀርም::
>
> በአገራችን የውስጥ ድንበሮች ባሻገር ያሉት ሕዝቦች ሁሉም የኛው ናቸው:: ከድንበር ባሻገር በሁለቱም አቅጣጫ ጭቁኖችና የአብዮታዊ ዴሞክራሲ ወገኖች ይኖራሉ:: በሁሉም አቅጣጫ ጥገኞችና ፀረ-ሕዝቦች ይኖራሉ:: ጎራ ሲለይና አብዮታዊ ዴሞክራሲያዊ ሰልፍ ሲኖር በሁለቱም አቅጣጫ ያሉት ጭቁኖችና የአብዮታዊ ዴሞክራሲ ወገኖችን በአንድ ጎራ፣ በሁለቱም አቅጣጫ ያሉትን ጥገኞችና

> ፀረ ሕዝቦችን በሌላ ጎራ አስቀምጠ የደንበሩ ጥያቄ የጭቆናች አንድነትና መተሳሰብን በሚያጎለብት፣ የሁሉንም ጭቁኖች የጋራ ጥቅም በሚስጠብቅ፣ በሁለቱም አቅጣጫ ያሉት ጭቁኖች በስፋት ተወያይተው የጋራ መፍትሔ በሚያገኙበት አቅጣጫ መፈታት አለበት:: በሁለቱም አቅጣጫ ያሉት ጥገኖችና ፀረ ሕዝቦች ቅራኔውን ለማባባስ፣ አሰላለፉን ለማዛነፍ የሚያደርጉትን እንቅስቃሴ በሁለቱም አቅጣጫ ያሉ ጭቁኖች በጋራ የሚታገሉበትና የሚያጋልጡበት ትክክለኛ የአብዮታዊ ዴሞክራሲ የፖለቲካ የትግል አቅጣጫ ነው መያዝ ያለበት::[91]

እንዲህ ዓይነቱ የነ አቶ መለስ ማሳሰቢያ ግን "ጅብ ከሄደ ውሻ ጮኸ" የሚሉት ዓይነት ነው:: በሕገ መንግሥት ደረጃ የብሔረሰቦች እስከመገንጠል የሚደርስ የራስን ዕድል በራስ የመወሰን መብት ተረጋግጧል ብሎ አስቀምጦና ክልሎችን ለዚያ በሚያመች ሁኔታ አዋቅሮ ሲያበቁ እንዲህ ዓይነት ሐተታ ማቅረብ ከንቱ ጩኸት ነው:: በተለይ ከአቶ መለስ ሞት በኋላ በተግባር የተረጋገጠውም ይኸው ነው:: የማያቋርጥ የወሰንና የማንነት ጥያቄ የአገሪቱ ፖለቲካ መገለጫ ሆኗል:: በዋነኛነት ለሺህዎች ሞትና መፈናቀል ምክንያት የሆነውም እሱ ነው::

ከአቶ መለስ ሞት በኋላ በዚህ መንገድ የተጀመረው ሂደት እየጋለ ሄዶ፣ በተለይም የአማራና ኦሮሚያ ክልሎች እና የእነዚህ ክልሎች ገዥ ፓርቲዎች ራሳቸውን ከሕወሓት አገዛዝ ነጻ በማውጣትና የትግሉ አካል በመሆን የፌደሬሽኑን ዋና አጋፋሪ ከሥልጣን ሲያባርሩት ችለዋል:: ሕወሓት እንደ ዓይነተኛ የመግዣ መሣሪያ ሲገለገልበት የነበረው የፖለቲካ አስተሳሰብ መወገጃው ሆኗል:: ኮትኩቶ ያሳደገው

---

[91] አዲስ ራዕይ፣ ቅጽ 5፣ ቁጥር 7 (አዲስ አበባ፤ የካቲት-መጋቢት 2009) ላይ የተጠቀሰ የአቶ መለስ ዜናዊ ጽሑፍ::

ዘውጌ ብሔርተኝነት መልሶ ራሱን ለብልቦታል:: በሕግ ማስከበር እና የህልውና ዘመቻው ወቅት ከትግራይ ውጭ ያሉት ክልሎች ያሳዩት ንቁ ፀረ ሕወሓት ተሳትፎ የሚያረጋግጠው ይህንኑ እውነታ ነው::

የሕወሓት መሪዎች የዘነጉት፣ ሥልጣናቸውን ለማስጠበቅ ምቹ ሁኔታ ፈጥረውና ሥርዓት ዘርግተው ያሳደጉት ጽንፈኛ ብሔርተኝነት በጊዜ ሂደት በድርጅታቸውና በራሳቸው ላይ እንደሚነሳ ነው:: እንኳን የሌሎች አካባቢዎች ልኂቃን የሚፈጥሯቸው ብሔርተኝነቶች ይቅርና፣ ሕወሓት በበቂ ደረጃ ብሔርተኛ አይደለም ብለው የሚያስቡ የትግራይ ወጣቶችም አንድ ቀን ድርጅቱን እስከመበተን እና መሪዎችን እስከመግደል ሊሄዱ እንደሚችሉ አለመረዳታቸው ብሔርተኝነትን በተመለከተ ከፍተኛ የትንተና ድክመት እንደነበረባቸው ያሳያል:: አንድን የማንነት ትግል ከመሥመር በወጣ መልኩ ከማራመድ ወይም ከመደገፍ በፊት፣ በዚህ መንገድ የሚካሄድ ትግል ወዴት ያደርሳል? ብሎ በበቂ ሁኔታ መተንተን ያስፈልጋል:: የሕወሓት መሪዎች በማን-አህሎኝነት የተጠቁ በመሆናቸው ብሔርተኝነት የሚፈጥረውን አደጋም እንቋቋመዋለን የሚል ግምገማ እንደነበራቸው መገንዘብ ይቻላል:: እንዳሰቡት አልሆነም::

የሕወሓት/ኢሕአዴግ አመራሮች አበክረው ስለ ኅብረ ብሔረሰባዊ ፌደሬሽን ሲነግሩን ቢቆዩም፣ የተከሉት ሥርዓት ግን የዴሞክራሲ ሽታ የሌለው መሆኑ እንደተጠበቀ ሆኖ፣ የኅብረ ብሔረሰባዊ ፌደሬሽን ጽንሰ ሐሳብ አመንጪዎች እነ ኦቶ ባወር ካቀረቡት አማራጭ ተቃራኒ የሆነ፣ የብሔረሰቦችን መብት የሚደፍቅ ፌደሬሽን ነው::[92]

[92] Christopher Van der Beken, "Ethiopian Constitutions and the Accommodation of Ethnic Diversity: The Limits of the Territorial Approach," in Tsegaye Regassa (ed.) *Issues of Federalism in Ethiopia: Towards an Inventory,* Ethiopian Constitutional Law Series Vol. 2., Faculty of Law (Addis Ababa: Addis Ababa University Press, May 2009), pp. 217-300.

በሌላ አባባል ፌደሬሽኑ ልክ በሶቭዬት ኅብረት እንደሆነው የአሃዶችን፣ ማለትም የብሔረሰብ ክልሎችን፣ ዞኖችንና ወረዳዎችን አፋኝነት የሚያበረታታ ነው::[93]

ትልቁ ችግር ደግሞ፣ ሕወሓት በራሱ ሜዳ በዝረራ ተሸንፎ ወደ ትግራይ ቢያፈገፍግም፣ እሱ የተከለው ሥርዓት ግን ገና አገርን ውድ ዋጋ የሚያስከፍል መሆኑ ነው::

## 5. ጽንፈኛ የብሔረሰብ ፖለቲካ

ብሔረሰባዊ ማንነት ብቸኛና ሊያመልጡት የማይችሉት የሰብአዊነት መገለጫ በሆነበት ሥርዓት ውስጥ ታሪካዊ፣ ባህላዊና ማኅበራዊ መሠረቱን ለቅቆ ተፈጥሮአዊ ይሆናል:: ይህ የማይለወጥ፣ የተለያዩ ማኅበረሰቦችን እንደተለያዩ ሰብአዊ ዝርያዎች የሚወስድ ዘውጌ ብሔርተኝነት፣ በእጅጉ ጽንፈኛና ለዘረኝነት የቀረበ ነው::[94] ወደፊት ሳይሆን ወደኋላ ተመልካች በመሆኑ የአንድን ሕዝብና አገር ታሪክ ለመከለስ ሳይታክት ይማስናል:: የሚያራምደው ወገንተኛ ታሪክ ተቃርኗዊ ይዘት ስለሚኖረው ከማገናኘት ይልቅ ማለያየትን፣ ከስምምነት ይልቅ ጠላትነትን ያበረታታል:: ማኅበረሰቦች በዘመናት ሂደት የገነቧቸውን የጋራ ማንነቶች ለማፍረስ ያለመታከት ይሠራል::

እንዲህ ዓይነቱ የብሔረሰብ ፖለቲካ በአስተዳደራዊ መዋቅር ውስጥ መሠረት ሲይዝ አንዳንዶችን "የክልላቸው" አንደኛና ብቸኛ ባለቤቶች፣

---

[93] በሶቭዮት ኅብረት ፌደሬሽን አሃዶች (Units) ውስጥ ሰፍኖ የነበረውን አፋኝ አገዛዝ ለመገንዘብ የሚከተለውን መጽሐፍ ይመልከቱ፡- Yoram Gorlizki and Oleg Khlevnius, Substate Dictatorship: *Networks, Loyalty, and Institutional Change in the Soviet Union* (New Haven and London: Yale University Press, 2020)

[94] በዚህ መጽሐፍ "ጽንፈኝነት" ስንል፣ የእንግሊዝኛውን "Extremism" የሚል ቃል ለመግለጽ ነው:: አሁን የአገዛዝ ሥርዓቱ ለአማራ ፋኖ ከሰጠው የዳቦ ስም ,ጋር የሚያገናኘው ነገር የለም::

ሌሎችን ደግሞ ያልተፈለጉ እንግዶች አድርገው እንዲያስቡ ያደርጋል:: የዚህ ጥቅመኛ አስተሳሰብ ዋነኛ ማጠንጠኛ የሆነው "ተወላጅነት" በአንዲት አገር ዜጎች መካከል ወንድማማችነትን ያጠፋል:: በእኩልነት የመኖርና በነጻነት ተዘዋውሮ፣ የመሥራት፣ ንብረት አፍርቶ የመኖር፣ ፍትሐዊ በሆነ መልኩ የመዳኘት ወዘተ. መብቶችን ይሸረሽራል:: በገዛ አገራቸው እንደ ሁለተኛና ሦስተኛ ደረጃ ዜጎች የሚቆጠሩ የኅብረተሰብ ክፍሎችንም ይፈጥራል:: ይህ በአገራችን እንደ ሐረሪ፣ ጋምቤላ፣ ቤንሻንጉል ባሉ ትናንሽ ክልሎች ብቻ ሳይሆን እንደ ኦሮሚያ እና የደቡብ ብሔር ብሔረሰቦችና ሕዝቦች ክልል ባሉ የአገሪቱ አካባቢዎች ውስጥ በአማካይ እስከ 20 በመቶ የሚደርሱ ኢትዮጵያዊያንን የሚመለከት አንገብጋቢ ጉዳይ ነው:: አሁን ኢትዮጵያ ውስጥ ያሉ መሬቶች (ክልሎች)፣ ዛሬ ብሔረሰቦች ራሳቸውን በሚገልጹበት መልኩ የተፈጠሩባቸው አለመሆናቸው ግልጽ ቢሆንም፣ በአገሪቱ በሕወሓት/ኢሕአዴግ ፊታውራሪነት በተዘረጋው የነባር/መጤ አስተሳሰብ እና እንደ ኦሮሚያና ቤኒሻንጉል ባሉ ክልሎች ውስጥ በዚህ አስተሳሰብ ላይ ተመሥርተው በተዘጋጁት የክልል ሕገ መንግሥቶች ምክንያት፣ በጣም በርካታ "መጤ" ተብለው የተፈረጁ ኢትዮጵያዊያን የዜግነትና የቡድን መብቶቻቸውን ተነፍገው ብዙ መከራ ሲቀበሉ ኖረዋል፤ አሁንም እየተገደሉና እየተፈናቀሉ ይገኛሉ:: ጥቅመኛ ዘውጌ ብሔርተኞች ስለ ፌደራላዊ ሥርዓት ጠበቃነታቸው አበክረው ቢሰብኩም፣ የብሔረሰቦችን መብት ፍትሐዊ በሆነ መልኩ አያከብሩም:: ይልቁንም የአንዳንድ ብሔረሰቦችን መብት መደፍጠጥ ብቻ ሳይሆን፣ "ንጹሕ ክልል" ለመፍጠር በማለም የዘር ማጽዳት ወንጀል መፈጸም የተለመደ ተግባራቸው ከሆነ ሦስት ዐሥርት ተቆጥረዋል::

የብሔረሰብ ፖለቲካ ሁሉንም ነገር በብሔረሰባዊ ማንነትና ጥቅም ዙሪያ የሚያጠነጥን ስለሚያደርገው፣ በርዕዮተ ዓለም ወይም በሐሳብ ላይ የተመሠረቱ ፓርቲዎች አማራጭ አቋም እንዳያራምዱ ማነቆ

ይፈጥራል፤ ስለሆነም ለዴሞክራሲያዊ ሥርዓት ግንባታ አጋዥ ሳይሆን ደንቃራ ነው:: በእንዲህ ዓይነቱ የፖለቲካ ምኅዳር ውስጥ፣ የፖለቲካ ድርጅቶች ኅብረ ብሔረሰባዊ ነኝ ወይም አልቦ-ብሔረሰባዊ ነኝ ቢሉም ካንዱ ወይም ከሌላው ብሔረሰብ ጋር መፈረጃቸው አይቀሬ ይሆናል::

ሰዎችን በብሔረሰባዊ ማንነታቸው ብቻ እንዲያስቡ፣ እንዲደራጁና እንዲመርጡ ማስገደድ ዴሞክራሲን የፍላጎት መግለጫ ሳይሆን የተወላጅነት ማረጋገጫ ያደርገዋል:: እንደዚህ ባለ አውድ ውስጥ የሚደረግ ምርጫም ከሕዝብ ቆጠራ የማይለይ ይሆናል:: በብዙ የአፍሪካ፣ እስያና ካሪቢያን አገሮች ውስጥ ለዴሞክራሲ ማሽቆልቆል ዋነኛ ምክንያቶች እንዲህ ያሉ የይስሙላ ምርጫዎች ናቸው::[95]

የብሔረሰብ ፖለቲካ በባሕሪው ተካራሪና ዜሮ ድምራዊ በመሆኑ በፖለቲካ ሂደት ውስጥ ሚዛናዊነትን፣ መቻቻልንና ሰጥቶ መቀበልን ያቀጭጫል:: በምትኩ ግልፍተኝነትን፣ አኩራፊነትንና ስሜታዊነትን ያሰፍናል:: ከአምባገነናዊነቱና ሁሉን ጠቀስነቱ የተነሳ ግጭት የፖለቲካው ሁሉ ማጠንጠኛ ይሆናል:: ግጭቱ ደግሞ በፖለቲካው መስክ ብቻ ተወስኖ የሚቀር አይደለም:: በመሬት ይዞታና አጠቃቀም ላይ የሚነሱ አለመግባባቶች፣ የውሃ ሀብት አጠቃቀም፣ የሥራ ዕድሎች፣ የባህል ፖሊሲዎች፣ የኢንቨስትመንት ፈቃዶች፣ የትምህርትና የሥራ ቋንቋ ፖሊሲ ወዘተ. ጉዳዮች ሁሉ ብሔረሰባዊ መልክ ይይዛሉ::

በእንዲህ ዓይነት የፖለቲካ ሁኔታ ውስጥ በማኅበራዊም ይሁን ኢኮኖሚያዊ መስኮች አንዱ ሌላውን በልዩ ተጠቃሚነት መጠርጠር፣ ከዚያም አልፎ የመንግሥትን የልማት ፖሊሲና አቅጣጫ በከፍተኛ ጥርጣሬ መመልከት የተለመደ ነው::

ለምሳሌ ሰፊ ሀብት ያላቸው ወይም አለን ብለው የሚያስቡ ብሔረሰቦች ሌላው የአገሪቱ ክፍል የሚኖረው በእኛ ትከሻ ላይ ነው እንዲሉ

[95] Donald L. Horowitz, *Ethnic Groups in Conflict* (Berkley: University of California Press, 1985), p.86.

ያደርጋቸዋል::[96] አንድ የባስክ (Basque) ብሔርተኛ አለው እንደሚባለው "ላሚቱ ግጦሽ የምትግጠው አንድ [በኛ] ቦታ የምትታለበው ግን ሌላ ቦታ" የሚል ሐሳብ ያራምዳሉ::[97] ከዚያም አልፊው "ሀብታችን ለራሳችን" የሚል የተወላጅነት ንቅናቄ (nativist movement) ይፈጥራሉ:: የዘር ማጽዳት ወንጀል ምንጩ ከዚህ የሚመዘዝ ነው::[98]

እንደ ኢትዮጵያ ላሉ አገሮች የብሔረሰብ ፌደሬሽን ፍቱን መድኃኒት ስለመሆኑ አጥብቀው የሚከራከሩ ሰዎች ቢኖሩም፣ የእነዚህ አገሮች ችግር ሰፋ ካለ የፖለቲካና ማኅበረ ኢኮኖሚያዊ ጉዳዮች ፍትሐዊነት ጋር የተያያዘ በመሆኑ የብሔረሰብ ፌደሬሽን መመሥረቱ በራሱ ሰላምና ብልጽግናን ሊያረጋግጥ አይችልም:: እንዲያውም በአገራችን በግልጽ እንደሚታየው ችግሩን የማወሳሰብ ዕድሉ በጣም ከፍተኛ ነው::

ብቸኛ መሠረቱ ብሔረሰባዊ ማንነት የሆነ ፌደራላዊ ሥርዓት የዜጎችን በነጻነት ተዘዋውሮ የመኖር፣ የመሥራትና ንብረት የማፍራት እንዲሁም በተለያዩ ማኅበራዊና ፖለቲካዊ ዘርፎች ላይ የመሳተፍ መብቶችን ስለሚገድብ የልማት ዋልታ የሆነውን ግለሰባዊ ተነሳሽነትን ያኮላሻል:: እንዲህ ዓይነቱ መንግሥታዊ አወቃቀር ለብክነትና ለድግግሞሽ የተጋለጠ ከመሆኑም በላይ፣ በማእከልም ሆነ በክልል መንግሥታት የሚወሰኑ አንኳር የሆኑ ውሳኔዎች የሚመሩት በብሔረሰብና በጎሳ መነጽር በመሆኑ ኢኮኖሚያዊ አዋጭነት ሁልጊዜ ቀዳሚ (አንደኛ) ታሳቢ ላይሆን ይችላል::

[96] Daniel Beland and Andre Lecours, *Nationalism and Social Policy: The Politics of Territorial Solidarity* (Oxford: Oxford University Press, 2008), p.32; Gudrun Ostby, "Inequalities, the Political Environment and Civil Conflict: Evidence from 55 Developing Countries", in Frances Stewart (ed.) *Horizontal Inequalities and Conflict: Understanding Group Violence in Multiethnic* Societies (New York: Palgrave, Macmillan, 2008), p. 138.

[97] Andreas Wimmer, *Nationalist Exclusion and Ethnic Conflict: Shadows of Modernity,* p. 104.

[98] በሶቭዬት ኅብረት የተካሄደው የዘር ማጽዳት ወንጀል አንዱ መንስኤ ይኸው የክልላችን ሀብት ለራሳችን ብቻ የሚለው አመለካከት ነው:- Terry Martin, "The Origins of Soviet Ethnic Cleansing", *Journal of Modern History,* Vol. 70, No. 4. (December 1998), p. 826.

በኢትዮጵያ የብሔረሰብ ፖለቲካ ለየአካባቢው ልኂቃን የጥቅም ተፎካካሪዎቻቸውን የሚያስወግዱበት ምቹ መስፈርት ስለሰጣቸው በብሔረሰቦችና ጎሳዎች መካከል ልዩነትን፣ አለመተማመንን፣ መናናቅንና ጥላቻን ሲኮተኩቱ ከርመዋል:: ጥቅመኛ የብሔረሰብ ፖለቲከኞች እንወክለዋለን የሚሉትን ብሔረሰብ ወይም ጎሳ ተወረርክ፣ ተቀማህ፣ ተናቅህ፣ ተዋጥክ እያሉ ኮርኳሪ የሆኑ ቃላትን በመጠቀም ስሜቱን ‹እፍ እፍ› እያሉ ቆስቁሰው ሲያደራጁት ቆይተዋል:: በአገሪቱ የሚከሰቱት የማያባሩ ግጭቶች ምንጭ ከዚህ የሚነሳ ነው::

በአገራችን ለሠላሳ ዓመታት የቆየው የብሔረሰብ ፖለቲካ መጣላችሁ የተባሉትንም አላረካም:: ይልቁንም ይኸው የጥቅመኛ ልኂቃን መሣሪያ የሆነው የብሔረሰብ ፖለቲካና የብሔረሰብ ፌደሬሽን አሁንም ከሦስት ዐሠርት በኋላ የኢትዮጵያ የፖለቲካ ኀይሎችን በቀዳሚነት የሚያነታርክ፣ በአገሪቱ ሕዝብ ላይ በጠመንጃ ተጭኖ በጠመንጃ የሚጠበቅ ሥርዓት ነው ለማለት ይቻላል:: በግልጽ እንደሚታየው የየብሔረሰቡ ልኂቃን ሥልጣናቸውን ለማስጠበቅም ይሁን ወደ ሥልጣን ለመውጣት ወይም ሌላ ጥቅማ ጥቅም ለማግኘት እንወክለዋለን የሚሉትን ብሔረሰብ ተጠቃህ፣ ተዋረድክ፣ መሬትህ ተወረረ፣ ታሪክህ ጠለሸ ወዘተ. እያሉ መቀስቀሳቸው አይቀሬ ነው::

የብሔረሰብ ፖለቲካ ኢንተርፕረነሮች በማንነት ስም ምን ያህል እንደሚነግዱ፣ የብሔረሰብ ፖለቲካ ምን ያህል የብዙዎች መኖሪያና መጦሪያ እንደሆነ፣ እነዚህ ኀይሎች ጥቅማቸውን ለማስጠበቅ እስካገለገላቸው ድረስ ምን ያህል የከረረ የጥላቻ ፖለቲካ ሊያራምዱ እንደሚችሉ፣ ከዚያም አልፈው በዘር ማጥፋት ወንጀል ላይ ሊሳተፉ እንደሚችሉ ለመገንዘብ ሌላ ቦታ መሄድ አያስፈልገንም፤ የኢትዮጵያ ወቅታዊ ሁኔታ በቂ ምስክር ነው::

ብሔረሰባዊ ማንነት ዋነኛው የፖለቲካ ማደራጃ በሆነበት አገር ውስጥ የጋራ ዕሴት መገንባት እጅግ ፈታኝና አስቸጋሪ ነው:: በእንዲህ ዓይነት የፖለቲካ ምኅዳር ውስጥ ፖለቲከኞች እንወክለዋለን የሚሉትን ብሔረሰብ ለማሰባሰብ ሲሉ በቀጥታም ይሁን በተዘዋዋሪ መንገድ በማኅበረሰቦች መካከል ልዩነትና ጥርጣሬ የሚፈጥር ቅስቀሳ ማድረጋቸው አይቀሬ ነው:: አንዱ ፓርቲ ከሌላው በልጦ ለመገኘት ይበልጥ ስሜት ኮርኳሪና ጽንፈኛ የሆነ ቅስቀሳ ማድረግ እንደሚጠበቅበት ያምናል::[99] ስለሆነም ውሎ አድሮ የዘር ማጥፋትን በሚጋብዝ የጥላቻ ቅስቀሳ ላይ ይሰማራል:: በተለይ የሕግ የበላይነት ባልነገሠበት እና ሌሎች ተቋማት ባልዳበሩበት አገር ውስጥ እንዲህ ዓይነቱ ያለተጠያቂነት የሚካሄድ የጽንፈኞች ቅስቀሳ የዘር ማጥፋት ወንጀልን የሚያቀጣጥል ነዳጅ ነው::

## 6. የጽንፈኝነት መራር ፍሬዎች

"አሁን የሰው ልጆችን ገመና ስለተረዳሁት፣ የመጽሐፌን መታሰቢያነት ለውሻዬ አድርጌዋለሁ፤" ይላል አንድ በዘር ማጥፋት ወንጀል ላይ በርካታ ጥናቶችን ያካሄደ ምሁር መጽሐፉን ሲጀምር::[100] ምናልባት ያሳለፍነው ሃያኛው መቶ ክፍለ ዘመን በታሪክ ድርሳናት ሲዘከር፣ ከሁሉ ጎልቶ የሚታይ ጉዳይ ቢኖር፣ የሰው ልጅ በገዛ ራሱ ላይ የፈፀመው ሰቆቃና ጭካኔ መሆኑ አይቀርም:: ክፍለ ዘመኑ በዓለም ታሪክ ውስጥ በደም አፋሳሽነቱ ወደር ያልተገኘለት ነው::

ጥናቶች እንደሚያሳዩት ባለፉት መቶ ዓመታት ገደማ በሰው ልጆች ላይ የሚፈጸሙ ፍጅቶችና መቅሰፍቶች በማይታመን መጠን ጨምረዋል:: አገሮች ከመላው ክፍለ ዓለማት ተቧድነው ሁለት ታላላቅ ጦርነቶችን

---

[99] Benjamin Reilly, "Political Engineering and Party Politics in Conflict-Prone Societies," *Democratization,* Vol. 13, No. 5 (December 2006), p. 811.

[100] "Understanding now the human condition, I dedicate this book to my dog.

To Babar:
Would that all humans
Shared your beastliness"

ተዋግተዋል:: በዚህም ከ100 ሚሊዮን በላይ ሰዎች አልቀዋል:: መንግሥታት በየክፍለ ዓለማቱ፣ በየቀጠናውና በየጎረቤቱ በመቶዎች የሚቆጠሩ ጦርነቶች አድርገዋል፤ ብዙ ሚሊዮኖችም አልቀዋል:: ሠላሳ ሁለት አገሮች በተካፈሉበት በአንደኛው የዓለም ጦርነት በሰላማዊ ዜጎች ላይ የደረሰው አደጋ 14 በመቶ ሲሆን፣ ስልሳ አንድ አገሮችን ባሳተፈው ሁለተኛው የዓለም ጦርነት 67 በመቶ፣ በክፍለ ዘመኑ መገባደጃ ደግሞ ወደ 90 በመቶ እንዳሻቀበ መረጃዎች ይጠቁማሉ::[101]

በተለይ ከሶሻሊስቱ ጎራ መፈራረስ በኋላ በብሔረሰባዊና ሃይማኖታዊ ማንነት ላይ የተመሠረቱ ግጭቶች በመጠን፣ በአውዳሚነትና በዘግናኝነት ከፍተኛ ጭማሪ አሳይተዋል:: ይህን ተከትሎ ዓለማችን ከርዕዮተ ዓለማዊ ግጭቶች ወደማንነት ግጭቶችና ጦርነቶች ስለመሸጋገሯ በስፋት ተጽፏል፤ ተተንትኗልም:: በአጠቃላይ፣ ከቀዝቃዛው ጦርነት ማብቃት ወዲህ አውዳሚ የሆኑ ግጭቶችና ጦርነቶች እየተካሄዱ ያሉት በአገሮች መካከል ሳይሆን በአገሮች ውስጥ በብሔረሰቦችና በሃይማኖቶች ስም በተደራጁ ቡድኖች መካከል ነው::[102]

---

Donald G. Dutton, *The Psychology of Genocide, Massacres and Extreme Violence: Why "Normal" People Come to Commit Atrocities* (Westpoint: Praeger, 2007)

[101] በዚህ ጉዳይ ላይ የሩዶልፍ ሩሜል መጻሕፍት ዝርዝር መረጃ ይሰጣሉ፡- Rudolph Rummel, *Statistics of Democide: Genocide and Mass Murder Since 1900* (Charlottesville: Center for National Security Law, 1997), p. 355; and Rudolph Rummel, *Death by Government* (New Brunswick: Transaction, 1994), p. xvii-xx.

[102] በቀዝቃዛው ጦርነት ማብቃት ማግስት እንደ ፕሮፌሰር ፍራንሲስ ፉኩያማ ያሉ ምዕራባዊያን ምሁራን፣ "ሊብራል ዴሞክራሲ አሸነፈ፣ ከዚህ በኋላ የርዕዮተ ዓለም ግጭት አይኖርም፣ የመጨረሻውና ብቸኛው አማራጭ ሊብራል ዴሞክራሲ ሆኖ በመውጣቱ የታሪክ መጨረሻ ሆኗል ሊባል ይችላል" የሚል ሐሳብ አቅርበው ነበር፡፡ *The End of History and the Last Man* (1992) የሚለውን የፉኩያማን መጽሐፍ ይመለከቷል፡፡ ሆኖም ፕሮፌሰር ፉኩያማ በተቃራኒ እንደ ቤንጃሚን ባርበር (Benjamin Barber, *Jihad vs. McWorld: Terrorism's Challenge to Democarcy,* 1995)፣ ሳሙኤል ሃንቲንግተን (Samuel Huntington, *The Clash of Civilizations and The Remaking of World Order,* 1996) ወዘተ. ያሉ ምሁራን በሥልጣኔ፣ በሃይማኖት እና በብሔረሰባዊ ማንነት ላይ የተመሠረቱ ግጭቶች ሊበራከቱ እንደሚችሉ አስገንዝበው ነበር፡፡

በቀድሞዋ ዩጎዝላቪያ በተለይም በቦሲንያና በኮሶቮ፣ እንዲሁም በአፍሪካዊያኑ በሩዋንዳ፣ ቡሩንዲ፣ ኮንጎ ወዘተ. የማይታመኑ እልቂቶች ተከስተዋል:: በሱዳን ዳርፉር መቶ ሺህዎች በገዛ መንግሥታቸው በሚደገፉ ኀይሎች ተጨፍጭፈዋል:: እልቂቱና ስደቱ ዛሬም እንደቀጠለ ነው::

ደቡብ ሱዳን ነጻ በወጣች ማግስት እንደገና ወደ እርስ በርስ ግጭት በመግባቷ፣ ብዙዎች በብሔረሰባዊ ማንነታቸው ምክንያት ዲንካና ኑዌር በሚል እርስ በርስ ተፋጅተዋል፤ አሁንም ግጭቱም ሆነ የንጹሐን ሞትና ስደት አልቆመም:: አገሪቱ የሦስተኛ ዓመት የነጻነት በዓሏን ሐምሌ 3 ቀን 2006 ዓ.ም. ባከበረች ማግስት በዲንካና ኑዌር ብሔረሰቦች መካከል የተነሳው የእርስ በርስ ግጭት በዓለም አቀፍ ሸምጋዮችም የሚፈታ አልሆነም:: በዚህ ምክንያት በአገሪቱ ብሔረሰቦች መካከል አንዴ ሞቅ ሌላ ጊዜ ቀዝቀዝ እያለ በሚካሄደው ግጭት ምክንያት በሺህዎች የሚቆጠሩ ንጹሐን በማንነታቸው ምክንያት ተገድለዋል፤ በሚሊዮኖች የሚቆጠሩት ደግሞ ቤት ንብረታቸውን ጥለው ተሰደው ዩጋንዳ፣ ኬንያና ኢትዮጵያ በየስደተኛ መጠለያው የመከራ ሕይወት እየገፉ ይገኛሉ::

በኢትዮጵያም ጽንፈኛ የብሔረሰብ ፖለቲካ ለዘመናት አብረው በኖሩ ማኅበረሰቦች መካከል የነበሩ ድልድዮችን በመስበር፣ አላስፈላጊ ፉክክርን በማስፈን እንዲሁም አለመተማመንንና ጥላቻን በማፋፋም በመቶ ሺህዎች ለሚቆጠሩ ኢትዮጵያዊያን ሞትና አካል ጉዳት ምክንያት ሆኗል:: በሚሊዮኖች የሚቆጠሩት ቤት ንብረታቸውን እና ቀያቸውን ጥለው ተፈናቅለዋል::

በአገራችን ማኅበራዊ ግጭቶች ከድንገተኛነትና ውስንነት አልፈው ወደ ሰፊና ስልታዊ የዘር ጥቃት ድርጊቶች እየተሸጋገሩ መምጣታቸውን፣የብሔረሰብ ጥላቻ በስሙ ሐውልት ማስቀረጹን፣ ይህም ለሌላ ዙር እልቂትና ለአገር ህልውና መጥፋት በር ከፋች ሊሆን መቻሉን እየታዘብን ነው:: ባጭሩ፣ በተለያዩ የአገሪቱ አካባቢዎች

የሚቀሰቀሱት ልጓቅ ሠራሽ የብሔረሰብ ግጭቶች በፍጥነት ሥርዓታዊ መፍትሔ ካልተበጀላቸው በስተቀር፣ ቀስ በቀስ ወደለየለት ቀውስ፣ እልቂትና የአገር ብተና ሊወስዱን እንደሚችሉ በግልጽ እየታየ ነው::[103]

## 6.1 ጥቂት ስለ ዘር ማጥፋት ወንጀል

በብሔረሰባዊና ሃይማኖታዊ ማንነት ላይ ተመርኩዘው ከሚደረጉ ጥቃቶች መካከል እጅግ አሰቃቂ የሆነው እና "የወንጀሎች ሁሉ ወንጀል" ተብሎ የሚታወቀው የዘር ማጥፊት ወንጀል ወይም ‹ጄኖሳይድ› ነው:: ‹ጄኖሳይድ› የሚለውን ቃል የዘር ማጥፋት ወንጀልን እንዲገልጽ በ1936 ዓ.ም. የፈጠረው እና በዓለም አቀፍ ሕግጋት ውስጥ እንዲካተት ከፍተኛ ጥረት ያደረገው ራፋኤል ለምኪን የተባለ የፖላንድ ተወላጅ አይሁዳዊ የሕግ ምሁር ነው::[104] ወቅቱ የናዚ ጀርመን መሪዎች ለአይሁዳዊያን "የማያዳግም መፍትሔ" ያሉትን እጅግ ዘግናኝ ጭፍጨፋ የሚፈጽሙበት ጊዜ ነበር:: ይህንን የወንጀል ተግባር ከሰብአዊ ጥቃቶች ለይቶ በልዩ ወንጀልነት ለማስቀመጥ በመጀመሪያ የዘር ማጥፋትን ትርጉም መወሰን አስፈላጊ ነበር::

ስለሆነም ከብዙ ክርክር በኋላ የተባበሩት መንግሥታት ድርጅት ጠቅላላ ጉባኤ በታኅሣሥ 1939 ዓ.ም. ያሳለፈው ውሳኔ ቁጥር A/Res/96(I) የዘር ማጥፋት ወንጀል የሚባለው የወንጀል ተግባር ፖለቲካዊ፣

---

[103] ኢሕአዴግ ሥልጣን ላይ ከወጣበት ጊዜ ጀምሮ በርካታ ኢትዮጵያዊያን በማንነታቸው ምክንያት በየአካባቢው በግፍ ተገድለዋል፡፡ ከለውጡ በኋላ ደግሞ ሁኔታው ተባብሶ ሺህዎች በተሰበሰቡበት ሰው ተዘቅዝቆ ተሰቅሏል፤ ንጹሐን በደንጋይ ተወግረው ተገድለዋል፤ በጅምላ ተጨፍጭፈዋል፤ ከልጆቻቸውና ወላጆቻቸው ፊት በግፍ ተገድለዋል፤ ከነ ነብሳቸው ተቃጥለዋል ወዘተ.፡፡ የዜጎችን ደኅንነት ይጠብቃሉ ተብለው የተመደቡ የመንግሥት የጸጥታ ኀይሎች በእንዲህ ዓይነቱ ተግባር ተሳታፊ እየሆኑ መምጣታቸው ደግሞ አደጋውን የከፋ ያደርገዋል፡፡

[104] ራፋኤል ለምኪን (Raphael Lemkin) ‹ጀኖሳይድ› (Genocide) የሚለውን ቃል የፈጠረው ከግሪክ ‹ጀኖስ› (Genos) የሚለውን "ነገድ፣ ዘር" ወዘተ. የሚገልጽ ቃል እና ከላቲን ‹ሳይድ› (Cide) የሚለውን "ማጥፋት" የሚል ትርጉም ያለውን ቃል በማጣመር ነው፡፡ ለምኪን ይሁዲ ቢሆንም በዘር ማጥፋት ወንጀል ላይ መጻፍና ትግል ማድረግ የጀመረው ናዚ ጀርመን በአይሁዳዊያን ላይ ያን ሁሉ ፍጅት ከመፈፀሙ በፊት ነበር፡፡ እ.አ.አ በ1944 "Axis Rule In Occupied Europe" የሚል መጽሐፍ ጽፎ ነበር፡፡ ሒትለር ሥልጣን መያዙን ተከትሎ ፖላንድ በሚገኙ አይሁዳዊያን ላይ መጠነ-ሰፊ ጭፍጨፋ ሲፈፀም፣ ለምኪን መጀመሪያ ወደ ስዊድን ከሄደ በኋላ በጃፓን አድርጎ ወደ አሜሪካ አቅንቶ በዬል እና ዱክ ዩኒቨርሲቲዎች ውስጥ በሕግ

ኢኮኖሚያዊና ማኅበራዊ ቡድኖችን ማጥፋትን ወይም መግደል እንዲያካትት ተስማማ:: ነገር ግን ከሁለት ዓመታት በኋላ በታኅሣሥ 1941 የጸደቀው A/RES/260A (III) ደንብ ጠባቡን በዘርና በእምነት ማንነት ላይ ያተኮረውን ትርጉም እንዲይዝ በመደረጉ፣ "የዘር ማጥፋት ወንጀልን ስለመከላከልና መቅጣት ስምምነት" (አንቀጽ 2) መሠረት የዘር ማጥፋት ወንጀል ተፈፀመ የሚባለው አንድን ብሔረሰብ፣ ዘውግ፣ ጎሳ ወይም የሃይማኖት ተከታይ ማኅበረሰብ በጠቅላላው ወይም በከፊል ለማጥፋት በማሰብ የሚከተሉት አምስት ተግባራት ሲፈጸሙ ነው፡-

1) የቡድኑን አባላት መግደል፤ 2) በቡድኑ አባላት ላይ ጽኑ አካላዊ ወይም አእምሯዊ ጉዳት ማድረስ፤ 3) በማኅበረሰቡ አኗኗር ላይ በሙሉ ወይም በከፊል አካላዊ ጥፋት ለማስከተል የተሰላ እርምጃ መውሰድ፤ 4) በማኅበረሰቡ ውስጥ ወሊድ (መራባት) እንዳይደረግ ወይም እንዳይኖር የታለመ እርምጃ መውሰድ፤ 5) የማኅበረሰቡን ሕፃናት በግድ ወደ ሌላ ማኅበረሰብ ማዛወር::

ከዘር ማጥፋት ወንጀል ጋር ተቀራራቢ ትርጉም ያለው፣ "ዘር ማጽዳት" (ethnic cleansing) ተብሎ የሚጠራው የወንጀል ተግባር ደግሞ፣ አንድን ማኅበረሰብ ከኖረበት አካባቢ በኀይል ማፈናቀልን የሚመለከት ነው:: ይህ የወንጀል ተግባር ምንም እንኳን ስቃይን፣ ስደትን እና ግድያን ቢያካትትም የዘር ማጽዳት ወንጀል ዓላማው ተጠቂውን ማኅበረሰብ ማፈናቀል እንጂ በሙሉ ወይም በከፊል ማጥፋት አይደለም:: ይሁን እንጂ የዘር ማጽዳት እርምጃ በጊዜ ካልተገታ ወደ ዘር ማጥፋት መሸጋገሪያ መሆኑን በመገንዘብ የተመድ ጠቅላላ ጉባኤው በ1984 ዓ.ም. ዘር ማጽዳት የዘር ማጥፋት ወንጀል ዓይነት መሆኑን ወስኗል::[105]

---

መምህርነት አገልግሏል፡፡ በኋላም በዋሽንግተን ዲሲ በልዩ ልዩ የመንግሥት ማማከር ሥራዎች ተሰማርቶ ቆይቶ እ.አ.አ. በ1959 ከዚህ ዓለም በሞት ተለይቷል፡፡ ራፋኤል ለምኪን የተባበሩት መንግሥታት ድርጅት በዘር ማጥፋት ወንጀል ላይ ጠንካራ አቋም እንዲኖረው ያላሰለሰ ትግል ያደረገ ታላቅ ምሁር ነው፡፡

105 በዘር ማጥፋት እና ዘር ማጽዳት ወንጀሎች መካከል ያለውን አንድነትና ልዩነት በተመለከተ የሚከተለውን ጽሑፍ ይመልከቱ፡- William A. Schabas, "'Ethnic Cleansing' and Genocide: Similarities and

የዘር ማጥፋት ወንጀል ከሰብአዊ መብቶች ጥሰት እጅግ የላቀ የወንጀል ተግባር ነው:: በሰው ልጆች ላይ ከሚያደርሰው እኩይ መቅሰፍት የተነሳ፣ የዘር ማጥፋት ወንጀል በራሱ በሥልጣኔ ላይ የተቃጣ፣ ግን ደግሞ የሥልጣኔ አካል የሆነ፣ አረመኔያዊ ወንጀል ተደርጎም ይቆጠራል::

የዘር ማጥፋት ወንጀልን በተመለከተ በርካታ የተራራቁ ምሁራዊ አስተያየቶችና ብያኔዎች ቢኖሩም፣ አጠቃላይ ተቀባይነት ያገኘው እና ወንጀሉን ለመከላከል፣ ለማስቆምም ሆነ ለመቅጣት አመቺ የሆነው ሕጋዊ ትርጉም ከላይ የተቀመጠው ነው:: እንደ ዊሊያም ሻባስ ያሉ የታወቁ የሕግ ምሁራን እንደሚስማሙበት፣ የዘር ማጥፋት ወንጀልን ለመዳኘት የሚያገለግል የሕግ ማሕቀፍ ሰባት አንቀጾችን ካካተተው ከኑረምበርግ መርሆች እና ከዘር ማጥፋት ወንጀል (ጄኖሳይድ) ስምምነት ጀምሮ ለግማሽ ምዕተ ዓመት የኖረ በመሆኑ አዲስ ብያኔ መቅረጽ አስፈላጊ አይሆንም::[106]

የሆነ ሆኖ፣ ትርጉሙ ብቻ ሳይሆን፣ የዘር ማጥፋት ወንጀል የዘመናዊነት ውጤት ነው ወይስ ጥንትም የነበረ የወንጀል ተግባር ነው? የሚለው ጥያቄም ምሁራንን በስፋት እያከራከረ የሚገኝ ጉዳይ ነው::[107]

---

Distinctions," *European Yearbook of Minority Issues*, Vol. 3 (2003/4), pp.109-128.

[106] William A. Schabas, *Genocide in International Law: The Crime of Crimes* (Cambridge: Cambridge University Press, 2009), p. 646.

[107] የዘር ማጥፋት እና/ወይም የዘር ማጽዳት ወንጀል በሁሉም ዘመናት መከሰቱ እውነት ቢሆንም፣ በመጠኑም ሆነ በይዘቱ እየሰፋና እጅግ አውዳሚ እየሆነ የመጣው ግን ከዘመናዊነት ጋር ተያይዞ መሆኑን ‹ማይክል ማን› የተባለው ምሁር ያብራራል፡፡ ይኸውም ብሔረሰቦች የየራሳቸውን አገረ መንግሥት ወይም "ንጹሕ" የብሔረሰብ አስተዳደር ለመፍጠር በማለም አብረዋቸው የሚኖሩትን "ሌሎች" ማኅበረሰቦችን ስለሚጨፈጭፉ፤ ጭፍጨፋውም [ሚዲያን ጨምሮ] በዘመናዊ መሣሪያዎች እየታገዘና መጠኑ እየሰፋ ስለመጣ ነው፡- Michael Mann, *The Dark Side of Democarcy: Explaining Ethnic Cleansing* (Cambridge: Cambridge University Press, 2005), p.2.

## 6.1.1 ምክንያቶች

የዘር ማጥፋት ወንጀል መሠረታዊ መንስኤዎች ምንድን ናቸው? የባህል፣ ቋንቋና እምነት ልዩነቶች፣ የሀብት ክፍፍል ችግሮች፣ የፖለቲካ ሥልጣንና ውክልና፣ የዘመናዊነት ተጽዕኖዎች፣ የሰው ልጅ እኩይ ተፈጥሮ ወይስ ውስብስብ የሥነ ልቡና ችግሮች? የሚሉትና እነዚህን የመሳሰሉ ሌሎች ጥያቄዎች ምሁራንን በስፋት ሲያከራክሩ የቆዩ ጉዳዮች ናቸው::

የዘር ማጥፋት ወንጀል በዓላማም ይሁን በግብ ደረጃ በዘር፣ በጎሳ እና በሃይማኖታዊ ማንነቶች ላይ የተመሠረተ ይሁን እንጂ፣ ለምሳሌ እንደ ሩዋንዳ ባሉት አገሮች ውስጥ የብሔረሰብ ድንበሮች፣ ቋንቋ፣ ባህል ወይም እምነት ቀዳሚ የግጭት ምክንያቶች አልነበሩም:: ሁቱና ቱትሲ ተብለው ጎራ የለዩት እና በኋላም በቱትሲዎችና በለዘብተኛ ሁቱዎች ላይ ያ ሁሉ መከራ የደረሰው የተለያየ ቋንቋ ስለሚናገሩ ወይም

የተለያዩ ሃይማኖት ስለሚከተሉ አልነበረም:: የሚናገሩት ቋንቋ አንድ ዓይነት ሲሆን፣ የሚከተሉት ሃይማኖትም ተመሳሳይ ነው::

በሶማሊያ የተካሄደው "የጎሳ ማጽዳት" የወንጀል ተግባርም በሶማሊያ ተወላጆች መካከል የቋንቋና ሃይማኖት ልዩነት ስላለ የተካሄደ አይደለም:: ሶማሌዎች አንድ ቋንቋ የሚናገሩ እና ሁሉም በሚባል ደረጃ የሱኒ እስልምና ሃይማኖትን የሚከተሉ እንደሆኑ ይታወቃልና::[108] ሰርቦችና ክሮአቶችም ቢሆኑ ‹ስላቪክ› ሕዝብ ነን የሚሉ እና አንድ ዓይነት ቋንቋ የሚናገሩ ሕዝቦች ናቸው::

---

[108] ሌሎች የቅርብና የሩቅ ኀይሎች ሶማሊያን ለማዳከምና ለማፈራረስ የሠሩትና የሚሠሩት አፍራሽ ሥራ እንደተጠበቀ ሆኖ፣ የዚያች አገር ትልቁ ችግር ውስጣዊ ሲሆን፣ ይህም ከልኂቅ ሠራሽ ጽንፈኛ የጎሳ አስተሳሰብ ጋር የተያያዘ ነው:: በሶማሊያ የተካሄደውን "የጎሳ ማጽዳት" ወንጀል በሚመለከት የሚከተለውን መጽሐፍ ማንበብ ጥሩ ግንዛቤ ይሰጣል፦ Liedwien Kapteijins, *Clan Cleansing in Somalia: The Ruinous Legacy of 1991* (Philadelphia: The University of Pennsylvania Press, 2013)

ስለሆነም የቋንቋ እና/ወይም የብሔረሰብ፣ የሃይማኖት ወዘተ. አንድነት ብቻውን የዘር ማጥፋት ወንጀልን አያስቀረውም:: የተለያዩ ቋንቋዎችን የሚናገሩ ወይም የተለያዩ ሃይማኖቶችን የሚከተሉ ማኅበረሰቦችም ሁልጊዜም ይጠፋፋሉ ማለት አይደለም:: በአንድ አገር ውስጥ የተለያየ ማንነት ያላቸው ማኅበረሰቦች መኖራቸው እና ልዩነቱ ሥር ወደ ሰደደ ጥላቻ ማደጉ ወይም የኢኮኖሚ ድቀት መኖሩ ወይም የቅርብና የሩቅ ኀይሎች አቀጣጣይ ሚና መጫወታቸውም በራሳቸው የዘር ማጥፋት ወንጀል እንዲከሰት ምክንያት አይሆኑም:: እነዚህ ሁሉ ምክንያቶች የየራሳቸው አስተዋጽዖ ቢኖራቸውም የዘር ማጥፋት ወንጀል በዋናነት የግልና የቡድን ዓላማቸውንና ጥቅማቸውን ለማስከበር በቆረጡ (በአመዛኙ በሥልጣን ላይ ባሉ) ልኂቃን አማካይነት የሚፈጸም የወንጀል ተግባር ነው::

ባጠቃላይ የዘር ማጥፋት ወንጀል ልኂቅ ሠራሽ በሆነ ጽንፈኛ ትርክት ላይ የተመሠረተና በልኂቃኑ አርክቴክትነትና በጭፍሮቻቸው መሪ ተዋናይነት የሚፈጸም የወንጀል ተግባር ሲሆን፣ ወንጀሉን በተለያየ

ደረጃ የሚፈጽሙና የሚያስፈጽሙ ቡድኖች ደግሞ የተለያዩ (ተመጋጋቢ ይዘት ያላቸው) ምክንያቶች ይኖሯቸዋል::[109]

ከእነኝህ ውስጥ አንዱ ፖለቲካዊ ምክንያት ሲሆን፣ የጥቃቱ ዒላማ በሥልጣን ላይ ያለውን አገዛዝ አደጋ ላይ ሊጥል ይችላል ተብሎ የሚገመትን ብሔረሰብ ወይም ሃይማኖታዊ ቡድን በተቻለ መጠን አዳክሞ ሰጥ ለጥ አድርጎ ለመግዛት፣ ይህ ካልሆነ ደግሞ ከምድረ ገጽ ጠራርጎ ለማጥፋት የሚፈጽም የወንጀል ተግባር ነው:: በተለይ ጠላት ተብሎ የተፈረጀው የኅብረተሰብ ክፍል በአልሞት-ባይ ተጋዳይነት ራሱን ለመከላከል የሚታገል ከሆነና ከዚያም አልፎ ያን የኅብረተሰብ ክፍል የሚወክሉ ልኂቃን (ለምሳሌ የሩዋንዳ አርበኞች ግንባር እንዳደረገው)

[109] የዘር ማጥፋት ወንጀል እንዲካሄድ መደላድል የሚሆኑ የልዩነት ትርክቶችን እና ቅራኔዎችን የሚፈጥሩና የሚያቀጣጥሉት በአመዛኙ ቅኝ ገዥዎች፣ ሚሲዮናዊያን፣ የውጭ ምሁራንና ማንነትን በፖለቲካ መሣሪያነት የሚጠቀሙ የአገር ውስጥ ጥቅመኛ ልኂቃን ናቸው::

በኀይል ሥልጣን ለመያዝ የሚሞክር ከሆነ በሥልጣን ላይ ያለው አካል የሚወስደው በፍርሃት ላይ የተመሠረተ እርምጃ እጅግ አሰቃቂና አውዳሚ ይሆናል::

ሁለተኛው ምክንያት ኢኮኖሚያዊ ይዘት ያለው ሲሆን፣ ይህም በተለይ የኢኮኖሚ ድቀትና ቀውስ በሚከሰትበት ጊዜ፣ አንድ ብሔረሰብ ወይም የኅብረተሰብ ክፍል ተለይቶ ለቀውሱ ተጠያቂ ከሚደረግበት ሁኔታ ጋር የተያያዘ ነው::[110] እርምጃው ተሰባጥረው በሚኖሩና በኢኮኖሚው መስክ ውጤታማ በሆኑ (ወይም ኢፍትሐዊ በሆነ መልኩ ተጠቅመዋል ተብለው በሚታሰቡ) ማኅበረሰቦች ላይ ያነጣጠረ ሲሆን፣ እነሱ የተሳካላቸው በእኛ ኪሳራ ላይ ነው የሚል ትርክት በመፍጠር፣ በእነዚህ ማኅበረሰቦች የቢዝነስ እንቅስቃሴ ላይ አሉባልታዎች ከመንዛትና አድማ ከማድረግ ጀምሮ ከፍተኛ ቀረጥ እስከመጣል፣ ንብረታቸውን መውረስና ማክሰርን ጨምሮ እስከ መግደል የሚደርሱ በደሎች ይፈጽሙባቸዋል:: እርምጃው በተለይ "በመጤነት" የተፈረጁ ማኅበረሰቦችን በማስፈራራትና በማስገደድ ማባረር እነዚህን ፖለቲካዊና ኢኮኖሚያዊ መልኮች ያቀላቀለ ከመሆንም አልፎ፣ የጥቃቱ ተዋናዮች ወደፊት ለሚመኙት "ንጹሕ" ክልል ወይም አገር መንገድ የሚጠርግ ሂደት ተደርጎ ይቆጠራል::[111]

ይህ ማኅበረሰቦችን በማንነታቸው ለይቶ የማፈናቀል ወንጀል "ዘር ማጽዳት" ተብሎ ይታወቃል:: እንዲህ ዓይነቱ በነባር/መጤ አስተሳሰብ ላይ የተመሠረተ የዘር ማጽዳት ወንጀል በጊዜ መፍትሔ ካልተሰጠው በስተቀር፣ ወደ የዘር ማጥፋት ወንጀልነት የመሸጋገር ዕድሉ ከፍተኛ ነው::[112]

---

[110] ተመራማሪዎች "The scapegoat Theory" ይሉታል::

[111] በዚህ ጉዳይ ላይ የኤሚ ቹዋን መጽሐፍ ማንበብ ብዙ ትምህርት ይሰጣል:- Amy Chua, *World on Fire: How Exporting Free Market Democracy Breeds Ethnic Hatred and Global Insecurity* (New York: Anchor Books, 2004)

[112] ለሩዋንዳ የዘር ፍጅት ከፍተኛ አስተዋጽዖ ያደረገው እንዲህ ዓይነቱ በተለይ በሚሽነሪዎች፣ በቅኝ ገዥዎች የተፈጠረ እና በኋላም የአገዛዝ ሥርዓቶቹ እንዳለ ተቀብለው ሲሠሩበት የኖሩት የነባር/መጤ አስተሳሰብ

ሌላው በዘር ጥቃት መንስኤነት የሚታወቀውና ረቀቅ ያለው ምክንያት ሥነ ልቡናዊ ምክንያት ነው:: ይኸውም ዋነኞቹን አሉታዊ ስሜቶች ማለትም በቀልን፣ ቅናትን እና ስጋትን የያዘው ምክንያት ነው:: የዚህ አጠቃላይ መንፈስ መንስኤዎች በታሪክ ላይ የተመሠረተ ወይም ነባራዊ፣ በእውነት ላይ የተመሠረተ ወይም ምናባዊ ሊሆኑ ይችላሉ::

ምሁራን አነስተኛ ቁጥር ባላቸው (ህዳጣን) ማኅበረሰቦች ላይ የሚካሄዱ ጭፍጨፋዎችን በማጥናት ረገድ ከሚያጋጥሙ ተግዳሮቶች ግንባር ቀደሙ በነባራዊው እውነታና በኅሊናዊ ግንዛቤ መካከል የሚስተዋለው ተቃርኖ መሆኑን ይገልጻሉ::[113]

የሩዋንዳን ሁኔታ እንደ አብነት ብንመለከት፣ የሁቱዎች ብሔራዊ የበላይነት ከ1952 ዓ.ም. ጀምሮ በይፋ ቢመሠረትም፣ በዕለት ተዕለት ሕይወት ውስጥ ግን የተዋረድ ግንዛቤው ሊለወጥ አልቻለም ነበር:: የቱትሲዎች ታሪካዊ፣ ባህላዊ፣ ቁሳዊና አካላዊ የበላይነት ላይ የተመረኮዙ ፍረጃዎች (stereotypes) በሰፊው የሁቱ ማኅበረሰብ ውስጥ የቅናት፣ የበቀልና የስጋት ምንጮች ነበሩ:: ሁቱዎች ሥልጣን ከጨበጡ በኋላ እነዚህን ስሜቶች ከማጥፋት ይልቅ ቅኝ ገዥዎች በፈጠሯቸው የሐሰት ትርክቶች ራሳቸውን ኮድኩደው ቀጠሉ:: ሁቱዎችና ቱትሲዎች በቋንቋ፣ በመልክዓምድር ወይም በሃይማኖት የማይነጣጠሉ ሆነው ሳለ፣ ሁቱዎቹ ካቶሊክ ቤተ ክርስቲያንና ቅኝ ገዥዎች (መጀመሪያ ጀርመኖች እና በኋላ ቤልጂሞች) የፈጠሩትን የማንነት ልዩነት እውነት አድርገው ተቀበሉት:: ሁቱዎች ነባር፣ ቱትሲዎች ግን ከሌላ ቦታ (በተለይም ከኢትዮጵያ) የመጡ ናቸው የሚለው ትርክት ትልቅ ቦታ ያዘ፤ የፖለቲከኞች ዓይነተኛ መጠቀሚያም ሆነ::

---

መሆኑን ፕሮፌሰር ማሕሙድ ማምዳኒ በሚያሳምን መልኩ ገልጾታል፡- Mahmood Mamdani, *When Victims Become Killers: Colonialism, Nativism, and the Genocide in Rwanda* (Princeton: Princeton University Press, 2001), p.34.

[113] Nicholas Robins and Adam Jones (eds.), *Genocide by the Oppressed: Subaltern Genocide in Theory and Practice* (Bloomington: Indiana University Press, 2009), p. 11.

ከዚህ አስተሳሰብ በመነሳት፣ በሁቱዎች የበላይነት የሚመራው መንግሥት በቱትሲዎች ላይ ይህ ቀረሽ የማይባል የበቀል ጭቆና ሲፈጽምባቸው ቆይቷል:: በርካቶች ተገድለዋል፣ አገራቸውን ጥለው ተሰድደዋል ወዘተ.::

በ1950ዎቹ የተሰደዱት ቱትሲዎች ልጆች በ1980ዎቹ መጀመሪያ ወደ አገራቸው ለመመለስ የሩዋንዳ አርበኞች ግንባር የተሰኘ አማጺ ጦር በዩጋንዳ መሥርተው ትግል ሲጀምሩ ብዙዎቹ ቱትሲዎች የእንቅስቃሴው ደጋፊዎች አልነበሩም:: ይሁንና እንቅስቃሴው በብዙ ቱትሲዎች ዘንድ የማይደገፍ ቢሆንም፣ የሁቱዎች የማይሞት ስጋት እንዲያንሰራራ በማድረግ ረገድ ግን ከፍተኛ አስተዋጽዖ ነበረው::

በዚህ ምክንያት በሁቱዎች ዘንድ ቱትሲዎች አሁንም ሥልጣናችንን ቀምተው የጥንቱን አገዛዝ ሊጭኑብን እያሴሩ ነው የሚል ከፍተኛ ፕሮፓጋንዳ ተቀሰቀሰ:: አንዳንድ ወቅታዊ አቀጣጣይ ጉዳዮች ሲጨመሩበት ደግሞ፣ ሁኔታው ወደ ዘር ማጥፋት ሥነ ልቡና አደገ:: ለምሳሌ ሁቱዎች በነሐሴ ወር 1985 ዓ.ም. የተደረገው የአሩሻ ስምምነት ለቱትሲዎች ያደላ ነው የሚል ቁጭት አድሮባቸው ነበር:: ከሁቱ ማኅበረሰብ የወጣው የቡሩንዲው ፕሬዚዳንት ሜልኮር ንዳዳየ በቱትሲ ጄኔራሎች ጥቅምት 1986 ዓ.ም. መገደሉ ነገሩን ይበልጥ አወሳሰበው:: በእንቅርት ላይ ጆሮ ደግፍ እንዲሉ፣ ይህን የስጋት ጡዘት ለመደምደም የሩዋንዳው ፕሬዚዳንት ሀቢሪማናም በሚያዝያ 1986 ዓ.ም. በአውሮፕላን አደጋ ሕይወቱ አለፈች:: አደጋውን ተከትሎ አገሪቱ ወደ ደም ምድርነት ተቀየረች:: የዓለም አቀፉ ማኅበረሰብ ዓይኑ እያየ በመቶ ቀናት ውስጥ አንድ ሚሊዮን የሚጠጉ ቱትሲዎችና ለዘብተኛ ሁቱዎች ተጨፈጨፉ::[114] የጽንፈኛ የማንነት ፖለቲካ የመጨረሻ ውጤት በግልጽ ታየ::

[114] ቱትሲዎች አርብቶ አደሮች ሲሆኑ፣ ሁቱዎች አርሶ አደሮች ነበሩ:: የጀርመንና የቤልጂም ቅኝ ገዢዎች ይህንን ልዩነት በመለጠጥ ቱትሲዎችን ረጃጅምና ባለ ሰልካካ አፍንጫ ስለሆናችሁ ለአውሮፓዊያን (ለነጭ ዘር) የቀረባችሁ ናችሁ በማለት ሥልጣን ሲሰጧቸው እና በልዩ ሁኔታ ሲንከባከቧቸው፣ ሁቱዎችን ደግሞ ያልሰለጠኑ ብቻ ሳይሆን የማይሰለጥኑ ታሪክ የለሽ የባንቱ ዝርያዎች ናቸው ይሏቸው ነበር:: በእንዲህ ዓይነቱ የከፋፍለህ ግዛ አካሄድ ላይ የካቶሊክ ቤተ ክርስቲያን ቄሶችም በከፍተኛ ደረጃ ተሳትፈውበታል::

ለጽንፈኛ ዘውጌ ብሔርተኞች "ሌላው" ብሔረሰብ የፖለቲካ ተወዳዳሪ፣ ባላንጣ እና ከዚያም አልፎ ታሪካዊ ጠላት ነው:: ይህን ጠላት ለማጥቃት በሚነድፉት መርሐ ግብር ውስጥ ታሪክ ነክ ፖለቲካ ዋነኛ የብሶት አስታዋሽና አንቀሳቃሽ ኀይል ሆኖ ያገለግላል:: ታሪክ ለጠባብ፣ አጭርና አፍራሽ ግብ እንዲውል በሚያመች መልኩ ይፈበረካል፣ ይጠለሻል፣ ይከለሳል ወዘተ.::

ጽንፈኛ ብሔርተኞች የታሪክ እስረኞች እንደመሆናቸው መጠን ለአብሮነትና አዎንታዊ መስተጋብሮች የከረረ ጥላቻ አላቸው:: ካሰመሩት ጠባብ ቅጥር ውጪ ያሉትን የታሪክ እውነታዎች በሙሉ የጭቆና እና የጨቋኝ ብሔረሰብ ገድሎች በማለት ያጣጥላሉ:: ቆምንለት የሚሉትን ብሔረሰብ ከሌሎች ጋር ያልተነካካ (ንጹሕ)፣ የፈጣሪ ቃል ኪዳን ያለው እና ፍጹም አድርገው ይስላሉ::

የራስወርቅ አድማሴ እንደገለጹት፦

> አክራሪ ጎሰኞች የማንነት መጋራትን፣ እንደድልድይ የሚያገለግሉ የብዝሃ-ማንነት ባለቤት የሆኑ ሰዎች መኖርን፣ ለሚያራምዱት አጀንዳ አመች አለመሆን በሚገባ ስለሚረዱት ይክዱታል፤ ያጥላሉታል፤ ያወግዙታል:: ጎሳቸውን ወይም ብሔረሰባቸውን በጠባቡ የሚያጥር ትርጉም ያስቀምጡታል:: ንጹሕነቱን መጠበቅንም ዋነኛ ጉዳይ ያደርጉታል::[115]

---

ሩዋንዳዊያንም (በተለይም ልኂቃኑ) ይህን ቅኝ ገዥዎች የፈጠሩላቸውን የማንነት ልዩነት በሚገባ ተቀብለውት ነበር:: የቱትሲ ልኂቃን ከጀርመኖችና በኋላም ከቤልጂሞች ጋር ለረዥም ጊዜ አብረው ሠርተዋል:: ሆኖም በምዕራቡ ዓለም ዴሞክራሲ ሥር እየሰደደ ሲመጣ እና በአፍሪካም ነጻነትና ዴሞክራሲ መምጣቱ እንደማይቀር ሲገነዘቡ፣ ቤልጂሞች (የካቶሊክ ቤተ ክርስቲያን ጭምር) ከሩዋንዳ ሕዝብ ውስጥ 80 በመቶ ገደማ ከሚሆኑት ሁቱዎች ጋር ማበር ጀመሩ:: ይህም በሁለቱ የሩዋንዳ ማኅበረሰቦች መካከል የነበረውን የሻከረ ግንኙነት ይበልጥ እያበላሸውና የእርስ በርስ ጥርጣሬውንና ጥላቻውን እያባባሰው ሄዶ የዘር ፍጅትን አዋለደ::

[115] የራስወርቅ አድማሴ፣ "በኢትዮጵያ የፖለቲካ ፍጅት መንስኤዎችና የዘር ማጥፋት ፍጅት አደጋ"፤ ባሕሩ ዘውዴ፣ የራስወርቅ አድማሴና ታደሰ ገሠሠ፣ *ያለመቻቻል ፖለቲካ ሰማዕታት፦ መቼም እንዳይደገም* (1988 ዓ.ም.)፣ ገጽ 78::

ስለሆነም “ሌላ” ወይም ባላንጣ እና ታሪካዊ ጠላቶቻችን ከሚሏቸው ጋር መጋባትና መዋለድ መርከስ ተደርጎ ይቆጠራል:: “የደም ጥራትን” (የዘር ንጽሕናን) መጠበቅ እንደ ትልቅ ተልዕኮ ይወሰዳል:: እነዚህ ኀይሎች በማኅበረሰቦች መካከል ያሉትን ቁስሎች በመሞዣቅ፣ የግጭት ገድሎችን ነጥሎ በማጋነን የቁጭት መንፈስን ለማቀጣጠል አበክረው ይሠራሉ:: የትናንቱ ግፍ ሳይበቃን፣ ዛሬም ለጥቃት ተጋልጠናል የሚል ፍርሃት ይዘራሉ:: በነጻነት፣ በፍትሕና ርትዕ ስም ለታሪካዊ በቀል ያነሳሳሉ::

የጽንፈኛ ዘውጌ ብሔርተኞች ፖለቲካ በአመዛኙ “መሰሪ ጠላታችን ሳይቀድመን እንቅደመው” በሚል መንፈስ የሚመራ ሲሆን፣ ቁልፍ አስተሳሰቡም [ባላንጣን] “አፈር ማስጋጥ፣ አንገት ማስደፋት፣ ቅስም መስበር፣ አከርካሪ መስበር”፣ “ሒሳብ ማወራረድ” ወዘተ. በሚሉ ሐረጎች ይገለጻል:: በባሕሪው ይህ የደመኝነት አስተምህሮ በነተበ የታሪክ እውነታ ወይም በለየለት ፈጠራ ላይ የተመሠረተ ነው:: ለምሳሌ የሰርቦች ቁጭት ከአምስት መቶ ዓመታት በፊት በ1381 ዓ.ም. በተደረገው የኮሶቮ ጦርነት ከደረሰባቸው ሽንፈት ይነሳና በሁለተኛው የዓለም ጦርነት በፋሽስታዊው የክሮኤሻ ኡስታሻ አገዛዝ እስከተፈፀመባቸው ግፍ ድረስ በቀጭን ክር ያስተሳስራል:: ይባስ ብሎም ቱርኮች በ14ኛው ክፍለ ዘመን፣ ክሮአቶች ደግሞ በ1940ዎቹ ለፈጸሙት በደል በ1990ዎቹ የቦሲንያ ሙስሊሞችን ተጠያቂ አድርጎ ጭዳ አድርጓቸዋል::

ተመራማሪዎች እንደሚጠቁሙት “ተጨቆንኩ” የሚለው ቡድን ሥነ ልቡና ጨቋኝ ከተባለው አካል አኳያ ካሳደረው ያለመተማመንና የቅናት ስሜት ጋር የተቆራኘ ነው:: እሮሮውም ቢሆን በእውኑም ሆነ በሕልሙ ባለጋራውን እያሰበ እንጂ በተጨባጭ ባለበት (ነባራዊ) ሁኔታ ላይ የተመረኮዘ አይደለም:: ናዚዎች፣ ሰርቦችና ሁቱዎች ፖለቲካዊም ሆነ ወታደራዊው ሥልጣን በእጃቸው ተጠቅልሎ እያለ፣ ጠላቶቻችን ሊያጠፉን ወይም ሊውጡን ነው የሚለው ደመነፍሳዊ

ቅዠት ይረብሻቸው ነበር:: ሁሉንም ይዘው ምንም የሌላቸው ሆነው ይቀርባሉ:: ግፍ እየፈጸሙ በደል እንደተፈጸመባቸው ወይም በደል ሊፈጸምባቸው ሲል ራሳቸውን እንደተከላከሉ አበክረው ይጮሃሉ:: የለየላቸው ጽንፈኛና ግፈኛ ሆነው ሳለ፣ ሌሎችን በጽንፈኝነት ይከስሳሉ::

እዚህ ላይ ልብ ሊባል የሚገባው ቁምነገር፣ ዋናዎቹ የጥላቻ ታሪክ አበጋዞች የአገም-ጠቀም ደራሲያን ሳይሆኑ በከፍተኛ ደረጃ የሰለጠኑ እና በየትምህርት ተቋማቱ ውስጥ የተሰገሰጉ "ምሁራን" መሆናቸው ነው:: እነዚህ ኃይሎች ለዘር ማጥፋት ወንጀል ከሚደረጉ የሥነ ልቡና ዝግጅቶች መካከል ዋነኞቹ የሆኑትን ጽንፈኛ ስሜቶችን የሚያጠናክሩ አስተሳሰቦችንና ሥርዓታትን በማስፋፋት፣ እንዲሁም "የጀግንነት" ወኔን በመቀስቀስ ረገድ በግንባር ቀደምነት ይሳተፋሉ:: "ያልተበረዘ ያልተከለሰ" ታሪካችንን ለመጻፍ ከእኛ በላይ ላሳር ይላሉ:: "ሌሎች" ወይም "ጠላቶች" በሚሏቸው አካላት የተጻፈውን ታሪክ እንደገና ለመጻፍ መነሳታቸውን ያውጃሉ:: የሕዝባችን እውነተኛ ታሪክ አልተጻፈም፣ ጠልሽቷል ወዘተ. እያሉ ስሜት ኮርኳሪ የሆነ አስተሳሰብ ያራምዳሉ:: እነዚህ አካላት ለዓላማቸው ማስፈፀሚያ እስከሆነ ድረስ በጥናትና ምርምር የተለወሱ ውሸቶችን ለመፈብረክና ለማራመድ ቅንጣት ያህል አያመነቱም:: አቅማቸው በፈቀደ መጠን የሚወጥኑት የአስተሳሰብ ጽዳት ከታሪክ አሻራዎች ጽዳት ይጀምራል:: ቤተ-መጻሕፍት፣ ቤተ-መዛግብት፣ የታሪክና ቅርስ መዘክሮች ዋነኞዎቹ ዒላማዎች ይሆናሉ:: የትምህርት ተቋማት፣ መገናኛ ብዙኃንና ሌሎችም ማኅበራዊ መድረኮች በጽንፈኛ አስተምህሮዎች ይቃኛሉ:: የቦታዎች፣ መንገዶች፣ ድርጅቶች፣ ተቋማት፣ አልፎም የግለሰብ ስሞች ሳይቀር ይለወጣሉ:: ነባር ሐውልቶች ፈርሰው በምትካቸው "የአዳዲስ ጀግኖች" ሐውልቶች እንዲቆሙ ይደረጋል::

በዚህ ረገድ በሩዋንዳ የነበረውን ሁኔታ ብንመለከት፣ የሁቱ "የታሪክ ምሁራን" ቱትሲዎች በዚያች አገር "የሠፈሩበትን" የታሪክ ሂደት፣

“የአገር ውስጥ ቅኝ አገዛዝ” (internal colonialism) በማለት ፕሮፓጋንዳ ሲሠሩበት ኖረዋል:: የሁቱ አክራሪዎች በ1980ዎቹ ባካሄዱት የጎሊና ብዝበዛ፣ እንዲህ ዓይነቱን ትርክት ተጠቅመው በሕዝባቸው ዘንድ ጥላቻን እና ፍርሃትን በማንገሥ ለእኩይ ዓላማቸው አመቻችተውታል::

ባጭሩ የታሪክ ፖለቲካ የዘር ማጥፋት ርዕዮት ምሰሶ ነው:: በማኅበረሰቦች መካከል የጠላትነት ታሪክን በመፍጠር ወይም አጉልቶ በማሳየት፣ ማኅበረሰቦችን የሚያስተሳስሩ ነባር የጋራ ዕሴቶችንና የአንድነት ድርና ማጎችን ጥያቄ ውስጥ በመጣል፣ በዚህም የጥርጣሬና አለመተማመንን እርሾ በማስቀመጥ ረገድ ደግሞ የታሪክ፣ የሥነ ጽሑፍና ሥነ ሰብዕ ምሁራን ሚና ከፍተኛ ነው::[116]

## 6.1.2 ተዋናዮች

ጭካኔና አረመኔያዊነት ቀለም፣ ብሔረሰብ፣ ጎሳ፣ ሃይማኖት፣ መደብ፣ ርዕዮተ ዓለም፣ የትምህርት ዝግጅት ወዘተ. አይለይም:: በሁሉም ክፍለ ዓለማት፣ በሁሉም ዘመናት እና ከዴሞክራሲ ውጭ ባሉት በሁሉም ሥርዓታት ውስጥ ተከስቷል:: ተራማጅ ነን፣ ለምዝብሮች እንታገላለን ይሉ የነበሩት ኮምዩኒስቶቹ እነ ጆሴፍ ስታሊን፣ ማኦ ሴቱንግ እና ፖልፖት በጨፍጫፊነታቸው ሒትለርን የሚያስከነዱ ነበሩ::

የሰው ልጆች በጃፓን፣ በካምቦዲያ፣ በኮንጎ፣ በቡሩንዲ፣ እንዲሁም በቅርቡ በመካከለኛው አፍሪካ እና በሶሪያ ተቃዋሚዎች መካከል እንደተከሰተው የሰውን (“የጠላትን”) ሥጋ እስከመብላት ድረስ ወደ አውሬነት እንደሚወርዱ በተደጋጋሚ ታይቷል:: ሥልጣኔ የሰው ልጅን አረመኔያዊ ባሕሪ ያሻሽለዋል የሚለው አስተሳሰብ ጥያቄ ውስጥ የወደቀ መሆኑን የሚያሳየን፣ በዘመናችን የወንጀሎች ሁሉ ወንጀል ተብሎ የሚታወቀው የዘር ማጥፋት ወንጀል መስፋፋት እና በወንጀል ተግባሩ በዋና አርክቴክትነትና ተዋናይነት የሚሳተፉት ሰዎች የትምህርት ዝግጅት ከፍተኛ መሆን ነው::

[116] Neil Kressel, *Mass Hate: The Global Rise of Genocide and Terror* (Boulder, CO: Westview, 2002) p. 97.

የዘር ማጥፋት ወንጀል (የወንጀል ተግባሩ) በሚፈጸምባቸው የመጨረሻዎቹ ጊዜያት ግብታዊና ድንገተኛ ባሕሪ ቢኖረውም፣ ወደዚያ ደረጃ የሚደርሰው ግን ብዙ ደረጃዎችን አልፎ ነው:: ወንጀሉ የራሱ ተዋናዮችና ውስጣዊ ሂደቶች ያሉት፣ በቡድን የሚፈጸም ወንጀል ሲሆን፣ ኢኮኖሚያዊ፣ ፖለቲካዊ፣ ማኅበራዊ፣ ባህላዊና ሥነ ልቡናዊ መልኮችን ያካተተ ሰፊ ሂደት ውጤት ነው:: በዚህ ሂደት፣ የዘር ማጥፋት ወንጀል ብዙውን ጊዜ የሚቀነባበረውና የሚፈፀመው መንግሥታዊ ሥልጣን በጨበጡ እና ሥልጣናቸውንና ጥቅማቸውን ማስቀጠል በሚፈልጉ የፖለቲካ ልኂቃንና ደጋፊዎቻቸው ነው::[117]

ይህም ወንጀሉን ለመከላከልም ይሁን ለማስቆምና ጥፋተኞችን ለፍርድ ለማቅረብ አስቸጋሪ አድርጎት ቆይቷል:: የወንጀሉ አርክቴክቶች የተወሰኑ ልኂቃን ቢሆኑም፣ ማንኛውም የአእምሮ ጤንነቱ ደህና (ጤነኛ) የሚባል ሰው የወንጀሉ ተዋናይና ፈጻሚ የመሆን ዕድል አለው:: የወንጀሉ ተዋናዮች ከርእሰ ብሔሮች እስከ ጫማ ጠራጊዎች፣ ከዩኒቨርሲቲ ፕሮፌሰሮች እስከ ሃይማኖት አባቶች፣ ጋዜጠኞችና የቀን ሠራተኞች ድረስ ያሉትን ሁሉንም የኅብረተሰብ ክፍሎች የሚያካትት ነው:: በሩዋንዳ በቱትሲዎችና ለዘብተኛ ሁቱዎች ላይ በተካሄደው የዘር ማጥፋት ወንጀል ላይ ዳኞች፣ የሰብአዊ መብቶች አክቲቪስቶች፣ ጋዜጠኞች፣ ቄሶች፣ የሕክምና ዶክተሮች፣ ነርሶች ወዘተ. ተሳትፈዋል:: ሚስት ባሏን፣ ባልም ሚስቱን ገድለዋል:: ቻርኒ የተባለው የሥነ ልቡና ምሁር የፍጅት ተዋናዮች ከአእምሮ ጤና አኳያ ሲታዩ "ጤነኛ" የሚባሉ ሰዎች መሆናቸውን ያብራራል::[118]

"ምሁራን" በተለይ በመጀመሪያዎቹ ደረጃዎች ላይ ርዕዮተ ዓለሙን በመንደፍና በማስፋፋት ከፍተኛ ሚና ይጫወታሉ:: የጥላቻው መጠን ወደእብደት ደረጃ ሲሸጋገር ደግሞ የዩኒቨርሲቲ ፕሮፌሰሮች፣ ከፍተኛ ባለሞያዎች፣ የሃይማኖት መሪዎች፣ የዘረፋ ቡድን ካፖዎች ወዘተ.

---

[117] Michael Mann, *The Dark Side of Democarcy: Explaining Ethnic Cleansing*, p.21.

[118] "The mass killers of humankind are largely everyday humanbeings what we have called

ሁሉ በብሔረሰብ ወይም በሃይማኖት ተቆርቋሪነት ስም ብቅ ብቅ ይላሉ:: ለአብነት ያህል እንደ ዶብሪካ ኮሲክ (ሰርቢያ)፣ዶ/ር ሊዮን ሙገሴራ እና ፈርዲናንድ ኒህማና (ሩዋንዳ)፣ ዶ/ር ጎብልስ (ጀርመን)፣ አረመኔው ሳይካትሪስት ራዶቫን ካራዲች (ሰርብ-ቦሲንያ) የመሳሰሉ ምሁራንን መጥቀስ ይቻላል::

ሂደቱን ዘርዘር አድርገን በምናይበት ጊዜ ደግሞ፣ የዘር ማጥፋት ወንጀል ከመፈጸሙ በፊት በዋና አርክቴክቶች አማካይነት በጣም ሰፊ፣ የተቀናጀ እና የረቀቀ የፕሮፖጋንዳ ሥራ ይሠራል፤ የወንጀል ተግባሩ በሚፈጸምበት የኅብረተሰብ ክፍል ላይ ያነጣጠሩ ታሪክ ቀመስ ጽሑፎች ይጻፋሉ:: በስሙ የዘር ማጥፋት ወንጀል የሚካሄድበት ሕዝብ ስለደረሰበት በደል፣ ማለትም ምን ያህል በኢኮኖሚ ወደኋላ እንዲቀር እንደተደረገ፣ ምን ያህል የፖለቲካ ውክልና እንደተነፈገው፣ ምን ያህል ባህሉና ታሪኩ እንዲጠፋና እንዲንቋሸሽ እንደተደረገ ወዘተ. የሚያትቱ መጻሕፍት ይጻፋሉ፤ ቴአትርና ሲኒማ ይዘጋጃል፤ አዳዲስ ተረት ቀመስ "ታሪክ" ይፈበረካል:: በሕይወት የሌሉ ሰዎች ለሕዝብ ሲታገሉ እንደሞቱ እየተገለጸ በአዲስ መልክ ብሔራዊ ጀግኖች ሆነው ይቀርባሉ፤ በስማቸው ሐውልት ይሠራል ወዘተ.::

በጀርመን የናዚ ፓርቲው ግልጽ የሆነ ፀረ ሴማዊ የፕሮፓጋንዳ ዘመቻ ገና ሒትለር ሥልጣን ከመያዙ በፊት ጀምሮ ለ15 ዓመታት የተካሄደ ነበር:: በዚህ መንገድ ሒትለር መንግሥት እንደመሠረተ በቀጥታ ሕልሙን ተግባራዊ ማደረግ ጀመረ፤ በአይሁዳውያን ላይ የተከተለው ፖሊሲ በጦርነቱ ዋዜማ በ1931 ሙሉ በሙሉ ከጀርመን ሕይወት

normal people according to currently accepted definition by the mental health profession." - I. Charney, "Genocide and Mass Destruction: Doing Harm to Others as a Missing Dimension in Psychopathology," *Psychiatry,* Vol. 9 (1986), p.144; Sinisa Malesevic, *The Rise of Organized Brutality: A Historical Sociology of Violence* (Cambridge: Cambridge University Press, 2017), pp. 242-243.

ውስጥ አገለላቸው፤ ለውድመት ተመቻቹ፤ የቀረው የሚታወቅ ታሪክ ስለሆነ እዚህ ላይ አንሄድበትም።

በኮሶቮና በቀሪው ዩጎዝላቪያ የተፈፀመው የዘር ማጽዳት ዕቅድ የተነደፈውና መስከረም 1979 ዓ.ም. ይፋ የተደረገው በሰርቢያ የሳይንስና ሥነ ጥበብ አካዳሚ አማካይነት ሲሆን፤ በሩዋንዳ ከጥላቻ ዘመቻው እስከ ግድያ ትዕዛዙ ድረስ ሂደቱ የተመራው በመንግሥት ፖለቲከኞችና የጸጥታ አካላት አማካይነት ነበር። ሁቱ መራሹ የአገዛዝ ሥርዓት የመረረ የጥላቻ ፖለቲካ ሲያካሂድ የቆየው ቢያንስ ለአርባ ዓመታት ገደማ እንደነበር አይዘነጋም። ቱትሲዎች በጦር ኃይሉ ውስጥ ያላቸውን ቦታ እንዲያጡ መደረግ ብቻ ሳይሆን በሁሉም ፖለቲካዊና ኢኮኖሚያዊ መስኮች ግልጽ መድልዎና በደል ይፈጸምባቸው ነበር። የመንግሥት መገናኛ ብዙኃን ሳይቀሩ ፀረ ቱትሲ ፕሮፓጋንዳዎችን ያሰራጩ ነበር።

በ1995 ዓ.ም. የፈነዳው የዳርፉር ጭፍጨፋም የሱዳን መንግሥት የሃያ ዓመታት ፀረ ጥቁር የፕሮፓጋንዳ ዘመቻና ፖሊሲ ፍሬ ነው። ከደቡብ ሱዳን ነጻነት በኋላ ደግሞ፣ ፕሬዚዳንት አልበሽር በንቀት ‹ዙርጋ› እያለ የሚጠራቸውን ሦስት የዳርፉር ጎሳዎች (ዳር፣ ማሳሊት እና ዛግዋን) መሬት የጃንጃዊድ ዐረብ ሚሊሻዎች ከመደበኛው የመንግሥት ሠራዊት ጋር በማበር ነዋሪዎቹን እንዲያሰቃዩ፣ እንዲገድሉና እንዲደፍሩ እንዲሁም መንደሮችን እንዲያወድሙና ከብቶችን እንዲወርሱ አድርጓል።

በሥልጣን ያለው አገዛዝ ዋና ተዋናይ ይሁን እንጂ፣ የዘር ጥላቻን በማራገብ እና ማኅበረሰቦችን ለመጠፋፋት በማዘጋጀት በኩል መንግሥትን የሚቃወሙ ቡድኖችም ከፍተኛ ሚና ይጫወታሉ። እነዚህ ቡድኖች አቅማቸው እስከፈቀደ ድረስ በጠመንጃም ሆነ ያለ ጠመንጃ የሚፋለሙትን መንግሥት ከአንድ ወይም ከሌላ ብሔረሰብ

ጋር በማዛመድ የዘር ጥላቻና ተቃውሞ ይቀሰቅሱበታል:: አገዛዙ ለፖለቲካቸው የሚመች ከሆነ ደግሞ በዴሞክራሲ፣ በፍትሕና እኩልነት ስም በማኅበረሰቦች መካከል ጊዜና ሁኔታ ጠብቆ የሚያመረቅዝ ጠላትነት ይዘራሉ:: የሆነ ሆኖ እነዚህ አካላት በሰላምም ይሁን በአመጽ ሥልጣን ካልያዙ ወይም ከፍተኛ ማኅበራዊ ነውጥ ካልተፈጠረላቸው በስተቀር እኩይ ዓላማቸውን በተግባር የማዋል ዕድላቸው ዝቅተኛ ነው - ከመንግሥት ጋር ሲነጻጸር::

የዘር ማጥፋት ወንጀል ሲተገበር ቢያንስ በተራው ሕዝብ ዘንድ የተወሰነ ተቀባይነትና ተባባሪነት ማግኘትም የግድ ነው:: በጥላቻ የተዋጠና የማያመነታ የካድሬ ቡድን እስካለ ድረስ ደግሞ፣ ሰፊውን ሕዝብ በውድም በግድም ወደ ጥፋት ማኅበሩ ማስገባት ይቻላል:: ማባበል፣ መደለል፣ ማስፈራራት፣ ማግለል፣ መቅጣት፣ መሳቂያ ማድረግ ወዘተ. ቀስ በቀስ ተግባር ላይ የሚውሉና በአረመኔያዊ ተግባሮች ላይ ለመሳተፍ የሚያመነቱ አካላትን ለማካተት ጥቅም ላይ የሚውሉ ስልቶች ናቸው::

የዘር ማጥፋት ሂደት አንድ ጊዜ ከተጫረ በተዋናዮቹ ውስጥ እመርታዊ ለውጥ ያስከትላል:: በግለሰቦች ማንነት፣ በማኅበራዊ ደንቦችና ተቋማት፣ እንዲሁም በወግና ልማዶች ላይ በሚያሳድረው ተጽዕኖ ድርጊቱ የተለመደና ተራ እንዲመስል ያደርገዋል:: “ክፉ አትዋል” የሚለው ብሂል ወይም መርህ የቡድኑን ንጽሕና፣ መልካምነት እና ደኅንነት መጠበቅ እንዲሁም ጠላቶችን አጥፍቶ የተሻለ ማኅበረሰብ መፍጠር በሚሉ የሞራል መርሆዎች ይተካል:: ለዚህም ሲባል የጥቃቱ ሰለባ የሚሆነውን ማኅበረሰብ ወይም የኅብረተሰብ ክፍል መልካም ስም ማጠልሸት ተቀዳሚ ተግባር ይሆናል:: በሚዲያ፣ በልዩ ልዩ ጽሑፎችና መጻሕፍት፣ በቤተ እምነት ስብከቶች፣ በትምህርት ቤት ወዘተ. በሰፊው በተቀናጀና በረቀቀ መንገድ ይሠራበታል:: ስለዚያ ማኅበረሰብ እኩይነት ወይም አይረቤነት በደንብ ይሰበካል፤ ባሕሪያቸው እንዲህና እንዲያ ነው

እየተባለ ብዙ ይነገራል፣ ይጻፋል፤ በእኛ እድገትና መሻሻል ይቀናሉ፣ ይመቀኙናል፣ ይጠሉናል፣ ካላጠፋናቸው ያጠፉናል ወዘተ. ይባላል:: ከእነሱ ጋር አብረን እስከኖርን ድረስ ወይም እነሱ እስካሉ ድረስ አያልፍልንም እየተባለ ይቀነቀናል:: ከእነሱ ጋር አትዋሉ፣ አትሥሩ፣ አትገበያዩ፣ አትጋቡ ወዘተ.ም ይባላል:: በእንዲህ ዓይነቱ ተግባር ከሚሳተፉት ተዋናዮች መካከል ካለመረጋጋት የሚጠቀሙ የግጭት ነጋዴዎችና ዘራፊዎች ይገኙበታል::

## 6.1.3 ከጥላቻ ወደለየለት እብደት

የዘር ማጥፋት ወንጀል ከመቅጽበት የሚከሰት ዱብዳ ሳይሆን፣ በዕቅድ እና በስልት ከፍረጃ እስከ ደም መፋሰስ የሚሸጋገር ሂደት እንደሆነ ከዚህ በላይ በተለያየ መንገድ ተገልጿል:: የመጀመሪያው ደረጃ የጥቃቱ ዒላማ የሆነውን ማኅበረሰብ እኩይነት በሚያጎሉ ቃላትና ትዕምርቶች ለይቶ መግለጽ ነው::[119] ለምሳሌ “ደገኛ”፣ “መጤ”፣ “ሰፋሪ”፣ “ተስፋፊ”፣ “ቀማኛ”፣ ወዘተ. የተለመዱ የፍረጃ ቅጽሎች ናቸው:: እንዲህ ዓይነቱ ፍረጃና ውግዘት እየተባባሰ ሲመጣ በሚታዩና በሚዳሰሱ ቁሳቁሶች፣ ነብሳትና ሌሎች እንስሳት ጭምር ይገለጻል:: “ትንኝ”፣ “ጢንዚዛ”፣ “ጅብ”፣ “አህያ” ወዘተ. እየተባለ ስያሜ ወይም መለዮ ይሰጣል:: ከዚህም አልፎ፣ የጥላቻ መሐንዲሶች በአንድ አገር ዜጎች መካከል የማይፋቅ የደመኛነት ሐውልት ይቀርጻሉ::

የፖለቲካ መሪዎች በአደባባይ ዲስኩሮቻቸው፣ በመንግሥት መገናኛ ብዙኃንና በፓርቲ ልሳናት እንዲህ ያሉ መንፈሶችን ማራገብ

---

[119] የዘር ማጥፋት ወንጀል ብዙውን ጊዜ በሁለት ኀይሎች መካከል የሚፈፀም የወንጀል ተግባር ሲሆን፣ አንድ በ[ጥላቻ] ሐሳብም ሆነ በመሣሪያ አቅም የተደራጀ ኀይል ሳይቀድመኝ ልቅደመው በሚል መንፈስ ተነሳስቶ በሌላ አልሞት-ባይ ተጋዳይ የኅብረተሰብ ክፍል ላይ የሚፈፅመው ወንጀል ነው፡፡ የዘር ማጥፋት ወንጀል ተዋናዮች፣ ተጠቂዎችን ፍጹም ኢሰብአዊ በሆነ መልኩ ለመጨፍጨፍ እንዲያመቻቸው መጀመሪያ ከሰው ተራ በሚያወርዱ የተለያዩ ፍረጃዎችና ስያሜዎች ይገልጿቸዋል፡፡ ሰው አልገደልኩም፤ የገደልኩት ቆሻሻ አርመን ነው፤ ርካሽና መሰሪ ይሁዲ ነው፤ መጤና ዘላለማዊ ጠላት ቱትሲ ነው፣ ወዘተ. እየተባለ ሚሊዮኖች ተጨፍጭፈዋል፡፡

መጀመራቸው፣ የዘር ማጥፋት ወንጀል ሊፈጸም እንደሚችል ከሚጠቁሙ ቅድመ ማስጠንቀቂያዎች መካከል አንዱ ነው::

ተጠቂዎችን ከመፈረጅ ቀጥሎ፣ የሰዎችን ኅሊናዊና ማኅበራዊ ከባቢ (space) ማጥበብ እና መዝጋት፤ ማለትም በንግድ እንቅስቃሴ፣ በሥራና በትምህርት ዕድል፣ በፖለቲካ ውክልና፣ በፍትሕ፣ በሰብአዊና ዜግነታዊ መብቶችም ጭምር ማግለልና አድሏዊ ተግባራትን መፈጸም፤ ንብረቶቻቸውን መውረስ፣ ከቀያቸው ማፈናቀል፣

ማሳደድና በማጎሪያዎች የማሰባሰብ ተግባራት ይፈፀማሉ:: ናዚዎች ከሞት ቀጠናዎች በፊት በአይሁዳዊያን ላይ ተከታታይ ማኅበራዊ፣ ኢኮኖሚያዊ፣ ባህላዊና ፖለቲካዊ ግድያ ማድረግ ነበረባቸው:: በሰርቢያ የዘር ማጽዳቱ የጀመረው ተወላጅ አይደሉም በሚባሉት የኅብረተሰብ ክፍሎች ላይ የሥራ ዕድሎችን በመገደብ እና በነጻነት የመሰብሰብና የመንቀሳቀስ መብቶቻቸውን በመሸርሸር ነበር::

ከዚህ ሁሉ ቅድመ ዝግጅት በኋላ የዘር ማጥፋት ወንጀል ራሱን የቻለና የማይቀለበስ እብደት ይሆናል:: ብዙ ሰዎች በተነሳሽነትም ይሁን በፍርሃት ይሳተፉበታል:: ትክክለኛና ተገቢ፣ ከዚያም አልፎ ሊያመልጡት የማይቻል (አይቀሬ) አድርገው ይቀበሉታል:: አንዳንዶች የወንጀሉ ተሳታፊዎች፣ ሲቪሎችን (ምንም ዓይነት የፖለቲካ ተሳትፎ የሌላቸው ሠርቶ አደሮችን፣ አቅመ ደካሞችን ወዘተ.) መግደል ትክክል አለመሆኑን ቢገነዘቡም፣ "ለትልቁ ዓላማ ሲባል" የግድ መፈጸም ያለበት መሆኑን በማመን ተሳታፊዎች ይሆናሉ:: አንዳንዶች የሚቆቹን ንብረት ለመዝረፍ ይቀላቀላሉ፤ ሌሎች በበኩላቸው፣ ለምን በዚህ የእብደት ተግባር ላይ እንደሚሳተፉ ሳይገባቸው በመንጋ ስሜት ተነድተው ይገቡበታል::[120]

---

[120] የሩዋንዳን የዘር ማጥፋት ወንጀል ያጠናው ጀራርድ ፕሩነር፣ የጭፍጨፋው ተዋናይ የሚሆኑበትን ምክንያት በበቂ ሁኔታ ሳይረዱ የሚሳተፉ ሰዎችን "ንጹሐን ጨፍጫፊዎች" (innocent murderers)

እንዲህ ዓይነቱን የእብደት አካሄድ ሊቃወሙ የሚፈልጉ እና በተለያዩ የማባበያና የማስፈራሪያ ስልቶች ሰልፍ የማይገቡ ሰዎች ካሉ በባንዳነትና በከሃዲነት ይፈረጃሉ:: የናዚ ጀርመን ሁለተኛው ሰው የነበረው ኸርማን ጎሪንግ በኑረምበርግ ችሎት ላይ እንደተናገረው፣ "ድምጽ ኖራቸውም አልኖራቸው ሰዎችን ሁልጊዜም ለመሪዎቻቸው እንዲታዘዙ ማድረግ ቀላል ጉዳይ ነው:: ዋናው ነገር እየተጠቁ መሆናቸውን መንገር እና

ሰላም ፈላጊዎቹን ደግሞ፣ አገር ወዳድነት ስለሚጎድላቸው ለአደጋ እያጋለጡን ነው ብሎ ማውገዝ ነው::"[121]

ለጥላቻ ፖለቲካ ነጋዴዎች ጠላት ተብለው የተፈረጁ ቡድኖችን ወይም ማኅበረሰቦችን ማግለል ብቻ በቂ አይደለም፤ ከምድረ-ገጽ መወገድ አለባቸው:: ለዚህም ነው፣ በማሕጸን ውስጥ ያሉ ሽሎችን ዘንጥሎ በማውጣት ግንዱን ከነሥሩና ከነ አበባው ለማጥፋት መሞከራቸው::

በሌላ በኩል የዘር ማጽዳት ወንጀል ረቂቅ ዓላማው የራስንም የበታችነት ስሜት ጠራርጎ መገላገል ይመስላል:: እንደ ማኅበራዊ ሥነ ልቡና ተመራማሪዎች አስተያየት፣ ይህ የማይሞት የውርደት ስሜት ለሚታየው ቅጥ ያጣ የጭካኔ ተግባር ከፊል ምክንያት ይሆናል:: ቁም ነገሩ መግደሉ ብቻ አይደለም:: እንዲያውም ግድያው የማዋረዱ አካል በመሆኑ የአምልኮ ዓይነት ሥርዓት ይታይበታል:: በአስከሬኖች ላይ ሳይቀር ዘግናኝ ድርጊቶችን እስከመፈጸም ያደርሳል:: ሆኖም ይህ እብደት እንደ በጎ ተግባር እንዲቆጠር ወይም ኀሊናን እንዳያውክ የአክብሮት መጠሪያ ይደለደልለታል:: ሰርቦች አረመኔያዊ ድርጊታቸውን "ማጽዳት" በማለት ሲያቆላምጡት፣ "መጠራረግ"፣ "ማስወገድ" እና "ማባረር" በካምቦዲያ የተለመዱ አገላለጾች ነበሩ:: ሁቱዎች ጭፍጨፋውን "ሥራው" ብለው ሲገልጹት፣ ናዚዎች በበኩላቸው "ማግለል" እና "ልዩ እርምጃ" በማለት ይጠሩት ነበር::

---

ይላቸዋል:- Gerard Prunier, *The Rwanda Crises: History of a Genocide* (New York: Columbia University Press), p. 247.

[121] Donald G. Dutton, *The Psychology of Genocide, Massacres and Extreme Violence: Why "Normal" People Come to Commit Atrocities,* p. 109.

የዘር ማጥፋት ወንጀል ደረጃዎችን በተመለከተ፣ ግሪገሪ ስታንተን የተባሉ ምሁር ስምንት ደረጃዎች መኖራቸውን ገልጸው እንደሚከተለው ዘርዝረዋቸዋል፡-

1. የመጀመሪያ ደረጃ "እነሱ እና እኛ" ብሎ ለመከፋፈል በሚረዳ መልኩ ልዩነትን በማስረገጥ የሚደረግበት ምደባ (classification)፤
2. ሁለተኛው እንደ ልዩ አልባሳት፣ ተንጠልጣይ ምልክቶችና ከዚያም አልፎ በመታወቂያ ካርድ ላይ በሚሰፍር ቃል ወይም ምልክትና እነዚህን በመሳሰሉ መለያዎች አማካይነት "ዒላማዎችን ለይቶ ማተም" (symbolization)፤
3. ሦስተኛው አንዱ ቡድን የሌላውን ቡድን ሰብአዊ መሆን የሚክድበትና ከእንስሳት፣ ተባይና በሽታ ጋር የሚያይዝበት "ከሰብአዊነት ማስወገድ" (dehumanization) ደረጃ፤
4. አራተኛው ደረጃ የዘር ማጥፋትን ፍጅት ለማስፈጸም አስፈላጊው ዕቅድ የሚዘጋጅበት፤ አስፈጻሚው ኀይል የሚሰናዳበትና የሚታጠቅበት የማደራጀት (organization) ደረጃ፤
5. አምስተኛው ለይቶ ለመምታት አመች የሆነው የመለያየት ሂደት የሚከናወንበት በተለይም መሃል ላይ ያለው ሕዝብ ወደ አንዱ ወይም ወደሌላው እንዲከት የሚደረግበት (polarization) ደረጃ፤
6. ስደስተኛው የፍጅት ሰለባዎች የሚለዩበትና ለእርድ የሚዘጋጁበት (preparation) ደረጃ፤
7. ሰባተኛው ራሱ ግድያው የሚጀመርበትና ወደ መጠነ ሰፊ ጭፍጨፋ የሚዛመትበት (extermination) ደረጃ እንዲሁም
8. ስምንተኛው አስገራሚውና አይቀሬው ድርጊቱን የመካድ ወይም (denial) ደረጃ ናቸው::[122]

[122] Gregory Stanton, "The Eight Stages of Genocide," - በየራስወርቅ አድማሴ "በኢትዮጵያ የፖለቲካ ፍጅት..." የተጠቀሰ፣ ገጽ 74-75.

## 6.1.4 ለራስ ማን እንደ ራስ

የእስካሁኑ የዓለም ተሞክሮ በግልጽ እንደሚያሳየው፣ ዓለም አቀፉ ማኅበረሰብ የዘር ማጥፋት ወንጀልን በመከላከል ረገድ አመርቂ ሪከርድ የለውም:: ለምሳሌ ያህል የዓለም አቀፉ ማኅበረሰብ በቦሲንያ፣ በሩዋንዳና በኮሶቮ የተደረጉትን የዘር ማጥፋት የወንጀል ተግባራት በቁርጠኝነት ለመከላከልና ለመግታት አልቻለም::[123] ይህ የሆነው ደግሞ ስለ ወንጀለኞቹ ወቅታዊ መረጃ እና በቂ ወታደራዊ አቅም ሳይኖር ቀርቶ አልነበረም::

የአሜሪካ መሪዎችና መገናኛ ብዙኃን የሩዋንዳውን እልቂት የዝሆን ጆሮ ይስጠን ብለው ያለፉት በሶማሊያ ከአምስት ወራት በፊት ባጋጠማቸው ውርደት በመሸማቀቃቸው ምክንያት ነው የሚሉ ወገኖች አሉ:: ነገር ግን ማንም የአሜሪካን የውጭ ጉዳይ ፖሊሲ በጨረፍታ የታዘበ ሰው እንደሚገነዘበው፣ ለአሜሪካ መንግሥታት የሰብአዊ መብቶች ጉዳይ የፖለቲካ ዓላማን ከማስፈጸሚያ መሣሪያነት ያለፈ አጀንዳ ሆኖ አያውቅም::

ፕሬዚዳንት ቢል ክሊንተን ከሩዋንዳው እልቂት ጥቂት ወራት ቀደም ብሎ የአይሁዳዊያንን ፍጅት መዘክር ሲመርቁ ባደረጉት ንግግር፣ "በአይሁዶች ላይ የዘር ማጥፋት ወንጀል መፈጸሙን የሚክዱትን አጥብቀን እንታገላለን፤ ይህ ጉዳይ መቼም እንዳይደገምም ቃል እንገባለን" ብለው ነበር:: ይሁን እንጂ ሌላው ቀርቶ በዚያ የሩዋንዳ ምድር ቁና በነበረችበት ሰዓት፣ የነጩ ቤተ መንግሥት ፖለቲከኞች ‹ጄኖሳይድ› የምትለዋን ቃል እንኳን በጥንቃቄ ከአደባባይ አስወግደዋት ነበር::

---

[123] የሩዋንዳውን የዘር ማጥፋት ወንጀል መከላከል ወይም ማስቀረት ይቻል እንደነበር፣ ጉዳዩን እንዲመረምር የአፍሪካ አንድነት ድርጅት ያቋቋመው የዓለም አቀፍ ታዋቂ ሰዎች ቡድን ባዘጋጀው ሪፖርት ገልጿል፡- African Union, *Rwanda: The Preventable Genocide – A Report of the International Panel of Eminent Personalities to investigate the 1994 Genocide in Rwanda and Surrounding Events,* 2nd Edition (2000), pp. v-vi.

የተባበሩት መንግሥታት ድርጅትም ቢሆን፣ በተደጋጋሚ እንደታየው፣ ላቅ ያሉ ታሪካዊ ኀላፊነቶቹን ለመወጣት የሚያስችል ብቃትም ሆነ ችግሮችን በፍጥነት ለመፍታት የሚያስችል ቁርጠኝነት ኖሮት አያውቅም:: በብዙ ቢሮክራሲያዊ አሠራር የተተበተበ ድርጅት ከመሆኑም በላይ በአባል አገሮች፣ በተለይም በጸጥታው ምክር ቤት ቋሚ አባላት የጥቅም ግጭት የሚታመስ ድርጅት ነው:: ከ1984 እስከ 1987 ዓ.ም. በቦሲንያና በሰረብረንካ በዐሥር ሺህዎች የሚቆጠሩ ሰዎች ያለቁት የተባበሩት መንግሥታት ድርጅት የታጠቁ ኀይሎች በስፍራው እያሉ እንደነበር አይዘነጋም::

ይህ የዓለም አቀፉ ማኅበረሰብ የዘር ማጥፋት ወንጀልን ፈጥኖ ያለመከላከል ዳተኝነትና የፍላጎት ማጣት ለሌሎች የጥፋት ኀይሎች የልብ ልብ የሚሰጥ ነው:: ምሕረት የለሾቹ የሁቱ አራጆች በአሜሪካ የሚመራው "ዓለም አቀፍ ማኅበረሰብ" የቦሲንያን ጭፍጨፋ ማስቆም ያለመቻሉን በጥንቃቄ ታዝበዋል:: ይህ ብቻ ሳይሆን እ.ኤ.አ በ1988 ቡሩንዲ ውስጥ በቱትሲ ልኂቃን የተመራ ኀይል በሁቱዎች ላይ ጭፍጨፋ ሲፈጽም የተባበሩት መንግሥታት ድርጅት ምንም አለማድረጉን ታዝበዋል:: በዚህም ምክንያት የጥፋት ዕቅዳቸውን በተግባር ላይ ለማዋል ይህ ነው የሚባል ጠንካራ ተቃውሞና እርምጃ እንደማይገጥማቸው ተረድተው ነበር ማለት ይቻላል::

የመንግሥታቱ ድርጅት የሰብአዊ መብቶች ኮሚሽንና ሌሎች ዓለም አቀፋዊና አህጉራዊ መንግሥታዊ ያልሆኑ ድርጅቶች በሩዋንዳ የዘር ማጥፋት ወንጀል እየተፈጸመ መሆኑን ያሳወቁት ገና ከአንድ ዓመት በፊት ቢሆንም፣ ከሚያዝያ እስከ ሰኔ 1986 ዓ.ም. የኢንተርሃምዌና የኢምፑጋሙጋምቢ ሚሊሻዎች የደም አበላ ሲያጎርፉ አቁሙ ያላቸው አልነበረም:: በወቅቱ የመንግሥታቱ ድርጅት የሰላም አስከባሪ ኀይሎች የፈጸሙት ቅሌት የጥቂት ምዕራባዊያንን ነፍስ ይዞ መፈርጠጥ ነበር:: በመጨረሻው ሰዓት ፈረንሳይና አሜሪካ በጉዳዩ ጣልቃ ለመግባት

ሲገደዱ ያደረጉትም፣ ተጠቂዎቹን መታደግ ሳይሆን ወንጀለኞች ወደ ዛየር እንዲያመልጡ መርዳት ነበር::

የአሜሪካ የውጭ ጉዳይ ሚኒስትር የነበሩት ማድሊን ኦልብራይት ለመጀመሪያ ጊዜ የዘር ማጥፋት ወንጀል መፈጸሙን በአደባባይ ያመኑት በ1989 ዓ.ም. ሲሆን፣ ፕሬዚዳንት ክሊንተን በበኩላቸው ጉዳዩን ማስቀረት ሲቻል መንግሥታቸው በቂ ጥረት አለማድረጉን ገልጸው በ1990 ዓ.ም. በይፋ "ይቅርታ" ጠይቀዋል:: ልብ ብሎ ለተመለከተው ነገሩ ተጨማሪ ለበጣ ነው::

የሩዋንዳ የዘር ማጥፋት ወንጀል በሚፈጸምበት ወቅት የመንግሥታቱ ድርጅት ዋና ጸሐፊ የነበሩት አፍሪካዊው ቡትሮስ ቡትሮስ ጋሊም ይህ ነው የሚባል በጎ አስተዋጽዖ አላደረጉም:: በወቅቱ የድርጅቱ የጸጥታ ማስከበር ኀላፊ እና በኋላ የተመድ ዋና ጸሓፊ የሆኑት ሌላው አፍሪካዊ ኮፊ አናንም ቢሆኑ እያንገራገሩ የዘር ማጥፋት ወንጀል መፈጸሙን የተቀበሉት በ1991 ዓ.ም. ነው::

ባጠቃላይ፣ ወንጀሉን ቀድሞ ለመከላከል ከሚደረገው እጅግ አነስተኛ ጥረት ባልተናነሰ፣ የድኅረ ጭፍጨፋው የፍርድ ሂደትም ተስፋ አስቆራጭ ሊባል የሚችል ነው:: በፍትሕ ሂደቱ ላይ የሚታየው አንዱ ፈተና ወንጀለኞቹ በሥልጣን ላይ ያሉ ወይም በተከታዩ መንግሥት ከለላ ያገኙ ወይም በስደት ተደብቀው ያለተጠያቂነት የሚኖሩ መሆናቸው ነው::

ለምሳሌ በነ መሐመድ ታላት የሚመራው የወጣት ቱርኮች አገዛዝ ከ1907 እስከ 1908 ዓ.ም. ወደ ሁለት ሚሊዮን የሚሆኑ አርመኖችንና በርካታ ቁጥር ያላቸው ግሪኮችን ጨፍጭፏል:: ሆኖም፣ እንኳን ተጠያቂነት ሊሰፍን ቱርክ ወንጀሉ መፈጸሙንም እስከዛሬ ድረስ አልተቀበለችም:: በምዕራቡ ዓለምም ቢሆን ይፋዊ ዕውቅና የተሰጠው ከስንት ትግልና ውትወታ በኋላ ገና በቅርቡ ነው:: የፈረንሳይ ፓርላማ

ድርጊቱ የዘር ማጥፋት ወንጀል መሆኑን ዕውቅና በሰጠበት ወቅት የፕሬዚዳንት (ያኔ ጠ/ሚ) ኤርዶዋን መንግሥት የከረረ ተቃውሞ አሰምቶ ነበር:: በቅርቡም አሜሪካኖች በአርመኖች ላይ የተፈፀመው ወንጀል የዘር ማጥፋት ወንጀል መሆኑን ዕውቅና ሲሰጡ ተመሳሳይ ተቃውሞ ከቱርክ ተሰምቷል:: በአርመኖች ላይ የተፈጸመው የዘር ማጥፋት ወንጀል አሁን ከሞላ ጎደል ዓለም አቀፋዊ ዕውቅና አግኝቷል:: ሆኖም ይህ እንዲሆን አርመኖች ከፍተኛ መሥዋዕት መክፈል ነበረባቸው:: በቱርኮች ከተፈጸመባቸው የዘር ማጥፋት ወንጀል የተረፉት አርመናዊያን በየአገሩ ተበትነው ብዙ መከራ ተቀብለዋል::

አዶልፍ ሒትለር በ1931 ዓ.ም. ንግግሩ "አርመኖችን ማን ያስታውሳቸዋልና!" ሲል ተናግሮ ነበር:: ነገሩ፣ እኛም ለምንወስደው አይሁዳዊያንን የመጨፍጨፍ እርምጃ ስጋት አይግባችሁ፣ የሚጨፈጨፉትን ማንም አያስታውሳቸውም፣ ተጠያቂነትም አይኖርም ነው:: በርግጥም ከተጨፈጨፉት በሚሊዮን የሚቆጠሩ አይሁዳዊያን አንጻር ሲታይ ተጠያቂ የሆኑት በጣም ጥቂት ሰዎች ናቸው:: በ1951 እና በ1962 ዓ.ም. መካከል ወደ 1 ሺህ ገደማ ናዚዎች በጦር ወንጀለኝነት ቢከሰሱም፣ ዕድሜ ይፍታህ የተፈረደባቸው ከመቶ ያነሱ ናቸው:: በተከታዮቹ ዓመታትም ለፍርድ ከቀረቡ ወደ 6 ሺህ ናዚዎች ውስጥ ተመሳሳይ ቅጣት የተፈረደባቸው 157 ብቻ ናቸው:: በተለይ ደግሞ፣ የናዚ ዳኞች በዘመናቸው ፀረ ናዚ ቀልድ ቀልደሃል በሚልና በመሳሰሉ ቀላል ምክንያቶች ጭምር ወደ 26 ሺህ ሰዎችን በሞት የቀጡ ቢሆንም አንዳቸውም ጥፋተኛ አልተባሉም ወይም ተጠያቂ አልሆኑም::

በተመሳሳይ፣ የቦሲንያው ጭፍጨፋ መሪና አስተናባሪ ስሎቦዳ ሚሎሶቪች (በኋላ በኮሶቮ ጉዳይ እስኪጋለጥ) በ1987 ዓ.ም. የዴይተን ስምምነት ላይ በሰላም ሐዋሪያነት መወደሱ ታላቁ የዘመናችን ምጸት ነው:: ሚሎሶቪች በሔግ ችሎት የተከሰሰው "በሰብአዊ ፍጡር ላይ

ወንጀል በመፈጸም" እንጂ በዘር ማጥፋት ወንጀል አልነበረም:: በእስር ቤት ሕይወቱ እስኪያልፍ ድረስ በዘር ማጥፋት ወንጀል ለመክሰስ የሚያስችል ማስረጃ ተሰብስቦ አላለቀም ነበር:: የሌሎቹ የጥቂት ሰርብና ክሮአት ጄኔራሎች ጉዳይም በፍትሕ የመቀለድ ያህል የሚቆጠር ነው::

የሩዋንዳው የፍርድ ሂደትም ቢሆን፣ አንጻራዊነት የተሻለ መሆኑ ባይካድም፣ ከፍተኛ ንትርክና መሰናክል የበዛበት በመሆኑ የሚፈለገውን ያህል አልሄደም:: በ1987 ዓ.ም. የተባበሩት መንግሥታት ድርጅት በአሩሻ (ታንዛኒያ) የሰየመው ዓለም አቀፍ የወንጀል ችሎት በተለመደው የተባበሩት መንግሥታት ድርጅት የተንዛዛ ቢሮክራሲያዊ አሠራር ተተብትቦና በሙስና ተጨማልቆ አመርቂ የሆነ ሥራ ሳይሠራ በ2007 ዓ.ም. የተቀመጠለትን ጊዜ (ማንዴቱን) ጨርሷል::[124] በሩዋንዳው የዘር ማጥፋት ወንጀል ላይ እጃቸው ያለበት ምዕራባዊያን አገሮችም ቢሆኑ ኀላፊነት ካለመውሰዳቸውም በላይ የዘር ማጥፋት ተዋናዮችን እስከመደበቅ ደርሰዋል::[125]

ከዩጋንዳው አማጺ መሪ ጆሴፍ ኮኔ የማይሻሉት እንደነ አልበሽር ያሉ ወንጀለኞች ደግሞ በዚሁ በመዲናችን፣ በአዲስ አበባ ሳይቀር በቀይ ስጋጃ አቀባበል ሲደርግላቸው እንደነበር እናስታውሳለን:: እንዲህ ዓይነቱ የተስፈኛ ዘር አጥፊዎችን ልብ የሚያደነድን እና አጥፍቶ ያለመጠየቅ ባህልን የሚያበረታታ ድርጊት በእጅጉ መወገዝ የሚገባው ነው::

በጥቅሉ፣ ዛሬም ቢሆን ዓለም አቀፉ ማኅበረሰብ የዘር ማጥፋት ወንጀልን ከመሠረቱ መስመር ለማስያዝ እምብዛም ከቀድሞው የተሻለ ፖለቲካዊም ሆነ ድርጅታዊ መሰናዶና ቁርጠኝነት የለውም::[126]

---

[124] Gerard Prunier, *Africa's World War: Congo, The Rwandan Genocide, and the Making of a Continental Catastrophe* (Oxford: Oxford University Press, 2009), p. 349.

[125] የፈረንሳይና የቤልጄም መንግሥታት ተሳትፎ እንደተጠበቀ ሆኖ፤ የፈረንሳይ፣ የደቡብ አፍሪካ፣ የግብጽና የቻይና መሣሪያ አቅራቢዎች ከገጀራ እስከ ሮኬት ላውንቸር ይሸጡ ነበር፡- L. R. Melvern, *A People Betrayed: The Role of the West in Rwanda's Genocide* (London: Zed Books, 2000), p. 5.

ታዲያ ዓለም አቀፍ ማኅበረሰብ የዘር ማጥፋት ወንጀልን ለመከላከልና ለማስቆም ቁርጠኝነት ከሌለው፣ የየአገሩ ጥቅመኛ ፖለቲከኞች የዘር ማጥፋት ዝንባሌ ያላቸው ከሆነ እና የጥፋት እርምጃውን አስቀድሞ ለመመከት የሚያስችሉ ተቋማት ከሌሉ የሚበጀው ምንድን ነው?

በጉዳዩ ላይ ጥናትና ምርምር ያደረጉ ምሁራን በአጭርና በረዥም ጊዜ ተግባራዊ መደረግ ያለባቸውን የመፍትሔ መፍትሔዎችና ምክረ ሐሳቦችን ያስቀምጣሉ:: ይህም የችግሩ ዋነኛ ምንጭም ይሁን መፍትሔው ውስጣዊ መሆኑን ከመገንዘብ ይጀምራል::

የዘር ማጥፋት ወንጀልን የመከላከሉ አንዱና ቀዳሚው መንገድ በተቋማት ውስጥ የሚንጸባረቁ ተራና ጤናማ የሚመስሉ ባሕሪያትንና በደሎችን በእንጭጭነታቸው ከማረም ይጀምራል:: በትምህርት ሥርዓትና በመገናኛ ብዙኃን የሚራገቡ ግልጽና ረቂቅ ቅስቀሳዎች፣ በፍትሕና ማኅበራዊ አገልግሎት፣ በሌሎችም መንግሥታዊና ሕዝባዊ ተቋማት ውስጥ የሚፈጸሙ ክብረ-ነክ አስተምህሮዎችና ድርጊቶች የጥፋት መንስኤዎች መሆናቸውን መረዳት፤ እነዚህን ዝንባሌዎች በመለየት የሚያስተሳስራቸውን ሐረግ ለማወቅና ሕዝብንም ለማስተማር ነቅቶ መጠበቅ ያስፈልጋል:: ኅብረተሰቡን የሚያስተምሩና የሚያነቁ ልዩ ልዩ የኅብረተሰብ ክፍሎችን የሚያሳትፉ ማኅበራዊ ንቅናቄዎች፣ የሲቪል ማኅበረሰብ ድርጅቶች እና መገናኛ ብዙኃን እንዲጠናከሩ መደገፍም በጣም አስፈላጊ ነው::

በማኅበረሰቦች መካከል በልኂቃን አማካይነት ሊከሰት የሚችል ቁርሾና ጥላቻን ለማስቀረት፣ ጠንካራ ሥርዓት ማበጀት መሠረታዊ ነው:: በተለይ አክራሪ የሆነ የማንነት ፖለቲካን በእውነተኛና የተረጋጋ ዴሞክራሲያዊ ሥርዓት መተካት አማራጭ የማይገኝለት መፍትሔ ነው::[127] የፖለቲካ ምኅዳሩን ማስፋት እና ምክንያታዊ የሆኑ ፖለቲከኞች በማኅበረሰባቸው ውስጥ ሚና እንዲኖራቸው ማድረግ ያስፈልጋል:: ይህም ከሕዝበኛና

---

[126] Kenneth J. Campbell, *Genocide and the Global Village* (New York: Palgrave: 2001), p. 2.

[127] የዳበረ ዴሞክራሲ በገነቡ አገሮች ውስጥ የዘር ማጽዳትም ሆነ የዘር ማጥፋት ወንጀል ተፈፅሞ አያውቀም:: ሁሉም የዘር ማጽዳትና የዘር ማጥፋት ወንጀሎች ኢ-ዴሞክራሲያዊ በሆኑ፣ በተለይም ደግሞ በሽግግር ላይ በሚገኙና ጠንካራ ሥርዓታት በሌሉባቸው አገሮች ውስጥ የተፈፀሙ ናቸው::

ጉልበተኛ መሪዎች (populist demagogues) አደገኛ ዝንባሌና አካሄድ ለመጠንቀቅና ጥቅመኛ ፖለቲከኞችና ጽንፈኛ ስብስቦች በተቻለ መጠን ወደ ሥልጣን እንዳይወጡ ለመከላከል ይረዳል::

## 7. ኢትዮጵያ፡- ምን ይበጃል?

የኢትዮጵያ ሕዝብ ሃይማኖተኛና ከፍ ያለ የሞራል ልዕልና ያለው ሕዝብ ስለሆነ፣ በሌሎች አገሮች እንደታየው ዓይነት የእርስ በርስ እልቂት በእኛ አገር ሊከሰት አይችልም የሚለውን መሠረተ-ቢስ እይታ ወደ ጎን ብሎ፣ የኢትዮጵያ ሕዝብም ልክ እንደ ሌሎች የዓለም ሕዝቦች በጥቅመኛ ልኂቃን እየተነዳ እርስ በርሱ ሊተላለቅ እንደሚችል የሚያረጋግጡ ከበቂ በላይ አሰቃቂ የግፍ ተግባራትን ያየን እና እያየንም የምንገኝ ስለሆነ፣ ነገሮች ከቁጥጥር ውጪ ሳይወጡ ከወዲሁ ጠንካራ እርምጃዎችን መውሰድ ያስፈልጋል::

ማንኛውም ሰው እና ኅብረተሰብ ለጨፍጫፊነት የተጋለጠ ነው:: የኢትዮጵያ ሕዝብም ልክ እንደ ሌሎች ሕዝቦች በተለያዩ ቡድኖችና ግለሰቦች ዙሪያ ተሰልፎ እርስ በርሱ ተጠፋፍቷል፤ እየተጠፋፋም ነው:: የግጭቶቹ ምክንያቶች ሃይማኖታዊ፣ ርዕዮተ ዓለማዊና ብሔረሰባዊ ቅርጽ ሊሰጣቸው ቢችልም፣ ዋናው ምክንያት ግን የልኂቃኑ ጥቅምና ያንን ጥቅም የማስጠበቅ ጉዳይ እንደሆነ ግልጽ ነው:: ከሩዋንዳውና ከሌሎች ፍጅቶች የምንማረው፣ ሰው አራዊት መሆን እንደሚችል ነው:: ዛሬ ወዳጅ፣ ሩህሩህና ምክንያታዊ የሚመስለን ሰው በብሔረሰብ ወይም በሃይማኖታዊ ማንነቱ ላይ ጠላት ነው ብሎ የፈረጀውን ሰው ሲያገኝ አውሬ ይሆናል:: አውሬነት በሁላችንም ውስጥ አለ::[128]

በኢትዮጵያም ብሔረሰባዊ ማንነት የፖለቲካችን ዋነኛው የመደራጃና ማደራጃ መሣሪያ ሆኖ እስከቀጠለ ድረስ፣ እያንዳንዱ ግለሰብም ይሁን

[128] Christopher Busch, "Demonic Transitions: How Ordinary People Can Commit Extraordinary Evil", in Ugur Umit Ugnor (ed.) *Genocide*: *New Perspectives on its Causes, Courses and Consequences*, pp. 50-54.

የፖለቲካ ቡድን ከሌላው በልጦ ለመገኘት፣ በቀጥታም ይሁን ቀጥተኛ ባልሆነ መንገድ አላስፈላጊ ውድድር፣ ጥርጣሬ እና ጥላቻ በሚፈጥሩ ተግባራት ላይ መሰማራቱ የማይቀር ነው:: በዚህ መንገድ የሚጀመሩ ጥቃቅን ልኂቃን የሚፈጥሯቸው አደገኛ ትርክቶች ናቸው፣ ውለው አድረው የጭፍጨፋ መሠረት የሚሆኑት::

በአገራችን የዘር ፍጅት አደጋን አስፈሪ ከሚያደርጉት ጉዳዮች አንዱ፣ ሁሉም ዘውጌ ብሔርተኛ ኀይሎች "በሕዝቤ ላይ የዘር ፍጅት አደጋ ተጋርጧል፣ የዘር ፍጅት እየተፈጸመብኝ ነው..." የሚሉ ትርክቶችን አበክረው የሚያስተጋቡ መሆናቸው ነው:: በእንዲህ ዓይነት ውሉ የጠፋበት ሁኔታ ውስጥ የዘር ፍጅት ቢፈጸምም እውነት ነው ብሎ ተቀብሎና ከልቡ አምኖ ፍጅቱን ለማስቆም የሚንቀሳቀስ ኀይል መኖሩ ያጠራጥራል:: ኢትዮጵያ ውስጥ የዘር ፍጅት የመከሰት ዕድሉ ከፍተኛ መሆኑን የሚያሳየው አንዱ ምክንያት ይህ ነው:: አክራሪ ዘውጌ ብሔርተኞች "በእንዲህ ዓይነት ሁኔታ ውስጥ ባላንጣዎቻችንን ብናጠፋቸው የሚጠይቀን የለም" ወደሚል ግንዛቤ የሚገፋፉበት ዕድል ሰፊ ነው::

ስለሆነም ከአጭር ጊዜ አኳያ አደጋው በግልጽ የሚታይ መሆኑን መገንዘብ፣ በጋራ መቆምና መከላከል ያስፈልጋል:: ከዚህ አስከፊ አዙሪት በዘላቂነት ለመውጣት ግን፣ ዋነኛ ብቻ ሳይሆን ብቸኛ መሠረቱ ብሔረሰባዊ ማንነት የሆነውን ሥርዓት መቀየር ያስፈልጋል:: እንዲህ ዓይነቱን ሥርዓት ለመቀየር ደግሞ የሚከተሉትን ማሻሻያዎች ማድረግ አስፈላጊ ይሆናል፡-

## 7.1 የብሔረሰቦችን መብት በተሟላ ሁኔታ ማክበር

አንደኛ ኢትዮጵያ በአንድ ወጥነት ሳይሆን በልዩነት ያሸበረቀች አገር መሆኗን በማያወላዳ ሁኔታ ዕውቅና መስጠት፤ ብሔረሰቦች ቋንቋቸውንና ባህላቸውን እንዲያዳብሩ፣ እንዲሁም ፍትሐዊ የፖለቲካ ውክልናቸውና የኢኮኖሚ ተጠቃሚነታቸው እንዲረጋገጥ ምቹ ሁኔታዎችን መፍጠር፤ ነገር ግን ብሔረሰባዊ ማንነትን ከፖለቲካ መደራጃነት ማራቅ እና

አካታች የመሃል ፓርቲዎችን በልዩ ልዩ መንገድ በማጠናከር የሐሳብ ፖለቲካን ማጎልበት ያስፈልጋል::[129]

ብሔረሰባዊ ማንነትን ከፖለቲካ ማደራጃነት ማላቀቅ (de-ethnicization of party politics) ደቡብ አፍሪካንና ናይጀሪያን ጨምሮ በብዙ አገሮች ትልቅ ውጤት አስገኝቷል:: ከኢትዮጵያ ውጪ፣ በሌሎች የአፍሪካ አገሮች በብሔረሰብ ስም የተደራጁ ፓርቲዎችን ማቋቋም አይፈቀደም:: በኢትዮጵያም የሃይማኖት ተቋማትን ለማሳደግና እምነትን ለማስፋፋት፣ ብሎም መብትን ለማስከበር በሃይማኖታዊ ማንነት ላይ የተመሠረተ ፓርቲ ማደራጀት እንዳላስፈለገው ሁሉ፣ የብሔረሰቦችን መብት ለማስከበርም የግድ በብሔረሰባዊ ማንነት የተደራጀ ፓርቲ አስፈላጊ አይደለም:: በኢትዮጵያ ነጻና ገለልተኛ ተቋማት ከመገንባታቸው በፊት የብሔረሰብ የፖለቲካ ድርጅቶች መምጣታቸው በአገሪቱ ህልውናና በሕዝቡ አንድነት ላይ የፈጠረው ቀውስ በግልጽ የሚታይ ስለሆነ፣ ከብሔረሰባዊ ማንነት ይልቅ በሐሳብ ላይ የተመሠረቱ የፖለቲካ ድርጅቶችን ማጠናከር ይገባል:: ይኼ አንዱ የመፍትሔ አማራጭ ነው::[130]

በርግጥ በአገራችን ብሔረሰባዊ ማንነትን ከፖለቲካ ማደራጃነት ማላቀቅ እንዲህ በቀላሉ እውን ሊሆን የሚችል ነገር ባለመሆኑ፣ የተሻለው አማራጭ የብሔረሰብ ድርጅቶች ከኢትዮጵያ ክልሎች ቢያንስ በግማሾቹ

---

[129] በዚህ ጉዳይ ላይ በሚከተለው መጽሐፍ የተገለጹትን ሐሳቦች ይመልከቱ:- Benjamin Reilly, *Democracy in Divided Societies: Electoral Engineering for Conflict Management* (Cambridge: Cambridge University Press, 2003), p.11.

[130] ከዚህ ጋር በተያያዘ፣ መስከረም 24 ቀን 2014 ዓ.ም. በጠቅላይ ሚኒስትር ዐቢይ አሕመድ በዓለ ሢመት ላይ የተገኙት የዩጋንዳው ፕሬዚዳንት ዩዌሪ ሙሴቬኒ የሚከተለውን ምክረ ሐሳብ ለግሰውን መሄዳቸው አይዘነጋም:- "... ባለፉት ስልሳ ዓመታት የአፍሪካን የፖለቲካ ሁኔታ ስከታተል እና እኔም ስሳተፍ ቆይቻለሁ:: በነዚህ ስልሳ ዓመታት ውስጥ የጨበጥኳቸው ግንዛቤዎች አሉኝ:: እኔ ከዚህ ጎሳ ነኝ፤ እኔ ከዚያ ዘውግ ነኝ፤ እኔ የዚህ ሃይማኖት ተከታይ ነኝ፤ እኔ የዚያ ሃይማኖት ተከታይ ነኝ የሚሉ ነገሮች ከፍተኛ ችግር ፈጥረውብናል:: ዩጋንዳ ወደ አንድ መምጣት የጀመረችው የማንነት ፖለቲካን መስመር በማስያዝ የፍላጎት (interest) ፖለቲካ ማራመድ ስትጀምር ነው:: የኢትዮጵያ ሕዝብ የፍላጎት ፖለቲካ ወይስ የማንነት ፖለቲካ ይሻላል የሚለውን በትኩረት እንዲያስተካክል እመኛለሁ::"

ጽሕፈት ቤት እንዲከፍቱ እና አባላትና ደጋፊዎች እንዲኖራቸው በሕግ መደንገግ ይቻላል:: በዚህ መንገድ ፓርቲዎች ሳይወዱ በግዳቸው የሌሎችን ብሔረሰቦች አባላት ድጋፍ ለማግኘት ሲሉ ከአክራሪነትና አግላይነት እየተላቀቁ ይመጣሉ::[131] በዜግነት ፖለቲካ ላይ አተኩረው ለሚንቀሳቀሱትና ለኅብረ ብሔረሰባዊ ፓርቲዎች (በሁሉም ክልሎችና አካባቢዎች የሚንቀሳቀሱ በመሆኑ) ተጨማሪ ድጋፍ ማድረግና ተጠናክረው እንዲወጡ ማበረታታትም ሌላው አማራጭ ነው::

የሆነ ሆኖ፣ ግልጽ መሆን ያለበት፣ በኢትዮጵያም ይሁን በሌሎች አገሮች በብሔረሰቦች መካከል ለሚፈጠሩ የተካረሩ ግንኙነቶች፣ ግጭቶችና የእርስ በርስ ጦርነቶች መንስኤ የሚሆኑ ብዙ የሚመጋገቡ ምክንያቶች ቢኖሩም ቀዳሚ ተጠያቂው መንግሥት (የመንግሥት ፖሊሲ) ነው::[132]

በሥልጣን ላይ ያሉ አካላት በከፋፍለህ ግዛ መርህ ሥልጣናቸውን ለማስቀጠል በብሔረሰቦች መካከል የሚታዩ ችግሮችን በጊዜያቸው እና በአግባቡ ከመፍታት ይልቅ አንዱን ደግፈው ይቆማሉ ወይም ችግሩን ከመሠረቱ ከመፍታት ይልቅ በአንተም ተው አንተም ተው በሚል መርህ አድበስብሰውት ያልፋሉ ወይም በኀይል ደፍጥጠውት ለማለፍ ይሞክራሉ ወይም ችግሩ እንደሌለ ቆጥረው ዝምታን ይመርጣሉ:: በዚህ መልኩ ጥቃቅን ችግሮች ሳይቀሩ በጊዜ ሂደት እየገዘፉና ሌላ መልክ እየያዙ ሄደው የግጭትና የእርስ በርስ ጦርነት ምንጭ ይሆናሉ:: በተለይ ባለ ብዙ ብሔረሰብ በሆኑ አገሮች ውስጥ የየብሔረሰቡ ልኂቃን በመንግሥት ውስጥ ተገቢ ወይም ፍትሐዊ ውክልናና ተሳትፎ አለመኖር ዓይነተኛው የግጭት መንስኤ ነው::[133]

---

[131] ይህ ለመነሻ ያክል ቀረበ እንጅ ሌሎችም የብሔረሰብ ፓርቲዎችን አክራሪነትና አግላይነት የሚቀንሱና አካታችነትን የሚያበረታቱ መንገዶች ይኖራሉ::

[132] Michael E. Brown, "The Impact of Government Policies on Ethnic Relations", in Michael E. Brown and Sumit Ganguly (eds.), *Government Policies and Ethnic Relations in Asia and the Pacific* (Cambridge, Massachusetts: The MIT Press, 1997), pp. 512-516.

[133] Lars-Eric Cederman, Andreas Wimmer and Brian Min, "Why Do Ethnic Groups Rebel?

ስለሆነም፣ መንግሥት ሁሉንም የአገሪቱን ብሔረሰቦች በእኩልነትና በፍትሐዊነት ማስተናገድ፣ ቋንቋቸውና ባህላቸው እንዲዳብር መደገፍ፣ ፍትሐዊ የፖለቲካ ውክልናና የኢኮኖሚ ተጠቃሚነት እንዲኖር መሥራት፣ አነስተኛ ቁጥር ላላቸው ብሔረሰቦች ልዩ ድጋፍ ማድረግ ወዘተ. ይገባዋል::

ከማንነት ጋር በተያያዘ ለሚፈጠሩ ችግሮች አፋጣኝና ተገቢ መልስ አለመስጠት ወይም የኀይል አማራጭን መውሰድ ችግሩን ከማባባስ ውጪ መፍትሔ ሊሆን አይችልም:: ለጽንፈኛ ዘውጌ ብሔርተኞች መቀስቀሻ የሚሆን ግጭት ሳይፈጠርና የሰው ሕይወት ሳይጠፋ ፈጥኖ መፍትሔ መስጠት እንጂ ደም አፋሳሽ ግጭት ከተከሰተ በኋላ ችግሩን ለመፍታት መሞከር በጣም አስቸጋሪ ነው::

በኢትዮጵያ፣ የኤርትራዊያንን የፌደሬሽን ይመለስልን ጥያቄ ጨምሮ፣ በተለያዩ አካባቢዎች ይነሱ የነበሩ ጥያቄዎች አፋጣኝ እና አግባብነት ያለው መፍትሔ አለማግኘታቸው ምን ላይ እንደጣለን የምናውቀው ነው:: የቅርብና የሩቅ ኀይሎች የኢትዮጵያን አማጺ ቡድኖች ለማጠናከርና አገሪቱን ለማዳከም ያደረጉት ደባ የሚታወቅ ቢሆንም፣ ኢትዮጵያ ለዚህ የበቃችው በዋናነት በተከታታይ መንግሥታት የፖሊሲ ድክመትና ውድቀት ምክንያት መሆኑን ግን ማስተባበል አይቻልም::

ሌላው ግልጽ መሆን ያለበት ጉዳይ፣ ልኂቃን ለጽንፈኛ ዘውጌ ብሔርተኝነት መፋፋት ከፍተኛ አስተዋጽዖ ቢኖራቸውም፣ ያለ መነሻ ነባራዊ ሁኔታ (መጠኑ ጥቂትም ቢሆን) ብሔርተኝነት በልኂቃን ቅስቀሳ ብቻ ይፈጠራል ማለት አይደለም:: ልኂቃን ከነባራዊ ሁኔታው በመነሳት ነው፣ እፍ እፍ ብለው ጽንፈኛ ብሔርተኝነትን የሚያቀጣጥሉት::[134]

---

New Data and Analysis", *World Politics* Vol. 62, No. 1 (January 2010), pp. 87-119.

[134] ጭቆና እና የጭቆና ትርክት የዘውጌ ብሔርተኛ ልኂቃን ዓይነተኛው የመቀስቀሻና ማደራጃ ሀብት ነው:: ተጨባጭ የሆነ የመብት አለመከበር እና እርሾ ሊሆን የሚችል የጭቆና ታሪክ ወይም የኢኮኖሚና የባህል በደል (ኢፍትሐዊነት) በሌለበት ሁኔታ ልኂቃን ተዋረድክ ተጠቃህ ብለው ስለቀሰቀሱት ብቻ ሕዝብ ይደራጃል፣ ብሔርተኛ ይሆናል ማለት ግን አይቻልም:: ስለሆነም የአክራሪ ልኂቃንን አቅም ለማዳከም የሚያስችለው ዓይነተኛው መሣሪያ የብሔረሰቦችን መብት ማክበርና ማስከበር፣ ጠንካራ ተቋማትን

ስለሆነም ከታሪክ በመማር አካታችና አሳታፊ የሆነ የፖለቲካ ሥርዓት አበጅቶ ከብሔረሰቦች የሚነሱ የመብት ጥያቄዎችን በፍጥነትና አግባብነት ባለው መንገድ መመለስ ያስፈልጋል።

የብሔረሰቦችን ፍትሐዊ የኢኮኖሚ ተጠቃሚነትና የፖለቲካ ተሳትፎ ማሳደግ አስፈላጊ ነው ሲባል ታዲያ፣ በአንድ ላይ ተሰባስበው የሚገኙትን ብቻ ሳይሆን በተለያዩ አካባቢዎች ተሰራጭተውና ተሰባጥረው የሚገኙትንም የሚመለከት መሆን ይኖርበታል። በአገራችን ስለ ብሔረሰቦች መብት ከ50 ዓመታት በላይ ቢነገርም፣ ተሰባጥረው የሚኖሩ ብሔረሰቦችን መብት (እንደ ዜጋ ብቻ ሳይሆን እንደ ቡድን) አጀንዳ ያደረገ ኀይል የለም።

የብሔረሰቦችን የራስን ዕድል በራስ የመወሰን መብት ለማስከበር፣ የብሔረሰቡ አባላት የግድ በአንድ አካባቢ ተሰባስበው መኖር አለባቸው ማለት አይደለም። የአንድ ብሔረሰብ አባላት በተለያዩ ክልሎች ውስጥ ከሌሎች ብሔረሰቦች ጋር ተሰባጥረው እየኖሩም ቢሆን የቡድን መብታቸው ሊከበርላቸው ይገባል፤ ይቻላልም።[135]

---

መገንባት እና የጋራ ማንነትን ማጠናከር ነው። እንዲያ ሲሆን፣ የአክራሪ ልኂቃን የጥላቻ ቅስቀሳ ተጽዕኖውና አውዳሚ ገጽታው ይቀንሳል። የልኂቃን ቅስቀሳ መክኖ የቀረባቸው በርካታ አገሮች እንዳሉ ማስታወስ ያስፈልጋል፦ Joseph M. Whitmeyer, "Elites and popular nationalism", *British Journal of Sociology,* Vol. 53, No. 3 (September 2002), pp. 321-341; Andreas Wimmer, *Nationalist Exclusion and Ethnic Conflict: Shadows of Modernity,* p. 96.

[135] በዚህ ጉዳይ ላይ እንደ መነሻ የሚከተሉትን ሥራዎች ይመልከቱ፦ David J. Smith and John Hiden, *Ethnic Diversity and the Nation State: National cultural autonomy revisited* (New York: Routledge, 2012); Ephraim Nimni, "Conclusion: sovereign predicament of dispersed nations", in Ephraim Nimni (ed.), *National Cultural Autonomy and its Critics* (London: Routledge, 2005), pp. 202-216; Ephraim Nimni, "National-cultural autonomy as an alternative to minority territorial nationalism", *Ethnopoltics,* Vol. 6, No. 3 (2007), pp. 345-64; John Coakley, "Approaches to the Resolution of Ethnic Conflict: The Strategy of Non-territorial Autonomy", *International Political Science Review,* Vol. 15, No. 3 (1994), pp. 297-314; John Coakley, "Introduction: Dispersed Minorities and Non-Territorial Autonomy",

በተለያዩ አካባቢዎች ተሰባጥረው የሚኖሩ ብሔረሰቦችን መብት ያላስከበረ ሥርዓት፣ የብሔረሰቦችን የራስን ዕድል በራስ የመወሰን መብትን አስከበርኩ፣ ፍትሐዊ የፖለቲካ ውክልናና የኢኮኖሚ ተጠቃሚነትን አረጋገጥኩ ወይም ባጠቃላይ ኅብረ-ብሔራዊ አንድነትን ገነባሁ ማለት አይችልም:: የሁሉንም ብሔረሰቦች መብት በተሟላ መልኩ ለማስከበር ደግሞ፣ አካባቢንና ብሔረሰባዊ ማንነትን ከሚያያዘው ራስ-ገዝ አስተዳደር (territorial autonomy) ይልቅ ብሔረሰቦች በየትኛውም የአገሪቱ ክፍል ከሌሎች ብሔረሰቦች ጋር ተሰባጥረው እየኖሩ መብታቸው እንዲከበር የሚያስችለውን (nonterritorial autonomy/national cultural autonomy) አወቃቀር መከተል ወይም ሁለቱን አጣምሮ መጠቀም ያስፈልጋል:: ለምሳሌ በሶማሌ ክልል የሚኖሩ ኦሮሞዎች በአንድ አካባቢ ተሰባስበው መኖር ሳያስፈልጋቸው መብታቸው (የግል ብቻ ሳይሆን የቡድንም) ሊጠበቅላቸው ይገባል:: በዚያ ክልል የሚኖር የኦሮሞ ተወላጅ ባህሉን የማሳደግ፣ በቋንቋ የመገልገል ወዘተ. መብቱ የተረጋገጠ መሆን ይኖርበታል:: በኦሮሚያ ክልል የሚኖሩ አማራዎች፣ ሶማሌዎች፣ ወላይታዎች ወዘተ. መብትም በተመሳሳይ መልኩ መከበር ይገባዋል:: በሁሉም ክልሎች ከሌሎች ጋር ተሰባጥረው የሚኖሩ የየብሔረሰቡ ተወላጆች የግድ በአንድ አካባቢ መሰባሰብ ሳያስፈልጋቸው መብታቸው መከበር ይኖርበታል:: እንዲህ ዓይነቱ የመንግሥት አወቃቀር በብዙ የአውሮፓ አገሮች እየተተገበረና ከፍተኛ ተቀባይነት እያገኘ የመጣ አወቃቀር ነው::[136] ተግባራዊነቱም ውስብስብ አይደለም፤ ቀላል ነው::

---

*Ethnopolitics,* Vol. 15, No. 1 (2016), pp. 1-23; John Coakley, "Conclusion: Patterns of Non-Territorial Autonomy", *Ethnopolitics,* Vol. 15, No. 1 (2016), pp. 166-185; Otto Bauer, *The Question of Nationalities and Social Democracy* (Minneapolis: University Press, 2000)

[136]ኢትዮጵያን ጨምሮ በአፍሪካ አገሮች አንድን አካባቢ ለአንድ ብሔረሰብ የሚሰጥ ፌደሬሽን ጥሩ አማራጭ እንዳልሆነ፤ የኢትዮጵያ የብሔረሰብ ፌዴሽንም በጊዜ ሒደት ብሔራዊ አንድነትን ከመገንባት ይልቅ ልዩነትን እያባባሰ እንደሚሄድ የጻፉ በርካታ ምሁራን አሉ:: ለአብነት የሚከተለውን ጽሑፍ ይመልከቱ:- Shaheen Mozaffar and James R. Scarritt, "Why Territorial Autonomy is Not a Viable Option for Managing Ethnic Conflict in African Plural Societies", in William Safran and Ramon Maiz (eds.), *Identity and Territorial Autonomy in Plural Societies* (New York: Routledge, 2000), pp.230-253.

ባጠቃላይ በየትኛውም የአገሪቱ ክፍል የሚኖሩ ሁሉም ዜጎችና ብሔረሰቦች ባለመብት መሆናቸውን መቀበል እና የግልና የቡድን መብታቸውን ማስከበር መሠረታዊ ነው:: በኢትዮጵያ አሁን ባለው ሁኔታ አብዛኞቹ ክልሎች አነስተኛ ቁጥር ያላቸው ብሔረሰቦች እስር ቤቶች ናቸው:: የግድ መቀየር ይገባዋል::

## 7.2 ፌደሬሽኑን መከለስ/ማረም

ሁለተኛውና ከላይኛው ጋር ተያያዥ የሆነው መፍትሔ ሕገ መንግሥቱንና በእሱ ላይ የተመሠረተውን ፌደሬሽን ማሻሻል ነው:: በኢትዮጵያ መሬትንና ብሔረሰባዊ ማንነትን በአንድ ላይ ያጣበቀውንና "ክልል"፣ "ልዩ ዞን"፣ "ልዩ ወረዳ" ወዘተ. ለሚሉ የብሔረሰብ ደሴቶች መፈጠር መሠረት በመሆን በማኅበረሰቦች መካከል የነባር/መጤ አስተሳሰብን ያነገሠውንና የየብሔረሰቡን ጥገኛ ልኂቅ ያልተማከለ ፈላጭ ቆራጭነት (decentralized despotism) የተከለውን ሕገ መንግሥት፣ የአገሪቱን ታሪክና አሁናዊ ሁኔታ ባገናዘበ፣ መጻኢ ዕድላችንን በሚያስማማ እና የሕዝቡን ፍላጎት መሠረት ባደረገ መልኩ ማሻሻል ይገባል::[137]

ከዴሞክራሲ እጦቱ ጋር ተደማምሮ፣ በአንዲት አገር ዜጎች መካከል ነባር/መጤ የሚል አደገኛ ክፍፍል በመፍጠር የማያባራ ግጭትና የእርስ በርስ ጦርነት ምክንያት የሆነው "ክልል"፣ "ልዩ ዞን"፣ "ልዩ ወረዳ" ወዘተ. በሚል የተደራጀው አንድን አካባቢ የአንድ ብሔረሰብ ብቸኛ ርስት ወይም ባለቤት የሚያደርግ ፌደራላዊ አወቃቀር ነው:: እነኝህ አስተዳደሮች የብሔረሰቦችን መብት ለማስጠበቅ የተዋቀሩ ናቸው ቢባልም፣ በተግባር የየብሔረሰቡን (በተለይም የገዥውን ፓርቲ)

---

[137] በዚህ ነጥብ ላይ የሚከተለውን ጽሑፍ ይመልከቱ፡- Christopher Clapham, "The Ethiopian State's Long Struggle for Reform", in Melaku Geboye Desta, Dereje Feyissa Dori and Mamo Esmelealem Mihretu (eds.), *Ethiopia in the wake of Political Reforms* (Tsehai Publishers and Distributers: Loyola Marymount University, 2020), p.50-51.

ጥቅመኛ ልኂቃን ምቾት የሚያስጠብቁ አስተዳደሮች (ethnocracies) ሆነዋል ማለት ይቻላል:: ኢትዮጵያዊያንን በመጤነት እየፈረጁ የሚያፈናቅሉ በዋናነት የመንግሥት አካላት (ፖለቲከኞች፣ የክልል ፖሊስ፣ ልዩ ኀይል ወዘተ.) ናቸው::

ስለሆነም አሁን ያለውን አገሪቱን መቀመቅ የከተተ የመንግሥት አወቃቀር የብሔረሰቦችን የራስ አስተዳደር መብት ከግምት ውስጥ ባስገባ፣ ሆኖም ራስን በማስተዳደር ሽፋን አነስተኛ ቁጥር ያላቸው ብሔረሰቦች እና የዜጎች መብት እንዳይደፈጠጥ ሕጋዊ መፍትሔ ባስቀመጠ፣ ኢኮኖሚያዊ ልማትን ለማፋጠን ምቹ ሁኔታን በሚፈጥር፣ እንዲሁም በማኅበረሰቦች መካከል አንድነትን በሚያጠናክርና ብሔራዊ ስሜትን ለማጎልበት በሚያግዝ አወቃቀር ማስተካከል ያስፈልጋል::[138]

በዚህ ረገድ ናይጀሪያ የተከተለችውን መንገድ ከኢትዮጵያ ሁኔታ ጋር አጣጥሞ ተግባራዊ ማድረግ እና በዚህ ሂደት በተለይ የሁለቱን ብሔረሰቦች (አማራና ኦሮሞ) ልኂቃን አላስፈላጊ ሽኩቻ መቀነስ አንዱ አማራጭ ነው:: ናይጀሪያ ገና በብሪታኒያ የቅኝ አገዛዝ ሥር እያለች፣ ማለትም በ1954 (እ.አ.አ) 3 የብሔረሰብ ክልሎችን ይዛ በፌደሬሽን

[138] በሥራ ላይ ያለው ብሔረሰብን ዋነኛው ብቻ ሳይሆን ብቸኛው የፌደራል ሥርዓቱ መገንቢያ ያደረገ የመንግሥት አወቃቀር ችግር የለበትም፤ ችግሩ የአፈጻጸም ነው የሚሉ አካላት አሉ:: አንዳንዶች ደግሞ፣ ፌደራላዊ ሥርዓቱ ብዙ በጎ ውጤቶች ያስገኘ ቢሆንም፣ ሊታረሙ የሚገባቸው ይዘቶች ያሉት መሆኑን ገልጸው፣ አገሪቱ ለገባችበት ችግር ግን ፌደራላዊ ሥርዓቱ ብቻውን ተጠያቂ ሊሆን እንደማይገባ፤ ይልቁንም የኢሕአዴግ አብዮታዊ ዴሞክራሲያዊ መስመርና በእሱ ላይ የተመሠረተው አፋኝ አገዛዝ አፍራሽ ሚና እንደተጫወተ እየጠቀሱ ይከራከራሉ:: ይሁን እንጂ አሁን በሥራ ላይ ባለው አንድን አካባቢ ለአንድ ብሔረሰብ በብቸኛ ባለቤትነት በሚሰጥ አወቃቀር ምክንያት፣ አንድ የነበረው የአገሪቱ ሠራዊትና ፖሊስ ከሁለት ተከፍሎ እርስ በርሱ እየተዋጋ እንደሚገኝ፤ ዜጎች በገዛ አገራቸው በመጤነት ተፈርጀው ንብረታቸው እየተዘረፈ፣ እየተፈናቀሉና እየተገደሉ እንደሆነ፤ የአገሪቱ አንድነትና የሕዝቧ ብሔራዊ ማንነት ቁልቁል ወርዶ ክልሎች የተለያዩ አገሮች እየመሰሉ እንደመጡ እና የእርስ በርስ መጠፋፋቱ ከዚህም በላይ ሊጨምር እንደሚችል ግልጽ ምልክቶች እየታዩ እንደሆነ ማስተባበል ከእውነት ጋር መጣላት ነው:: ከዚህ በኋላ የያዝነው መንገድ የት ሊያደርሰን እንደሚችል ለመገንዘብና ለማስገንዘብ ዩጎዝላቪያን ወይንም ሩዋንዳን እንደ ምሳሌ መጥቀስ አይኖርብንም:: ገፈቱን እኛው ራሳችን እየተጎነጨነው ነውና::

የተዋቀረች ሲሆን፣ ከዚያ በኋላ በተደጋጋሚ ጊዜያት የፌደሬሽኑን አሃዶች (units) ደጋግማ እየከለሰች አደራጅታለች:: በዚህም መሠረት እ.አ.አ በ1963 ከሦስት ወደ አራት፣ በ1964 ከአራት ወደ ዐሥራ ሁለት፣ በ1976 ከዐሥራ ሁለት ወደ ዐሥራ ዘጠኝ፣ በ1987 ከዐሥራ ዘጠኝ ወደ ሃያ አንድ፣ በ1991 ከሃያ አንድ ወደ ሠላሳ እና በ1996 ከሠላሳ ወደ ሠላሳ ስድስት የፌደሬሽኑን አባል አሃዶች ቁጥር ከፍ አድርጋለች::

በዚህ እርምጃ ሐውሳ ፉላኒ፣ ኢግቦና ዩሩባ የተሰኙትን ትልልቅ ብሔረሰቦች በ21 (12 ሐውሳ ፉላኒ፣ 9 ዩሩባና 5 ኢግቦ) ‹ስቴቶች› ከፍሎ በማዋቀር የሦስቱን ብሔረሰቦች የከረረ ፉክክርና ማን-አህሎኝነት ብቻ ሳይሆን የመገንጠል ፍላጎትንም መልክ ማስያዝ ተችሏል:: እርምጃው ሌሎች አነስተኛ ቁጥር ያላቸው ብሔረሰቦችን ይሰማቸው ከነበረው በሦስቱ ትልልቅ ብሔረሰቦች የመዋጥ ስሜት ወጥተው በእኩልነት እንዲኖሩ ያደረገና ለአስተዳደርም ምቹ የሆኑ ተመጣጣኝ ግዛቶችን የፈጠረ ነው:: የናይጀሪያን ፖለቲካ ያጠኑ ምሁራን እንደሚገልጹት ይህ እርምጃ ለናይጀሪያ ህልውና መጠበቅና ለዚያች አገር የፖለቲካና ኢኮኖሚ ልማት ያደረገው አወንታዊ አስተዋጽዖ ከፍተኛ ነው::[139]

## 7.3 ልሳነ ብዙ አስተዳደር

ሦስተኛው መፍትሔ በአገሪቱ በርከት ያሉ ቋንቋዎችን የሥራ ቋንቋ አድርጎ መጠቀም ወይም የቋንቋ ዴሞክራሲን ማስፈን ነው:: በፌደራል ደረጃ የተናጋሪ ኅብረተሰብ ቁጥራቸው ከግምት ውስጥ እየገባ ከአምስት

---

[139] ናይጀሪያ ወደዚህ ደረጃ እንድትመጣ ካስገደዷት ምክንያቶች መካከል፣ ለሚሊዮኖች ሞት ምክንያት የሆነው የቢያፍራ ጦርነትና በየጊዜው የሚያገረሹት ደም አፋሳሽ የእርስ በርስ ግጭቶች ይጠቀሳሉ፡- Rotimi Suberu, "Federalism and the Management of Ethnic Conflict: The Nigerian Experience", in David Turton (ed.), *Ethnic Federalism: The Ethiopian Experience in Comparative Perspective* (Oxford: James Currey, 2006), pp. 65-90; John Boye Ejobowah, "Territorial Pluralism: Assessing the Ethnofederal Variant in Nigeria", *Regional and Federal Studies,* Vol. 20, No.2 (May 2010), pp. 251-274.

እስከ ዐሥር የሚደርሱ ቋንቋዎች የፌደራል መንግሥት የሥራ ቋንቋ እንዲሆኑ፣ እንዲሁም በክልሎች ደረጃ ሁለትና ከዚያ በላይ የሥራ ቋንቋዎች እንዲኖሩ ማድረግ አንዱ መንገድ ነው:: ብሔራዊ አንድነትን ለማጠናከር አማርኛ ቋንቋን በመግባቢያ ቋንቋነት መደንገግም አግባብነት ይኖረዋል::[140]

በዚህ ረገድ የደቡብ አፍሪካ ተሞክሮ በተወሰነ ደረጃ ትምህርት ሊቀሰምበት የሚችል ነው:: በደቡብ አፍሪካ የማእከላዊ መንግሥቱ የሥራ ቋንቋዎች ዐሥራ አንድ ሲሆኑ፣ እያንዳንዱ ክልል እና ክፍለ አገር ከአንድ በላይ ቋንቋዎችን በሥራ ቋንቋነት የመቀበል ግዴታ እንዳለበት እንዲሁም ሌሎች የማእከላዊ መንግሥቱ የሥራ ቋንቋ ያልሆኑ ቋንቋዎች እንክብካቤ እንደሚደረግላቸው በሕገ መንግሥት ደረጃ (ክፍል 6) ተደንግጓል::

## 7.4 ተጨማሪ ርእሰ መዲናዎች

አራተኛው የመፍትሔ አማራጭ የፌደራል መንግሥት ርእሰ ከተሞችን ቁጥር መጨመርና በአዲስ አበባ ላይ የሚታየውን በታሪክ ፖለቲካ ላይ የተመሠረተ ጥቅመኛ አካሄድ መልክ ማስያዝ ነው:: አዲስ አበባ ላይ የሚታየው በታሪክ ፖለቲካ ላይ የተመሠረተው የኦሮሚያ ክልል ብልጽግና አካሄድ መነሻውና ግቡ ምን እንደሆነ ቢታወቅም፣ አንዱ ምክንያት በብዙ ዘመናት በሁሉም ኢትዮጵያዊያን ላብ የለማችውን ከተማ በብቸኛ ባለቤትነት የመቆጣጠርና የመዝረፍ የእብደት አካሄድ ነው::

ይህንን አካሄድ ለመቀልበስ፣ ደም መፋሰስን ለማስቀረት እና አገርን ከብተና ለመታደግ የሚያስችሉ ብዙ መንገዶች መኖራቸው እንደተጠበቀ ሆኖ፣ አንዱ መንገድ የተለያዩ የፌደራል ርእሰ መዲናዎች እንዲኖሩ

---

[140] ለአገረ መንግሥት ጥንካሬና ቀጣይነት አንድ የጋራ መግባቢያ ቋንቋ መኖሩ በጣም አስፈላጊ ነው:- Andreas Wimmer, "Nation Building: Why Some Countries Come Together While Others Fall Apart", *Survival*, Vol. 60, No. 4 (August-September 2018), p.152 & pp. 157-159.

ማድረግ፣ በዚህም የአዲስ አበባን ብቸኛ ማእከልነት መቀነስ ነው:: ለምሳሌ ደቡብ አፍሪካ የሦስቱ የመንግሥት አካላት መቀመጫ በተለያዩ ከተሞች፣ ማለትም ሥራ አስፈጻሚው ‹ፕሪቶሪያ›፣ የሕዝብ ተወካዮች ምክር ቤቱ ‹ኬፕ-ታውን› እንዲሁም ጠቅላይ ፍርድ ቤቱ ‹ብሉምፎንቴን› እንዲሆን በማድረግ የአንዱን ከተማ ጠቅላይነት ማስወገድ ብቻ ሳይሆን፣ ሦስት ርእሰ መዲናዎችን መገንባት ችላለች:: ከአንድ በላይ ርእሰ መዲና ካላቸው ሌሎች አገሮችም (ኔዘርላንድስ፣ ማሌዢያ፣ ታንዛኒያ ወዘተ.) ትምህርት መቅሰም ይቻላል::

## 7.5 የምርጫ ሥርዓቱን መቀየር

አምስተኛው የመፍትሔ አማራጭ አሁን ያለውን ከኢትዮጵያ ማኅበረሰባዊ ስብጥር ጋር የማይሄድ የምርጫ ሥርዓት መቀየር እና በተመጣጣኝ ውክልና ሥርዓት ወይም በቅይጥ የምርጫ ሥርዓቶች መተካት ነው:: ኢሕአዴግም ሆነ ብልጽግና ስለ ኅብረ ብሔራዊነት አብዝተው ቢናገሩም፣ አሁን ያለው የአብላጫ የምርጫ ሥርዓት ንዑስ ክፍል፣ ማለትም በአንድ የምርጫ ክልል ውስጥ ከሌሎች ተወዳዳሪዎች መካከል አብላጫ ድምጽ ያገኘ ተወዳዳሪ አሸናፊ የሚሆንበት የምርጫ ሥርዓት (first past the post) እንደ ኢትዮጵያ ባለ በአንድ-ወጥነት ሳይሆን በልዩነት ባሸበረቀ አገር ውስጥ የማይሠራና በተግባር ተፈትኖ የወደቀ ነው:: አሁን ባለው የምርጫ ሥርዓት፡-

> አንድ እጩ ከአንድ የምርጫ ቀበሌ ተመረጠ ተብሎ ለመምጣት የግድ ከ50 በመቶ በላይ ማግኘት የለበትም:: 20ም 30ም ከመቶ ድምጽ ቢያገኝ ከሌሎች ተወዳዳሪዎች ሁሉ ከፍተኛውን ድምጽ ካገኘ ይበቃል:: … [ተደምረው] ከመራጩ ሕዝብ 80ም 70ም ከመቶ የሚወከሉት ደግሞ በየቀበሌው "እየተራገፉ" ይቀራሉ ማለት ነው::[141]

---

[141] ነገደ ጎበዜ፣ *ሕገ መንግሥት፣ ምርጫና ዴሞክራሲ በኢትዮጵያ፡- ከትላንት በስቲያ እስከ ነገ* (ዋሽንግተን ዲሲ፣ ኤዞፐ አሳታሚ፣ እ.ኤ.አ 2004)፣ ገጽ 83-84::

ይህም እንደ ኢትዮጵያ ባሉ ከፍተኛ ልዩነትና ብዙ ፓርቲዎች ባለበት አገር ውስጥ የብዙሃኑን ድምጽ ገደል የሚከት ሥርዓት ነው:: ስለሆነም፣ በአገራችን ፍትሐዊ የፖለቲካ ውክልና እንዲኖርና እውነተኛ ዴሞክራሲ እንዲሰፍን ካስፈለገ አሁን ያለው የምርጫ ሥርዓት የግድ መቀየር ይኖርበታል::

አሁን እየተገለገልንበት ያለው የምርጫ ሥርዓት በብዙ አገሮች በብሔረሰቦች መካከል ግጭትን በማቀጣጠል የታወቀ የምርጫ ሥርዓት እንደሆነ በርካታ ምሁራን የጻፉበት ጉዳይ ነው::[142] እ.አ.አ በ1990 በዩጎዝላቪያ በተደረጉት ምርጫዎች አክራሪ ዘውጌ ብሔርተኛ ኀይሎች በቀላሉ እንዲያሸንፉ ያስቻላቸውና በሂደትም የአገሪቱን መፍረስ ያፋጠነው ይህ የምርጫ ሥርዓት መሆኑን ማስታወስ ያስፈልጋል::[143]

እንደ ኢትዮጵያ ላለ በአንድ-ወጥነት ሳይሆን በልዩነት ላሸበረቀ አገር ተመራጩ የምርጫ ሥርዓት ተመጣጣኝ ውክልና (proportional representation) የሚባለው ነው::

## 7.6 የተሟላ የፖለቲካ ነጻነትን ማስፈን

ስድስተኛው መፍትሔ የተሟላ የፖለቲካ ነጻነትን ማስፈን እና ሪፐብሊካዊ ዴሞክራሲን መገንባት ነው:: ማንም ኢትዮጵያዊ ብሔረሰብህ ምንድን ነው? የምትከተለው ሃይማኖት ምን ዓይነት ነው? የፖለቲካ አመለካከትህ ምንድን ነው? ወዘተ. ሳይባል፣ ኢትዮጵያዊ (ዜጋ) በመሆኑ ብቻ መብቱ ተከብሮለት በየትኛውም የአገሪቱ ክፍል

---

142 Andreas Wimmer, *Nationalist Exclusion and Ethnic Conflict: Shadows of Modernity*, p.107.

143 Heather Rae, *State Identities and the Homogenization of Peoples* (Cambridge: Cambridge University Press, 2002), p.179.

በነጻነት ተዘዋውሮ የመሥራት፣ ንብረት የማፍራትና የመኖር መብቱ የተከበረበት ሥርዓት መገንባት መሠረታዊ ጉዳይ ነው::

በአገራችን የብሔረሰቦች መብት መከበር እንደተጠበቀ ሆኖ፤ የዜጎች ነጻነት ከመንግሥትም ይሁን ከሌሎች አካላት ከሚመጣ አገዛዝ (domination) በሕግ ተጠብቆ፣ በእኩልነት የሚኖሩበትን የፖለቲካ ሥርዓት መገንባት ያስፈልጋል:: የዜጎች መብት ከመንግሥትም ሆነ ከሌሎች አካላት አላስፈላጊ ወይም ሕገ-ወጥ ጣልቃ-ገብነት እንዲጠበቅ የሚያደርገው ደግሞ፣ ፍትሐዊ የሕግ ሥርዓትና የሕግ የበላይነት መስፈን እንዲሁም መብቱን ለማስጠበቅ እና ኀላፊነቱን ለመወጣት በንቃት የሚሳተፍ ሞጋች (ንቁ) ዜጋ መኖሩ ነው::

የኢትዮጵያ የፖለቲካ ተዋስዖ በሐሳብ ድርቅ የተመታ በመሆኑ በሪፐብሊካዊ ዴሞክራሲ ላይ ውይይት አልተደረገበትም እንጂ ለአገራችን በጣም ጠቃሚ ንድፈ ሐሳብ ነው:: ፖለቲካችን ከ1960ዎቹ ጀምሮ ለ17 ዓመታት በመደብና ብሔረሰብ፣ ከ1983 ወዲህ ደግሞ በብሔረሰብ ወይም በአጠቃላይ በማንነት ፖለቲካ ተወጥሮ ቆይቷል:: በተፎካካሪ ፓርቲዎች በኩል ስለ ሊብራል ዴሞክራሲ እና ስለ ሶሻል ዴሞክራሲ ሲቀነቀን ቢደመጥም፣ ሌሎች መሠረታዊና እጅግ ጠቃሚ የሆኑ ንድፈ ሐሳቦች እንደሌሉ ተዘንግተዋል:: ለምሳሌ የዜግነት ጥያቄ የትግሉ የእንጀራ ልጅ ሆኖ ነው የኖረው ማለት ይቻላል:: ስለ ዜግነት በሚገባው ደረጃ ትኩረት ሰጥተን በጥልቀት አልተወያየንም፤ አልተከራከርንም::

በዜግነት ላይ የተመሠረተ ኢትዮጵያዊነትን በተመለከተ ቀደም ሲል በኢዴፓ በኩል የተሞከረው እና በቅርቡ ኢዜማ ከተመሠረተ በኋላ የተጀመረው ጥረት እንደተጠበቀ ሆኖ፣ ዜግነትን አጀንዳ አድርገው የሚንቀሳቀሱ የፖለቲካ ድርጅቶች እምብዛም አይታዩም:: ሁለቱ ድርጅቶች የሚያራምዱት የዜግነት አስተሳሰብም ከሪፐብሊካዊ ዴሞክራሲ ሳይሆን ከሊብራል ዴሞክራሲ ጋር የተያያዘ ነው::

ሪፐብሊካዊ ዴሞክራሲ በአገራችን የፖለቲካ ተዋስዖ ውስጥ አይታወቅም:: በዚህ ንድፈ ሐሳብ ዘንድ ዜግነት ትልቅ ግምት የሚሰጠው ጉዳይ ሲሆን፣ ዜጎችን ዜጎች የሚያደርጋቸው ወይም ዜጎች የሚያሰኛቸው ሊብራል ዴሞክራቶች እንደሚሉት ሁሉም በሕግ ፊት እኩል መሆናቸው ብቻ አይደለም:: አንድ ዜጋ ዜጋዋ ነኝ በሚላት አገር ውስጥ የተሟላ ዜግነት አለኝ ማለት የሚችለው ሰብአዊ ክብሩ ተጠብቆለት በነጻነት የመንቀሳቀስ፣ የመኖር፣ የመሥራትና ንብረት የማፍራት እንዲሁም የመምረጥና የመመረጥ መብቱ ሲከበርለት ብቻም አይደለም:: ዜጎችን ዜጎች የሚያሰኛቸው ከማንኛውም ኀይል (ከግለሰቦች፣ ከድርጅቶች፣ ከመንግሥት ወዘተ.) አገዛዝና ሕጋዊ ያልሆነ ጣልቃ-ገብነት (interference) ነጻ ሲሆኑ እና ይህም ነጻነት በሕግ የተረጋገጠ ሲሆን ጭምር ነው::

ንድፈ ሐሳቡ ዜጎች ከመንግሥትም ይሁን ከሌላ አካል አገዛዝ መብታቸውን ለማስከበር እንዲሁም የሚወጡ ሕጎች ሕጋዊና ፍትሐዊ እንዲሆኑና ተፈጻሚነት እንዲኖራቸው ለማስቻል የነቃና የተደራጀ የፖለቲካ ተሳትፎ ማድረግ እንዳለባቸው አጥብቆ የሚመክር ወይም በሌላ አባባል፣ የዜጎችን የአደባባይ ተሳትፎና ሞጋችነት የሚያበረታታ ንድፈ ሐሳብ ነው:: ለማኅበረሰባዊና አገራዊ ጉዳዮች ጥብቅና መቆም፣ ተቋማት እንዲከበሩ መታገል ወዘተ. ዜጎችን ሙሉ ዜጎች የሚያደርጉ ተግባራት ናቸው - በዚህ ንድፈ ሐሳብ አስተምህሮ:: የራሴ ጥቅም እስከተጠበቀ ድረስ የማኅበረሰቡ ጉዳይ የእኔ ጉዳይ አይደለም ወይም የሌሎች ሰዎች፣ የማኅበረሰቡና የአገር ጉዳይ ጉዳዬ አይደለም ብሎ ነገር የለም:: እንዲያውም ትልቅ ትኩረት የሚሰጠው ለማኅበረሰባዊና አገራዊ ጉዳዮች ነው::[144]

---

[144] ፊሊፐ ፔቲት እና ኩዊንቲን ስኪነር የተባሉት የዘመናችን የፖለቲካ ፈላስፋዎች፣ ሪፐብሊካዊ ዴሞክራሲ የግለሰቦችንም ይሁን የቡድኖችን መብት በማስጠበቅ ረገድ ትልቅ ግምት የሚሰጠው ንድፈ ሐሳብ መሆኑን በመጥቀስ አብክረው ከሚከራከሩ ምሁራን መካከል በግንባር ቀደምትነት ይጠቀሳሉ::

## 7.7 ፈጣንና ተከታታይነት ያለው የኢኮኖሚ እድገት እና ልማት

ሰባተኛው መፍትሔ ፈጣንና ተከታታይነት ያለው ኢኮኖሚያዊ እድገት ማስመዝገብና ሁለንተናዊ ልማትን ማረጋገጥ ነው:: የኢትዮጵያ ኢኮኖሚ መዋቅራዊ ሽግግር ማድረግ እስካልቻለ ድረስ አሁን የሚታየው ትርምስ ተባብሶ መቀጠሉ አይቀሬ ነው:: በአገራችን ለሁሉም በሚበቃ ደረጃ አስፍቶ መጋገር ባለመቻሉ ያለችውን ኩርማን ለመካፈል የሚደረገው ሽሚያ መጠፋፋትን ጋብዟል:: በየአካባቢውና በየመሥሪያ ቤቱ የሚታየው የሥራ ዕድልና የሀብት ሽሚያ አላስፈላጊ ፉክክርን በመጋበዝ አመጽን ይወልዳል፣ ወልዷልም:: አመጹ ወደ መጠፋፋት ሊያመራ የሚችልበት አስፈሪ ሁኔታም በግልጽ እየታየ ነው:: ከዚህ አስከፊ አደጋ ለመዳን ለኢኮኖሚው ልዩ ትኩረት መስጠት ያስፈልጋል::

በአሃዙ ላይ ልዩነቶች ቢኖሩም፣ የኢሕአዴግ አገዛዝ በተለይ ሁለት ዐሠርት ለሚጠጉ ዓመታት በጣም ጥሩ የሚባል የኢኮኖሚ እድገት ማምጣቱን ዓለም አቀፍ ድርጅቶችም ሆኑ ምሁራን ይስማሙበታል:: ለምሳሌ ፕሮፌሰር ዓለማየሁ ገዳ ስለ እድገቱ እንዲህ ጽፈዋል፡-

> በመንግሥት በኦፊሴል የተሰጠው መረጃ እንደሚያሳየው ከ1992/1993 ዓ.ም እስከ 2009/2010 ዓ.ም አማካይ የኢኮኖሚ እድገቱ 8.9 በመቶ ነበር:: እስከ 1995/1996 የነበረው ዓመታዊ እድገት በጣም አነስተኛና በብርቱ የሚዋዥቅ ስለነበረ፣ እሱን ትተን ከ1996/1997 እስከ 2009/2010 ዓ.ም. ድረስ ያለውን ጊዜ ብንመለከት፣ ከዐሥር ዓመት በላይ ዓመታዊ እድገቱ 10.4 በመቶ ይሆናል:: የሒሳብ ቀመር ተጠቅሜ ስመረምረው ግን፣ ይህንን እድገት የተጋነነ ሆኖ አግኝቼዋለሁ:: በኔ

---

የሚከተሉትን የሁለቱን ሊቃውንት ሥራዎች ይመለከቷል፡- Philip Pettit, Republicanism: *A Theory of Freedom and Government* (Oxford: Oxford University Press, 2002); Philip Pettit, *On the People's Terms: A Republican Theory and Models of Democracy* (Cambridge: Cambridge University Press, 2012); Quentin Skinner, "The Republican Ideal of Political Liberty", in Gisla Rock, Quentin Skinner and Maurizio Viroli (eds.), *Machiavelli and Republicanism* (Cambridge: Cambridge University Press, 1990), pp. 293-309; Quentin Skinner, *Liberty before Liberalism* (Cambridge: Cambridge University Press, 2003)

> ግምት አማካይ ዓመታዊ እድገቱ ከ6 በመቶ አይበልጥም:: ይህም ቢሆን ከአፍሪካ አማካይ እድገት በላይ የሆነና በጣም ጥሩ የሚባል ነው::[145]

ይሁን እንጅ እድገቱ ጥቂቶችን በኢፍትሐዊ መልኩ ያከበረ፣ ሰፊውን የኢትዮጵያ ሕዝብ ግን "ሺህ ቢታለብ ያው በገሌ" ከማሰኘትም አልፎ የድሃ ድሃ ያደረገ ነበር:: ሌሎች የኢኮኖሚው ችግሮች እንደተጠበቁ ሆነው በተለይም ከሌብነት ጋር የተያያዘው ፈተና ውሎ አድሮ ጥቂቶችን በፍጥነት ሲያበለጽግ፣ ብዙሃኑን ለድህነት በመዳረጉ የማታ ማታ ሕዝባዊ አመጽን አዋልዷል:: ፕሮፌሰር ዓለማየሁ በሚያሳምን አኳኋን እንደገለጹት፡-

> የተሰረቀው ገንዘብ አጠፋፍ ለዐቢይ-ኢኮኖሚው (ለማክሮ-ኢኮኖሚው) መናጋት፣ ለዕዳ ጫና፣ ለብክነትና ለውጭ ምንዛሬ እጥረቱ መባባስና እየተባባሰ ለመጣው ግሽበትና ኢእኩልነት (inequality) በተለይም የልኂቃን ቡድኖች ኢእኩልነት (horizontal inequality) ምክንያት ሆኗል:: ይህ ደግሞ በ2010 ዓ.ም. የታየውን በአመጽ የታጀበ የፖለቲካ አለመረጋጋትና የአመራር ለውጥ ማምጣቱ ብዙም አያስገርምም::[146]

ዛሬም ስለ ኢኮኖሚ እድገት ሲነሳ፣ ዋነኛ ደንቃራ ስለሆነው የአገር ሀብት ቅርምት መነጋገርና ቁርጠኛ መፍትሔ ማበጀት ጊዜ የማይሰጠው እጅግ አንገብጋቢ ጉዳይ ነው:: የብሔረሰብ ወይም የሃይማኖት መንጠላጠያ ሐረግ ሠርተው የአገርን ሀብት የሚዘርፉ ሌቦችን ያለ ርህራሄ አደብ ማስገዛት እስካልተቻለ ድረስ፣ የኢኮኖሚ እድገትና ልማት ብሎ ነገር አይታሰብም::

"ከለውጡ" በኋላ ብዙ ነገሮች ይስተካከላሉ የሚል ከፍተኛ ተስፋ የነበረ ቢሆንም፣ ሁኔታው ከድጡ ወደ ማጡ ሆኗል ማለት ይቻላል:: ለዚህም ይመስላል ጠቅላይ ሚኒስትር ዐቢይ የሥነ ምግባርና ፀረ ሙስና ኮሚሽን

---

[145] ዓለማየሁ ገዳ፣ "የኢትዮጵያ ዐቢይ-ኢኮኖሚ (ማክሮ-ኢኮኖሚ) ሁኔታና መንግሥት ወደፊት በኢኮኖሚው ውስጥ ሊኖረው የሚገባ ሚና"፣ ከአበበ አሰፋና ከቡር እንግዳወርቅ (አርታኢዎች)፣ *ዴሞክራሲያዊ የለውጥ እርምጃዎች፣ እንድምታዎችና አማራጮቻቸው በኢትዮጵያ፣ ቅጽ ሁለት* (አዲስ አበባ፣ ፎረም ፎር ሶሻል ስተዲስ፣ 2012 ዓ.ም)፣ ገጽ 1::

[146] ዝኒ ከማሁ፣ ገጽ 13::

ባላት ኢትዮጵያ ውስጥ ተደራቢ ብሔራዊ የፀረ ሙስና ኮሚቴ ለማዋቀር የተገደዱት:: ኅዳር 6 ቀን 2015 ዓ.ም. በሕዝብ ተወካዮች ምክር ቤት ፊት ቀርበው ንግግር ያደረጉት ጠቅላይ ሚኒስትሩ እንዲህ ብለው ነበር፡-

> ሌብነትን በተመለከተ የገጠመንን ፈተና እንደ ዕድል የተጠቀሙ አካላት ቀይ መሥመር ያልነውን ሌብነት ቀይ ምንጣፍ አድርገውታል:: ሌብነት የኢኮኖሚ ጠንቅ የእድገት ነቀርሳ ነው:: እንደነዚህ ዓይነት ሌቦች የሚሠራውንም አካል ይበላሉ:: ለአገር የሚያስበውን ታታሪ ሠራተኛ ለማጥፋት ይሠራሉ:: ለዚህ መፍትሔ ማበጀት ያስፈልጋል:: ይህን ተግባር ለመከላከል በጋራ እንሥራ:: ሙስና ወደ ብልጽግና የምናደርገውን ጉዞ እጅ ተወርች አስሮ ለመያዝ ከጠላቶቻችን እኩል እየታገለን ነው::[147]

ትልቁ ችግር ግን፣ የገባንበት በኮሚሽን ሊፈታ ያልቻለ ቀውስ በኮሚቴ መፍትሔ ሊያገኝ ያለመቻሉ እውነታ ነው:: ምክንያቱም ፈተናው ሥርዓታዊና መዋቅራዊ ነውና ነው:: በአገራችን የሰፈነው የአስተዳደር (ገቨርናንስ) ውድቀት በኮሚቴም በዘመቻም የሚፈታ አይደለም:: ሥርዓታዊና መዋቅራዊ መፍትሔ ይፈልጋል::

---

[147] የብሔራዊ ኮሚቴው ሰባት አባላት አቶ ተመስገን ጥሩነህ፣ ዶ/ር ጌዴዎን ጢሞቴዎስ፣ አቶ ተክለ ወልድ አጥናፉ፣ አቶ ሰሎሞን ሶቃ፣ አቶ ደበሌ ቃበታ፣ ዶ/ር ሳሙኤል ኡርቃቶና አቶ አብዱሃሚድ መሐመድ ናቸው:: ኮሚቴው እስካሁን ምን እንዳሳከ የሚታወቅ ነገር የለም::

# ምዕራፍ ሁለት
# የፖለቲካ ሽግግር

## 1. ስለ ፖለቲካ ልማት አንዳንድ ነጥቦች

እ.አ.አ በ2010 በቱኒዚያ የተጀመረውና ወደ ግብጽ፣ ሊቢያ፣ የመንና ሶሪያ የተለያየ መልክ እየያዘ የተዛመተውና ከቱኒዚያ በስተቀር በሌሎች አገሮች የተቀለበሰው "የዐረብ ፀደይ"፣ "የዐረብ አብዮት"፣ "የዐረብ አመጽ" ወዘተ. የሚሉ ስያሜዎችን ያተረፈው ሕዝባዊ እንቅስቃሴ፣ ብዙ ተስፋ የተጣለበት ነበር:: በእነዚህ አገሮች ለረዥም ዘመናት በሥልጣን ላይ የቆዩት ፈላጭ ቆራጭ መንግሥታት በሕዝብ ትግል ከተገረሰሱ በኋላ ነጻና ፍትሐዊ ምርጫ የሚደረግበት፣ የሕዝብ ውክልና ያለው መንግሥት የሚመሠረትበትና ዴሞክራሲያዊ ሥርዓት የሚገነባበት ዕድል ይፈጠራል እየተባለ በሰፊው ይዘገብ እንደነበርም አይዘነጋም::

በወቅቱ በእነዚህ አገሮች ዜጎች ብቻ ሳይሆን የእነሱን አብነት መከተል በሚፈልጉ የሌሎች አገሮች ዜጎች እና የዴሞክራሲ ታጋዮች ዘንድ ከፍተኛ መነቃቃት ነበር:: ሆኖም የተፈለገው አልተገኘም:: ከቱኒዚያ በስተቀር በሌሎቹ አገሮች እንቅስቃሴው እንደታሰበው ነጻነትና ዴሞክራሲያዊ ሥርዓት የሚገነባበትን ዕድል ማመቻቸት አልቻለም:: የቱኒዚያ ሁኔታም ቢሆን የሚያኩራራ አልሆነም::[148]

---

[148] አብዮቱ ለምን ቱኒዚያ እንደጀመረ እና ለምን ከሌሎች በተለየ መልኩ አወንታዊ ውጤት (ከነ ብዙ ጉድለቶቹ) እንደታየበት የሚያብራሩ ምሁራን፣ ምክንያቱን ከቱኒዚያ የዘመናዊነት ሒደት ጋር ያያይዙታል::

በሚያሳዝን ሁኔታ በሊቢያ፣ የመንና ሶሪያ የተካሄዱት ሕዝባዊ አመጾች እጅግ ከፍተኛ ቀውስና ትርምስ ከማስከተላቸውም በላይ፣ የአገራቱ ህልውና አደጋ ላይ ወድቆ እና ዜጎች የጦር አበጋዝ መፈንጫ ሆነው በትርምስ ውስጥ እየዳከሩ ይገኛሉ::

እነኝህ ሕዝባዊ አመጾች የተቀሰቀሱትና ያ ሁሉ መጠነ-ሰፊ ውድመት የደረሰው ያለ ምክንያት አይደለም:: ሕዝብ መብቱን የሚያስከብርባቸው የፖለቲካና የሲቪል ማኅበረሰብ ድርጅቶች በነጻነት እንዳይንቀሳቀሱ ዕቀባ ሲደረግባቸው፣ ሌላ መንገድ መፈለጉና የአመጽ ተሳታፊ መሆኑ አይቀሬ ነው:: ጭቆና ባለበት እምቢታ (resistance) መኖሩ የሚገርም አይደለም:: የነበረ፣ ያለ እና የሚኖር እውነታ ነውና::

ማንነትን መሠረት ያደረጉ እንቅስቃሴዎችና ሕቡዕና ጽንፈኛ ቡድኖች ጉልበት የሚያገኙት በታፈነ የፖለቲካ ከባቢ ውስጥ መሆኑም ተደጋግሞ የታየ ነው:: አገሮች የተቋማት ምድረ በዳ በሆኑበት እና ለዴሞክራሲ ግንባታ እርሾ ሊሆኑ የሚችሉ የሲቪል ማኅበረሰብ ድርጅቶች ባልተጠናከሩበት ሁኔታ፣ የሕዝቡ ብቸኛ የመተንፈሻ አማራጭ ሕዝባዊ አመጽ ይሆናል::

ሆኖም ሕዝቡ አፈናና ምሬት አንገፍግፎት በአገዛዞች ላይ አምጾ አምባገነኖችን ማስወገድ ቢችልም፣ ከላይ የተገለጹት ተቋማት በሌሉበት

---

በተለይም የአውሮፓውንና የዐረቡን ዕሴት አዋሕዶ የያዘውን የአገሪቱን የትምህርት ሥርዓት፣ በአገሪቱ ለረዥም ዘመናት የዘለቀውን የሪፎርም (reformism) አስተሳሰብ እና በዚህም ቱኒዚያ አንጻራዊ የመቻቻል ባህል የዳበረባት አገር መሆኗን፣ እንደ ሌሎች አካባቢዎች ፖለቲካዊ እስልምና ሥር ያልሰደደባትና ጠንካራ የሠራተኛ ማኅበር ያላት አገር መሆኗን፣ ከጅኦ-ፖለቲካ አንጻር እንደነ ግብጽ ይህ ነው የሚባል ጅኦ-ፖለቲካዊ ፋይዳ የሌላት አገር መሆኗንና ይህም ከውጭ ጣልቃ-ገብነት የታደጋት መሆኑን ወዘተ. እንደ ምክንያት ያነሳሉ:: የአገሪቱ ልኂቃን በወሳኝ አገራዊ ጉዳዮች ላይ መግባባት ላይ መድረሳቸውም ለሽግግሩ ከፍ ያለ አስተዋጽዖ አድርጓል ይባላል፡- Safwan M. Massi, Tunisia: *An Arab Anomaly* (New York: Columbia University Press), pp. XXVI-XXIII; Alfred Stepan, "Tunisia's Transition and the Twin Tolerations", *Journal of Democracy,* Vol. 23, No. 2 (April 2012), pp. 89-103; Alfred Stepan, "Multiple but Complementary, Not Conflictual, Leadership: The Tunisian Democratic Transitions in Comparative Perspective", *Daedalus,* Vol. 143, No. 3 (September, 2016), pp. 95-107.

እና የልኂቃን ስምምነት ባልተፈጠረበት ሁኔታ፣ በሕዝባዊ አመጽም ይሁን በሌላ አብዮታዊ መንገድ በሥልጣን ላይ ያለውን ኀይል ማስወገድ በራሱ የሚፈይደው በጎ ነገር እንደሌለ፣ እንዲያውም የከፋ መዘዝ ይዞ ሊመጣ እንደሚችል የተጠቀሱት የመካከለኛው ምሥራቅ አገሮች በሚገባ አስተምረውናል::

በእነኝህ አገሮች በይነመረብና ማኅበራዊ ሚዲያው አፋኝ መንግሥታት እንዲገረሰሱ ከፍተኛ ሚና ተጫውቷል:: ይሁን እንጂ በይነመረብንና ማኅበራዊ ሚዲያውን ተጠቅሞ ሕዝብ አደባባይ እንዲወጣ በማድረግ አምባገነኖችን ማስወገድ መቻል እና [አዳዲስ] ተቋማትን መገንባት ጨርሶ የተለያዩ ነገሮች ናቸው::[149] ከአገዛዝ ለውጥ በኋላስ? የሚለው መሠረታዊ ጥያቄ በቂ መልስ ሳይገኝ፣ ከለውጥ በኋላ ይደረስበታል በሚል መንፈስ መንጎድ መዘዘኛና ዋጋ የሚያስከፍል አካሄድ ነው - እንደታዘብነው::

ግብጻውያን ከሆስኒ ሙባረክ መንግሥት መወገድ በኋላ መመሥረት ስለሚኖርበት የፖለቲካ ሥርዓት በበቂ ሳይመክሩና ሳይደራጁ አብዮት በማካሄዳቸው፣ እንዳየነው ያ ብዙ ተስፋ የተጣለበትና ዓለም የተደመመበት እንቅስቃሴ እንደ ሙስሊም ወንድማማቾች ባሉ ተደራጅተው ሲጠብቁ በነበሩ ጽንፈኛ ድርጅቶች ተጠለፈ፤ ቆየት ብሎም በሠራዊቱና በሙባረክ ደጋፊዎች እጅ ገብቶ ተኮላሸ:: ዓለምን ባስደመመ ሁኔታ በቆራጥነት ለ18 ቀናት ጣሕሪር አደባባይን ሞልተውት የሰነበቱት የግብጽ ወጣቶች፣ ከመንግሥት ለውጥ በኋላ የተከሰተውን የፖለቲካ ገዋ (vaccum) ሊሞላ የሚችል ድርጅት ማቋቋም እና ተቋማት መገንባት ባለመቻላቸው ወይም የድርጅት ብልጫ ስለተወሰደባቸው፣ መሥዋዕት የተከፈለበት ልፋታቸው በሚያስቆጭ ሁኔታ መና ቀርቷል::[150]

[149] Henry Kissinger, *World Order* (London: Penguin Books, 2014), p.124.

[150] የቱኒዚያ ልኂቃንና የፖለቲካ ኀይሎች (በተለይ በውጭ አገሮች ይኖሩ የነበሩት) ከሕዝባዊ አመጹ ቀደም ባሉት ዓመታት ጀምረው እየተገናኙ ይነጋገሩ ነበር:: ግንኙነቱና ንግግሩም በጊዜ ሒደት በልኂቃኑ መካከል አንጻራዊ መተማመንና መግባባትን ፈጥሯል:: የግብጽ ልኂቃን በአንጻሩ ይህን አላደረጉም::

በተመሳሳይ መልኩ፣ ሊቢያውያን ከጋዳፊ በኋላ ሊቢያ ምን ዓይነት ሥርዓት ያስፈልጋታል? ምን ዓይነት ተቋማት መገንባት አለባቸው? የአገሪቱ ህልውና እንዴት ይጠበቃል? ወዘተ. በሚሉት ዐበይት ጉዳዮች ላይ ሳይመክሩ፣ ከስምምነት ላይ ሳይደርሱ እና ሽግግሩን ሊመሩ የሚችሉ ተቋማትን ሳያደራጁ የጋዳፊን አፋኝ አገዛዝ በማስወገድ ላይ ተረባርበው ከጋዳፊ ውድቀት ማግስት አገራቸው ብትንትኗ ወጥቶ እና በጦር አበጋዞች ተከፋፍላ የወንበዴዎች መፈንጫ ሆናለች::

በሊቢያ ምስቅልቅል ውስጥ እጃቸው ያለበት ፕሬዚዳንት ባራክ ኦባማ መንግሥታቸው የጋዳፊን አገዛዝ ለማስወገድ የወሰደው እርምጃ ትልቅ ስህተት እንደነበር ከሥልጣናቸው ከተሰናበቱ በኋላ ገልጸዋል:: ችግሩ የፕሬዚዳንት ኦባማ ተሳስተናል ማለት ሊቢያን አይመልሳትም:: ሊቢያ የማትወጣው አረንቋ ውስጥ ገብታለችና::

የሶሪያና የየመን ሁኔታም እጅግ አስከፊ ነው:: የሶሪያ እንቅስቃሴ አጀማመር ከግብጹ ጋር ተመሳሳይ የነበረ ቢሆንም፣ ብዙም ሳይቆይ መልኩን ቀይሮ የጎሳና የሃይማኖት (sect) ልዩነቶችን ተከትሎ ወደ የእርስ በርስ ጦርነት አምርቷል:: ተቃዋሚ ኀይሎች የፕሬዚዳንት አሳድን አገዛዝ የሚወጉትን ያህል እርስ በርሳቸውም የቀለጠ ጦርነት ሲያደርጉ ቆይተዋል:: እነኝህ ቡድኖች በልዩነት ላይ የቆሙ በመሆናቸውና ልዩነቱንም ወደማይታረቅ ደረጃ ስለሚያከሩት፣ በአሜሪካና አጋሮቿ

በኩል ተቃዋሚ ኀይሎችን ያቀፈ ቅንጅት ለመፍጠር ሲደረግ የቆየው ጥረት ፍሬ ማፍራት አልቻለም::

የቀጠናው አገሮች በበኩላቸው፣ አንዱን ወይም ሌላውን ጎሳና የሃይማኖት ንዑስ ቡድን እየደገፉ በእሳቱ ላይ ነዳጅ ሲያርከፈክፉበት

---

ባለማደረጋቸውም፣ የድርጅት ብልጫ ተወስዶባቸው መሥዋዕት ከፍለው ያመጡትን ለውጥ መጀመሪያ በሙስሊም ወንድማማቾች፣ ቀጥሎ ደግሞ በሠራዊቱ ተነጥቀው፣ የፖለቲካ ሽግግር ዕድላቸው ተኮላሽቷል፡
- Donald L. Horowitz, *Constitutional Processes and Democratic Commitment* (New Haven: Yale University Press, 2021), p.56.

ቆይተዋል:: የሶሪያ ሕዝብ ባላለፉት ዓመታት ሲያየው የከረመውን መከራ በበቂ ሁኔታ ለመዘገብ ገና ብዙ ዓመታት ያስፈልጋሉ:: ያች

አገር እጅግ በሚያሳዝን ሁኔታ ፈራርሳለች::[151] በአዲስ አበባ ጎዳናዎች ላይ ምጽዋት የሚጠይቁትን ጨምሮ ሚሊዮኖች አገራቸውን ጥለው ተሰደዋል፤ በጣም በርካታ ሕዝብ አልቋል:: በሽር አል አሳድ ግን አሁንም በሥልጣን ላይ ይገኛሉ::

የጎሳና የሃይማኖት ልዩነቱ እና ልዩነቱን እንደ ዓይነተኛ የኀይል ማሰባሰቢያ አቅም ወይም መሣሪያ የሚቆጥሩ ቡድኖች መበራከታቸው በሊቢያና የመንም ቢሆን ትልቅ ችግር ያስከተለ ጉዳይ ነው:: ዓለም አቀፍ ፖለቲካ አድሎአዊና ኢፍትሐዊ በመሆኑ የዓለም አቀፍ መገናኛ ብዙኃን ትኩረት ምዕራባዊያን አገሮችን በሚመለከቱ ጉዳዮች ላይ ስለሆነ ነው እንጂ፣ በእነዚህ የመካከከኛው ምሥራቅ አገሮች ውስጥ በየዕለቱ የሚያልቀው ሰውና የሚወድመው ንብረት የትየለሌ ነው::[152] ሊቢያ ሥርዓት አልበኝነት የነገሠባት እና የጎሳና የሃይማኖት አበጋዞች የሚመሯቸው ቡድኖች የሚተላለቁባት አገር ከሆነች ዓመታት ተቆጥረዋል:: በየመን ያለው ሁኔታ ደግሞ ከዚህም የከፋ ነው:: የመን የኢራን (ሺኣ) እና የሳውዲና አጋሮቿ (ሱኒ) የእጅ አዙር ጦርነት አውድማ ሆና ፈራርሳለች::

---

[151] የመካከለኛው ምሥራቅ አገሮችን በተለይ ሊቢያን፣ ሶሪያንና የመንን በማመሰቃቀል ረገድ የፕሬዚዳንት ባራክ ኦባማ አስተዳደር የተጫወተው አፍራሽ ሚና እጅግ ከፍተኛ ነበር:: በእኛም ሁኔታ ቢሆን፣ በርካታ አገር ወዳድ ኢትዮጵያዊያን ደጋግመው እንደሚያስገነዝቡት፣ እርስ በርሳችን ብንጠፋፋ የሚወዱ እና የመተላለቂያ መሣሪያና ጥይት የሚያቀብሉን የቅርብና የሩቅ ኀይሎች ሞልተዋል::

[152] የሚያሳዝነው፣ ችግርና መከራም ሲደጋገም ይለመዳልና፣ በእነኝህ አገሮች ውስጥ ስለሚያልቁትና ስለሚሰደዱት ሰዎች የሚገደው አካል ያለ አይመስልም:: ዓለም የነ ኮንጎንና ዳርፉርን ሁኔታ እርግፍ አድርጎ እንደረሳው ሁሉ፣ ከላይ የተጠቀሱት የመካከለኛው ምሥራቅ አገሮች ሁኔታም እየተለመደና እየተዘነጋ መጥቷል:: ዓለም አቀፍ (mainsteam) ሚዲያዎች፣ በተለይም የምዕራባዊያን ሚዲያዎች፣ የራሳቸውን ፍላጎት የሚነካ ወይም የእነሱን ጥቅም የሚያስጠብቅ እስካልሆነ ድረስ የፈለገውን ያህል ሕዝብ ቢያልቅ ጉዳያቸው አይደለም::

የግብጽ ሁኔታ በአንጻሩ ከሌሎች አገሮች የተለየ ነው:: የግብጽ ሕዝብ ለረዥም ዘመናት አፋኝ በሆነ መንግሥት ሥር በመቆየቱ ምክንያት ተቀናቃኝ የፖለቲካ ፓርቲዎችና የሲቪል ማኅበረሰብ ድርጅቶች በነጻነት የሚንቀሳቀሱበት ዕድል በጣም ዝቅተኛ እንደነበር የሚታወቅ ቢሆንም፣ ሕዝቡ በጎሳና በብሔረሰባዊ ማንነት የተከፋፈለ ባለመሆኑና ከ90 በመቶ በላይ የሚሆነው የግብጽ ሕዝብ አንድ ዓይነት የእስልምና ሃይማኖት ዘርፍ (ሱኒ እስልምና) የሚከተል በመሆኑ፤ ከሁሉም በላይ ደግሞ ግብጽ የጠንካራ አገረ መንግሥት ባለቤት እና የአሜሪካ ቁልፍ አጋር በመሆኗ፣ የዴሞክራሲ ሽግግር ማድረግ ባይቻልም፣ ከላይ እንደተጠቀሱት አገሮች ሕዝቡ በእርስ በርስ ጦርነት ውስጥ አልተዘፈቀም::

በርግጥ የግብጽ ሠራዊት የመንግሥት ሥልጣንን መልሶ ተቆጣጥሮ የተቃውሞ ድምጾችን ማፈኑ እና በዴሞክራሲያዊ ምርጫ አሸንፈው የአገሪቱ ርእሰ ብሔር የሆኑትን ፕሬዚዳንት ሞርሲን ጨምሮ ብዙዎችን ማሰሩና በእስር ላይ እያሉ እንዲሞቱ ማድረጉ ለጊዜው የተረጋጋ ሁኔታ የፈጠረ ቢመስልም፣ ሌላ አመጽ ሊወልድ የሚችልበት ዕድል ሰፊ ነው::[153] ግብጽ አሁንም በአስቸኳይ ጊዜ አዋጅ ውስጥ የምትገኝ አገር መሆኗን ማስታወስ ያስፈልጋል::

ኢትዮጵያም ከላይ እንደተጠቀሱት የመካከለኛው ምሥራቅ አገሮች ከፍተኛ የሆነ የፖለቲካ ልማት ችግር ያልባት አገር መሆኗ የሚያከራክር አይደለም:: ከላይ የተጠቀሱት የመካከለኛው ምሥራቅ አገሮችም ሆኑ ኢትዮጵያ በዓለም አቀፍ ደረጃ ዕውቅና ያለው ሉዓላዊ ግዛት ባለቤቶች ናቸው:: በእነዚህ አገሮች ውስጥ የሚኖሩ ዜጎች ደግሞ በአንድ ላይ በመኖራቸው ምክንያት የሚጋሩት መሬት ብቻ ሳይሆን ማንነትም አለ:: ከዚህም በላይ ዜጎች አገራቸውን ከሌሎች የውጭ ኀይሎች ጥቃት በጋራ ለመከላከል በሚያደርጉት ተጋድሎና በሚከፍሉት መሥዋዕት ልዩ የሆነ የወንድማማችነት መንፈስን ያዳብራሉ:: ጠላትን ለመከላከል በጋራ መነሳትና በጋራ መሥዋዕት መቀበል የጋራ ማንነትን በመገንባት ረገድ ከፍተኛ አስተዋጽዖ አለው::

---

153 ፕሬዚዳንት ሞሐመድ ሞርሲ በእስር ላይ እያሉ (እ.ኤ.አ) በ2019፣ በ67 ዓመታቸው ሕይወታቸው ማለፉ አይዘነጋም::

በሌላ በኩል የአንድ አገር ዜጎች በተራዘመ የታሪክ ሂደት ውስጥ በክፉውም በደጉም አጋጣሚ በሚያደርጉት መስተጋብር ምክንያት በመካከላቸው የባህል መወራረሶች ይፈጠራሉ፤ የዜጎች የእርስ በርስ ግንኙነት ይጠናከራል፤ ይጋባሉ፣ ይዋለዳሉ፣ ይዛመዳሉ:: ለጋራ ወደፊታቸው ጠቃሚ የሆነ ጠንካራ ኅብረተሰባዊ ሙጫ ይፈጠራል:: ይህም የጋራ ማንነትን የመቅረጽ አቅሙ ከፍተኛ ነው::

ይሁን እንጂ የአንድ አገር ዜጎች በአንድ አገረ መንግሥት ውስጥ በመኖራቸውና በሚያሳልፉት የጋራ ታሪክ ምክንያት ብቻ ጠንካራ አንድነትና ብሔራዊ ማንነት ይኖራቸዋል ማለት አይደለም:: ዘመናዊ አገረ መንግሥት ከዚህ የላቀ ብዙ ነገሮችን ይጠይቃልና:: እንዲያውም ጠንካራ ተቋማት እስካልተፈጠሩ ድረስ ዘመናዊ አገረ መንግሥት ተገንብቷል ወይም አገረ መንግሥታዊነት (Stateness) አለ ማለት አይቻልም::

በተለይ እንደ ኢትዮጵያ ባሉ የብሔረሰብ ፖለቲካ በገነነባቸው አገሮች ውስጥ አብዛኛው ዜጋና ማኅበረሰብ የእኛ ብሎ የሚቀበላቸው፣ የሚመካባቸውና የሚጠብቃቸው ነጻና ገለልተኛ ተቋማት እስካልተገነቡ ድረስ ጠንካራ ኅብረተሰባዊ አንድነትና ብሔራዊ ማንነት ያለው ሕዝብ አይኖርም::

የታወቁ ምሁራን እንደሚስማሙበት፣ አንዲት አገር አገረ መንግሥታዊነትን አሟልታለች እና/ወይም የፖለቲካ ልማትን አረጋግጣለች የሚባለው ሦስት ምሰሶ የፖለቲካ ተቋማት ሲኖሯት ነው፡- ዘመናዊ አገረ መንግሥት፣ የሕግ የበላይነትና ዴሞክራሲያዊ ተጠያቂነት::[154]

## 1.1 ዘመናዊ አገረ መንግሥት

ከሦስቱ ወሳኝ ተቋማት ውስጥ በቀዳሚነት የሚጠቀሰው ዘመናዊ አገረ መንግሥት ነው:: የአገረ መንግሥት የመጀመሪያው ገጽታው፣ በአንድ ሉዓላዊ ግዛት ውስጥ ብቸኛው የ‹ቅቡለ ኀይል› (legitmate use of force)

---

[154] በዚህ ርእሰ ጉዳይ ላይ ታዋቂው የፖለቲካል ሳይንስ ምሁሩ፣ ፍራንሲስ ፉኩያማ *Political Order and Political Decay* (2015) በሚለው መጽሐፉ በሰፊው ያቀረበውን ትንተና መመልከት ብዙ ግንዛቤ ይሰጣል:: እዚህ ላይ ለአንባቢያን ግልጽ እንዲሆን፣ "የፖለቲካ ልማት" ስንል የእንግሊዝኛውን "Political development" ማለታችን ሲሆን፣ "የፖለቲካ ሥርዓታት" ስንል ደግሞ የእንግሊዝኛውን "Political institutions" ማለታችን እንደሆነ መግለጽ እንወዳለን::

ባለቤት እና ዓላማውን ለማስፈጸም ኀይል የሚጠቀም አካል መሆኑ ነው:: የአገረ መንግሥት መኖር ሥርዓተ አልበኝነት እንዳይነግሥ፣ የደካሞች (አቅም የሌላቸው) መብት በኀይለኞች እንዳይደፈጠጥ፣ ዜጎች በሰላም ወጥተው እንዲገቡ እና ንብረታቸው ዋስትና እንዲኖረው ያደርጋል:: አገረ መንግሥቱ እነኝህን ኀላፊነቶቹን ለመወጣት ሠራዊቱን፣ የፖሊስ ኀይሉን፣ የደኅንነት ተቋማትን እና ፍርድ ቤትን ይጠቀማል::

ሁለተኛው የዘመናዊ አገረ መንግሥት ገጽታ፣ አብዛኛው ዜጋና ማኅበረሰብ የጋራችን ነው የሚለውና መሥዋዕት ሊከፍልለት የሚችል መሆኑ ነው:: ይህ እንዲሆን ታዲያ አገረ መንግሥቱ ብዙሃኑን ዜጎችና ማኅበረሰቦች የሚወክል ወይም የሚያካትት መሆን ይጠበቅበታል:: ጠንካራ ኅብረተሰባዊ አንድነትና ብሔራዊ ማንነት መፍጠር የሚቻለው በዚህ መንገድ ነው::[155]

አገረ መንግሥቱ በተደራጁ ቡድኖችና ውስን የኅብረተሰብ ክፍሎች በምርኮ መልክ ከመያዝና የእነኝህ ኀይሎች ጥቅም ማስጠበቂያ መሣሪያ ከመሆን ተላቆ የራሱን ነጻነትና ህልውና (autonomy) ያረጋገጠ መሆኑም መሠረታዊ ነው:: በተለይ ከባለሀብቱ በፖለቲካና በኢኮኖሚ ነጻ መሆን ይገባዋል::[156]

ሦስተኛው የዘመናዊ አገረ መንግሥት ገጽታ በዕውቀትና በክህሎት ላይ የተመሠረተ ጠንካራ [ወታደራዊና ሲቪል] ቢሮክራሲ ሲሆን፣ "የአንዲት አገር የቢሮክራሲ ሥርዓት የዚያችን አገር ጥንካሬና የፖለቲካ ሁኔታ ፍንትው አድርጎ ያሳያል፤"[157] ይባላል:: ጠንካራና ዘመናዊ ሲቪል ሰርቪስ ሲኖር የዳበረ የግል ሴክተር ይፈጠራል፤

---

[155] David Andersen, Jorgen Moller and Svend-Erik Skaaning, "The State-democracy nexus: conceptual distinction, theoretical perspectives, and comparative approaches", *Democratization,* Vol. 21, No. 7 (November 2014), pp. 1203-1220.

[156] Peter Evans, *Embedded Autonomy: States and Industrial Transformation* (Princeton: Princeton University Press, 1995), pp. 44-73.

[157] ከፕሮፌሰር ክርስቶፈር ክላፓም ጋር መስከረም 13 ቀን፣ 2006 ዓ.ም. አዲስ አበባ ዩኒቨርሲቲ ውስጥ ለዕንቁ መጽሔት ካደረኩት ቃለ ምልልስ የተወሰደ::

ከፍተኛ የሥራ ተነሳሽነት ያለው ዜጋ ይኖራል፤ የአገረ መንግሥቱና የሕዝቡ ግንኙነትም የሰመረ ይሆናል ወዘተ.።

ዘመናዊ አገረ መንግሥቶች ሁልጊዜም ቢሮክራሲያቸውን የሚገነቡት ዕውቀትንና ቴክኒካዊ ችሎታን መሠረት አድርገው ነው። ቢሮክራሲው የየትኛውም የፖለቲካ ኀይል ወገንተኛ ያልሆነ እና ዕውቀትንና ቴክኒካዊ ችሎታን ብቻ መሠረት አድርጎ የተገነባ እንደሆነ መንግሥታት በተቀያየሩ ቁጥር የሚበረግግና የሚሸመደመድ አይሆንም። በዚህ ሁኔታ የተገነባ ቢሮክራሲ ጠንካራ የአገርና የሕዝብ አገልጋይ ከመሆኑም በላይ ትልቅ የልማት አቅም ይሆናል።[158]

## 1.2 የሕግ የበላይነት

የሕግ የበላይነት ባጭሩ፣ በአንድ አገር ውስጥ ከፍተኛ የመንግሥት ባለሥልጣናትን ጨምሮ ሁሉም ዜጎች በሕግ ፊት እኩል መሆናቸውን የሚያመለክት ጽንሰ ሐሳብ ነው። የመንግሥት ባለሥልጣናትን ጨምሮ ሁሉም የአገሪቱ ዜጎች ከሕግ በታች መሆናቸውን የሚያረጋግጥ ሥርዓት መገንባት የዜጎች ሰብአዊ መብቶችና የፖለቲካ ነጻነቶች በኀይለኞች፣ በተለይም በመንግሥት እንዳይነጠቁ ዋስትና ይሰጣል። የአገረ መንግሥቱ መኖር ለሕግ የበላይነትና ዴሞክራሲ ዕውን መሆን ወሳኝ የሆነውን ያህል፣ የሕግ የበላይነት ካልነገሠና አገረ መንግሥቱ ልጓም ካልተበጀለት ደግሞ ራሱ አገረ መንግሥቱ (ወይም አገረ መንግሥቱን የሚወክለው አካል - መንግሥት) የዜጎችን መብትና ነጻነት የሚደፈጥጥበት እና ዋነኛው የዴሞክራሲ እንቅፋት የሚሆንበት

[158] አገረ መንግሥቱ የልማት አሸጋጋሪነት ሚና (transformational role) ሊኖረው የሚችለው ነጻነቱ የተረጋገጠና አቅሙ የደረጀ ሲሆን ወይንም በሌላ አባባል ከሠራዊቱ፣ ከፖሊስ፣ ከደኅንነት ተቋሙ፣ ከፍርድ ቤቱ፣ ወዘተ. የሚመነጨው የመቅጫ አቅሙ (despotic power) ብቻ ሳይሆን መሠረተ ልማታዊ አቅሙ (infrastructural power)፣ ማለትም እስከ ታች እስከ ጠረፍ ድረስ ወርዶ ግብር የመሰብሰብና ቀልጣፋና ውጤታማ አገልግሎት የመስጠት አቅሙ ሲደረጅ ነው፡- Michael Mann, "The autonomous power of the state: its origins, mechanisms and results", *European Journal of Sociology,* Vol. 25, No. 2 (November 1984), pp. 185-213.

ሁኔታ ይፈጠራል - የኢትዮጵያ ሁኔታ በግልጽ እንደሚያሳየው::

የሕግ የበላይነት ካልሰፈነ የዜጎች ሰብአዊ መብቶች፣ እኩልነት እና ክብር አደጋ ላይ የወደቀበት፤ ጠንካሮች ደካሞችን የሚበዘብዙበት እና ጥቅመኝነት፣ ሙስናና ብልሹ አስተዳደር የነገሠበት ሁኔታ ይፈጠራል::

ለሕግ የበላይነት መንገሥ ደግሞ የነጻ ፍርድ ቤት መኖር የግድ አስፈላጊ ነው::[159] ያለ ነጻ ፍርድ ቤት የሕግ የበላይነት አይታሰብም:: የሕግ የበላይነት በሌለበት እና ጥቂት የፖለቲካ እና/ወይም የገንዘብ አቅም ያላቸው ኀይሎች ከሕግ በላይ ሆነው እንደፈለጋቸው በሚፈነጩበት

ሥርዓት ውስጥ የኢኮኖሚ ዕድገት ማስመዝገብ ቢቻልም፣ ፍትሐዊና ዘላቂነት ያለው ፖለቲካዊና ኢኮኖሚያዊ ልማትን ማረጋገጥ ግን የሚሳካ ነገር አይደለም::

እዚህ ላይ፣ የሕግ የበላይነት እና በሕግ መግዛት ፈጽሞ የተለያዩ ጽንሰ ሐሳቦች መሆናቸውን ማስታወስ ያስፈልጋል:: ጥቂት ሰዎች፣ ለምሳሌ ንጉሡና የንጉሡ ቤተሰቦች ወይንም ፕሬዚዳንቱና የፕሬዚዳንቱ ታማኞች ወይንም ከፍተኛ የፓርቲ መሪዎች ሕዝቡን ሕግ እያወጡ የሚገዙበት፤ እነሱ ግን በሕግ የማይጠየቁበት አካሄድ "በሕግ መግዛት" ይሰኛል:: አገዛዝ በነገሠባቸው አገሮች ውስጥ የሕጉ ዓላማ ዜጎችን ከኀይለኞች፣ በተለይም ከመንግሥት መጠበቅ ሳይሆን በሥልጣን ላይ ያሉትን ኀይሎች ማገልገል ነው:: አቅም ያላቸው ግለሰቦች ወይም ጥቂት ከፍተኛ የፓርቲ መሪዎችና በእነሱ ዘሪያ የተኮለኮሉ አካላት ከሕግ በላይ ሆነው ብዙሃኑን ዜጋ እንደፈለጉ በሚያሾሩበት የፖለቲካ ሁኔታ ውስጥ ፍትሕ ብሎ ነገር አይታሰብም:: በአንዲት አገር ውስጥ፡-

ሁሉን በእኩል የሚያስተናግዱ ግልጽነትና አንጻራዊ መረጋጋት ያላቸው ሥርዓታት ዕውን መሆን የሚችሉት የፍትሕ የበላይነት ሰፍኖ ሁሉም በሕግ ፊት እኩል ሆኖ ሲገኝ ብቻ ነው:: ይህ ሳይሆን ቀርቶ፣ በማንኛውም ዘመናዊ ኅብረተሰብ ዘንድ የተቋማት ሁሉ መሠረት የሆኑት የፍትሕ

---

[159] Guillermo O'Donnell, "Why the Rule of Law Matters", *Journal of Democracy,* Vol. 15, No.4 (October 2004), PP. 31.

ተቋማት (legal institutions) የፖለቲካ ሥርዓቱ የበታችና ጥገኛ ሆነው ከቀጠሉና ከሕግ በላይ ሆነው የሚንቀሳቀሱ መንግሥታዊ አካላትና ባለሥልጣናት የሚኖሩ ከሆነ፣ ወደፊት የሚፈጠሩትም ሆነ አሁን ያሉት ተቋማት [የግድ ሁሉንም በእኩል የሚያስተናግዱ፣ የሚፈቅዱትንና የሚነሱትንም በግልጽ የሚያሳውቁ እና አንጻራዊ መረጋጋት ያላቸው መሆን አለባቸው የሚሉትን] መመዘኛዎች ሊያሟሉ ስለማይችሉ፣ በስም እንጂ በገቢር አይኖሩም ማለት ነው።

## 1.3 ዴሞክራሲያዊ ተጠያቂነት

ዴሞክራሲያዊ ሥርዓት ሕዝብ የሥልጣን ምንጭ የሆነበትና ዜጎች በነጻና ፍትሐዊ ምርጫ በመረጧቸው ተወካዮቻቸው አማካይነት የሚተዳደሩበት ሥርዓት ነው። አንድ ሥርዓት ዴሞክራሲያዊ ሥርዓት ነው የሚባለው ደግሞ፡-

(1) መንግሥታዊ ውሳኔዎችን የሚወስኑና ፖሊሲዎችን የሚያወጡ ባለሥልጣናት ሕገ መንግሥታዊ በሆነ መንገድ የተመረጡ ሲሆኑ፤ (2) ባለሥልጣናት በነጻ፣ ፍትሐዊና ወቅቱን የጠበቀ ምርጫ የተመረጡ ሲሆኑ፤ (3) ሁሉም ዕድሜው ለመምረጥ የሚያበቃው (እና በሕግ ያልተከለከለ) ዜጋ የመምረጥ መብቱ የተረጋገጠ ሲሆን፤ (4) ሁሉም ዕድሜው ለመመረጥ የሚያበቃው (እና በሕግ ያልተከለከለ) ዜጋ የመመረጥ መብቱ የተረጋገጠ ሲሆን፤ (5) ዜጎች ሐሳባቸውን ያለ ፍርሃትና ጣልቃ ገብነት የመግለጽ መብታቸው የተረጋገጠ ሲሆን፤ (6) ዜጎች አማራጭ የመረጃ ምንጮችን የማግኘት መብታቸው ሲረጋገጥ፤ (7) ዜጎች ነጻ ማኅበራትን (የፖለቲካ ፓርቲን ጨምሮ) የማቋቋምና አባል የመሆን መብታቸው ሲረጋገጥ ነው።[160]

ምርጫ አንዱ የዴሞክራሲ መገለጫ መሆኑ እንደተጠበቀ ሆኖ፣ ስለ ምርጫ ሲነሳ፣ በአንድ በኩል የምርጫው ነጻና ፍትሐዊነት ወሳኝ የመሆኑን ያህል፣ ምርጫው ዴሞክራሲያዊ በሆነ መልኩ ተከናውኖ

---

[160] Robert A. Dahl, *Democracy and Its Critics* (New Haven: Yale University Press, 1989), p. 221.

የተመረጡት የሕዝብ ተወካዮች የሕዝቡን ጥቅም መወከላቸው እና የሕዝብን ጥቅም ወክለው ሳይገኙ ሲቀሩ ተጠያቂ መሆናቸውም መሠረታዊ ጉዳይ ነው።

ዴሞክራሲያዊ ሥርዓት ተጠያቂነት ያለበት ሥርዓት በመሆኑ፣ በእንዲህ ዓይነት ሥርዓት ውስጥ የሕዝብን ጥቅም በአግባቡ የማያስተጋቡ እና ለሕዝብ ጥቅም የማይሟገቱ ተወካዮች በመረጣቸው ሕዝብ ተጠያቂ የሚሆኑበት ወይም ሥልጣናቸውን የሚለቁበት ዕድል ሰፊ ነው። ዴሞክራሲ በሰፈነበት ሥርዓት ውስጥ የመንግሥት ባለሥልጣናት የሕዝብ አገልጋዮች ናቸው። ሕዝብን የሚጠቅም ሥራ ከሠሩ በሥልጣን ላይ ይቆያሉ፤ ሕዝብ የማያገለግሉ ወይም የሚማረርባቸው ከሆነ በሕዝብ ድምጽ ይቀጣሉ፣ ሥልጣናቸውንም ያጣሉ። ግንኙነቱ ከሞላ ጎደል የአገልጋይና የተገልጋይ ግንኙነት ነው ማለት ይቻላል።

እነዚህ ከላይ የቀረቡት ሦስት የፖለቲካ ተቋማት፣ ማለትም ዘመናዊ አገረ መንግሥት፣ የሕግ የበላይነት እና ዴሞክራሲያዊ ተጠያቂነት ናቸው፣ የፖለቲካ ልማትን ባረጋገጡትና በሌሎች አገሮች መካከል የሚታዩት ልዩነቶች። የፖለቲካ ልማትን ያረጋገጡት አገሮች የእነኝህ ተቋማት ባለቤቶች ሲሆኑ፣ ሌሎች አገሮች በአንጻሩ በሦስቱ መመዘኛዎች ሲመዘኑ በብዙ መንገድ ወደኋላ የቀሩ ናቸው።

አንዳንዶቹ ዘመናዊ አገረ መንግሥት ቢኖራቸውም፣ የአገረ መንግሥቱ ኀይል በሕግ ስለማይገደብ ጥቂቶች እንደፈለጋቸው የሚፈነጩበትና ተጠያቂነት የሌለበት የፖለቲካ ሁኔታ ይፈጠራል። ሌሎች ደግሞ ዘመናዊ አገረ መንግሥት ሳይኖራቸው ዴሞክራሲን ለመገንባት ስለሚንቀሳቀሱ ትንሽ ሕዝባዊ አመጽ ሲፈጠር በቀላሉ ሲፍረከረኩ ይታያል። ቁምነገሩ፣ ሦስቱን ተቋማት ሚዛናቸውን ጠብቆ ከመገንባቱ

ላይ ነው::[161] በዚህ ረገድ በብዙ ምሁራን ዘንድ በንጽጽር የሚቀርበው የጃፓን፣ ቻይናና ሕንድ የፖለቲካ ሁኔታ ነው::

እንደሚታወቀው፣ ጃፓን በተለይ በሁለተኛው የዓለም ጦርነት ከደረሰባት አሰቃቂ ሽንፈት አገግማ ዓለምን ያስደመመ የኢኮኖሚና የፖለቲካ ልማት ያስመዘገበች አገር ናት:: በልማታዊ መንግሥትነቱ የሚታወቀው የጃፓን ዘመናዊ አገረ መንግሥት እጅግ የተዋጣለት ዘመናዊ ቢሮክራሲ ገንብቷል:: የጃፓን ቢሮክራሲ በፖለቲካ ወገንተኛነት፣ በጎሳ እና ብሔረሰባዊ ማንነት መስፈርት ሳይሆን ዕውቀትንና ክህሎትን መሠረት አድርጎ የተዋቀረ ዘመናዊ ቢሮክራሲ በመሆኑ፣ የፖለቲካ ፓርቲዎች በተቀያየሩ ቁጥር የሚቀያየር አይደለም:: ጃፓን ከዘመናዊ አገረ መንግሥት በተጨማሪ፣ የሕግ የበላይነት የሰፈነባት እና ዴሞክራሲያዊ ተጠያቂነት የዳበረባት አገር በመሆኗ የፖለቲካ ልማቷ በአስተማማኝ መሠረት ላይ የቆመ ነው::[162]

እንደ ጃፓን ሁሉ በአጭር ጊዜ ተዓምራዊ ሊባል የሚችል ኢኮኖሚያዊ ዕድገት በማስመዝገብ ዓለምን ያስደመመችው ቻይና በበኩሏ፣ ከየትኛውም አገር ቀድማ ዘመናዊ አገረ መንግሥት መገንባት የቻለች አገር ናት:: የቻይና ቢሮክራሲ ከሺህ ዘመናት በፊት ጀምሮ በመሪዎች ግለሰባዊ ፍላጎት የሚዘወርና በአምቻና ጋብቻ፣ በወንዜ ልጅነትና በጎሳ ትስስር የተገነባ ሳይሆን ዕውቀትንና ችሎታን መሠረት አድርጎ የተዋቀረ ዘመናዊ ቢሮክራሲ በመሆኑ፣ የአገሪቱ ወታደራዊና አስተዳደራዊ ጥንካሬ መሠረት ብቻ ሳይሆን ትልቅ የልማትና የኢኮኖሚ ሽግግር አቅም የሆነ ቢሮክራሲ ነው:: ሆኖም ቻይና ጠንካራ ቢሮክራሲ ቢኖራትም፣ የሕግ የበላይነትና ዴሞክራሲያዊ ተጠያቂነት ያልሰፈነባት አገር በመሆኗ

---

[161] Francis Fukuyama, *Political Order and Political Decay* (London: Profile Books, 2014), p. 37.

[162] Ibid., pp. 337-351.

በፖለቲካ ልማት ረገድ ወደኋላ የቀረች ከመሆኗም በላይ የኢኮኖሚ ልማቷ ዘለቄታዊ አስተማማኝነትም ሁልጊዜም በጥያቄ ምልክት ውስጥ ነው::[163]

የዓለማችን ትልቋ ዴሞክራሲ እየተባለች የምትጠራው ሕንድ በበኩሏ፣ ምንም እንኳን የሕግ የበላይነት የሰፈነባትና ዴሞክራሲያዊ ሥርዓትን የገነባች አገር ብትሆንም፣ ዘመናዊ አገረ መንግሥት፣ በተለይም ጠንካራ ቢሮክራሲ መገንባት ባለመቻሏ እንደ ሌሎች የእስያ አገሮች ፈጣን የኢኮኖሚ ግስጋሴ ማድረግ አልቻለችም:: የሕንድ ሕዝብ በበርካታ ቋንቋ ተናጋሪና በብዙ የሃይማኖት ተከታይ ማኅበረሰቦች የተከፋፈለ ሕዝብ በመሆኑ፣ አገረ መንግሥቱ እነዚህ ልዩ ልዩ ማኅበረሰቦች በሚያደርጉት ፉክክርና ሽኩቻ የተወጠረና የሳሳ (fragile) አገረ መንግሥት ነው:: ቢሮክራሲው በቋንቋና በሃይማኖት ወገንተኝነት የተበከለና ከፍተኛ የሆነ ንቅዘት ያለበት ቢሮክራሲ በመሆኑ የሕንድ የኢኮኖሚ ዕድገት ከሌሎች የእስያ አገሮች ጋር ሲነጻጸር አዝጋሚና ወደኋላ የቀረ ሆኖ ቆይቷል::[164]

የቻይና የቤት ሥራ ከሕግ የበላይነትና ዴሞክራሲ ተቋማት ጋር የተያያዘ ሲሆን፣ የሕንድ ጉድለት ደግሞ ዘመናዊና ጠንካራ ቢሮክራሲ ነው:: አብዛኞቹ የአፍሪካና የመካከለኛው ምሥራቅ አገሮች በበኩላቸው፣ ዘመናዊ አገረ መንግሥትም፣ የሕግ የበላይነትም፣ ዴሞክራሲያዊ ተጠያቂነት ያለበት ሥርዓትም መገንባት አልቻሉም::

---

[163] Ibid., pp. 370-385.

[164] Ibid., pp. 53-54.
የኮሮና ወረርሽን በአገሮች መካከል ምን ያህል የቢሮክራሲ ጥንካሬና ውጤታማነት ልዩነት እንዳለ በግልጽ አሳይቷል:: ቫይረሱ የተነሳው ቻይና ውስጥ ቢሆንም፣ የቻይና መንግሥትና ሕዝብ ዓለምን ባስደመመ ሁኔታ፣ በከፍተኛ ዲሲፕሊን የወረርሽኙን ተጽዕኖ በፍጥነት ገትቶታል:: ሕንድ፣ ብራዚልና አሜሪካ በአንጻሩ ብዙ ዋጋ ከፍለዋል:: ለዚህ ብዙ ምክንያቶች ቢኖሩም የአገራቱ ቢሮክራሲ ድክመት ወይም ጥንካሬ ግን ያለ ጥርጥር ከፍተኛ የሆነ (አሉታዊ/አወንታዊ) ሚና አለው::

በጥቅሉ፣ በብዙዎቹ የአፍሪካ አገሮችና ከላይ በተጠቀሱት የመካከለኛው ምሥራቅ አገሮች የሚስተዋለው ትልቅ ችግር እነዚህን ሦስት መሠረታዊ የፖለቲካ ተቋማት በጥራትና በበቂ ሁኔታ ያለመገንባት ችግር ነው::

የኢትዮጵያ ቋሚ ፈተናም ከላይ የተጠቀሱት ተቋማት አለመኖር ወይም በበቂ ሁኔታ አለመዳበርና በዚያ ምክንያት የሚመጡ ችግሮች ናቸው:: ኢትዮጵያዊያን ዛሬም ዘመናዊ አገረ መንግሥት መገንባት አልቻልንም:: በአገረ መንግሥቱና በሕዝቡ መካከል ያለው ግንኙነት በመተማመን ሳይሆን በጭቆናና በጥርጣሬ ላይ የተመሠረተ መሆኑ ቋሚ አገራዊ ችግር ነው:: ይኸውም ተከታታይ አገዛዞች ሥልጣን የሚይዙት አገረ መንግሥቱን በምርኮ መልክ ተቆጣጥረው የራሳቸውን የግልና የቡድን ጥቅም ለማስከበር በመሆኑና አገረ መንግሥቱ ነጻነት ኖሮት ሁሉንም የኅብረተሰብ ክፍል በእኩልነትና በፍትሐዊነት ማስተናገድ ባለመቻሉ ምክንያት የተፈጠረ ነው:: አገረ መንግሥቱ ልዩ ልዩ የኅብረተሰብ ክፍሎችን እያካተተና በማኅበረሰቦች መካከል ጠንካራ የአንድነትና የወንድማማችነት ስሜት እንዲጎለብት እያደረገ ወደፊት መራመድ አለመቻሉ ትልቅ ጉድለት ነው - ዛሬም::

ይህ ብቻ ሳይሆን፣ በተለይ ከደርግ ዘመነ መንግሥት ወዲህ ያለው የኢትዮጵያ ቢሮክራሲም ሕዝቡን የሚመስልና ሕዝቡን ለማገልገል ሳይሆን በሥልጣን ላይ ያሉ ቡድኖችን ለማገልገል የተገነባ መሆኑ አገረ መንግሥቱ ከጊዜ ወደ ጊዜ እየታደከመ እንዲመጣ ምክንያት ሆኗል:: በወታደራዊው መንግሥት ጊዜ የለውጥ ሐዋሪያ የሚባሉ የተወሰኑ የንዑስ ደርግ (እና ሰደድ) አባላት የመንግሥትን መዋቅር ምን ያህል አሽመድምደውትና የአገዛዝ ሥርዓቱ ሰዎች አገልጋይ አድርገውት እንደነበር አይዘነጋም:: በዘመኑ በመደብ ውግንና ስም ቢሮክራሲው በትምህርት ዝግጅታቸውና በክህሎታቸው እዚህ ግባ በማይባሉ ሰዎች እንዲሞላ እየተደረገ ብዙ በደል ደርሷል:: በዚያ መንገድ የተደራጀው

ቢሮክራሲው የሕዝብ ጥያቄ ሊመልስ የማይችል በመሆኑ በሕዝቡና መንግሥት መካከል የነበረው ግንኙነት እጅግ የተበላሸ ነበር።

እንዲህ ዓይነቱ ቢሮክራሲውን ሕዝብን ሳይሆን በሥልጣን ላይ ያለውን ቡድን አገልጋይ የማድረግ አካሄድ በኢሕአዴግ ዘመንም (በልማታዊ ዴሞክራሲ ስም) ተጠናክሮ በመቀጠሉ፤ ከዚህም በላይ ከድርጅት አባልነትና ታማኝነትም አልፎ ብሔረሰብ ተኮር አስተሳሰብና ምደባ ጭምር በመምጣቱ መንግሥታዊ መዋቅሩ በማሻሻያ ስም ትርምስ ውስጥ ገብቶ ቆይቷል። የሕዝቡና የመንግሥት ግንኙነት ከጊዜ ወደጊዜ እየተበላሸ እንዲሄድም ምክንያት ሆኗል። ይህ በቢሮክራሲው ውስጥ የሰፈነው መበስበስ በሕወሓት የበላይነት ሲዘወር የነበረው የአገዛዝ ሥርዓት "እንዲለወጥ" ካደረጉት ምክንያቶች አንዱ ነበር ማለት ይቻላል። በቢሮክራሲው ውስጥ ገንግኖ የቆየው ችግር የአገዛዝ ሥርዓቱ እንዲጠላ ካደረጉት ምክንያቶች አንዱ እንደነበር ራሱ ገዥው ፓርቲም በተደጋጋሚ የገለጸው ጉዳይ ነው።[165]

ከለውጡ ማግስት ጀምሮ ኢሕአዴግ በመንግሥታዊ መዋቅሩ ውስጥ አስፍኖት የነበረው አድሏዊ አሠራር እና የነበረው መረን የለቀቀ የአገር ሀብት ዘረፋና ጥቅመኝነት በስፋት ሲነገር ቆይቷል። "ለውጡን" ተከትሎ የጠቅላይ ሚኒስትር ዐቢይ አሕመድ መንግሥት ሲቪል

---

[165] ኢሕአዴግ የመበላሸትና የመበስበስ አደጋ እንዳጋጠመው፣ ድርጅቱ ያጋጠመውን ችግር እንደከዚህ ቀደሙ በተሐድሶ ሊፈታው እንደሚገባ፣ ለዚህም አመራሩ ያለ ምሕረት ራሱን መገምገም እንዳለበትና ተጠያቂ መሆን ያለበት አካል ተጠያቂ ሊሆን እንደሚገባ በራሱ በድርጅቱ ከፍተኛ መሪዎች በኩል ሲገለጽ ቆይቷል። በተለይ እንደነ አቶ በረከት ስምዖን ያሉ የግንባሩ ነባር መሪዎች ኢሕአዴግ ምሕረት የለሽ በሆነ ሁኔታ ውስጡን ፈትሾ የማይታደስ ከሆነ በአገሪቱ አስፈሪ የሆነ ደም መፋሰስ ሊከሰት እንደሚችል አበክረው አስጠንቅቀው እንደነበር ታውቋል። ሆኖም ነጋ ጠባ ስለ ጥልቅ ተሐድሶ ሲነገር ቢውልም ጠብ የሚል ውጤት ሊመጣ አልቻለም። በቢሮክራሲው ውስጥ የነገሠው ሌብነትና ኢፍትሐዊነትም የሚቆም አልሆነም። በጥቅሉ፣ የኢሕአዴግ አገዛዝም የሕዝቡን መሠረታዊ ጥያቄዎች መመለስ ባለመቻሉ ልክ እንደቀደሙት አገዛዞች ራሱን አጠፋ ለማለት ይቻላል። በዚህ ጉዳይ ላይ አቶ ብርሃነ ፅጋብ የጻፉትን *የኢሕአዴግ የቁልቁለት ጉዞ ከ2005-2010፡- የስብሰባዎች ወግ የተሰኘ*፣ በ2011 ዓ.ም. የታተመ መጽሐፍ ማንበብ ጥሩ ግንዛቤ ይሰጣል።

ሰርቪሱን ዕውቀትንና ክህሎትን መሠረት አድርጎ የአገርን ዘላቂ ጥቅም በሚያስጠብቅ መልኩ አዋቅሮ ይገነባዋል የሚል ተስፋም ነበር። ነገር ግን አሁን የሚታየው እውነታ ከዚህ ተቃራኒ ነው ማለት ይቻላል። አድሏዊ አሠራርን እየተቃወሙ አድሏዊ የሠራተኛ ምደባ በገፍ የሚፈጽሙ፣ ጠንካራ መንግሥታዊ መዋቅር እንዳይኖር በማድረግ የራሳቸውን ግለሰባዊና ቡድናዊ ጥቅም ለማስጠበቅ የሚንቀሳቀሱ ጥቅመኞች ቦታውን ተረክበዋል። በዚህ ምክንያት በየመንግሥታዊ መሥሪያ ቤቱ ዜጎች መብታቸውን በገንዘብ የሚገዙበት እጅግ አስከፊ ሁኔታ ተፈጥሯል።

በሌላ አነጋገር፣ ሰዎች ተቀያየሩ እንጂ አሠራሩም ይሁን አመለካከቱ አልተቀየረም። ኢትዮጵያ ውስጥ፣ በተለይ በአዲስ አበባ ከተማ አስተዳደር፣ በፌደራል መሥሪያ ቤቶችና በብዙዎቹ ክልሎች የሚስተዋለው ፍጹም የዘቀጠና ኢፍትሐዊነት የነገሠበት አሠራር ካልተገታ በስተቀር ሕዝቡና መንግሥት የሚኖራቸው ግንኙነት ዛሬም እንደ ትናንቱ ትምምን የሌለበት ሆኖ እንደሚቀጥል ግልጽ ነው።

የዘመናዊ አገረ መንግሥት ግንባታው ችግር እንደተጠበቀ ሆኖ፣ በኢትዮጵያ የሕግ የበላይነት የተከበረበት ሥርዓትም መገንባት አልተቻለም። ከአፄ ኀይለሥላሴ ጀምሮ ያሉት አገዛዞች በሕገ መንግሥት ደረጃ ከመደንገግም አልፈው ያለመታከት ስለ ሕግ የበላይነት ቢሰብኩም፣ በኢትዮጵያ የፍርድ ቤቶች ነጻነት ተከብሮና የሕግ የበላይነት ሰፍኖ አያውቅም። በየዘመኑ የአገዛዝ ቁንጮዎችና የእነሱ አፈ-ቀላጤ የሆኑ ሚዲያዎች ስለ ሕግ የበላይነት ሲያወሩ ተቀናቃኞቻቸውን ስለማሰርና ስለማስወገድ ወይም በሌላ አባባል በሕግ ስለመግዛት መናገራቸው ነው። ከዚያ ውጪ የፍትሕ አካላት ነጻና ገለልተኛ ሆነው ሁሉንም ዜጎች በእኩልነት የሚያስተናግዱበት ሁኔታ ለኢትዮጵያ እንግዳ ነው።

በዚህች አገር ዴሞክራሲያዊ ተጠያቂነት የሰፈነበት ሥርዓትን ለመገንባትም ብዙ ትግል ተደርጓል፤ ብዙ መሥዋዕትም ተከፍሏል። ሆኖም ኢትዮጵያዊያን ዛሬም ከገዢዎች ሽግሽግ ተላቀን፣ ወደ

ዴሞክራሲ መሸጋገር አልቻልንም:: ዴሞክራሲ ለኢትዮጵያ የህልውና ጉዳይ ነው እየተባለ ብዙ ቢነገርም፣ በተግባር የነገሠው ኢዴሞክራሲ ነበር፤ ዛሬም ነው::

በጥቅሉ፣ በኢትዮጵያ ዘመናዊ አገረ መንግሥት አልተገነባም፤ የሕግ የበላይነት የለም፤ ተጠያቂነትም አልሰፈነም:: የኢትዮጵያ የፖለቲካ ኀይሎችና ዜጎች ሊታገሉላቸው የሚገባቸው መሪ አጀንዳዎች እነዚህ ናቸው::

እነዚህን ወሳኝ የፖለቲካ ተቋማት መገንባት ካልቻልን፣ እንደ እስከዛሬው የፈረጠመ ክንድ ያለው ኀይል አገረ መንግሥቱን በምርኮ መልክ እየተቆጣጠረና ድል የተመታውን እያስገበረ፤ ድል የተመታው ሲሳካለትም መልሶ ሌሎችን አግልሎና ሥልጣኑንም ሀብቱንም በብቸኝነት ተቆጣጥሮ ጊዜ የጣለውን እያሳደደ የሚኖርበት የጥፋት አዙሪት ይቀጥላል::

ግባችን የብሔረሰቦቿ የቋንቋና የባህል ሉዓላዊነት የተከበረባት እና የፖለቲካ አንድነቷ የተጠበቀ ጠንካራ ኢትዮጵያ ከሆነች፣ ወደዚያ ግብ ለማሳካት ከላይ የተጠቀሱት ሦስት ተቋማት፣ ማለትም ዘመናዊ አገረ መንግሥት፣ የሕግ የበላይነትና ዴሞክራሲያዊ ተጠያቂነት ያስፈልጉናል:: እነዚህን ተቋማት ሚዛናቸውን ጠብቆ ለመገንባት ደግሞ በርካታ መንገዶች አሉ:: መሠረታዊ የሆነ የሕገ መንግሥት ማሻሻያ (ሃይት) ከእነኝህ መንገዶች መካከል አንዱ ነው::[166]

## 2. መሠረታዊ የሕገ መንግሥት ማሻሻያ

እንደ አገር በርካታ ፈታኝ ችግሮች ከፊት ለፊታችን የተደቀኑ ቢሆንም፣ ከላይ ለመጥቀስ እንደተሞከረው፣ የችግሮች ሁሉ መቋጠሪያ ሕዝብ በነጻነት የመከረባቸው፣ የሚያምንባቸው እና የሚንከባከባቸው ተቋማት አለመኖር

[166] ኢትዮጵያ የሚያስፈልጋት ከሕገ መንግሥቱ ውስጥ የተወሰኑትን አንቀጾች ነጥሎ ማሻሻል ወይንም ሕገ መንግሥቱን እንዳለ መቀየር ሳይሆን ጥልቀት ያለው፣ መሠረታዊ ማሻሻያ (fundamental reform) ማድረግ ነው::

ወይም በበቂ ሁኔታ አለመዳበር ነው:: ስለሆነም፣ የቅድሚያ ቅድሚያ ሰጥቶ ስለተቋማት ግንባታ መምከርና መግባባት መፍጠር ያስፈልጋል::

ከእነኝህ ወሳኝ ተቋማት መካከል ከፍተኛ ትኩረት ሊሰጠው የሚገባው ደግሞ የኢትዮጵያ ሕዝብ በነጻነት የመከረበት፣ ያመነበት፣ ሊንከባከበውና አክብሮ ሊያስከብረው የሚችለው (በአቶ ልደቱ አያሌው አባባል "ሕገ መንግሥታችን የምንለው") ሕገ መንግሥት የመኖሩ ጉዳይ ነው::[167] ኢትዮጵያዊያን፣ ብዙሃኑ ዜጎችና ብሔረሰቦች የሚቀበሉት፣ የእኛነት መንፈስን (we feeling) የሚፈጥር፣ የጋራ ማንነትን የሚያጠናክር እንዲሁም ብሔራዊ አንድነትንና ሕገ መንግሥታዊ አርበኝነትን[168] የሚገነባ ዴሞክራሲያዊ ሕገ መንግሥት እንዲኖረን መታገል ይገባናል::

ከኢትዮጵያ የረዥም ጊዜ ታሪክ አንጻር ሲታይ የዘገየ ነው ሊባል ቢችልም፣ ሕገ መንግሥት ለአገራችን እንግዳ ነገር አይደለም:: የመጀመሪያው ሕገ መንግሥት የጸደቀው ከ90 ዓመት በፊት መሆኑ ሲታሰብ የኢትዮጵያ የሕገ መንግሥት ታሪክ በቀላሉ የሚታይ አለመሆኑን መረዳት ይቻላል::

አፄ ኀይለሥላሴ ልደታቸውን ምክንያት በማድረግ ሐምሌ 16 ቀን፣ 1923 ዓ.ም. ለሕዝባቸው "ማንም ሳይጠይቃቸው በመልካም ፈቃዳቸው የለገሱት" ሕገ መንግሥት በአገራችን ታሪክ የመጀመሪያው (ዘመናዊ) ሕገ መንግሥት ሲሆን፣ ይኸው ሕገ መንግሥት ጃንሆይ በ1948 ዓ.ም. የነገሡበትን የብር ኢዮቤልዩ ምክንያት በማድረግ "በለገሱት"

---

[167] ልደቱ አያሌው፣ *ስጦታ ከእስር ቤት፡- ‹ሕገ መንግሥታችን› የምንለው ሕገ መንግሥት እንዴት ይኑረን?* (አዲስ አበባ፣ 2013 ዓ.ም.)

[168] Alfred Stepan, Juan J. Linz and Yogendra Yadaw, *Crafting State Nations: India and Other Multinational Democracies* (Baltimore: John Hopkins University Press, 2011), p. 5; Armin Von Bogdandy et al., "State-Building, Nation-Building and Constitutional Politics in Post-Conflict Situations: Conceptual Clarifications and an Appraisal of Different Approaches", *Max Planck Yearbook of United Nations Law,* Vol. 9 (2005), pp. 295-603.

የተሻሻለው ሕገ መንግሥት ተተክቷል:: እነዚህ በአፄ ኀይለሥላሴ ጊዜ የወጡት ሁለት ሕገ መንግሥቶች የየራሳቸው መልካም ጎኖች ቢኖሯቸውም፣ ንጉሠ ነገሥቱ "በራሳቸው መልካም ፈቃድ ለሕዝባቸው የቸሯቸው" ሕገ መንግሥቶች ስለነበሩ ሕዝብ ያልመከረባቸው ከላይ የተሰጡ (የተጫኑ) ሰነዶች መሆናቸው የታወቀ ነው::

በደርግ ዘመነ መንግሥት፣ ማለትም በ1980 ዓ.ም. የወጣው የኢሕዴሪ ሕገ መንግሥት በበኩሉ፣ ማንም ሳይጠይቀን በመልካም ፈቃዳችን የለገስነው ነው የሚል ነገር ባይኖረውም ወይም ሕዝብ የመከረበትና ያጸደቀው ሰነድ መሆኑን ለመግለጽ፣ "... ዐሥራ አንድ ሚሊዮን ስድስት መቶ ስልሳ ሺህ ሃያ ሰው ተወያይቶ፣ ከአምስት መቶ ሺህ በላይ ጥያቄዎች፣ አስተያየቶችና ልዩ ልዩ ሐሳቦች ቀርበው፣ በእነሱ መሠረት የመጨረሻው ረቂቅ ከተካተተ በኋላ ለውሳኔ ሕዝብ ቀርቦ ሰማንያ አንድ በመቶ በሆነ ድምጽ ጸደቀ፤"[169] ቢባልም፣ ሕዝቡ በነጻነት እንዳልመከረና በነጻነት ሊመክር የሚችልበት የፖለቲካ ሁኔታ እንዳልነበረ ስለሚታወቅ፣ ከሁሉ በላይ ደግሞ የሕገ መንግሥት ዝግጅት ብቻ ተብሎ የተቋቋመ ገለልተኛ አገራዊ ኮሚሽን ስላልነበረ፣ በመሠረቱ ይህም ሰነድ ያው እንደቀደሙት ሕገ መንግሥቶች ከላይ የተጫነ ነበር::

የአፄ ኀይለ ሥላሴም ይሁን የኢሠፓ ሕገ መንግሥቶች የኢትዮጵያ ሕዝብ ነጻነቱ ተጠብቆ ሳይፈራ እና ሳይሸማቀቅ ሐሳቡን ገልጾና ተከራክሮ ያፀደቃቸው ሕገ መንግሥቶች ባለመሆናቸው ሕዝብ የእኔ የሚላቸውና የሚንከባከባቸው ሰነዶች አልሆኑም:: በዚህ ምክንያት አገዛዞች ሲወድቁ ሕገ መንግሥቶችም አብረው ተንኮታኩተዋል::[170]

---

[169] ነገደ ጎበዜ፣ *ሕገ መንግሥት፣ ምርጫና ዴሞክራሲ* ... ገጽ 98::

[170] Gedion T. Hessebon, "The Precarious Future of the Ethiopian Constitution," *Journal of African Law,* Vol. 57. Vol. 2 (2013), pp. 215-238.

እነዚህ ሕገ መንግሥቶች ዘመን ተሻጋሪ መሆን ያቃታቸው ለሕዝብ የሚጠቅሙ ድንጋጌዎችን ሳያካትቱ ስለቀሩ አይደለም:: ስለ ሰብአዊ መብቶች ወዘተ. የሚያትቱ በርካታ ጠቃሚ ድንጋጌዎች ነበሯቸው:: ዶ/ር ነገደ እንደገለጹት፡-

> የአፄ ኃይለሥላሴ የተሻሻለው ሕገ መንግሥት እነዚህን መብቶች በ28 አንቀጾች ያረጋገጠ ሰነድ ነበር:: የፕሬስ፣ የሰላማዊ ሰልፍ፣ የመደራጀት ... እያለ ያልታወቀ መብት አልነበረም:: ንጉሡም ይህንን ሕገ መንግሥት ለወቅቱ ፓርላሜንት ሲያቀርቡ ጥቅምት 23 ቀን 1948 ዓ.ም. ባደረጉት ንግግር ሕገ መንግሥቱ ‹የሰው ልጅ መብቶችን ለማስጠበቅ የሚያስችሉ ከሰለጠኑ አገሮች የተወሰዱ አንቀጾችን የያዘ› መሆኑን ለኢትዮጵያ ሕዝብ አብስረው ነበር:: ደርግ እነዚሁን መብቶች በ24 አንቀጾችና በ56 ንዑስ አንቀጾች ቃል [ገብቶልን ነበር]::[171]

> ሕገ መንግሥቶቹ አላፊ-ጠፊ ሆነው የቀሩበት አንደኛው (ምናልባትም ዋነኛው) ምክንያት፣ በእናውቅልሃለን መንፈስ በተወሰኑ ልኂቃን ተዘጋጅተው በሕዝብ ላይ የተጫኑ ሰነዶች በመሆናቸው እና በዚህም ምክንያት የቅቡልነት ችግር ስለገጠማቸውና ሕዝቡ ሊጠብቃቸው ስላልቻለ ነው::[172]

---

[171] "... ኢሕአዴግ በበኩሉ በ30 አንቀጾችና በ103 ንዑስ አንቀጾች ከደረደረልን በኋላ፣ እንዲያውም ካልበቃችሁ ብሎ ‹ዩኒቨርሳል ዲክላሬሽንን› አክሎልናል፤"፡- ነገደ ጎበዜ፣ *ሕገ መንግሥት ምርጫና ዴሞክራሲ በኢትዮጵያ...* ገጽ 130::

[172] የሕገ መንግሥት ምሁራን እንደሚገልጹት፣ የብዙ አገሮች ሕገ መንግሥቶች፣ ደረጃው ከአገር አገር ቢለያይም፣ በውስን ልኂቃን የተዘጋጁና ከላይ የተጫኑ (imposed) ናቸው:: ይህም በብዙ መንገድ የሚገለጽ ነው:: ሕገ መንግሥቶች (1) ያለፈው ትውልድ በዚህኛው ትውልድ ላይ፣ (2) አብላጫው (majority) በቀሪው ኅብረተሰብ ላይ፣ (3) ልኂቃን በብዙሃኑ ላይ፣ (4) ፍርድ ቤቶች በሕግ መተርጎም ሒደት አማካይነት የሚጭኗቸው ሰነዶች ናቸው፡- Yaniv Roznai, "Internally Imposed Constitutions", in Richard Albert, Xenophon Contiades and Alkeme Fotiadou (eds.), *The Law and Legitimacy of Imposed Constitutions* (London: Routledge, 2019), pp. 58-81.
ይሁንና በዚህ መንገድ የተዘጋጁት ሁሉም ሕገ መንግሥቶች ቅቡልነት ያላቸው እና ዘመን ተሻጋሪ የሆኑ ሰነዶች ይሆናሉ ማለት አይደለም:: ስለሆነም፣ አንዳንድ አገሮች ገና ከመጀመሪያው በልኂቃን የተዘጋጁትን ሰነዶች በሕዝበ ውሳኔ እንዲጸድቁ በማድረግ የሕዝቡን የወሳኝነት ሚና ያረጋግጣሉ፤ በዚህም ሕገ መንግሥቶቹ ቅቡልነት ያላቸው ሰነዶች ይሆናሉ:: ሌሎች ደግሞ በጊዜ ሒደት በሕገ መንግሥት ማሻሻያ አማካኝነት ሕዝቡ በንቃት

> ሥርዓታዊ አስተዳደርን፣ በተለይም ሕገ መንግሥታዊ አገዛዝን ስናይ አምስት ጊዜ የሕገ መንግሥት ባለጸጋ ሆነናል:: ይሁንና በሕዝባዊ አመጽ ተጸንሶ በጥቂት ወራት ውስጥ የጨነገፈውን የ1966 ሕገ መንግሥት ወደ ጎን ትተን ሌሎቹን ስናጤን፣ ሁለት ባሕሪያት ይጋራሉ:: አንደኛው ሁሉም ከታች የመነጩ ሳይሆን ከላይ የተደነገጉ፣ የሕዝብና የመንግሥት ቃል ኪዳን ሳይሆኑ የድል አድራጊዎች ቻርተሮች መሆናቸው ነው:: ሁለተኛው ደግሞ በተለይ መብትን በተመለከተ ቃልና አፈጻጸም ሁልጊዜ አለመጣጣማቸው ነው:: በሕገ መንግሥት የተረጋገጡ መብቶች በተግባር ሲሻሩ ይታያል::[173]

የቱንም ያህል በሕዝብ ተሳትፎ የዳበረ ሰነድ ስለመሆኑ፣ ስለ ተራማጅነቱና ስለ ዴሞክራሲያዊነቱ ቢሰበክም፣ በሥራ ላይ ያለው ሕገ መንግሥትም ልክ እንደቀደሙት ሕገ መንግሥቶች በጥቂት ልኂቃን ተዘጋጅቶ በሕዝብ ላይ የተጫነ ሰነድ መሆኑን ማስተባበል አይቻልም::[174]

እንደሚታወቀው በሽግግር ወቅት ቻርተር አንቀጽ 10 መሠረት የተወካዮች ምክር ቤት አዋጅ ቁጥር 24/1984ን በመደንገግ የሕገ መንግሥት አርቃቂ ኮሚሽንን አቋቁሟል:: ኮሚሽኑ 29 አባላት የነበሩት

---

እንዲሳተፍ በማድረግ፣ የሕዝቡን ሕገ መንግሥት የማውጣት መብት ያረጋግጣሉ:: የሕገ መንግሥት ቅቡልነት እና ሕገ መንግሥታዊነት የሚረጋገጠው በዚህ መንገድ ጭምር ነው:- Xenophon Contiades and Alkmene Fotiadou,"Imposed Constitutions: Heteronomy and (un)amendability", in Richard Albert, Xenophon Contiades and Alkeme Fotiadou (eds.), *The Law and Legitimacy of Imposed Constitutions* (London: Routledge, 2019), p. 24.
ዜጎች ሕገ መንግሥቶችን እንዲቀበሏቸው እና በዚህም ሰነዶቹ ለረጅም ዘመናት እንዲቀጥሉ ከሚያደርጓቸው ምክንያቶች ውስጥ አንዱ የዜጎች ተሳትፎ ነው:: ዜጎች በሕገ መንግሥት የማርቀቅ እና የማጽደቅ ሒደት ላይ ንቁ ተሳትፎ ካደረጉ ሕገ መንግሥቱን የእኛ ብለው ይቀበሉታል፤ ያስከብሩታልም:- Zachary Elkins, Tom Ginsburg and James Melton, *The Endurace of National Constitutions* (Cambridge: Cambridge University Press, 2009), pp. 78-80.

[173] ባሕሩ ዘውዴ፣ "ምን አለምን? የት ደረስን? ወዴትስ እያመራን ይሆን?"፣ ገጽ 5::

[174] Tesema Ta'a and Zekarias Kenea, "Constitutional Development in Ethiopia", in Kassahun Birhanu et al (eds.), *Electoral Politics, Decentralized Governance and Constitutionalism in Ethiopia* (Addis Ababa: Department of Political Science and International Relations, Addis Ababa University Press, 2007), pp. 26-27.

ሲሆን 7 ከተወካዮች ምክር ቤት፣ 7 ከፖለቲካ ድርጅቶች አባላት፣ 3 ከንግዱ ማኅበረሰብ፣ 2 ሕግ ባለሙያዎች፣ 2 ከመምህራን፣ 2 ከጤና ባለሙያዎች እና 3 ከሴቶች የተውጣጡ ነበሩ። ከተወካዮች ምክር ቤት እና ከፖለቲካ ድርጅቶች የተወከሉትን ጨምሮ በሕገ መንግሥት አርቃቂ ኮሚሽኑ ከፍተኛውን ቁጥር የያዘው ኢሕአዴግ ነበር። የተለያዩ የኅብረተሰብ ክፍሎችን ይወክላሉ ተብለው የተካተቱት ሰዎችም በኢሕአዴግ ተለይተው የተመረጡ ነበሩ። በዚህ ኮሚሽን ውስጥ አማራን ከሚወክል የፖለቲካ ድርጅት ተወካይ አልተካተተም ነበር።

ረቂቅ ሕገ መንግሥቱ በሽግግር ወቅቱ የተወካዮች ምክር ቤት በአብላጫ ድምጽ ከጸደቀ በኋላ ሕዝብ እንዲወያይበት ለማድረግ በሕገ መንግሥት አርቃቂ ኮሚሽን በኩል ጥረት የተደረገ ቢሆንም ጊዜው አጭር ከመሆኑና ሕዝቡም ለመሳተፍ በቂ ፍላጎት ካለማሳየቱ የተነሳ እንዲሁም ለመሳተፍ የሚገኘውም በጉዳዩ ላይ ያለው ግንዛቤ አነስተኛ

በመሆኑ የተነሳ ኮሚሽኑ በዚህ ረገድ የሠራው ሥራ ነጻ እና ሰፊ የሕዝብ ተሳትፎን ማረጋገጥ የቻለ አልነበረም።

የሽግግር ወቅት ቻርተሩ ረቂቅ ሕገ መንግሥቱ በሽግግር መንግሥቱ የተወካዮች ምክር ቤት ተቀባይነት ካገኘ በኋላ የመጨረሻው ረቂቅ በሕዝብ በተመረጡ የሕገ መንግሥት አጽዳቂ ጉባኤ አባላት ታይቶ ይፀድቃል ከማለት ውጪ የሕገ መንግሥት አጽዳቂ ጉባኤ አባላት በየትኛው ዓይነት የምርጫ ሥርዓት እንደሚመረጡ ሳይደነግግ ቀርቷል። ይሁን እንጅ ቀዳሚው ያልፋል (first past the post) የሚለው የምርጫ ሥርዓት ተግባራዊ ተደርጓል። ሕገ መንግሥትን ያህል ትልቅ የሕግና የፖለቲካ ሰነድ፤ ሲሆን በሕዝበ ውሳኔ ካልሆነም በተመጣጣኝ ውክልና የምርጫ ሥርዓት በተመረጡ የሕገ መንግሥት

አጽዳቂ ጉባኤ አባላት መጽደቅ ሲገባው አሸናፊው ሁሉን ጠቅልሎ ይወስዳል (ቀዳሚው ያልፋል) በሚል የምርጫ ሥርዓት በተመረጡ የጉባኤ አባላት እንዲጸድቅ መደረጉ ሂደቱ የአንድ ወገን ሐሳብ እና ፍላጎት ገዥ ለማድረግ ያለመ እንደነበር መረዳት ይቻላል።

የኢሕአዴግ መሪዎች በዚህ ሐሳብ እንደማይስማሙ ግልጽ ነው። በእነሱ አባባል ሕገ መንግሥቱ በይዘቱም ሆነ በተረቀቀበትና በጸደቀበት ሂደት እንከን የሌለው የኢትዮጵያዊያን የጋራ ቃል-ኪዳን ሰነድ ነው። ለምሳሌ ሕገ መንግሥቱ ኅዳር 29 ቀን 1987 ዓ.ም. መጽደቁን ተከትሎ፣ በሽግግሩ ወቅት የአገሪቱ ፕሬዚዳንት የነበሩት አቶ መለስ ዜናዊ ለሕገ መንግሥት አርቃቂ ጉባኤተኞች ካደረጉት የመዝጊያ ንግግር ውስጥ የሚከተለው አንቀጽ ይገኝበታል፦

> የሽግግሩ መንግሥት [...] በሕዝብ ተሳትፎ ላይ የተመሠረተ የሕገ መንግሥት ማርቀቅና ማጽደቅ ተግባር በተሳካ ሁኔታ አከናውኗል። ከተለያዩ የፖለቲካ ድርጅቶችና የኅብረተሰብ ክፍሎች በተወከሉ አባላት የተዋቀረ የሕገ መንግሥት ኮሚሽን አቋቁሞ ሥራውን በአግባቡ እንዲያከናውን አድርጓል። በሕገ መንግሥቱ መሠረተ ሐሳቦች ላይ ምልአተ ሕዝቡ በሰፊው እንዲወያይ፣ እንዲከራከርና አስተያየቱን እንዲገልጽ አድርጓል። ይህን የሕዝብ አስተያየት መሠረት በማድረግ ሕገ መንግሥት እንዲረቀቅና በሕዝብ ተወካዮች ምክር ቤት ከጸደቀም በኋላ የተለያየ አስተያየት ያላቸው ተወዳዳሪዎች የሚወዳደሩበት የሕገ መንግሥት ጉባኤ ምርጫ በተሳካ አኳኋን እንዲፈጸም አድርጓል። በመጨረሻም በሕዝቡ የተመረጡ የሕገ መንግሥት ጉባኤ አባላት ከአንድ ወር ተኩል ላላነሰ ጊዜ በረቂቁ ላይ ተከራክረው ይኸው ዛሬ ሕገ መንግሥቱ በሕዝብ ተሳትፎ በዴሞክራሲያዊ አኳኋን የረቀቀና የጸደቀ መሆኑ ለዘላቂነቱና ለተግባራዊነቱ የተመቻቸ ሁኔታን ይፈጥራል ብለን እናምናለን። ሕገ መንግሥቱ በሕዝብ

> ተሳትፎና በዴሞክራሲያዊ አኳኋን የተረቀቀና የጸደቀ ከመሆኑም ባሻገር [ኢትዮጵያን] ለአስከፊ ቀውስ የነበሩትን ችግሮች ለማስወገድ የሚያስችል ይዘት ያለው ነው::[175]

ይህ የአቶ መለስ ንግግር እንደሌሎቹ አብዛኞቹ ንግግሮቻቸው ፍጹም ከእውነት የራቀ መሆኑ ግልጽ ነው:: ከመነሻው ብንጀምር የሕወሓት ፖሊት ቢሮ አባልና የትግራይ ክልል ፕሬዚዳንት የነበሩት አቶ ገብሩ አሥራት በመጽሐፋቸው በዝርዝር እንዳሰፈሩት፣ ሻዕብያ አሉኝ የሚላቸው የሕግ ባለሞያዎች (አቶ አማረ ተክሌና ፕሮፌሰር በረከት ሀብተሥላሴ) ያረቀቁት እና አቶ ኢሳያስ አፈወርቂ (ሻዕብያ)፣ አቶ መለስ ዜናዊ (ኢሕአዴግ) እና አቶ ሌንጮ ለታ (ኦነግ) ኤርትራ ውስጥ ሰንአፌ በተባለ ቦታ ተገናኝተው ያጸደቁት ለብሔረሰቦች እስከ ነጻነት የሚደርስ መብት የሚፈቅድ አንቀጽን ያዘለው ሰነድ በሽግግሩ መንግሥት ላይ ከፍተኛ ተጽዕኖ አሳድሯል::[176] የኢፌዴሪ ሕገ መንግሥት በዚያ ሰነድ ላይ ሌሎች ዓለም አቀፍ የሰብአዊ መብትና ተያያዥ ድንጋጌዎችን ጨማምሮ የተዘጋጀ እንጂ አቶ መለስ እንዳሉት ሕዝብ በነጻነት ተወያይቶ ያመነጨውና ያጸደቀው እንዳልሆነ የታወቀ ነው:: የሽግግር መንግሥቱ የማስታወቂያ ሚኒስትርና የሕገ መንግሥት ጉባኤ ሊቀመንበር እንዲሁም በኋላ የአገሪቱ ፕሬዚዳንት የነበሩት ዶ/ር ነጋሶ ጊዳዳ ራሳቸው ሰነዱ የተዘጋጀበትና የጸደቀበት መንገድ ከፍተኛ ችግር የነበረበት መሆኑን ብቻ ሳይሆን፣ ይዘቱም ቢሆን ብዙ ጉድለት ያለበት መሆኑን አምነዋል::[177]

ሕገ መንግሥቱ ሰብአዊና ዴሞክራሲያዊ መብቶችን የሚመለከቱ 30 አንቀጾችን ብቻ ሳይሆን ዓለም አቀፍ የሰብአዊ መብቶች ድንጋጌን ቃል በቃል ያካተተ ሰነድ መሆኑ እየታወቀ የከረረ ተቃውሞ የሚቀርብበት ወይም ለቅቡልነት ቀውስ የዳረገው፣ በጥቂት አሸናፊ ልኂቃን ተዘጋጅቶ

---

[175] ቃለአብ ታደሰ ሥጋቱ፣ *ሕገ መንግሥት በኢትዮጵያ:- ከፍትሐ ነገሥት እስከ ኢፌዴሪ* (አዲስ አበባ፣ ሜጋ አሳታሚና ማከፋፈያ፣ 2011 ዓ.ም.)፣ ገጽ 442::

[176] ገብሩ አሥራት፣ *ሉዓላዊነትና ዴሞክራሲ በኢትዮጵያ* (አዲስ አበባ፣ 2007 ዓ.ም.)፣ ገጽ 143-144::

[177] Addis Standard Magazine (February 2016)

በሕዝብ ላይ የተጫነ በመሆኑ ወይም በሌላ አባባል የረቀቀበትና የጸደቀበት ሂደት ችግር ያለበት በመሆኑ ነው:: አንድ ሕገ መንግሥት ይዘቱ ብቻ ሳይሆን የሚረቀቅበትና የሚጸድቅበት ሂደት ትልቅ ቁምነገር ያዘለ ነገር ነውና::[178]

> በ1987 ዓ.ም. የወጣው የኢትዮጵያ ሕገ መንግሥት ከ1923 ዓ.ም. ጀምሮ ከወጡትና በተለያዩ ጊዜያት ተሻሽለው ከቀረቡት የኢትዮጵያ ሕገ መንግሥቶች በጣም የተለየ ሕገ መንግሥት ነው:: ይህ ሕገ መንግሥት በኢትዮጵያ ታሪክ ውስጥ ለመጀመሪያ ጊዜ በአገረ መንግሥት ግንባታ ሂደት ውስጥ እጅግ በጣም አስፈላጊ የሆኑ ሦስት መሠረታዊ ተቋሞችን ቀርጾ በማስቀመጥ በዛሬዋ ኢትዮጵያ ፖለቲካዊ፣ ማኅበራዊና ኢኮኖሚያዊ ሕይወት ላይ ከፍተኛ ተጽዕኖ ያደረገ ሕገ መንግሥት ነው:: እነዚህ ሦስት ተቋሞች የምርጫ ሥርዓት (የአብላጫ ድምጽ)፣ የመንግሥት ቅርጽ (ፓርላሜንታዊ) እና የመንግሥት መዋቅር (ፌደራሊዝም) ናቸው:: ዛሬ የተለያዩ የኢትዮጵያ የፖለቲካ ባለ ድርሻዎች፣ ምሁራን እና የተለያዩ የማኅበረሰብ ክፍሎች የማይስማሙባቸው እና የንትርክና የጭቅጭቅ ምንጭ የሆኑት እነዚሁ ሦስቱ ተቋሞች ናቸው:: የኢትዮጵያ ሕዝብ በእነዚህ በአጭርና በረዥምም ጊዜ ሕይወቱ ላይ ከፍተኛ ተጽዕኖ በሚያሳድሩ ተቋሞች ላይ የማይግባባው እነዚህ ተቋሞች ተቀርጸው የሕገ መንግሥቱ አካል ሲሆኑ ትርጉም በሚሰጥ መልኩ ተሳትፎ ስላልነበረው ወይም ጥቂቶች ተስማምተው እላዩ ላይ ስለጫኑበት ነው::[179]

በዚህም ምክንያት፣ ሕገ መንግሥቱ ከመጀመሪያው ጊዜ ጀምሮ፣ የኢትዮጵያ የፖለቲካ ኀይሎች ዋነኛው የጭቅጭቅ አጀንዳ ሆኖ እንደቀጠለ ይገኛል:: ይህም ያለ ምክንያት አይደለም:: ብሔረሰብ ዋነኛው የፖለቲካ መደራጃ ከሆነ በኋላ በሕገ መንግሥት ዝግጅት

---

[178] ነገደ ጎበዜ፣ *ሕገ መንግሥት ምርጫና ዴሞክራሲ...* ገጽ 80::

[179] ኤፍሬም ማዴቦ፣ *ኢትዮጵያና ሕገ መንግሥታዊ ምርጫዎቿ፡- የምርጫ ሥርዓት፣ የመንግሥት መዋቅር እና የመንግሥት ቅርጽ* (ጥር 2013)፣ ገጽ 64::

ሂደቱ ላይ ሁሉንም ብሔረሰቦች የሚወክሉ ልኂቃን አለመሳተፋቸው በሕገ መንግሥቱ ላይ የልደት ጎደሎነት (birth defect) በማስከተሉ፤ በዚህም ሰነዱ ገና ከመጀመሪያው ጊዜ ጀምሮ የቅቡልነት ችግር የገጠመው በመሆኑ ነው::[180]

በዚህ ምክንያት የሕገ መንግሥት አጀንዳ ከኢትዮጵያ ፖለቲካ አጀንዳዎች ውስጥ በአንደኛ ደረጃ የሚቀመጥ ነው:: ከተፎካካሪ የፖለቲካ ኀይሎች መካከል አንዳንዶቹ ሕገ መንግሥቱ ሙሉ በሙሉ መቀየር አለበት ሲሉ፣ ሌሎች የተወሰኑ የሕገ መንግሥቱን አንቀጾች በማሻሻል ሰነዱን ማዳንና መጠቀም ይቻላል የሚል አቋም ያራምዳሉ:: አንዳንዶች ደግሞ በሥራ ላይ አለመዋሉን ካልሆነ በስተቀር በይዘት ደረጃ የሚቃወሙት ነገር የለም::

የሆነ ሆኖ፣ ሕገ መንግሥቱ ሙሉ በሙሉ መቀየር አለበት የሚለው

---

[180] በሁሉም አገሮች የሕገ መንግሥት ዝግጅት ሒደት ላይ የልኂቃኑ ሚና ከፍተኛ ቢሆንም፣ የብሔረሰብና የሃይማኖት ክፍፍል ባለባቸው አገሮች ውስጥ የልኂቃኑን ተሳትፎ በተመለከተ ከፍተኛ ጥንቃቄ ማድረግ ያስፈልጋል። [እንደ ኢትዮጵያ ባሉ] ከፍ ያለ ክፍፍል ባለባቸው አገሮች ውስጥ ሕገ መንግሥቱ ቅቡልነት ሊኖረው የሚችለው ገና ከመነሻው የየብሔረሰቡን ወሳኝ ልኂቃን ባሳተፈ መልኩ በስምምነት ሲዘጋጅ ነው። በእነኝህ አገሮች የሚደረግ ወሳኝ የፖለቲካ ኀይሎችን ያላሳተፈ የሕገ መንግሥት ዝግጅት ውጤቱ ያማረ የሰመረ አይሆንም፡- Donald L. Horowitz, *Constitutional Processes and Democratic Commitment*, p.92.

በሥራ ላይ ያሉት የጃፓንና የጀርመን ሕገ መንግሥቶች በሁለተኛው የዓለም ጦርነት ማግስት በአሜሪካ አጋፋሪነት የተዘጋጁ (ስለዚህም በውጭ ኀይል የተጫኑ) ናቸው። ሆኖም የእነኝህ አገሮች ሕገ መንግሥቶች እንደ የኢፌዴሪ ሕገ መንግሥት የከረረ የልዩነት ምንጭ ሲሆኑ አይታይም። ይህም ያለ ምክንያት አይደለም። አንደኛ ጃፓንና ጀርመን እንደ ኢትዮጵያ በብሔረሰብና በሃይማኖት ማንነት ላይ የተመሠረተ ፖለቲካ የላቸውም፤ አንድ-ወጥ የሆነ ሕዝብ ያላቸው አገሮችም ናቸው። ሁለተኛ የእነኝህ አገሮች ሕገ መንግሥቶች "በሕዝብ ላይ የተጫኑት" በውጭ ኀይል እንጂ እንደ ኢትዮጵያ አገር ውስጥ በሚገኝ አንድ ቡድን ባለመሆኑ ነው። የኢትዮጵያ አገረ መንግሥት ምሥረታ የተጠናቀቀው ኢትዮጵያ ውስጥ በሚገኝ አንድ ሰፊ ሕዝብ መሆኑ የኢትዮጵያን የብሔረሰብ ፖለቲካ ከሌሎች የአፍሪካ አገሮች የተለየ እንዳደረገው ሁሉ፤ በሥራ ላይ ያለው ሕገ መንግሥት የተዘጋጀው ኢትዮጵያዊ በሆኑ ውስን ቡድኖች መሆኑ ሕገ መንግሥቱ የልዩነት ማዕከል እንዲሆን ካደረጉት ምክንያቶች አንዱ ነው ማለት ይቻላል። በብዙዎቹ የኢትዮጵያ ከተሞች ውስጥ "ፒያሳ" የሚባል የከተማ ክፍል አለ። "ፒያሳ" የሚለው የጣልያን ቃል አላጣላንም፤ አጀንዳ ሆኖም አያውቅም። የከፍፍል አጀንዳ የሚሆነው አዳማን ናዝሬት ወይም ናዝሬትን አዳማ ማለት ነው። አጀንዳ የሚሆነው በራራን ፊንፊኔ፤ ፊንፊኔን አዲስ አበባ ወይም አዲስ አበባን ፊንፊኔ ማለት ወዘተ. ነው።

ሐሳብ እንደተለመደው ከዜሮ እንድንጀምር የሚያስገድደን ከመሆኑም በላይ፣ በአገሪቱ ሕገ መንግሥታዊነት እንዲዳብር በማድረግ ረገድ ያለው ፋይዳም አሉታዊ ነው። በርግጥ አሁን ባለው የአገራችን ተጨባጭ የፖለቲካ ሁኔታ ሰነዱን እንዳለ መቀየር ቢፈለግም ያለ ደም አፋሳሽ ግጭት የሚቻል አይሆንም። ከብሔረሰቦች መብት ጋር ተያያዘው የተገነቡ ተቋማትን መቀየር ብዙ ጊዜና ከፍተኛ ጥረት ይጠይቃል። ብዙ ጊዜ እንዲህ ዓይነት ተቋማት የሚቀየሩት ተቋማቱን ለመቀየር የሚፈልጉት ተፎካካሪ ልኂቃን ሲኖሩ፣ እነኝህ ልኂቃን አሳማኝና አሰባሳቢ ትርክት መፍጠር ሲችሉ እና በሂደትም ጠንካራ ተገዳዳሪ ኀይል መገንባት ሲችሉ ነው።[181] ስለዚህ በአገራችን አሁን ባለው ሁኔታ ለመቀየር ቢፈለግም በቀላሉ የሚሳካ ጉዳይ አይደለም።

በሌላ በኩል፣ ሕገ መንግሥቱ በይዘቱም ሆነ በጸደቀበት ሂደት (በዲዛይኑ) ምክንያት በርካታ ችግሮች ያሉበት ብቻ ሳይሆን፣ አሁን ለምንገኝበት ምስቅልቅል ከፍተኛ አስተዋጽዖ ያደረገ ሰነድ በመሆኑ፣ እንዳለ ይቀጥል የሚለው ሐሳብም ትክክል አይደለም።

ከሕገ መንግሥቱ ውስጥ የተወሰኑ አንቀጾችን ብቻ ለይቶ በእነሱ ላይ ማሻሻያ ማድረግም ቢሆን የሚፈይደው ነገር አይኖርም።

የተሻለው አማራጭ በሕገ መንግሥቱ ላይ ጥልቀት ያለው ወይም መሠረታዊ የሆነ ማሻሻያ ማድረግ ነው። ዝቅ ብለን እንደምንመለስበት፣ ጥልቀት ያለው ማሻሻያ የማድረጉ ጠቀሜታ ደግሞ በይበልጥ ከሂደቱ ጋር የተያያዘ ነው።[182]

---

[181] Senek Akturk, *Regimes of Ethnicity and Nationhood in Germany, Russia, and Turkey* (Cambridge: Cambridge University Press, 2012), p.5.

[182] ይህ ወደ ሕገ መንግሥታዊ ድርድር የሚመልስ (constitutional renegotiation) አማራጭም ቢሆን፣ የራሱ ችግሮች የሉትም ማለት አይደለም። ሆኖም፣ ሕገ መንግሥቱ ራሱን ከጊዜው ጋር ሳያሻሽል ቀርቶ እንዳለፉት ሕገ መንግሥቶች በአመጽ ከሚቀየር እና በሂደቱም ደም ከሚፈስ ወደ ሕገ መንግሥታዊ ድርድር ተመልሶ ጥልቀት ያለው ማሻሻያ ማድረጉ የተሻለው አማራጭ ነው።

## 2.1 ሕገ መንግሥት ማሻሻል ለምን?

ሕገ መንግሥቱ ኢትዮጵያዊያን ትርጉም በሚሰጥ መልኩ የተሳተፉበት፣ የእኛ ብለው የሚንከባከቡትና የሚያስከብሩት ቅቡልነት ያለው ሰነድ እንዲሆን ካስፈለገ፣[183] የተሻለው አማራጭ፣ ሰነዱን እንዳለ ማስቀጠል ወይም እንደገና ‹ሀ› ብሎ መጀመር ሳይሆን መሠረታዊ የሆነ ማሻሻያ ማድረግ ስለመሆኑ አንዳንድ ነጥቦችን ከዚህ በላይ ጠቃቅሰናል:: የሰነዱን ቅቡልነት ከማሳደግ በተጨማሪ፣ የሕገ መንግሥት ማሻሻያን የግድ የሚሉ ሌሎች በርካታ ምክንያቶችም አሉ:: በማኅበረሰቦች መካከል ክፍፍልን የፈጠሩ፣ በፖለቲካ ልኂቃኑ አካባቢ በከፍተኛ ደረጃ የተራገቡና አጨቃጫቂ ሆነው የቀጠሉ፣ የኢትዮጵያን ህልውናና የዜጎችን ደኅንነትም አደጋ ላይ እየጣሉ የመጡ አገራዊ አጀንዳዎች እንደገና በጥልቀት መታየት ይገባቸዋል::[184]

ለምሳሌ ያህል በኢትዮጵያ ፖለቲካ ውስጥ የመሬት ጥያቄ ላለፉት 50 ዓመታት ማእከላዊ ቦታ ይዞ የሚገኝ ወሳኝ የፖለቲካ አጀንዳ ነው:: መሬት ወሳኝ የምርት መሣሪያ በመሆኑ የመሬት ጥያቄ ማእከላዊ ቦታ ቢይዝ የሚገርም አይደለም:: ለንጉሣዊው ሥርዓት መገርሰስ ምክንያት ከሆኑት አጀንዳዎች አንዱና ዋነኛው የሆነው ይኸው የመሬት ጥያቄ በደርግ እና በኢሕአዴግ መንግሥታት በተለያየ ደረጃ ምላሽ አግኝቷል ቢባልም፣ አሁንም አንገብጋቢ ጥያቄ ሆኖ እንደቀጠለ ነው::

---

183 አንድን ሕገ መንግሥት ለረጅም ዘመናት እንዲኖር ከሚያደርጉት ምክንያቶች ውስጥ አንዱ ተለማጭ (flexibile) መሆኑ፣ ማለትም ራሱን ለማሻሻያና ለለውጥ ክፍት ያደረገ መሆኑ ነው:: ለማሻሻያ የማይመች (rigid) ሕገ መንግሥት ዘመን ተሻጋሪ አይሆንም:- Zachary Elkins, Tom Ginsburg and James Melton, *The Endurace of National Constitutions*, pp. 81-83

184 ሕገ መንግሥቱ ያለበት መሠረታዊ የቅቡልነት ችግር እንደተጠበቀ ሆኖ፣ በይዘት ደረጃ ለቀውስ የዳረጉንንና ሌሎችን አወዛጋቢ ድንጋጌዎች እያረመና አዳዲስ ጉዳዮችን እያካተተ ከጊዜው ጋር መራመድ ይጠበቅበታል:: በሌሎች አገሮች ያለው ተሞክሮ የሚያሳየው ይህንን ነው:: እንደ አውሮፓዊያን አቆጣጠር ከ1989 እስከ 2019 ባሉት 30 ዓመታት በ100 አገሮች ውስጥ 189 ሕገ መንግሥቶች (ጊዜያዊ፣ አዳዲስ እና እንደገና ወደ ቦታቸው የተመለሱ) የጸደቁ ሲሆን፣ 155ቱ አዳዲስ ሕገ መንግሥቶች ናቸው:: ከመቶዎቹ አገሮች ሠላሳ ሦስቱ ደግሞ፣ ከአንድ ጊዜ በላይ ሕገ መንግሥት ቀይረዋል:: ይህ ከፍተኛ ቁጥር የሚያሳየው ለሕገ መንግሥት የተሰጠውን ከፍተኛ ቦታ ብቻ ሳይሆን፣ የጸደቁት ሕገ መንግሥቶች ምን ያህል የየአገራቱን ዜጎች ፍላጎት ማርካት እንዳልቻሉና መቀየር እንዳስፈለጋቸው ጭምር ነው:- Donald L. Horowitz, *Constitutional Processes and Democratic Commitment*, pp. 1-2.

የመሬት ጥያቄ እንዳልተመለሰ፣ የኢትዮጵያ አርሶ አደርና የከተማ ነዋሪ የመሬቱ ባለቤት እንዳልሆነ፣ የሕዝቡ የመሬት ባለቤትነት ባለመረጋገጡ ምክንያት አሁንም በሥልጣን ላይ ባለው ኀይል ቁጥጥር ሥር በመሆኑ የፈለገውንና ያመነበትን የፖለቲካ አመለካከትና የፖለቲካ ፓርቲ መምረጥ እንደማይችል፣ ስለዚህም የመሬት ባለቤትነት ጥያቄ አስተማማኝ ምላሽ ሳያገኝ ዴሞክራሲያዊ ሥርዓት መገንባት እንደማይቻል አጥብቀው የሚከራከሩ በርካታ ወገኖች አሉ:: የኢትዮጵያ የተማሪዎች ንቅናቄ አባል የነበሩት የታሪክ ምሁሩ ፕሮፌሰር ባሕሩ ዘውዴ በበኩላቸው የመሬት ላራሹ ጥያቄ "ሐዲዱን የሳተ ባቡር ሆኗል" ይላሉ፡-

> አርሶ አደሩን የምርቱና የመሬቱ ባለቤት በማድረግ በኩል ምን ውጤት ታዬ? ቀድሞ ምሁራን ጩኸት ነባራዊ ሁኔታ ሲፈቅድ ምላሽ አግኝቶ የገባር ሥርዓት ከአብዮት በፊት ከሞላ ጎደል ከሰመ:: የ‹መሬት ላራሹ› ጥያቄ ደግሞ ሥር ነቀል በሆነው የ1967 የመሬት አዋጅ መልስ ያገኘ መሰለ:: መሰለ እንጂ እውን አልሆነም:: ምክንያቱም የገጠርን መሬት የሕዝብ (ማለትም የመንግሥት) ያደረገው አዋጅ አርሶ አደሩን ሙሉ ነጻነት ሊሰጠው ስላልቻለ ነው:: እንዲያውም ከቀድሞው ባለመሬትና መልከኛ ባልተናነሰ ሁኔታ የሚያዘውና የሚዳኘው የገበሬ ማኅበር በላዩ ላይ ጫነበት:: እንኳን የመሬቱ ባለቤት ሊሆን ሰብሉንም በፈለገው ገበያና ያዋጣኛል በሚለው ዋጋ ለመሸጥ ተከለከለ:: ይህ ሁኔታ ለደርግ ውድቀት አንዱ ምክንያት ቢሆንም፣ ከዚያም በኋላ ቢሆን አርሶ አደሩ የመሬቱ ሙሉ ባለቤት ሊሆን አልቻለም:: ስለዚህም የመሬት ላራሹ ጥያቄ ሐዲዱን የሳተ ባቡር ሆኗል ሊባል ይችላል::[185]

ከዚህ በተቃራኒው፣ የመሬት ጥያቄ ምላሽ ማግኘቱንና ይህም በሕገ መንግሥት ደረጃ መረጋገጡን፣ ከዚህ ውጭ መሬት በግለሰቦች ይዞታ ሥር መሆንና ባለይዞታው በፈለገ ጊዜ መሸጥ መለወጥ መቻል አለበት የሚለው ሐሳብ የአገራችንን ድሃ አርሶ አደር እንደገና "በከበርቴዎች"

[185] ባሕሩ ዘውዴ፣ "ምን አለምን? የት ደረስን? ወዴትስ እያመራን ይሆን?"፣ ገጽ 6::

ቁጥጥር ሥር የሚያስገባና ጭሰኛ የሚያደርግ ነው የሚል መከራከሪያ ይቀርባል። ከገዥው ፓርቲ በተጨማሪ ይህን (ሁለተኛውን) ሐሳብ የሚያራምዱ ሌሎች ኀይሎችም አሉ።

ባጠቃላይ፣ ሁሉም ጎራ በመሬት ጉዳይ ላይ የየራሱን ሐሳብ ቢያቀርብም አሁንም የመሬት ጥያቄ ከማኅበረሰቦች ግንኙነት፣ ከኢኮኖሚያዊ ልማት፣ ከሙስና፣ ከዴሞክራሲያዊ ሥርዓት ግንባታ ወዘተ. ጋር ጥብቅ ቁርኝት ያለው አንገብጋቢ እና ወቅታዊ አጀንዳ ሆኖ የቀጠለ ጉዳይ በመሆኑ፣ የኢትዮጵያ ሕዝብ በዚህ ጥያቄ ላይ አቋሙን እንዲገልጽ ማድረግ ያስፈልጋል። የመሬት ጉዳይ የኢትዮጵያን ፖለቲካ ምን ያህል ወጥሮ እንደያዘው አያከራክርም። ከሚያፋጁን ጉዳዮች መካከል ግንባር ቀደሙ የመሬት ጉዳይ ነው ቢባልም ስህተት አይሆንም። ስለሆነም በዚህ በወሳኝ አጀንዳ ላይ ሕዝቡ ተጠይቆ ሐሳቡን እንዲሰጥና እንዲወስን ማድረግ መሠረታዊ ነው።

ሌላው ከፍተኛ ክፍፍል ፈጥሮ የሚገኘው ወሳኝ አጀንዳ ደግሞ፣ ከብሔረሰቦች መብት ጋር የተያያዘው ጉዳይ ነው። የብሔረሰቦች ጥያቄ በአገራችን ላለፉት ኀምሳ ዓመታት ሲነሳ ሲወድቅ ቢቆይም ከመስከን ይልቅ ከጊዜ ወደ ጊዜ የግጭት ምንጭ እየሆነ ከመምጣቱም በላይ፣ አገሪቱን ለእርስ በርስ ጦርነት የዳረገና ሕልውናዋንም የሚፈታተን ጉዳይ ሆኗል።

ከኢትዮጵያ በስተቀር ሁሉም የአፍሪካ አገሮች በብሔረሰብ ስም የፖለቲካ ድርጅት ማቋቋምን በሕግ የከለከሉ መሆናቸውን በመግለጽ፣ ብሔረሰባዊ ማንነትን መሠረት አድርጎ ፓርቲ ማቋቋም ይበልጥ ክፍፍልን የሚጋብዝ በመሆኑ፣ ለዴሞክራሲያዊ ሥርዓት ግንባታ መሰናክል ይፈጥራል፤ ለአገራችን ህልውናም አደገኛ ነው የሚሉ ወገኖች ያሉትን ያህል፤ በብሔረሰባዊ ማንነት መደራጀትን አጥብቀው የሚደግፉ፣ ከመደገፍም አልፈው በብሔረሰብ መደራጀትን መከልከል

አመጽ ይፈጥራል፤ የኢትዮጵያን ህልውናም ይፈታተናል የሚሉ ኀይሎችም አሉ:: ስለሆነም በዚህ ጉዳይ ላይም የኢትዮጵያ ሕዝብ አስተያየቱን እንዲሰጥና እንዲወስንበት ማድረግ ያስፈልጋል::

የብሔረሰቦች ጉዳይ ከልኂቃኑ መሻኮቻነት ወጥቶ፣ የጉዳዩ ባለቤት የሆነው የኢትዮጵያ ሕዝብ ብሔረሰባዊም ይሁን ሃይማኖታዊ ወይም ሌላ ማንነትን መሠረት ያደረገ የፖለቲካ አደረጃጀት ይፈልግ/አይፈልግ እንደሆነ ሊጠየቅ ይገባል:: ከዚሁ ጋር የመንግሥት መዋቅሩ ፌደራላዊ

መሆኑ እንደተጠበቀ ሆኖ ምን ዓይነት የፌደራላዊ ሥርዓት? የሚለው ጥያቄ ምላሽ ያገኛል::[186] በተጨማሪም ልንከተለው የሚገባን የመንግሥት ቅርጽ ፕሬዚዳንታዊ ወይስ ፓርላሜንታዊ መሆን ይገባዋል? የምርጫ ሥርዓታችንስ ምን መምሰል አለበት? ወዘተ. በሚሉት መሠረታዊ ጉዳዮች ላይ የኢትዮጵያ ሕዝብ ሊመክርባቸውና ውሳኔ ሊሰጥባቸው ይገባል:: ባጠቃላይ በእነዚህና በሌሎች አንኳር አጀንዳዎች ላይ ሁሉም ኢትዮጵያዊ አስተያየቱን እንዲሰጥባቸው ወይም እንዲወስን ዕድሉን ለመፍጠር እና ሕገ መንግሥቱ በየጊዜው ራሱን እያደሰ የሚሄድ ጠንካራ ሥርዓት እንዲሆን ለማስቻል መሠረታዊ የሆነ ማሻሻያ ሊደረግበት ይገባል::

## 2.2 እንዴት ይሻሻል?

ሕገ መንግሥት የአገሪቱ ርእሰ ሕግ በመሆኑ ለረጅም ዘመናት እንዲያገለግል ሆኖ መነደፍ ይኖርበታል:: ለዚህም ሲባል በሰነዱ ላይ ሁሉም የፖለቲካ ኀይሎችና መላ ሕዝቡ ከዳር እስከ ዳር በነጻነት እንዲመክርበትና

[186] የኢፌዴሪ ሕገ መንግሥት ፌደራላዊ የመንግሥት አወቃቀርን መደንገጉ እንደ ችግር አይነሳም:: የተካረረ ልዩነት ያለው ምን ዓይነት ፌደራላዊ አወቃቀር? በሚለው ጥያቄ ላይ ካልሆነ በስተቀር ለኢትዮጵያ የሚያስፈልጋት ፌደራላዊ ሥርዓት ስለመሆኑ በሁሉም የፖለቲካ ኀይሎች ዘንድ ስምምነት አለ ማለት ይቻላል:: ከታሪክ አንጻር ሲታይም እስከ ሃያኛው ክፍለ ዘመን መጀመሪያ ድረስ የነበረው የኢትዮጵያ መንግሥት ያልተማከለ ባሕርይ የነበረው (devolved autocracy) በመሆኑ ፌደራላዊ አወቃቀር ለኢትዮጵያ እንግዳ ነገር አይደለም:- Christopher Clapham, "The Ethiopian Experience of Devolved Government", *Ethiopian Journal of Federal Studies,* Vol.1, No.1. (2013), p.18. ሐቁ ይህ ሆኖ ሳለ፣ አንዳንድ ወገኖች አሐዳዊ/ፌደራላዊ የሚል የሌለ ክፍፍል በመፍጠር የፖለቲካውን አየር ሲበክሉት ይታያል:: አሐዳዊ አወቃቀርን የሚደግፍ ወይም ለእሱ ቆሜያለሁ የሚል ድርጅት በሌለበት ሁኔታ አሐዳዊ ወይስ ፌደራላዊ? እያሉ ጉንጭ ማልፋት ከንቱ ነው::

አስተያየቱን እንዲሰጥበት መደረግ አለበት እንጂ እንዲሁ በአንድ አሸናፊ ቡድን ተዘጋጅቶ በማስመሰል ውይይትና በድምጽ ብልጫ የሚከወን መሆን እንደሌለበት በሕገ መንግሥት ምሁራን ዘንድ ስምምነት አለ::

የሕገ መንግሥት ምሁራን ደጋግመው እንደሚያሳስቡት ሰነዱ እንኳን በኀይል ቀርቶ በታሪክ አጋጣሚ ከሕዝቡ 51 በመቶ ያገኘ የፖለቲካ ኀይል በተቀረው 49 ከመቶ ላይ የሚጭነው መሆን የለበትም:: በኅብረተሰቡ ውስጥ የሚገኙ ልዩ ልዩ የፖለቲካና የሲቪል ማኅበረሰብ ስብስቦች በሙሉ ተደራድረው በተቻለ መጠን በጋራ ስምምነት የሚያጸድቁት፣ እንደማንኛውም ሕግ በተራ የድምጽ ብልጫ የማይጸድቅ፣ የማይሻርና የማይሻሻል ሰነድ መሆን ይኖርበታል::[187] ሕገ መንግሥት ራሱን ለማሻሻያ ክፍት ያደረገ መሆን ይኖርበታል ሲባል እንደማንኛውም ተራ ሕግ በቀላሉ የሚሻሻል ወይም የሚቀየር አለበት ማለት አይደለም::

ሕገ መንግሥት ትልቅ ብሔራዊ ፕሮጀክት በመሆኑ ይዘቱ እኩል ለሂደቱም ትልቅ ዋጋ መስጠት ያስፈልጋል:: ለሂደቱ ትልቅ ዋጋ መስጠት ያስፈልጋል የሚባለው፣ አዲስ ሕገ መንግሥት በሚዘጋጅበት ጊዜም ይሁን ማሻሻያ በሚደረግበት ወቅት ትልልቅ አገራዊና ኅብረተሰባዊ አጀንዳዎች ወደ አደባባይ ወጥተው ውይይትና ክርክር ስለሚደረግባቸው እና በዚህ የውይይትና የክርክር ሂደት በሕዝቡ መካከል መተማመንና መልካም የሆነ ግንኙነት ስለሚፈጠር የታሪክ ቁስሎችና በፖለቲካ ቡድኖች መካከል የተፈጠሩ ቂም-በቀሎች እንዲሽሩ ዕድል የሚሰጥ በመሆኑ፣ ከዚያም አልፎ በሂደቱ የዴሞክራሲ ዕሴቶች የሆኑትን ሐሳብን በነጻነት መግለጽ፣ በነጻነት መከራከርና ሰጥቶ መቀበል እንዲለመዱና ባሕል እየሆኑ እንዲሄዱ በር የሚከፍት በመሆኑ ነው::

ስለሆነም ሕገ መንግሥት ይዘቱ ብቻ ሳይሆን የሚረቀቅበትና የሚጸድቅበት ሂደትም በጣም ትልቅ ቁምነገር ያዘለ በመሆኑ ለሂደቱ ከፍተኛ ትኩረት እንዲሰጠው ያስፈልጋል:: ለዚህ ደግሞ ሁሉም የኅብረተሰብ ክፍል ያለ ልዩነት እንዲመክርበትና እንዲዘክርበት ማድረግ ብቻ ሳይሆን፣ ሰነዱ

[187] ነገደ ጎበዜ፣ ሕገ መንግሥት፣ ምርጫና ዴሞክራሲ... ገጽ 79-80፤ ያሬድ ለገሠ፣ ሪፖርተር ጋዜጣ (ጥቅምት 13/2009 ዓ.ም.)።

ሲረቀቅም ሆነ ሲሻሻል በተቻለ መጠን ከድምጽ ብልጫ ይልቅ በጋራ ስምምነት እንዲሆን ማድረግ ይገባል።

እንግዲህ፣ የሕገ መንግሥት ማሻሻያ አስፈላጊ መሆኑን፣ የሕገ መንግሥት ማሻሻያውም ሰነዱ ቋሚና ሕዝብ የሚንከባከበው አገራዊ ሀብት እንዲሆን የሚያግዝ መሆኑን፣ ለዚህ ደግሞ የጉዳዩ ባለቤት የሆነው የአገራችን ሕዝብ በነጻነት እንዲመክርበትና አስተያየቱን ተጠይቆ የመሰለውን እንዲወስን ማድረግ እንደሚገባ ተገልጿል። ኅብረተሰቡ ያለ ምንም ተጽዕኖ አስተያየቱን እንዲሰጥና በነጻነት የመሰለውን መወሰን እንዲችል ግን ከሁሉ አስቀድሞ መሟላት ያለባቸው ቅድመ ሁኔታዎች አሉ።

ከላይ እንደተገለጸው አሁን በሥራ ላይ ያለው ሕገ መንግሥት ስለ ሰብአዊና ዴሞክራሲያዊ መብቶች የሚያትቱ እና ለዴሞክራሲያዊ ሥርዓት ግንባታ መሠረት ሊሆኑ የሚችሉ በርካታ አንቀጾች ቢኖሩትም፣ የተደነገጉትን መብቶችና ነጻነቶች ወደ መሬት በማውረድ ረገድ ከፍተኛ ችግር እንዳለም የሚያጠያይቅ አይደለም። ብዙዎቹ ድንጋጌዎች መሬት ላይ አልወረዱም። ከእነዚህ መሬት ላይ ካልወረዱትና በሕዝቡ ውስጥ ከፍ ያለ ቅሬታን ከፈጠሩት ጉዳዮች መካከል ነጻ የዳኝነት አካል፣ ዐቃቤ ሕግ፣ ፖሊስና ማረሚያ ቤትን እንዲሁም ከፖለቲካ ወገንተኛነት የተላቀቀ የአገር መከላከያ ሠራዊትና የብሔራዊ ደኅንነት ተቋምን የሚመለከቱት ተጠቃሽ ናቸው።

በማሻሻያ ሂደቱ ላይ ሕዝቡ ሳይሸማቀቅና ሳይፈራ እንዲወስን ከተፈለገ፣ እነዚህ ተቋማት ራሳቸው ነጻና በሕግ ብቻ የሚሠሩ እንዲሆኑ ማድረግ ያስፈልጋል። በሌላ አባባል፣ ሕዝቡ ነጻ ሆኖ አስተያየት መስጠትና መወሰን የሚችለው መከላከያና የድኅንነት ተቋሙ ተጠሪነታቸው ለሕዝብ መሆኑ ሲረጋገጥና የሕግ የበላይነት ሲነግሥ ብቻ ነው።

የድሮዎቹም ሆኑ አሁን በሥልጣን ላይ ያለው አገዛዝ ስለ ነጻና ገለልተኛ የፍትሕ ሥርዓት እንዲሁም ከፖለቲካ ወገንተኛነት ነጻ ስለሆነ የአገር መከላከያ ሠራዊትና የደኅንነት ተቋም አስፈላጊነት ደጋግመው ገልጸዋል:: ይሁን እንጂ በአገራችን የተቋማት የገለልተኛነትና ነጻነት እጦት ዛሬም በግልጽ የሚታይ ትልቅ ችግር ነው:: [እነዚህ] ተቋማት ነጻ፣ ከፖለቲካ ወገንተኝነት የራቁና በሕግ ብቻ የሚሠሩ መሆናቸው እስካልተረጋገጠ ድረስ ደግሞ የሚፈለገውን ውጤት ማምጣት አይቻልም:: የሕግ የበላይነት የሁሉም ነገር ማሰሪያ ሲሆን፣ ለሕግ የበላይነት መስፈን ደግሞ ነጻና ሥራውን በአግባቡ የሚፈጽም ፍርድ ቤት ያስፈልጋል::

## 2.3 ሂደቱን ማን ይምራው?

የሕገ መንግሥት ማሻሻሉን ሂደት ማን በባለቤትነት ይምራው? እንዴት ይምራው? ተጠሪነቱስ ለማን ይሁን? የሚሉት መሠረታዊና አከራካሪ ጥያቄዎች ናቸው:: ለጥያቄዎች አንድ ሁሉንም የሚያስማማ መልስ መስጠትም አይቻልም:: አንዳንድ ሰዎች የሕገ መንግሥት ማሻሻያን የማይደግፉት ሂደቱ ይበልጥ ክፍፍልና ግጭትን የሚጋብዝ ይሆናል በሚል ነው:: ከማሻሻያ አጀንዳዎች ውስጥም በልዩ አጽንዖት የሚገለጸው ሂደቱ የሚመራበትን መንገድ የተመለከተው ነው:: ነጻ፣ ገለልተኛና ሁሉም የፖለቲካ ኀይሎች የሚተማመኑበት ተቋም ካልመራው በስተቀር ሂደቱ በሥልጣን ላይ ባለው አገዛዝ ይጠለፋል፣ ይህም እንደተለመደው ሌሎችን የፖለቲካ ኀይሎችና ማኅበረሰቦች ያገለለ ይሆንና በችግር ላይ ችግር ይቀፈቅፋል የሚል ሐሳብ ይቀርባል:: ስጋቱም ትክክል ነው::

በመርህ ደረጃ፣ መንግሥት የተደራጀ ኀይልና ፈቃዱን በጉልበት የማስፈጸም ብቃት ያለው፣ ይህንንም መንግሥታዊ ሥልጣኑንና አቅሙን የዜጎችን ደኅንነትና ሰላም ከውጫዊና ውስጣዊ ጥቃት

ለመጠበቅ የሚጠቀም አካል ነው በሚለው ነጥብ ላይ ስምምነት አለ:: ይሁን እንጂ ኢ-ዴሞክራሲያዊ የሆኑ መንግሥታት የዜጎችን ደኅንነትና ሰላም ከመጠበቅ ወይም የአገርንና የሕዝብን ዘላቂ ጥቅም ከማስጠበቅ ይልቅ የራሳቸውን ሥልጣን በየትኛውም መንገድ የማስቀጠል ዓላማ ስላላቸው፣ የመከላከያና የደኅንነት ተቋማትን፣ የፍትሕ ተቋማትን፣ የሚቆጣጠሯቸውን ማኅበራትና ልዩ ልዩ አደረጃጀቶች ተጠቅመው የሕገ መንግሥት ማሻሻያ ሂደቱን ሲያኮላሹት ይታያል:: በዚህ ምክንያት ማሻሻያው ውጤታማ ይሆን ዘንድ ከመንግሥት ውጪ በሆነና ለሕገ መንግሥት ማሻሻል ብቻ ተብሎ በተቋቋመ ገለልተኛ አገራዊ ኮሚሽን አማካይነት ቢመራ ተመራጭ ይሆናል::

በኢትዮጵያም የሕገ መንግሥቱ ማሻሻያ አገሪቱንና ሕዝቧን ወደፊት የሚያራምድ እንዲሆን ከተፈለገ፣ ሂደቱ መመራት ያለበት ለሕገ መንግሥት ማሻሻያ ብቻ ተብሎ በተቋቋመና ሁሉንም የአገሪቱን የፖለቲካና የጥቅም ቡድኖች ባካተተ ነጻና ገለልተኛ አገራዊ ኮሚሽን መሆን ይኖርበታል:: ኮሚሽኑ የፖለቲካ ድርጅቶች ብቻ ሳይሆኑ ልዩ ልዩ የሲቪል ማኅበረሰብ ድርጅቶች፣ እንደ የሕግ ባለሙያዎችና የጠበቆች ማኅበራት ያሉ የሙያ ማኅበራት፣ ታዋቂ ግለሰቦች፣ የአገር ሽማግሌዎች፣ የሃይማኖት አባቶች ወዘተ. የተካተቱበት እንዲሆን ያስፈልጋል::

ሕገ መንግሥት የማሻሻሉን ሂደት የሚቋቋመው ነጻና ገለልተኛ ብሔራዊ ኮሚሽን በበላይነት ይምራው በሚለው ነጥብ ላይ ስምምነት ካለ፣ ይህ አካል ሂደቱን እንዴት ይምራው የሚለው ጥያቄ ቴክኒካዊ ጉዳይ ስለሆነ ብዙም የሚያሳስብ አይሆንም:: የተለያዩ መንገዶችን መከተል ይቻላል::

ለምሳሌ በብዙ አገሮች የሚተገበረውን አሠራር ብንመለከት፣ የተመሠረተው ገለልተኛ ኮሚሽን አባላቱን በሕግ፣ በባህል፣ በአስተዳደር፣

በኢኮኖሚ ወዘተ. ቡድኖች ካዋቀረ በኋላ፣ አሁን በሥራ ላይ ያለውን ሕገ መንግሥት በተመለከተ (ቢቀነሱ ወይም ቢጨመሩ የሚላቸውን ድንጋጌዎች በተመለከተ)፣ ቀደም ሲል በተጠቀሱት አከራካሪና በኅብረተሰቡ መካከል ክፍፍል በፈጠሩ አገራዊ ጉዳዮች ላይ ወዘተ. ሁሉም ለአካለ መጠን የደረሰና መምረጥ የሚችል ዜጋ አስተያየቱን እንዲሰጥ ይጠየቃል:: ሁሉም ዜጋ አስተያየቱን በነጻነት እንዲሰጥ ከተደረገ በኋላ፣ በሕዝቡ አስተያየት መሠረት የተለዩትን አንኳር ጉዳዮች ያካተተ ሰነድ ይዘጋጅና በሥራ ላይ ካለው ሕገ መንግሥት ጋር ተመሳክሮ ወይም ተናቦ ሲያበቃ፣ አዲስ ሰነድ ተዘጋጅቶ መልሶ ለሕዝበ ውሳኔ ይቀርባል:: ይህ አንዱ መንገድ ነው:: ሌሎች ብዙ መንገዶችም ይኖራሉ::

የሆነ ሆኖ፣ ጉዳዩ ቴክኒካዊ በመሆኑ፣ ባለሙያዎች የተለያዩ መንገዶችን ሊያቀርቡ ይችላሉ:: ቁምነገሩ ሁሉም ዕድሜው የሚፈቅድለትና የመምረጥ መብት ያለው ዜጋ እንዴት መተዳደር እንደሚፈልግ መጠየቁ፣ ሐሳብ ማመንጨቱና አስተያየት መስጠቱ፣ ብሎም በሕዝብ ጉዳይ ላይ የሚወስነው ራሱ ሕዝቡ እንጂ ጥቂት ልኂቃን አለመሆናቸው መረጋገጡ ነው::

እዚህ ላይ የሚመጣው ዋናውና አከራካሪው ጥያቄ፣ የኮሚሽኑ ተጠሪነት ለማን ይሁን? የሚለው ነው:: ዲሞክራሲያዊ በሆኑ ሥርዓቶች ውስጥ የሕዝብ ተወካዮች ምክር ቤት በገዥው ፓርቲ ቁጥጥር ሥር መሆኑ ቢታወቅም፣ በርካታ አገሮች የሕገ መንግሥት ማሻሻያውን የሚመራው አካል ተጠሪነት ለምክር ቤት እንዲሆን ሲያደርጉ ይስተዋላል:: በርግጥ የኮሚሽኑን ተጠሪነት ለርእሰ ብሔሩ፣ ከዚያም አልፎ ለሕገ መንግሥታዊ ፍርድ ቤት እንዲሆን ያደረጉ አገሮችም አሉ:: ሁሉም መንገዶች የየራሳቸው ደካማና ጠንካራ ጎን አላቸው::

በኢትዮጵያ ምንም እንኳ የሕዝብ ተወካዮች ምክር ቤት ሙሉ ለሙሉ በሚባል ደረጃ በገዥው ፓርቲ አባላት የተሞላ ቢሆንም፣ የኮሚሽኑ ተጠሪነት ከሥራ አስፈጻሚው ወይም ከፍርድ ቤት ይልቅ ለሕዝብ ተወካዮች ምክር ቤት ቢሆን የተሻለ ይሆናል:: ይኸውም ምንም እንኳን ብዙሃኑ የምክር ቤቱ አባላት የአንድ ፓርቲ አባላት ቢሆኑም፣ አከራካሪ በሆኑት የብሔረሰቦችና እና የፌደሬሽን ጉዳዮች ላይ የተለያየ አቋም ያላቸው አባላትን ያቀፈ በመሆኑ ጉዳዩን በትኩረት ይይዙታል ተብሎ ስለሚታመን ነው:: ይህም ሆኖ የኮሚሽኑ ተጠሪነት ገዥው ፓርቲ ለሚቆጣጠረው ምክር ቤት እንዲሆን ማድረግ ሂደቱንም ሆነ ውጤቱን ገዥው ፓርቲ ይቆጣጠረው ማለት በመሆኑ ሂደቱን ገዥው ፓርቲ በፈለገው መንገድ እንዲዘውረው መፍቀድ ነው የሚል ሐሳብ መነሳቱ አይቀርም:: መነሳቱም አግባብነት አለው::

እዚህ ላይ፣ በሌሎች አገሮች በሥልጣን ላይ ያሉ አካላት የሕገ መንግሥት ማሻሻያ እንዲደረግም ይሁን አዲስ ሕገ መንግሥት እንዲዘጋጅ ያደረጉበትን ሂደት ማየት አስፈላጊ ይሆናል:: ብዙዎች እንደ ምሳሌ የሚጠቅሱት፣ ከ1917ቱ አብዮት ጀምሮ በዴሞክራሲያዊ ምርጫ እስከተሸነፈበት 2000 (እ.አ.አ) ድረስ በሥልጣን ላይ የቆየውንና፣ እንደገና በዴሞክራሲያዊ ምርጫ በማሸነፍ የመንግሥት ሥልጣን ተረክቦ በአሁኑ ወቅት ሜክሲኮን በማስተዳደር ላይ የሚገኘውን የሜክሲኮ አብዮታዊ ፓርቲን (PRI) ገንቢ እርምጃ ነው::

ፓርቲው ከ2000 በፊት ባሉት ዓመታት በሥልጣን ላይ የቆየው ኢዴሞክራሲያዊ መንገዶችን እየተጠቀመ ቢሆንም፣ በዚያች አገር እንደ አውሮፓዊያን አቆጣጠር በ1980ዎቹ ማግስት የተጀመረው የዴሞክራሲ ሽግግር፣ በተለይ በ1990 ምርጫን በሚመለከት የሕገ መንግሥት ማሻሻያ ከተደረገና ማሻሻያውን ተከትሎ "የፌደራል የምርጫ ተቋም" እና "የፌደራል የምርጫ ፍርድ ቤት" የተባሉ

ገለልተኛ አገራዊ ተቋማት ከተገነቡ በኋላ ሁኔታው ይበልጥ እየተሻሻለ መጥቷል:: በ1994 እና 1996 የተደረጉት ተጨማሪ ማሻሻያዎች ደግሞ የሽግግሩ ሂደት እየጎለበተ እንዲመጣ ከፍተኛ እገዛ አድርገዋል:: ከእነዚህ ሂደቶች መረዳት የሚቻለው ለሜክሲኮ የዴሞክራሲ ሽግግር ከፍ ያለ ሚና የተጫወተው ራሱ ገዥው ፓርቲ መሆኑን ነው::

በተመሳሳይ መልኩ፣ ጋና እንደ አውሮፓዊያን አቆጣጠር በ2008 በተደረገው ፕሬዚዳንታዊ ምርጫ ያሸነፉት ጆን አታሚልስ ተጠሪነቱ ለፕሬዚዳንቱ የሆነ የሕገ መንግሥት መርማሪ ኮሚሽን እንዲቋቋም ካደረጉ በኋላ፣ ሂደቱን ለራሳቸውና ለድርጅታቸው ዓላማ ማስፈፀሚያነት ያውሉታል ተብሎ እንደተገመተው ሳይሆን፣ ከሁሉም የፖለቲካ ኃይሎችና የኅብረተሰብ ክፍሎች በተወጣጡ ጠንካራ ሰዎች በማዋቀር፣ በሥራ ላይ ባለው የአገሪቱ ሕገ መንግሥት ድክመቶች ላይ ሕዝቡ በነጻነት እንዲወያይና አስተያየቱን እንዲሰጥ ዕድሉን አመቻችተውለታል:: ምሁራን፣ የፖለቲካ ፓርቲዎችና የምክር ቤት አባላትም በሰነዱ ላይ እንዲከራከሩበትና አስተያየት እንዲሰጡበት ተደርጓል:: ሂደቱ ከፕሬዚዳንቱ አሳዛኝ ሕልፈተ ሕይወት በኋላም ጋናዊያንን እያወያየ፣ እያቀራረበ እና ዴሞክራሲያቸውን እያጎለበተ ቀጥሏል::

በዚህ መንገድ የሚካሄድ የሕገ መንግሥት ማሻሻያ ሂደት በርካታ አገሮች ወደ ዴሞክራሲያዊ ሥርዓት ሽግግር እንዲያደርጉ ጥሩ መድረክና ምክንያት ሆኗል:: በደቡባዊ አሜሪካ የተደረጉት የዴሞክራሲ ሽግግሮች ሁኔታ ብንመለከት፣ ሽግግሮቹ ከሕገ መንግሥት ማሻሻያ ሂደት ጋር በጥብቅ የተቆራኙ ሆነው እናገኛቸዋለን::[188]

በሌሎች አገሮችም ተመሳሳይ ሁኔታ ታይቷል:: በእነዚህ አገሮች የተካሄዱት የሕገ መንግሥት ማሻሻያ ሂደቶች በፖለቲከኞች መካከል፣ ማለትም በገዥውና በተፎካካሪ ፓርቲ አባላት መካከል ብቻ ሳይሆን፣

---

[188] Jose Maria Serna de la Garza, *The Constitution of Mexico: A Contextual Analysis* (Oxford: HART Publishing, 2013), p. 219.

በፖለቲከኞችና በሲቪል ማኅበረሰብ ድርጅቶች እንዲሁም በፖለቲከኞችና በሕዝቡ መካከል መቀራረብና መተማመን እንዲኖር ዕድል ከፍተዋል::

በሥልጣን ላይ ያለው የአገዛዝ ሥርዓት ተሳትፎ አስፈላጊ ነው ሲባል ታዲያ፣ እንዲሁ እንደ ዘበት በችሮታ መልክ ማሻሻያ እንዲካሄድ ፈቃደኛ ይሆናል ወይም ሂደቱ በነጻና ገለልተኛ ኮሚሽን እንዲመራ ሁኔታዎችን ያመቻቻል ማለት አይደለም:: በመጨረሻው ክፍል እንደምናየው፣ የሚፈለገውን ውጤት ለማሳካት የግድ የዴሞክራሲያዊ ኀይሎች የተገዳዳሪነት አቅም ማደግ ይኖርበታል::

## 2.4 ጊዜ የለም!

ብዙ አገሮች ችግሮቻቸው እየተባባሱ ሄደው ከመፈንዳታቸው በፊት የሕገ መንግሥት ማሻሻያ ማድረግ እና በሕገ መንግሥት ማሻሻሉ ሂደት ለዋና ዋና አገራዊ ችግሮቻቸው መቋጫ ማበጀት ባለመቻላቸው ወደ አመጽና ትርምስ አምርተው የበርካታ ዜጎች ሕይወት ከጠፋና መጠነ ሰፊ ንብረት ከወደመ በኋላ ማሻሻያ ለማድረግ ወይም አዲስ ሕገ መንግሥት ለማዘጋጀት ይገደዳሉ::

ለምሳሌ ኬንያ ውስጥ ስለ ሕገ መንግሥት ማሻሻያ መነገር ከጀመረ ሁለት ዐሠርት ቢያልፉም፣ በየጊዜው በሥልጣን ላይ የሚቀመጡት አካላት ጉዳዩን ከራሳቸው የግልና የቡድን ጥቅም አንጻር እየመዘኑ ሲያንተቱት ቆይተው እ.አ.አ በ2007 የተካሄደውን ምርጫ ተከትሎ በሺህ የሚቆጠሩ ኬንያዊያን ማንነት ለይተው ከተጨፋጨፉ በኋላ ነው አዲስ ሕገ መንግሥት ወደማዘጋጀት የተገባው::[189]

---

[189] Paul Tiyambe Zeleza, "The protracted transition to the Second Republic in Kenya", in Godwin R. Murunga, Duncan Okello and Anders Sjogren (eds.), Kenya: *The Struggle for a New Constitutional Order* (London: Zed Books, 2014), pp.17-43;
Raymond Muhula and Stephen Ndegwe, "Instrumentalism and constitution-making in Kenya: triumphs, challenges and opportunities beyond the 2013 elections", in *Kenya: The Struggle for a New Constitutional Order*, pp.79-95.

የመካከለኛው ምሥራቅ አገዛዞች አገሮቻቸውን የተቋማት ምድረ በዳ አድርገው፤ ለዴሞክራሲያዊ ሥርዓት ግንባታ እርሾ ሊሆኑ የሚችሉ የሲቪል ማኅበረሰብ ድርጅቶችን አሽመድምደው፤ የዴሞክራሲ፣ የፍትሕና የሰብአዊ መብቶች ተሟጋች ድርጅቶች እንዳይኖሩ በሩን ዘግተው እና የሕዝብን ጥያቄ አፍነው ለብዙ ዓመታት በሥልጣን ላይ መቆየት ቢችሉም፣ በሕዝብ ቁጣና አመጽ ከመወገድ አላመለጡም:: ያቆሙት አፋኝ ሥርዓትም ከመንኮታኮት አልዳነም:: የሚያሳዝነው የአብዛኞቹ አገሮች ህልውና አደጋ ላይ የወደቀ በመሆኑ፣ አሁን ውይይቱ ስለ ሕገ መንግሥት ማሻሻያ ሳይሆን አገርን ከቀውስና ብተና ስለመታደግ ወይም ስለ መልሶ ግንባታ ሆኗል:: የአምባገነኖች መጥፎ ውርስ ይህ ነው::

የኢትዮጵያ የፖለቲካ ልኂቃንም፣ በተለይም በሥልጣን ላይ ያሉት አካላት፣ የመካከለኛው ምሥራቅ አገሮች ከገቡበት ቀውስ እንዲሁም ሌሎች አገሮች ከወሰዷቸው በጎ እርምጃዎች እና ካገኟቸው ውጤቶች ትምህርት በመቅሰም፣ ሁኔታዎች ከቁጥጥር ውጭ ሳይወጡ የሕገ መንግሥት ማሻሻያ እንዲካሄድ ሁኔታዎችን ማመቻቸት ይገባቸዋል::

አገራችን አሁን የምትገኝበት ቀውስ የሕገ መንግሥት ማሻሻያ ሂደትን ለመጀመርና የፖለቲካ ሽግግር ለማካሄድ የሚያስችል ትልቅ ዕድል የፈጠረ ነው:: አሁን የምንገኝበትን አደጋ እንደ ወሳኝ የታሪክ አጋጣሚ ተቀብለን ለሕገ መንግሥት ማሻሻያና ለፖለቲካ ሽግግር ከተጠቀምንበት ሕገ መንግሥቱ ከጊዜው ጋር ሊራመድ የሚችልበት፣ አገሪቱም ከገባችበት አረንቋ ወጥታ አዲስ ምዕራፍ ልትጀምር የምትችልበት ሁኔታ ይፈጠራል:: ይህ ሳይሆን ቀርቶ አሁንም እንደ ቀደሙት አገዛዞች ዘመኑ ከሚጠይቀው ሁኔታ ጋር መለወጥ ካልተቻለ ግን ይህ አጋጣሚ እንዳለፉት ያመለጡ ዕድሎች ተቆጥሮ የሚቀር አይሆንም:: ይልቁንም አገሪቱ ወደ ሌላ ዙር አመጽ የመግባት ብቻ ሳይሆን፣ አመጽን የመሸከም አቅም ስለሌላት፣ የመፍረስ አደጋ ይጠብቃታል::

## 3. የፖለቲካ ሽግግር እንዴት?

አንዳንድ አገሮች ከአፈና የአገዛዝ ሥርዓት ወደ ዴሞክራሲ ሽግግር ሲያደርጉ ሌሎች ባሉበት የሚረግጡት በምን ምክንያት ነው? ከአገዛዝ ወደ ዴሞክራሲ ሽግግር ለማድረግ የሚያስፈልጉት [ምቹ] ሁኔታዎች ምንድን ናቸው? ወደዴሞክራሲያዊ ሥርዓት ለመሸጋገር በሚደረግ ሂደት (Democratization) ውስጥ ሊገጥሙ የሚችሉ ፈተናዎችስ ምን ምን ናቸው? ወዘተ. የሚሉት ጥያቄዎች የፖለቲካል ሳይንስ ምሁራንን ሲያከራክሩ የኖሩ እና እያከራከሩ የሚገኙ ጥያቄዎች ናቸው::

አንደኛው እይታ፣ አንዲት አገር ዴሞክራሲያዊት አገር እንድትሆን ካስፈለገ በዚያች አገር ለዴሞክራሲያዊ ሥርዓት እውን መሆን አጋዥ የሆኑ የኢኮኖሚና የፖለቲካ ባህል አስፈላጊ ሁኔታዎች (requisites) መኖር ወይም መሟላት ይጠበቅባቸዋል የሚለው ነው:: ይህንን እይታ የሚያራምዱ ምሁራን በሁለት ምድብ ተከፍለው ሊታዩ ይችላሉ::

የመጀመሪያው ከኢኮኖሚ እድገት ወይም በአጠቃላይ ከዝመና ጋር የተያያዘው ነው:: እ.አ.አ ከ1950 እስከ በ1970ዎቹ በማኅበራዊ ሳይንስ መስክ ትልቅ ቦታ ይዞ ከነበረው የዝመና ንድፈ ሐሳብ ጋር ግንኙነት ያላቸው ምሁራን እንደሚገልጹት፣ ዝመና አዳዲስ ኢኮኖሚያዊ፣ ማኅበራዊ፣ ቴክኖሎጂያዊ እና ፖለቲካዊ ሁኔታዎችን ይፈጥራል፤ ለምሳሌ የኢኮኖሚ እድገት እና ከእድገቱ ጋር ተያይዘው የሚመጡት የትምህርት መስፋፋትና የተማረው የኅብረተሰብ ክፍል ቁጥር መጨመር፣ የመካከለኛው መደብ እድገት፣ የከተሜነት መስፋፋት፣ የብዙኃን መገናኛ ድርጅቶች መጎልመስ ወዘተ. ለዴሞክራሲ ምቹ ሁኔታ ይፈጥራል:: እንዲህ ዓይነቱ ለሲቪል ማኅበረሰብ እድገት የሚመች ማኅበረ-ኢኮኖሚያዊ ሁኔታ ራሱን እያደራጀ ለመብቱ የሚታገል ንቁ ኅብረተሰብ እንዲፈጠር ስለሚያደርግ ለዴሞክራሲ እውን መሆንና መጎልመስ ምቹ ነው::[190]

[190] Seymour Martin Lipset, "Some Social Requisites of Democarcy: Economic Development and Political Legitmacy", *American Political Science Review* 53 (1959), p. 75.

ባሪንተን ሙር የተባለው ምሁር በበኩሉ፣ "የኢንዱስትሪ ከበርቴ በሌለበት ዴሞክራሲ አይኖርም" በማለት፣ ለዴሞክራሲ እውን መሆንና መጠናከር የኢንዱስትሪ ከበርቴው የኅብረተሰብ ክፍል (ቡርዧ) ወሳኝ መሆኑን ገልጾ ሰፊ ትንተና ያቀርባል::[191] የዴሞክራሲ እንቅፋት የሆነው የመሬት ከበርቴው በመካከለኛው መደብ እና በቡርዧው ሲተካ ለዴሞክራሲ ምቹ ሁኔታ ይፈጠራል ይላል ባሪንተን ሙር:: የለም ከካፒታሊዝም እድገት ጋር ተያይዞ የሚመጣው ከፍተኛ ቁጥር ያለው ወዛደር ነው፣ በእኩልነት የመኖር መብቱን ለማሳደግ ለዴሞክራሲ በቁርጠኝነት የሚታገለው የሚሉ በባሪንተን ሙር ሐሳብ ላይ የሰላ ኂስ የሚያቀርቡ ምሁራም አሉ:: ከሁለቱ መደቦች ይልቅ ከዴሞክራሲ እውን መሆን የሚጠቀመው የሠራተኛው መደብ በመሆኑ ለዴሞክራሲ ግንባታ የሚታገለው እሱ ነው ሲሉ ይሞግታሉ - ምሁራኑ::[192]

ሌላው (ሁለተኛው) ከባህልና እምነት ጋር የተያያዘው ሲሆን፣ የፖለቲካ ባህልን እንደ ዋና መስፈርት ወይም ምቹ ሁኔታ የሚያስቀምጡ ምሁራን በአንዲት አገር ዴሞክራሲያዊ ሥርዓት እውን እንዲሆን ካስፈለገ ለዴሞክራሲ መብቀልና መፋፋት የሚመች ባህል ያስፈልጋል ይላሉ:: እነኚህ ምሁራን ዴሞክራሲን ሊሸከም የሚችል የፖለቲካ ባህል ያለውን ያህል ለኢዴሞክራሲ የሚመች ባህልም አለ ሲሉ ይከራከራሉ:: ሕዝቡ ስለ ዴሞክራሲ ያለው እይታ ምንድን ነው? ከዴሞክራሲ ውጪ ያሉ አማራጮችን እንዴት ያያቸዋል? ዴሞክራሲ የከተማው (የአገሩ) ብቸኛው አጀንዳ ነውን? ልዩነቶችንና ችግሮችን በዴሞክራሲያዊ መንገድ በመግባባትና በሰጥቶ መቀበል መርህ መፍታት አስፈላጊ ነው ብሎ የሚያምነው ዜጋ ምን ያህል ነው? ወዘተ. እያሉ ይጠይቃሉ፤ ያጠናሉም::

---

[191] Barington Moore, *The Social Origins of Democracy and Dictatorship: Lord and Peasant in the Making of the Modern World* (Boston, Massachusettes: Beacon Press, 1966), p. 418.

[192] Dietrich Rueschemeyer et al (eds.), "The Impact of Economic Development on Democarcy", *Journal of Economic Development* 7(1993), pp. 71-85.

እነኝህ ምሁራን እንደሚገልጹት፣ ለዴሞክራሲ ሽግግር እና እድገት እርስ በርሱ የሚከባበር፣ አማካይ አቋም የመያዝ (moderation) ባህል ያለው እና ሁላችንም እንደ ዜጋ እኩል ነን ብሎ የሚያምን ሕዝብ አስፈላጊ ነው:: የኅብረተሰቡ አመለካከት ወይም እምነት (belief) ለአምባገነንነት የተመቸ ከሆነ ዴሞክራሲ እውን ሊሆንና ሊያብብ አይችልም፤ ዴሞክራሲ እውን እንዲሆን ዴሞክራቶች መኖር አለባቸው፤ ለምሳሌ በጀርመን እነ ሒትለር ከመምጣታቸው በፊት ሥልጣን ላይ የነበረው የቫይማር ሪፐብሊክ የተንኮታኮተው የጀርመን ሕዝብ መፍቀሬ አምባገነን (authoritarian-minded) ስለነበር ወይም ዴሞክራቶች በሌሉበት መሬት ላይ የተተከለ ዴሞክራሲ ስለነበር ነው - እንደ ምሁራኑ ገለጻ::[193]

በሌላ በኩል፣ ከፖለቲካ ባህል ጋር ተያይዞ የዘውግና የሃይማኖት ልዩነቶችና ስንጥቆች (cleavages) ለዴሞክራሲ እንቅፋት ናቸው/አይደሉም የሚል ሰፊ ክርክርም አለ:: ድህነት፣ የተካረረ ልዩነት፣ ጦርነት ወዘተ. ባለበት አገር ውስጥ የሚኖሩ ዜጎች ከዴሞክራሲ ይልቅ ለሕግና ሥርዓት መረጋገጥና ለደኅንነታቸው መጠበቅ ቅድሚያ ይሰጣሉ:: በዜጎች መካከል የሚኖረው ግንኙነት በጥርጣሬና አለመተማመን ላይ የተመሠረተ ስለሚሆን ለዴሞክራሲ ምቹ አይደለም:: አማካይ መንገድ የመያዝ እና የመቻቻል ባህል ያዳበሩና የተሻለ የኢኮኖሚ ሁኔታ ያላቸው ማኅበረሰቦች በአንጻሩ ለዴሞክራሲ እውን መሆንና መጎልመስ የተመቹ ናቸው::

ዴሞክራሲን ከሃይማኖት ጋር አያይዘው የሚተነትኑ አንዳንድ ምሁራን በበኩላቸው፣ የፕሮቴስታንት ሃይማኖት ለዴሞክራሲ የተመቸ ሲሆን፣ ካቶሊክ፣ ኦርቶዶክስ፣ እስልምና፣ ኮንፊውሻኒዝም እና የመሳሰሉት ሃይማኖቶችና የአኗኗር ዘይቤዎች በአንጻሩ ለዴሞክራሲ ግንባታ እንቅፋት ናቸው ሲሉ ይከራከራሉ::[194]

---

[193] Christian Welzel and Ronald Inglehart, "Mass Beliefs and Democartic Institutions", in Chales Boix and Susan C. Stokes (eds.), *The Oxford Handbook of Comparative Politics* (Oxford: Oxford University Press, 2007), pp.297-298.

[194] Fareed Zekaria, "Islam, Democracy, and Constitutional Liberalism", *Political Science Quarterly,* Vol.119, No. 1 (2004), 1-20.

ሁለተኛው እይታ የዴሞክራሲ ሽግግር በልኂቃኑ መካከል የሚደረግ ትግልና ድርድር ውጤት ነው የሚለው ሲሆን፣ ዋነኛ ትኩረቱም በማኅበረሰቡ ላይ ሳይሆን በፖለቲካ መደቡ (ልኂቁ) ላይ ነው:: ይህን እይታ የሚያቀነቅኑ ምሁራን መዋቅራዊ የሆኑት ማኅበረ-ኢኮኖሚና ማኅበረ-ባህላዊ ምቹ ሁኔታዎች ለዴሞክራሲ እድገትና ቀጣይነት አወንታዊ አስተዋጽዖ ቢኖራቸውም፣ ከአገዛዝ ወደ ዴሞክራሲ ለሚደረግ ሽግግር ግን የወሳኝነት ሚና የላቸውም ሲሉ ይከራከራሉ:: በሌላ አባባል፣ የኢኮኖሚንና የባህልን ወሳኝነት (determinism) አይቀበሉም:: እንዲያውም አንዳንዶቹ ለዴሞክራሲ አስፈላጊ ናቸው ተብለው የተገለጹት ሁኔታዎች የዴሞክራሲ ውጤቶች እንጂ ምክንያቶች (causes) አይደሉም ባዮች ናቸው:: የኢኮኖሚ እድገትና ዴሞክራሲ ምክንያታዊ ግንኙነት የላቸውም ብለው የሚከራከሩ ምሁራንም አሉ::

እነኝህ ምሁራን እንደሚገልጹት፣ ከአገዛዝ ወደ ዴሞክራሲ የሚደረግ ሽግግር እውን የሚሆነው በራሱ በአገዛዙ ከፍተኛ መሪዎች ውስጥ ክፍፍል ሲፈጠርና ለዴሞክራሲ የሚታገለው ክንፍ አቅሙ እየፈረጠመ መጥቶ በሁለቱ ቡድኖች መካከል በሚደረግ ድርድርና በዚያ ሂደት በሚፈጸም ውል (pact) አማካይነት ነው:: እንዲህ ዓይነት ሁኔታ በሚከሰትበት ጊዜ ሽግግሩ የሰመረ ሊሆን የሚችለው የለውጥ ተቃዋሚ የሆነው ቡድን ከለውጡ በኋላ ምንም ዓይነት አደጋ ወይም ችግር እንደማይገጥመው ማረጋገጫ ወይም መተማመኛ ሲሰጠውና ውል ሲፈጸም ነው::

ለውጥና ሽግግር እንዳይካሄድ የሚፈልጉት መሪዎችና ዋና ዋና ደጋፊዎቻቸው (the hard liners) በራሳቸውና በኑሯቸው ላይ ችግር እንደማይደርስ፣ በሠሩት ወንጀል ተጠያቂ እንደማይሆኑ ወዘተ. ማረጋገጥ ይፈልጋሉ::[195] ማረጋገጫ ከተሰጣቸው እና ጥቅማቸው በዴሞክራሲያዊ

[195] Guillermo O'Donnell and Philippe C. Shimitter, *Transition from Authoritarinian Rule: Tentative Conclusions about Uncertain Democracies* (Baltimore: John Hopkins University Press, 1986), p.19.

ሥርዓት ውስጥ በተሻለ ሁኔታ እንደሚጠበቅ ካመኑ፣ ከአደናቃፊነት ተቆጥበው የፖለቲካ ሽግግሩ አካል ይሆናሉ::

የሽግግር ጊዜ ለየትኛውም ወገን የማያስተማምንና አደጋ ያረገዘ በመሆኑ፣ ለውጡ የተለያዩ ተዋናዮችን ጥቅም የሚያስከብር መሆኑን የሚያረጋግጥ መተማመኛ ውልና ሥርዓት ያስፈልጋል::[196] በጊዜ ሂደት ድርድሩና ስምምነቱ በገዥው ፓርቲ መሪዎች መካከል ብቻ ሳይሆን ከተፎካካሪ የፖለቲካ ተዋናዮች ጋርም ይቀጥላል:: የመከላከያ ሠራዊቱ ጥቅም እንደማይነካ ገልጾ፣ ገለልተኝነቱን ማረጋገጥ ለለውጡ ስኬት ወሳኝ ነው::

የሆነ ሆኖ፣ ያለው ሁኔታ እንዲቀጥል የሚፈልጉት ኀይሎች ማረጋገጫ ካልተሰጣቸውና ለውጡ በእኛ ጥቅም ላይ የመጣ ነው ብለው ካመኑ በሚችሉት መንገድ ሁሉ ታግለው [ለውጡን] ከማደናቀፍ ወደኋላ አይሉም:: ማረጋገጫ ሳይሰጣቸው ቀርቶ በሁለቱ ኀይሎች መካከል ትግል ከተጀመረ አንድም ፀረ ለውጥ ኀይሎች አሸንፈው የአፈና አገዛዙን ይበልጥ አጠናክረው ያስቀጥሉታል ወይንም በሁለቱ ኀይሎችና ደጋፊዎቻቸው መካከል ግጭትና የእርስ በርስ ጦርነት ይቀሰቀሳል:: በጦርነቱ የትኛውም አካል ቢያሸንፍ ዴሞክራሲያዊ ሥርዓት እውን የመሆኑ ነገር አጠራጣሪ ይሆናል:: በእንዲህ ዓይነት ሁኔታ ውስጥ ሊኖር የሚችለው ከአንድ አገዛዝ ወደ ሌላ የሚደረግ ሽግሽግ እንጂ ሽግግር አይደለም::

በብዙ አገሮች እንደታየው በአገዛዙ ውስጥ ያሉት የለውጥ ኀይሎች ከውጭ ከለውጥ ፈላጊው ሕዝብና ልኂቅ ጋር በመቀናጀት ትግሉን ሲያቀጣጥሉት እና የለውጡ ተቃዋሚዎች ለውጥ አይቀሬ መሆኑን

---

196 Adam Przeworski, “Democracy as a Contingent Outcome of Conflicts,” in John Elster and Rune Slagstad (eds.), *Constitutionalism and Democracy* (Cambridge: Cambridge University Press, 1988), pp. 59-81.

ሲገነዘቡ ሳይፈልጉ ዋነኛ የለውጡ ደጋፊዎች ሆነው ብቅ ይላሉ:: ከዚያም አልፈው፣ እንዳሻቸው ያስሩና ይገድሉ የነበሩት ሰዎች፣ ተገልብጠው ዜጎች ያለ አግባብ መታሰር እንደሌለባቸው፣ ሰብአዊ መብቶች መከበር እንደሚገባቸው እና የፍትሕ አካላት ነጻና ገለልተኛ መሆን እንደሚጠበቅባቸው ዋና ተከራካሪዎች ሆነው ይቀርባሉ::[197] ለውጡ የሰመረ የሚሆነውና የዴሞክራሲ ሽግግሩ የሚሳካው ታዲያ፣ ከላይ እንደተገለጸው፣ በተቀናቃኝ ጎራዎች መካከል ድርድር ተደርጎ ሁሉም ተጠቃሚዎች እንደሚሆኑ የሚያስተማምን ውል ሲታሰር ነው::

ሦስተኛው እይታ የሲቪል ማኅበረሰቡን ሚና አጉልቶ የሚያቀርበው ሲሆን ከላይ ከቀረቡት ሁለት እይታዎች ጋር በአንድም ይሁን በሌላ መንገድ የተያያዘ ነው:: ይህንን እይታ የሚያራምዱ ምሁራን እንደሚገልጹት በብዙዎቹ የደቡብ አሜሪካ፣ የደቡብና ምሥራቅ አውሮፓ፣ እንዲሁም የእስያ እና በተወሰነ ደረጃ የአፍሪካ አገሮች የፖለቲካ ሽግግሮች ውስጥ የሲቪል ማኅበረሰቡ አስተዋጽዖ ከፍተኛ ብቻ ሳይሆን ወሳኝ ሊባል የሚችል ነው::[198]

የሲቪል ማኅበረሰብ ድርጅቶች በአገዛዙ መሪዎች መካከል ክፍፍል እንዲፈጠር እና ክፍፍሉ ወደ ለውጥ እንዲያመራ እንዲሁም በሁሉም ጎራ የተሰለፉት የፖለቲካ ልኂቃን ለዴሞክራሲ ታማኝ እንዲሆኑ እና ለውጡ ወደ ዴሞክራሲ ሽግግር እንዲያድግ ተጽዕኖ በመፍጠር ወሳኝ

---

[197] "[As democrats] stand on the brink of political victory ... tyrants convert. They seek the protection of the law and the courts; they demand due process ... they propound the inviolability of persons and property. Formerly the most dangerous enemies of liberal government, they now become among its most important champion." - Robert Bates, "The Economics of Transitions to Democarcy", *Political Science and Politics*, Vol. 24, No. 1 (March 1991), p. 25.

[198] Graeme Gill, *Dynamics of Democratization: Elite, Civil Society and Transition Process* (London: Macmillan Press Ltd, 2000), pp. 124-127; Sunhyuk Kim, T*he Politics of Democratization in Korea: The Role of Civil Society* (Pittsburgh, Pa: University of Pittsburgh Press, 2000), pp. 8-9.

ሚና ይጫወታል:: በብዙ አገሮች በሥርዓቱ ወሳኝ መሪዎች መካከል የተፈጠሩ ክፍፍሎች የአገዛዝ ለውጥ ሊያመጡ ቢችሉም፣ ያለ ሲቪል ማኅበረሰቡ የተደራጀ ጽኑ ትግል ለውጦቹ ከአንድ አገዛዝ ወደ ሌላ ከሚደረግ ሽግሽግ አልፈው የዴሞክራሲ ሽግግርን እውን ሊያደርጉ አይችሉም ነበር::

ባጭሩ፣ በወሳኝ አገራዊና ኅብረተሰባዊ ጉዳዮች ላይ የጋራ መግባባት ያላቸውና ተቀናጅተው የሚሠሩ ተጽዕኖ ፈጣሪ የሲቪል ማኅበረሰብ ድርጅቶች በሌሉበት ሁኔታ፣ የፖለቲካ ልኂቃን በራሳቸው ተነሳሽነት ብቻ ሽግግሩ እውን እንዲሆን ምቹ ሁኔታ ይፈጥራሉ ለማለት ያስቸግራል::

የሲቪል ማኅበረሰብ ድርጅቶች በልኂቃኑ ላይ ግፊት ከማድረግና ተጽዕኖ ከመፍጠር ባሻገር፣ በኅብረተሰቡ ውስጥ የመግባባት፣ የመከባበር፣ የሰጥቶ መቀበል ወዘተ. ዕሴቶችን በማስረፅ፣ የዴሞክራሲ ሽግግር ልምምድ በመፍጠር እና የፖለቲካ ሽግግሩ ሰላማዊ እንዲሆን በማድረግ ረገድም ዓይነተኛ ሚና ይጫወታሉ::

ከዚህ በላይ ባጭሩ የቀረቡት ሦስት እይታዎች የየራሳቸው ጠንካራና ደካማ ጎን አላቸው:: ኢኮኖሚያዊ እድገት፣ ለዴሞክራሲ ምቹ የሆነ የፖለቲካ ባህል፣ በአገዛዙ መሪዎች መካከል የሚፈጠሩ ልዩነቶች፣ ለዴሞክራሲ ታማኝና ቁርጠኛ የሆኑ መሪዎች፣ ለመብቱ በጽናት የሚታገል ኅብረተሰብ፣ ጠንካራ ሕዝባዊ አንድነትና ብሔራዊ ስሜት፣ ምቹ ዓለም አቀፋዊና ቀጠናዊ ሁኔታዎች ወዘተ. ሁሉ የየራሳቸው ሚና አላቸው:: ሆኖም እነኝህ ውስብስብና እርስ በርሳቸው የሚመጋገቡ ሁኔታዎች ለዴሞክራሲ ሽግግር እና/ወይም መጎልበት አስፈላጊዎች ቢሆኑም፣ አንዱ ሁኔታ ብቻውን ዴሞክራሲን ለመገንባት በቂ አይሆንም:: በአንዲት አገር የሽግግር ሂደት ውስጥ ወሳኝ ሚና የነበረው ምቹ ሁኔታም በሌላ አገር ውስጥ ላይሠራ ወይንም ትልቅ ሚና ላይኖረው ይችላል::[199]

---

[199] Samuel Huntington, *The Third Wave: Democratization in the Late Twentieth Century* (London: University of Oklahoma Press, 1993), p.38.

ለምሳሌ የዓለም ትልቋ ዴሞክራሲ እየተባለች የምትጠራው ሕንድ ከቻይና ያነሰ ኢኮኖሚ ያላት አገር ናት። የማላዊ ኢኮኖሚ ከሩሲያ ያነሰ ነው። የጋና ኢኮኖሚ ከግብጽ ወይም የተባበሩት ዐረብ ኤሚሬትስ ያነሰ ነው። ሆኖም ሕንድ፣ ማላዊና ጋና ዴሞክራሲያዊ አገሮች ናቸው። ስለሆነም ዝመና ለዴሞክራሲ የግድ አስፈላጊ የሆነ ሁኔታ ነው የሚለው አስተሳሰብ ብዙ ድክመቶች ያሉበት ነው። ይሁን እንጂ ወደ ዴሞክራሲ ለመሸጋገር የግድ አስፈላጊ ባይሆንም ዴሞክራሲ እንዲፋፋና ሥር እንዲሰድ ጠንካራ ኢኮኖሚ አስፈላጊ መሆኑ እምብዛም አያከራክርም።[200]

ከፖለቲካ ባህል ጋር ተያይዞ የሚነሳው ሐሳብም ልክ እንደ ላይኛው፣ ብዙ ትችት የሚቀርብበት ነው። በኢትዮጵያ የየካቲት 66 አብዮት ሲፈነዳ ፖርቱጋል፣ ስፔንና ግሪክ ገና ከአምባገነናዊ ሥርዓት ወጥተው ወደ ዴሞክራሲ ሽግግር ለማድረግ ደፋ ቀና ይሉ ነበር። የፖለቲካ ባህል ጉዳይ ከተነሳ፣ እነኝህን አገሮች ኢዴሞክራሲያዊ የሆነው የኋላ ታሪካቸው ሽግግር ከማድረግና የዳበረ ዴሞክራሲያዊ ሥርዓት ከመገንባት አላገዳቸውም።

በፈላጭ ቆራጭ አገዛዝ ሥር የነበሩት የደቡብ አሜሪካና የምሥራቅ አውሮፓ አገሮችም ቢሆኑ ይህ ነው የሚባል የመቻቻልና የውይይት ባህል አልነበራቸውም። ብዙሃኑ የጃፓን ሕዝብ ፕሮቴስታንት ሳይሆን የታኦይዝም ተከታይ ነው። ብዙሃኑ የማሌዥያና ኢንዶኔዥያ ሕዝብ የእስልምና እምነት ተከታይ ነው። ብዙሃኑ የግሪክ ሕዝብ ኦርቶዶክስ ክርስቲያን ሲሆን፣ ደቡብ ኮሪያ፣ ታይዋንና ሲንጋፖር የኮንፊውሻን ባህል (እምነት) ያላቸው አገሮች ናቸው። በእነኝህ አገሮች የሚኖረው ሕዝብ የፕሮቴስታንት ሃይማኖት ተከታይ አለመሆኑ ዴሞክራሲን ከመገንባት አላገዳቸውም።

---

[200] Adam Przeworski and Fernando Limongi, "Modernization: Theories and Facts", *World Politics,* Vol. 49, No.2 (1997), P.177.

ባጭሩ ለዴሞክራሲ ሽግግር የፖለቲካ ባህልን በወሳኝነት የሚያቀርበው ንድፈ ሐሳብም ውሃ የሚቋጥር አይደለም:: ሆኖም የፖለቲካ ባህል የሽግግር ቅድመ ሁኔታ ባይሆንም ልክ እንደ ኢኮኖሚያዊ ልማት ለዴሞክራሲ ሥር መስደድ አስፈላጊ ነው::

ከሦስተኛው ሞገድ ወዲህ ያሉት የዴሞክራሲ ሽግግር ሂደቶች እንደሚያስረዱት፣ ሌሎች ደጋፊ ምክንያቶች እንደተጠበቁ ሆነው፣ ዓይነተኛው የሽግግር ተዋናይ ልኂቁ የኅብረተሰብ ክፍል በመሆኑ፣ ሽግግሮቹ በአመዛኙ ከላይ ወደ ታች የመጡ ናቸው ማለት ይቻላል::[201] ይሁን እንጂ ታዲያ፣ በሥልጣን ላይ ያለው አካል ለውጥና ሽግግር የግድ አስፈላጊና አይቀሬ መሆኑን እንዲቀበል ከውጭ፣ ማለትም ከኅብረተሰቡ፣ ከሲቪል ማኅበረሰብ ድርጅቶች፣ ከመገናኛ ብዙኃን እና ከተፎካካሪ ፓርቲዎች ጠንካራና የተቀናጀ ትግል ያስፈልጋል::

በሥልጣን ያለው ኀይል ለዴሞክራሲ ሽግግር በሩን የሚከፍተውና ከዚያም አልፎ ራሱ መሪ ተዋናይ ሊሆን የሚችለው በለውጡ ምክንያት ከሚያጣው ይልቅ የሚያገኘው እንደሚበልጥ ሲያምን ወይም ለውጡ አይቀሬ መሆኑን ሲገነዘብ እና ራሱን ከለውጡ ጋር ካላስተካከለ አደጋ ላይ እንደሚወድቅ ሲገነዘብ ነው::[202]

## 3.1 ኢትዮጵያ እና የዴሞክራሲ ሽግግር

ከዚህ በላይ የቀረቡትን ሐሳቦች ይዘን የኢትዮጵያን ሁኔታ በምናይበት ጊዜ፣ የአገራችን ዋነኛው የዴሞክራሲ ሽግግር እንቅፋት ከልኂቃኑ የሚመነጭ ሆኖ እናገኘዋለን:: ትልቁ ፈተና በየዘመናቱ ሥልጣን ላይ የሚወጡ ልኂቃን በቀን ወጣልኝ መንፈስ ሌሎችን (ልኂቃንና ዜጎችን) አግልለው ሥልጣኑንም ሆነ ከሥልጣኑ ጋር ተያይዞ የሚገኘውን በአገር ሀብት ላይ እንደፈለጉ የመወሰን አቅም በብቸኝነት ጠቅልሎ ከመቆጣጠር

---

[201] Philippe C. Schmitter, "The Role of Elites in Democratization", *Journal of Chinese Political Science* (Published online: 03 June 2017), pp.4-12.

[202] Ibid; Daron Acemoglu and James Robinson, *Economic Origins of Dictatorship and*

ጋር የተያያዘው ክፉ በሽታ ነው:: በነበረው ላይ እየገነባን ወደፊት ወደ ነጻነት፣ ወደ ፍትሕና ዴሞክራሲ ከመራመድ ይልቅ በአፍርሶ መገንባት አዙሪት ውስጥ እንድንዳክር ያደረገን ይኸው የተቋማት ጠላት የሆነው ልኂቅ ሠራሽ አግላይ የፖለቲካ አካሄድ ነው:: [203]

ከአፄ ኀይለሥላሴ መንግሥት ጀምሮ ያለውን ሁኔታ ስናይ፣ ሁሉም አገዛዞች ሕገ መንግሥት ቢኖራቸውም ሥልጣን የሚይዙት ግን ከሕገ መንግሥት ውጪ በሆነ መንገድ፣ ማለትም በአመጽ ነው:: ሁሉም አገዛዞች ሕገ መንግሥቶቻችን የ[ሕጋዊ] ተቀባይነት ማግኛ መሣሪያ አድርገው ከመገልገል ውጪ አካታች ለሆኑ ነጻና ገለልተኛ ተቋማት ግንባታ ያላቸው ቁርጠኝነት ለዜሮ የቀረበ ነው::

የኢትዮጵያ የፖለቲካ ልማት ፈተና የሚመነጨው የአገሪቱ ልኂቃን አካታች፣ ነጻና ገለልተኛ ተቋማትን ለመገንባት ቁርጠኞች ካለመሆናቸው ጋር የተያያዘ ሆኖ ሳለ፣ እንደ ወሳኝ ችግር የሚጠቀሱት ግን ታሪካችን (በተለይም ከብሔረ መንግሥት ግንባታ ጋር የተያያዘው የታሪካችን ክፍል)፣ ባህላችን እና የሲቪል ማኅበረሰብ አለመኖር ወዘተ. ናቸው:: ለመሆኑ እነዚህ በተለምዶ መሠረታዊ የሆኑ የፖለቲካ ሽግግር እንቅፋቶች ናቸው ተብለው የሚቀርቡት ጉዳዮች ምን ያህል ውሃ የሚቋጥሩ ናቸው? በኢኮኖሚ ደረጃቸው ከኢትዮጵያ እምብዛም የማይበልጡ ብዙ አገሮች (ቦትስዋና፣ ሞሪሼስ፣ ጋና፣ ቤኒን፣ ዛምቢያ፣ ኬንያ፣ ደቡብ አፍሪካ ወዘተ.) የዴሞክራሲ ሽግግር ያደረጉ በመሆኑ በኢኮኖሚው ላይ አናተኩርም:: ከታሪክ፣ ከባህል እና ከሲቪል ማኅበረሰብ ጋር ተያይዘው በሚነሱት ጉዳዮች ላይ ብቻ የተወሰኑ ሐሳቦችን እንሰንዝር::

---

*Democracy* (Cambridge: Cambridge University Press, 2006), pp. 207-211; Robert Dahl, *Polyarchy: Participation and Opposition* (New Haven: Yale University Press, 1974), p.15.

[203] በዚህ ጉዳይ ላይ ፕሮፌሰር መሳይ ከበደ በተለያዩ ጽሑፎቻቸው ጥልቀት ያለው ትንታኔ አቅርበውበታል:: ሌሎች መጽሐፎቻቸውና ጽሑፎቻቸው እንደተጠበቁ ሆነው፣ በቅርቡ በተለያዩ ድረ-ገጾች ላይ የወጣውን መጽሐፋቸውን ማንበብ ይጠቅማል:- Messay Kebede, *Ethiopian Modernization: Opportunities and Derailment* (October 2023)

## 3.1.1 ታሪክ እና ሽግግር

ኢትዮጵያ ያለፈችበት የአገረ መንግሥት ምሥረታ ሂደት ብዙ አገሮች የሚጋሩት ወይም ያለፉበት ጎዳና መሆኑ አያከራክርም::[204]

> በኢትዮጵያ ብቻ ሳይሆን በሁሉም አገሮች መንግሥታት ሲፈጠሩና አገረ መንግሥት ሲመሠረት በሕዝብ ውሳኔ ሳይሆን፣ እንደ ክፉ ዕድል ሆኖ በጦርነት ነው:: እንግዲህ የታሪክ ባለሞያዎችና የፖለቲካ አራማጆች ልዩነት ምንድነው ሲባል፣ የታሪክ ባለሙያዎች የተፈጠረውን ክስተት ይመዘግባሉ:: ነገር ግን የፖለቲካ አጀንዳ ያላቸው ሰዎች ያንን ለጊዜያዊ ፍጆታና ለማቃቃር ይጠቀሙበታል::[205]

ስለ አገረ መንግሥት ምሥረታ ሲነሳ፣ በብዙዎቹ የአውሮፓ አገሮች ውስጥ በታሪክ አጋጣሚ አቅም ያገኙ ማኅበረሰቦች ሌሎችን በኀይል እያስገበሩ፣ የተሸነፉትን ማኅበረሰቦች ቋንቋና ባህል አጥፍተው የራሳቸውን መጠሪያ፣ ቋንቋና ባህል በመላ አገሪቱ ላይ እያስፋፉ፣ መሬታቸውን እየነጠቁና ከዚያም አልፈው የዘር ማጽዳት እየፈጸሙ የበላይነታቸውን እንዳፀኑ የታወቀ ነው::[206] ይሁን እንጅ በብዙዎቹ ባለ ብዙ ብሔረሰብ አገሮች ውስጥ የተካሄዱት አብዛኞቹ የብሔረ መንግሥት ግንባታ ጥረቶች የሰመሩ አልነበሩም:: የኢትዮጵያ የብሔረ መንግሥት ግንባታ ሙከራም ከዚህ የሚመደብ ነው:: ፕሮጀክቱ

---

[204] Christopher Clapham, "War and State Formation in Ethiopia and Eritrea", in Colloquium La Guerre Entre le Local et le Global (Paris: Centre d'Etudes et de Reherches Internationales) quoted by Asnake Kefale, *Federalism and ethnic conflict in Ethiopia: a comparative study of the Somali and Benishangul-Gumuz Regions* (2009), pp. 11-12.

[205] ባሕሩ ዘውዴ፣ "አገራዊ ምክክሩ ታሪክ ላይ ብቻ መንጠልጠል የለበትም::"

[206] በዚህ ጉዳይ ላይ የሚከተሉትን መጻሕፍት ይመልከቱ:- Robert Bartlett, *The Making of Europe: Conquest, Colonization and Cultural Change 950-1350* (London: Penguin Books, 1993); Michael Mann, *The sources of social power vol. 1: A history of power from the beginning to A.D. 1760* (Cambridge: Cambridge University Press, 1986); Michael Mann, *The Dark Side of Democarcy: Explaining Ethnic Cleansing;* Heather Rae, *State Identities and the Homogenization of Peoples.*

የሰመረ አልነበረም ብቻ ሳይሆን በሌሎች ረጅም ታሪክ ያላቸው አገሮች (ለምሳሌ ቤልጂም፣ ቦሊቪያ፣ ስፔን፣ ብሪታኒያ ወዘተ.) እንደሆነው ለዘውጌ ብሔርተኛ እንቅስቃሴዎች መፈጠርና መጠናከር ምክንያት በመሆኑ የብሔራዊ አንድነት ፈተናን የደቀነ ጉዳይ ሆኗል።[207] አንድ ጠንካራ ብሔረ መንግሥት ለመገንባት የተደረጉ ሙከራዎች በብዙ አገሮች ተቃራኒ ዘውጌ ብሔርተኛ እንቅስቃሴዎችን ፈጥረዋል። [208]በኢትዮጵያ የሆነውም ተመሳሳይ ነው።

ባጭሩ፣ የሚለየን ካልሰመረው የብሔረ መንግሥት ግንባታ ፕሮጀክት ጋር ተያያዞ የመጣውን ፈተና የያዝንበት ሁኔታ ካልሆነ በስተቀር፣ የኢትዮጵያ የብሔረ መንግሥት ግንባታ ሂደት፣ ከሌሎች የራሳቸውን አገረ መንግሥት ከገነቡ የአውሮፓና የእስያ አገሮች የተለየ አልነበረም።

እዚህ ላይ እግረ መንገዳችን የሁለት ሊቃውንትን ምክረ ሐሳቦች እንመልከት። ሊቃውንቱ ከአንዳንድ የኢትዮጵያ ዘውጌ ብሔርተኞች አንድበት የማይጠፉት አቶ ሣህሌ ፀዳሉ እና የክላሲካል ሊብራሊዝም አባት ከሚባሉት ሊቃውንት አንዱ የሆነው ታዋቂው ፈላስፋ ጆን ስቱዋርት ሚል ሲሆኑ፣ ከብሔራዊ አንድነት ግንባታ አኳያ በየአገራቸው ያራመዷቸውን በጣም ተመሳሳይ የሆኑ አቋሞች እንመልከት።

የኢትዮጵያ የትምህርት ሚኒስትር የነበሩት አቶ ሣህሌ ፀዳሉ ብሔራዊ አንድነትን ለማረጋገጥ በሚል መንፈስ በ1925 ዓ.ም. ሐሳባቸውን ለመንግሥት አቅርበው ነበር።[209]

---

207 Andreas Wimmer, Nation Building: *Why Some Countries Come Together While Others Fall Apart,* p.5.

208 “The paradox of nationalism was that in forming its own nation it automatically created the counter-nationalism of those whom it now forced into the choice between assimilation and inferiority.” – Eric Hobsbawm, *On Nationalism,* P.53.

209 በርግጥ የአቶ ሣህሌ ፀዳሉ ምክረ ሐሳብ በተግባር ላይ አልዋለም። በአገዛዙ በኩል እምነቱና ቁርጠኝነቱ አልነበረም፤ ቢኖርም ለስኬት የሚያበቃ መሠረተ-ልማታዊ አቅም አልነበረም። የብሪታኒያ መንግሥት በአንጻሩ በደንብ አቅዶበት የጋሊክና ዌልሽ ቋንቋን ለማጥፋት ሠርቷል። በብዙ መንገድ ተሳክቶለታልም። አንድ ምሁር በሚያሳምን ሁኔታ እንገለጸው ስለ ብሔራዊ አንድነት ግንባታ የትኛውም ዓይነት ምክረ ሐሳብ ቢቀርብም

አቶ ሣህሌ ማስታዎሻቸውን እንዲህ በሚል ሐሳብ መጀመራቸውን ፕሮፌሰር ባሕሩ አስፍረዋል፡-

> ያገር ጉልበት አንድነት ነው፤ አንድነትንም የሚወልደው ቋንቋ፣ ልማድና ሃይማኖት ነው። ስለዚህ ኢትዮጵያ ቀዳማዊ መሆኗን ለማስከበርና አንድነቷንም ለማጽናት እስካሁን በቆየው ልማዳችን ተማሪ ቤቶቻችንን አስፍተን ቋንቋችንና ሃይማኖታችንን በመላው በኢትዮጵያ ግዛት በአዋጅ እንዘርጋው። ይህ ካልሆነ እስከ መቼውም ድረስ አንድነት አይገኝም። … በመላው በኢትዮጵያ ግዛት ለሥጋዊና ለመንፈሳዊ ሥራ ያማርኛና የግዕዝ ቋንቋ ብቻ በሕግ ጸንተው እንዲኖሩ ሌላው ማናቸውም የአረማዊያን ቋንቋ ሁሉ እንዲደመሰስ ማድረግ ያስፈልጋል።[210]

ፈላስፋው ጆን ስትዋርት ሚል በበኩሉ፣ የተለያዩ ብሔረሰቦች ባሏቸው አገሮች ውስጥ ነጻ ተቋማት ሊኖሩ የሚችሉበት ዕድል የመነመነ መሆኑን ገልጾ፣ የተለያዩ ብሔረሰቦች አንድ ላይ በሚኖሩባቸው አገሮች ውስጥ ለ[ዴሞክራሲያዊ] መንግሥት አሠራር የሚያግዝ ወጥ የሆነ ሕዝባዊ አመለካከት ማግኘት ያስቸግራል፤ ስለሆነም አንዳንድ ማኅበረሰቦች ቋንቋቸውንና ባህላቸውን እየጣሉ ከሌሎች ከፍ ያለ ሥልጣኔ ካላቸው ማኅበረሰቦች ጋር መቀላቀል ይገባቸዋል፤ ለምሳሌ የስኮትላንድና ዌልስ ብሔረሰብ አባላት የብሪታኒያ ሥልጣኔ ተቋዳሽ ለመሆን ቋንቋቸውንና ባህላቸውን መተው ይገባቸዋል ሲል ሞግቷል።[211]

---

አቅምና የፖለቲካ ቁርጠኝነት ከሌለ ተፈጻሚ ሊሆን አይችልም፡- Harris Mylonas, *The Politics of Nation-Building: Making Co-Nationals, Refugees, and Minorities* (Cambridge: Cambridge University Press), p. 191.

[210] ባሕሩ ዘውዴ፣ ፋና ወጊ የለውጥ አቀንቃኞች በኢትዮጵያ፡- በሃያኛው መቶ ዓመት መባቻ፣ ገጽ 202-203፡፡

[211] "Free institutions are next to impossible in a country made up of different nationalities. Among a people without fellow-feeling, especially if they read and speak different languages, the united public opinion necessary to the working of representative government cannot exist."- John Stuart Mill, *Considerations on Representative Government* (Oxford: Basil Blackwell, [1861] 1946), p.292.

"Experience proves that it is possible for one nationality to merge and be absorbed in another: and when it was originally an inferior and more backward portion of the human race the

የአቶ ሣህሌ ፀዳሉና የጆን ስቲዋርት ሚል ሐሳብ መመሳሰል ሊያስገርመን አይገባም:: ምክንያቱም ለብዙ ዓመታት ገናና የነበረው እንዲህ ዓይነቱ አስተሳሰብ ነበርና ነው:: ከፍ ብለን እንደገለጽነው በተለይ ከሁለተኛው የዓለም ጦርነት ፍጻሜ በኋላ ገንኖ ከነበረው የዝመና ንድፈ ሐሳብ ጋር የተያያዘው የብሔረ መንግሥት ግንባታ አስተሳሰብ፣ ዝመና እየተስፋፋ ሲሄድ ብዙ ቋንቋዎችና ባህሎች እየጠፉና በጥቂቶች እየተዋጡ የመሄዳቸው ነገር አይቀሬና አስፈላጊ መሆኑን የሚያስገነዝብ ነበር::

ለምሳሌ ካርል ዲዩች የተባለው ታዋቂ የፖለቲካል ሳይንስ ምሁር የብዙ ማኅበረሰቦች ዘውጋዊ ማንነት ከዝመና መምጣት ጋር እየተዳከመና በጊዜ ሂደት እየጠፋ ወይም ሌላ መልክ እየያዘ እንደሚሄድ በስፋት ጽፏል:: የኢንዱስትሪው ዘርፍ ማበብ፣ የከተሞች ማስፋፋት እና የመሠረተ ልማትና ኮምዩኒኬሽን ስርጭት መጨመር የተለያየ ቋንቋና ባህል ያላቸውን ማኅበረሰቦች እንደሚያገናኝ፣ ይህን ተከትሎም አንዳንድ ባህሎችና ቋንቋዎች አሸናፊ ሆነው ሲወጡ፣ ሌሎች እየተዳከሙ እና በጊዜ ሂደት እየጠፉ እንደሚሄዱ ተከራክሯል - የፖለቲካል ሳይንስ ምሁሩ::[212]

---

absorption is greatly to its advantage. Nobody can suppose that it is not more beneficial to a Breton, or Basque of French Navarre, to be brought into the current of the ideas and feelings of highly civilized and cultivated people – to be a member of the French nationality, admitted on equal terms to all the privileges of French citizenship, sharing the advantages of French protection and the dignity of French power – than to sulk on his own rocks, the half-savage relic of past times, revolving in his own little mental orbit, without participation or interest in the general movement of the world. The same remark applies to the Welshman or the Scottish Highlander as members of the British nation." - ibid, pp.294-295.

[212] "Tribes, we know form European history, can change their language and culture; they can absorb other tribes; and large tribes come into existence through federation or mergers of smaller tribes or through their conquest and absorption by larger one.

In contrast to this picture of plasticity and change many writings on African and Asian politics still seem to treat tribes as fixed and unlikely to change in any significant way during the next decades. Yet in contemporary Asia and Africa, the rates of cultural and ethnic change, although still low, are likely to be faster than they were in early Medieval

ለብዙ ዓመታት በምሁራንም ሆነ መንግሥታት ዘንድ ከፍተኛ ተቀባይነት አግኝቶ የነበረው አመለካከት፣ ከዝመና መምጣት ጋር ተያይዞ የተለያዩ ማኅበረሰቦች መዋሐዳቸው እና አንድ ዓይነት ወይም አንድ ወጥ የሆነ ማንነት ያለው ማኅበረሰብ መፈጠሩ አይቀሬ መሆኑን የሚገልጽ ነው::[213] [ሌሎችን ማኅበረሰቦች አዋሕዶ] እንግሊዛዊያንና ፈረንሳዊያንን "ለመፍጠር" የክፍለ ዘመናት ዕድሜን የጠየቀ መሆኑን እየጠቀሱ፣ ጊዜ ሊወስድ ይችል ይሆናል እንጂ በአፍሪካም ሆነ በእስያ ከዝመና ጋር ተያይዞ ይኸው ሂደት መምጣቱ አይቀሬ መሆኑን ይገልጹ ነበር - ምሁራኑ::214 "ጣልያንን ፈጥረናል፣ የሚቀረን ጣልያናዊያንን መፍጠር ነው" የሚለው የ‹ማሲሞ ደ. አዜግሊዮ› ዝነኛ ንግግር የሚያስገነዝበው፣ የተለያየ ማንነት ያላቸው ማኅበረሰቦች ቀልጠው የጣልያንን ብሔረ መንግሥት እንደገነቡ ነው::[215]

እዚህ ላይ ለመግለጽ የተፈለገው ቁምነገር፣ ስኬታማ የማዋሐድ ፖሊሲ (assimilation) በዘመኑ በታወቁ ምሁራንና በመንግሥታት ዘንድ ከፍተኛ ተቀባይነት የነበረው አስተሳሰብ መሆኑን እና የታሪክ አተረጓጎማችንም ከዚህ የዘመኑ መንፈስ አኳያ መሆን እንደሚገባው ነው:: አንዳንድ ብሔረ መንግሥት ገንቢዎች ከዚህም አልፈው በብሔረሰቦች ላይ የዘር ማጥፋት ወንጀል እስከመፈጸም (ለምሳሌ የቱርክ ብሔርተኞች

---

Europe ... Research is needed to establish more reliable figures, but it seems likely from the experience of ethnic minorities in other parts of the world that the process of partial modernization will draw many of the most gifted and energetic individuals into the cities or the growing sectors of the economy away from their former minority or tribal groups, leaving these traditional groups weaker, more stagnant, and easier to govern." - Karl W. Deutsch, "Nation-building and National Development: Some Issues for Political Research", in Karl W. Deutsch and William J. Foltz (eds.) *Nation Building* (New York: Atherton Press, 1966), pp. 4-5.

[213] Samuel P. Huntington, "The Change to Change: Modernization, Development, and Politics", *Comparative Politics,* 3 (April 1971), pp. 289-290.

[214] Karl W. Deutsch, *Nationalism and Its Alternatives* (New York: Knopf, 1969), p.6.

[215] Nicholas Doumanis, *Inventing the Nation:* Italy (New York: Oxford University Press Inc., 2001), pp. 86-87.

በአርመኖች ላይ እንዳደረጉት) ወይም መላ ሕዝቡን አፈናቅለው አካባቢውን "እስከማፅዳት" እንደሄዱ (በብዙዎቹ የአውሮፓ አገሮች፣ በሕንድ ወዘተ. እንደተደረገው) ይታወቃል::[216] ማርክስና ኤንግልስም ጭምር እንዲህ ዓይነቱን በተለምዶ "የፈረንሳይ የብሔረ መንግሥት ግንባታ ሞዴል" እየተባለ የሚጠራውን መንገድ የሚቀበሉ ነበሩ::[217]

ስለሆነም በኢትዮጵያ በአገረ መንግሥት ግንባታ ሂደቱም ይሁን በብሔረ መንግሥት ግንባታ ሙከራው የተፈጠሩ ችግሮች በሌሎች አገሮችም የተከሰቱ መሆናቸውን መገንዘብ፣ ጠባሳዎችን በሐቀኛ ውይይት አክሞ ብሔራዊ መግባባት መፍጠር፣ በጊዜ ሂደት መፈታት የሚገባቸውን ደግሞ በይደር አቆይቶ ሥርዓታትን እየገነቡ ወደፊት መራመድ እንጂ፣ ታሪክን ከአውዱ አውጥቶ የጦርነት አውድማ ማድረጉ የጋራ ውድቀትን ካልሆነ በስተቀር የጋራ ወደፊትን አይገነባም:: እንደ እውነቱ ከሆነ፣ ዛሬ ስለ መብት መከበርና ስለ ዴሞክራሲ የምንወያየው የአገረ መንግሥት ባለቤቶች በመሆናችን ነው:: ያለ አገረ መንግሥት ዴሞክራሲ ብሎ ነገር የማይታሰብ ነውና::

ኢትዮጵያ [ከነ ጉድለቷም ቢሆን] በቅኝ ገዥዎች ሳይሆን በራሷ ልጆች ጥረትና ድካም የተገነባች፣ ራሷን ከውጭ ወራሪ ተከላክላ የኖረች፣ ብዙ የሚያኮሩ ዕሴቶች ያሏት እና በዚህም ምክንያት ከራሷ አልፋ ለሌሎች የጥቁር ሕዝቦች የነጻነት ትግል አብሪ ኮከብ እና ምሳሌ መሆን የቻለች አገር ናት::

ስለሆነም የታሪካችንን እንከኖች፣ በተለይም ከአገረ መንግሥት

---

216 በዚህ ጉዳይ ላይ የሚከተለውን መጽሐፍ ይመልከቱ:- Richard Bessel and Claudia B. Haake (eds.), *Removing Peoples: Forced Removal in the Modern World* (German Historical Institute London: Oxford University Press, 2009)

217 Sebastian L. Mazzuca and Gerardo L. Munck, "State or democracy first? Alternative perspectives on the state-society nexus", *Democratization,* Vol. 21, No. 7 (August 2014), pp. 1221-1243; Juan Linz and Alfred Stepan *Problems of democratic transition and consolidation: Southern Europe, South America, and post-Communist Europe* (Boltimore, MD: John Hopkins University Press, 1996), p. 7.

ምሥረታና ከብሔረ መንግሥት ግንባታ ጋር የተያያዙ ድክመቶችን እየመዘዙ በማውጣት የክፍፍልና የግጭት ምንጭ ማድረጉ፣ የጥቂት ጥገኛ ልኂቃንን እንጀራ ያበስል እንደሆነ እንጂ የሚፈይደው አንዳች አወንታዊ ነገር የለም:: እንዲህ ዓይነቱ ትናንትን በዛሬ መነጽር እየተመለከቱ ልዩነትንና ጥላቻን የመኮትኮት አካሄድ በዛሬ አብሮነታችንና የጋራ ወደፊታችን ላይ ትልቅ እንቅፋት ይፈጥራል፤ ፈጥሯልም:: የሚያዋጣው መንገድ፣ ከታሪካችን ውስጥ ለዛሬው ሁኔታችንና ለጋራ ወደፊታችን የሚጠቅሙንን ጉዳዮች አጉልቶ ማውጣት እና በሚገባ መጠቀም ነው::

ብዙ አገሮች ከታሪካቸው ውስጥ ለዛሬ ሁኔታቸውና የጋራ ወደፊታቸው የሚጠቅሟቸውን ጠቃሚ እርሾዎች (usable pasts) ለይተው በማውጣት የሕዝባቸውን አንድነትና ብሔራዊ ማንነት ለማጠናከር፣ ብሎም ዴሞክራሲን ለመገንባት ይገለገሉባቸዋል::[218] እንቋጠር ቢሉ ብዙዎቹ ምዕራባዊያን አገራት ስንትና ስንት የጦርነት፣ ግፍና የጭቆና ታሪክ ያላቸው ናቸው:: በሃይማኖት፣ በመሬት፣ በብሔረሰብ፣ በፖለቲካ አመለካከት ወዘተ. ለብዙ ዓመታት ተፋጅተዋል:: ሆኖም የታሪካቸው እስረኞች አይደሉም:: ካለፈው ታሪካቸው (ከመጥፎውም ከበጎውም) ለዛሬና ለወደፊት ሕይወታቸው የሚጠቅማቸውን ወስደው ብዙ ግስጋሴ አድርገዋል፤ በማድረግም ላይ ናቸው::

በኢትዮጵያ በአንጻሩ ታሪካችን ብሔራዊ ማንነታችንና አንድነታችንን በሚያጠናክር መልኩ ሳይሆን በመካከላችን ልዩነትና ክፍፍል በሚፈጥር መንገድ እየቀረበ ያለመግባባት ምንጭ ሲሆን ይስተዋላል:: ከታሪካችንና ከየማኅበረሰቡ ባህሎች ለዴሞክራሲ ሽግግር የሚያግዙ ዕሴቶችን ለይተን አልተጠቀምንባቸውም:: ነጻነታችንን ከውጭ ወራሪ በመከላከል ረገድ ያለንን አንጸባራቂ የእምቢታና የአትንኩኝ-ባይነት መንፈስ በአገር ውስጥ መብታችንን ለማስከበርና ዴሞክራሲን እውን

[218] Raphael Utz, "Nations, Nation-Building and Cultural Intervention: A Social Science Perspective", *Max Planck Yearbook of United Nations Law,* Vol. 9 (2005), pp. 628-632.

ለማድረግ አልተጠቀምንበትም:: ሌላው ቀርቶ መላው የዓለም ጥቁር ሕዝብና ሌሎች ፍትሕ ወዳዶች በልዩ አድናቆትና ክብር የሚያዩትን የአድዋ ድልን እጅግ በሚያሳፍር መልኩ የክፍፍልና የግጭት ምንጭ አድርገነዋል:: ይህንን ከፋፋይ ተግባር በግንባር ቀደምነት የሚመሩት የመንግሥት አካላት መሆናቸው ደግሞ፣ የገባንበት አረንቋ ምን ያህል ጥልቅ እንደሆነ የሚያሳይ ነው:: ከዚህ የጋራ ውድቀትን የሚጋብዝ አካሄድ መታረም ይገባል::

[ከፍ ብሎ እንደተመለከተው] የኢትዮጵያ የብሔር ፖለቲካ ከሌሎች የአፍሪካ አገሮች የተለየ ነው:: ይኸውም በኢትዮጵያ የመንግሥትና የአገር ግንባታ የተጠናቀቀው ኢትዮጵያ ውስጥ ባለ አንድ ሰፊ ሕዝብ በመሆኑ ነው:: ከዚህ አንጻር የመንግሥት ግንባታ ሂደቱ የብሔሮችን ጥያቄ በማጉላት ከፍተኛ አስተዋጽዖ አድርጓል:: ሆኖም የብሔር ፖለቲካው ከመንግሥት ግንባታ አንጻር ያለውን ችግር ከጊዜ ጋር እያስተካከለ፣ ከኢትዮጵያዊነት ጋር፣ ከመንግሥት ጋር፣ ከሕዝብ ጋር፣ ከታሪክ ጋር ያለውን ትስስር በሚያጎላ መልኩ አልሠራበትም:: ለዚህ ምክንያቱ ደግሞ የብሔር ፖለቲከኞች በድሮ ዓለም የመኖር አዝማሚያ ነው:: እንዲያውም አብዛኞቹ የብሔር ፖለቲከኞች ቆሞ ቀር ናቸው ማለት ይቻላል:: ኢትዮጵያ ውስጥ ካለው ፖለቲካዊ፣ ማኅበራዊና ኢኮኖሚያዊ ለውጥ ጋር አብረው እየተለወጡ፣ ደረጃ በረጃ ለውጦቹን እየገመገሙ አይደለም የሚገኙት:: ባለፉት ኀምሳ ዓመታት ጊዜ ውስጥ የኢትዮጵያ ፖለቲካ ኢኮኖሚን፣ በተለይ የብሔር ቅራኔውን በተመለከተ ብዙ ለውጦች አሉ:: ይህንን የለውጥ ሂደት ከግምት ውስጥ ያላስገባና አንድ የብሔር ጥብቆ ብቻ በመያዝ ሌሎቹን ለውጦች ያላማከለ ሁኔታ ውስጥ ነው ያሉት:: የብሔር ጥያቄን ከመመለስ አንጻር የመሬት ላራሹ አዋጅ ከየትኛውም ሕገ መንግሥታዊ መግለጫ በላይ ነው:: ጨቋኞች ተብለው የሚወነጀሉ ብሔሮች ልጆች ለዚህ

> ትግል ምን አበረከቱ ቢባል መልሱ ግልጽ ነው:: ሆኖም ይህንን ግምት ውስጥ ያላስገባ ትረካና የፖለቲካ አቋም ነው የሚታየው:: … ለዚህ ምክንያቱ ደግሞ፣ አክራሪ የብሔር ፖለቲከኞች ሁሌ ብርድ ልብስ ለብሰው ስለሚንቀሳቀሱ፣ የብሔር ብርድ ልብስ ሲሸፍናቸው ራሳቸውን መግለጥና ማየት አለመቻላቸው ነው::[219]

ኢትዮጵያዊያን ከእንዲህ ዓይነቱ ቆሞ-ቀርነት መላቀቅ እና ወደፊት ተመልካች የሆነ ትረካ ማዳበር ይገባናል:: ይህ እንደተጠበቀ ሆኖ፣ የጋራ ማንነታችንን ለማሳደግና ጠንካራ ብሔራዊ አንድነት ለመገንባት፣ ካለፉት አገዛዞች የተወረሱት ተንከባላይ የቤት ሥራዎችና ኢፍትሐዊ የታሪክ ውርሶች የዛሬውንና የነገውን የፖለቲካ ሥርዓት በማያውኩበት ሁኔታ እንዴት ይታረሙ? ሁሉንም ዜጎችና ብሔረሰቦች በእኩልነትና በፍትሐዊነት የሚያስተናግድ ዴሞክራሲያዊ ሥርዓት እንዴት ይገንባ? ከማዕከላዊ ፖለቲካ ተገልለው የኖሩ ማኅበረሰቦች የፖለቲካ ተሳትፎ እንዴት ይጨምር? የአገረ መንግሥቱ አካታችነትና አሳታፊነት እንዴት ይጠናከር? ወዘተ. በሚሉት መሠረታዊ ጥያቄዎች ላይ በዋና ዋና የፖለቲካ ተዋናዮች ዘንድ የጋራ መግባባት መፍጠር ያስፈልጋል:: የኢትዮጵያ የዴሞክራሲ ሽግግር አንዱ ፈተና ከጠንካራ ብሔራዊ ማንነት አለመዳበር ጋር የተያያዘ በመሆኑ፣ በዚህ መልኩ ጠንካራ ብሔራዊ አንድነትን እና ማንነትን ማዳበር ይገባል::[220]

---

[219] መድሃኔ ታደሰ፣ ሰንደቅ ጋዜጣ (ሚያዚያ 10/2010 ዓ.ም.):: መድሃኔ እንደገለጹት:- "ኢትዮጵያ ውስጥ የነበረው የጨቋኞች የእርስ በርስ ውድድር ነው:: አንዱ ብሔር ሌላውን የጨቆነበት ሁኔታ የለም:: የልኂቃን ጭቆና ነው የነበረው:: የብሔር ልኂቃን በመንደራቸውም ጨቋኞች ነበሩ፤ የአጎራባች ልኂቃንም ሲስፋፉ የያዙትን ቦታ ከያዙ በኋላ ዴሞክራሲያዊና ፍትሐዊ ሥርዓት አልመሠረቱም::"

[220] ሩስቶው የተባለው የፖለቲካ ሳይንስ ምሁር እንደተነተነው፣ የተሳካ የዴሞክራሲ ሽግግር ማካሄድ የሚቻለው ብሔራዊ አንድነት ሲኖር ነው:: በብሔራዊ አንድነት ላይ ስምምነት በሌለበት ሁኔታ የሚደረግ የዴሞክራሲ ሽግግር የልደት ጎደሎነት ይገጥመዋል፤ ስለዚህም አይሰምርም:- Dankwart Rustow, "Transitions to Democracy: Toward a Dynamic Model", *Comparative Politics,* Vol. 2, No. 2 (April 1970), pp.337-363.

## 3.1.2 ባህል እና ሽግግር

ኢትዮጵያ ከአገዛዝ ሥርዓት ወደዴሞክራሲ መሸጋገር ያልቻለችውና እኩልነት የተረጋገጠባት አገር ያልሆነችው ባህላችን ከዴሞክራሲ ይልቅ ለአምባገነናዊ አገዛዝ የሚስማማ በመሆኑ ነው የሚሉ ምሁራን አሉ:: ፕሮፌሰር መስፍን ወልደማርያም ስለዚህ ጉዳይ ሲጽፉ እንዲህ ይላሉ፡-

> አገረ መንግሥትን በመመሥረት ኢትዮጵያ የአውሮፓ አገሮችን ሁሉ የምትቀድም ቢሆንም ዛሬም ከአገዛዝ ባህል የወጣችና የዜጎች እኩልነት የተረጋገጠባት አገር አልሆነችም፤ ዛሬም በኢትዮጵያ የተንሰራፋውና እየተጠናከረ በመሄድ ላይ ያለው ባህል የጌታና የሎሌ ነው፤ የኢትዮጵያ ሕዝብ ደህነት የጌታና የሎሌን ባህል ለማዳበርና ለማስፋፋት በጣም ይመቻል፤ የጌታና ሎሌን ባህል ለማስፋፋት ሁለት ነገሮች ያስፈልጋሉ፤ አንዱ ጉልበት አንዱ ሀብት፤ እንደምንም ብሎ የአገሩን ሀብትና ጉልበት መቆጣጠር የቻለ አገዛዝ ሕዝቡን ይቆጣጠራል፤ በጉልበቱ እያስፈራራና ከሀብቱም እየቆነጠረ በማደል ሎሌዎቹን ያበረክታል::[221]

በኢትዮጵያ ባህል ውስጥ ልዩነትን ማክበር ቦታ የለውም፤ ኢትዮጵያዊያን የውይይት ባህል የለንም፤ ፖለቲካችን ወደፊት እንዳይራመድ ካደረጉት ችግሮች መካከል ዋነኛው ይህ ችግር ነው ወዘተ. እየተባለ በየመድረኩ በስፋት ይነገራል:: በውይይት ሂደታችን (discourse) ውስጥ አማካይ ቦታ የሚባል አናውቅም እየተባለም በየመገናኛ ብዙሃኑ ይገለጻል:: የአገራችን የፖለቲካ ሂደት በተለይ ከዴሞክራሲያዊ ሥርዓት ግንባታ አንጻር ወደፊት ፈቀቅ ማለት ያልቻለው፣ በዚህ በሁሉም ጎራ ሰፍኖ በሚገኘው ጽንፍ የያዘ አቋም ምክንያት ነው ሲባልም ይሰማል:: ምን ያህል እውነትነት ያለው አስተያየት ነው?

---

[221] መስፍን ወልደማርያም፣ *ሥልጣን፣ ባህልና አገዛዝ ፖለቲካና ምርጫ* (አዲስ አበባ፣ 2003 ዓ.ም.)፣ ገጽ 29::

በአገራችን በተለይ ከ1966ቱ አብዮት ወዲህ ባሉት ዓመታት፣ በዕውቀት ላይ የተመሠረተ ውይይትና ክርክር እንደማይደረግ በግልጽ የሚታይ ቢሆንም፣ ከአብዮቱ በፊት በየአካባቢው የክርክርና የሙግት ባህል እንደነበር፣ በተለይ ደግሞ በሃያኛው ክፍለ ዘመን መባቻ አካባቢ በነበሩት ኢትዮጵያዊያን ልኂቃን መካከል በአርኣያነቱ ሊጠቀስ የሚችል የውይይት ባህል እንደነበር ስለሚታወቅ፣ እንዲሁ በጅምላ ጽንፈኞች ነን፣ የውይይት ባህል የለንም፤ አማካይ አቋም መያዝ አናውቅበትም ወዘተ. ማለቱ እንከን ያለበት አስተያየት ነው።

ሌላውን ሁሉ ትተን፣ የአገራችንን ቀደምት ጋዜጦች፣ በተለይም ‹ብርሃንና ሰላም› የተባለውን ጋዜጣ ያነበበ ሰው፣ ኢትዮጵያችን ጥቂት የማይባሉ ቅን አስተሳሰብ ያላቸው፣ ሐሳባቸውን በድፍረት የሚገልጹና ለመወያየት ዝግጁ የሆኑ ሰዎች እንደነበሯት ለመረዳት አያዳግተውም። በርግጥም በዚያ ድንቅ ጋዜጣ ስለ አገር ጉዳይ ሲጻፍ የነበረውን የመረመረ ሰው መደነቁ አይቀርም። በስፋት የሚጻፈው አገርን ስለማጠናከር፣ አገርን ስለመገንባት፣ ስለ ጠንካራ አገራዊ ተቋማት አስፈላጊነት ነበር።

እነዚያ ልኂቃን የአውሮፓን ወይም ደግሞ የጃፓንን ፈለግ ተከትሎ የመዘመን ሐሳብ ነበራቸው፤ አውሮፓ ተኮር አስተሳሰብ የተጠናወታቸው (Eurocentric) ነበሩ ወዘተ. እየተባለ ኂስ ቢቀርብባቸውም (ለምሳሌ በዚህ ረገድ መሳይ ከበደ በገብረሕይወት ባይከዳኝ ላይ ያቀረቡትን ኂስ ይመለከቷል)[222] ምሁራኑ የአገራቸውን ታሪክ፣ በአገሪቱ ውስጥ የነበረውን የአኗኗርና የአስተዳደር ስልት፣ የኅብረተሰቡን ባህል፣

[222] ምሁራኑ ኢትዮጵያን በጃፓን ፈለግ የማዘመን ሐሳብ ነበራቸው ቢባልም የሄዱበት መንገድ ግን ከዚያ ተቃራኒ ነው፤ ይኸውም የኢትዮጵያ ምሁራን ያቀነቀኑት ሐሳብ፣ ልክ ጃፓናዊያን የራሳቸውን ማኅበራዊ ፍልስፍና ሳይለቁ የምዕራቡን ሥልጣኔ ለመማርና አዋሕደው ለመጠቀም እንዳደረጉት ሳይሆን፣ የኢትዮጵያን ባሕልና ታሪክ በማጣጣል የምዕራባዊያንን ሥልጣኔ እንዳለ መገልበጥን የሚያበረታታ ነው ሲሉ ፕሮፌሰር መሳይ ይከራከራሉ፡- Messay Kebede, *Ideology and Elite Conflicts: Autopsy of the Ethiopian Revolution* (Lanham, Maryland: Lexington Books, 2011), pp. 89-103; Messay Kebede, "Gebrehiwot Baykedagn, Eurocentrism, and Decentrnig of Ethiopia", *Journal of Black Studies*, Vol. 36, No. 6 (July 2006), pp. 815-832.

የኢኮኖሚውን ሁኔታ ወዘተ. ከመሠረቱ የሚያውቁ እና የውጭው ተሞክሮ ከኢትዮጵያ ባህልና ዕሴት ጋር ተዋሕዶ እንዲሄድ የሚፈልጉ እንደነበሩ መካድ አይቻልም።[223]

እዚህ ላይ የሚያስደንቀው፣ የዘመኑ ሰዎች ስለ ዴሞክራሲ ብዙ በሚነገርበት በአሁኑ ጊዜ ማድረግ ያልቻልነውን በመከባበር ላይ የተመሠረተ ውይይት፣ የዚያ ዘመን ልኂቃን በስፋት ሄደውበታል። ከዝቅተኛው የኅብረተሰብ ክፍል የሚመደብ አንድ ሰው ከሚኒስትርና ዳይሬክተር ጋር በግልጽ የሚከራከርበት፣ ሚኒስትሩም ይሁን ዳይሬክተሩ የዚያን ግለሰብ ሐሳብ ባይጥመውም አክብሮ መልስ የሚጽፍበትና ሙግት የሚገጥምባቸው ተደጋጋሚ አጋጣሚዎች ነበሩ። በልኂቃኑ በራሳቸው መካከልም በዕውቀትና መከባበር ላይ የተመሠረቱ ጠንካራ ውይይቶችና ክርክሮች ይደረጉ ነበር።[224] እነኝህ ሁኔታዎች ውይይትና የመነጋገር ባህል ለአገራችን እንግዳ ነገሮች እንዳልሆኑ የሚያሳዩ አብነቶች ናቸው።

ይሁን እንጂ፣ እንዳለመታደል ሆኖ፣ ይህ ሁሉ የሚያስቀና የውይይትና የክርክር ባህል ግለቱን ጠብቆ፣ ይበልጥ እየሰፋና እየደረጀ ሊቀጥል አልቻለም። በአንድ በኩል አገራችንና የአገራችንን ጋዜጦች የአዲስ ሐሳብ ድርቅ የመታቸው፣ ፋሽስት ጣልያን ሐሳብ ሊያፈልቁ፣ ሊወያዩና ሊከራከሩ የሚችሉ የኢትዮጵያ ውድ ልጆችን ስለፈጃቸው ነው ማለት ይቻላል።

ያ የአገሩን ቁሳዊና መንፈሳዊ ዕሴቶች ከእርሱ በኋላ ከመጡት ትውልዶች የተሻለ ያውቅ የነበረው፣ በመጠነኛ ትምህርቱ፣ በዚህ አገራዊ ዕውቀቱና ልምዱ እየተወያየ በተሻለ መልኩ መራመድ ጀምሮ የነበረው፣ አካሄዱ ግን በጣልያን ፋሽስቶች ያልተወደደው ትውልድ በወረራው ዘመን

---

223 የታሪክ ምሁሩ ፕሮፌሰር ባሕሩ ዘውዴ፣ *ፋና ወጊ የለውጥ አቀንቃኞች በኢትዮጵያ፡- በሃያኛው መቶ ዓመት መባቻ* በሚለው መጽሐፋቸው ስለነዚህ ልኂቃን በዝርዝር ጽፈውልናል።

224 የአብዛኞቹ ምሁራን ጽሑፎች፣ ልክ እንደ ፕሮፌሰር መስፍን ጽሑፎች፣ ለኢትዮጵያ ወደ ኋላ መቅረት የአገሪቱን ታሪክና የማኅበረሰቦቿን ባህል ተጠያቂ የሚያደርጉ መሆናቸው እንደተጠበቀ ሆኖ፣ ውይይቶቹ ግን በፍጹም መከባበር ላይ የተመሠረቱ ዴሞክራሲያዊ ባሕርይ የነበራቸው ናቸው።

ተቀጭቷል። የተረፈውም ከነጻነት በኋላ አገርን መልሶ ወደማቋቋሙ ለማተኮር ስለተገደደ ለውይይትና ለክርክር ጊዜ አልነበረውም ለማለት ይቻላል። በዚህ ምክንያት ‹ብርሃንና ሰላም› ውስጥ ይወጡ የነበሩት ግሩም ግሩም ጽሑፎች በቁጥርም በይዘትም እየቀነሱና እየተዳከሙ መጥተዋል። ያ ሂደት ይበልጥ እየተጠናከረና እየሰፋ ቢቀጥል ኖሮ፣ ችግሮቻችንን በውይይትና ክርክር የምንቋጭበትን ባህል ማዳበር እንችል እንደነበር ግልጽ ነው።

‹ብርሃንና ሰላም› እና ሌሎች ጋዜጦች በሐሳብ ድርቅ የተመቱበት አንዱ ምክንያት ይህ የፋሽስት ጣልያን የግፍ እርምጃ ሲሆን፣ ቀዳማዊ ኀይለሥላሴም ቢሆኑ ቀደም ሲል ከነበራቸው የተራማጅነት አስተሳሰብ እየተፋቱ፣ ራሳቸውን ከተራማጅ ምሁራን ጎራ እያራቁና ወደ ግለሰብ ተክለ ስብዕና ግንባታ እያደሉ መምጣታቸው ለውይይት ባህሉ መዳከም የራሱን አስተዋጽዖ ሳያደርግ አልቀረም። ጠላት ከወጣና የአገራችን ነጻነት ከተመለሰ በኋላ ጋዜጦች እንደቀደሙት ጊዜያት የተለያዩ ሐሳቦች የሚስተናገዱባቸው እና ልኂቃኑ የሚከራከሩባቸው አልሆኑም። ይልቁንም የንጉሠ ነገሥቱንና የቤተሰቦቻቸውን ፎቶግራፎች በፊት ለፊታቸው እያስቀደሙ በግለሰብ ተክለ ስብዕና ግንባታ ላይ ተሰልፈው ነበር ማለት ይቻላል።

ይሁን እንጂ አፄ ኀይለሥላሴ ሥልጣናቸውን ካደላደሉ በኋላ፣ ጋዜጦችን በራሳቸውና በቤተሰቦቻቸው ፎቶግራፎች ለመሙላትና ሁሉም ነገር የእርሳቸውን ተክለ ሰውነት ለመገንባት እንዲውል ተደረገ እየተባለ በንጉሠ ነገሥቱ ላይ ብዙ አሉታዊ ነገር ቢነገርም፣ ያ የአገዛዝ ሥርዓት ጋዜጦችን በተለይ ደግሞ በዩኒቨርሲቲው ውስጥ ይታተሙ የነበሩትን መጽሔቶችና ጋዜጦች አይቆጣጠራቸውም ነበር። በዚህ ረገድ የአፄ ኀይለሥላሴ መንግሥት ቀጥለው ከመጡት መንግሥታት የተሻለ ነበር ማለት ይቻላል።

በ1960ዎቹ መጀመሪያ አካባቢ በነበሩት የዩኒቨርሲቲ ተማሪዎችና የመምህራን ማኅበር ጋዜጦች ውስጥ የታየ ትልቅና እየጎለበተ ሊቀጥል ይገባው የነበረ፣ ነገር ግን በአጭሩ የተቀጨ መልካም ጅምር ነበር። የሚያስደንቀው ነገር በቀዳማዊ ኀይለሥላሴ ዩኒቨርሲቲ በተማሪዎችና መምህራን ማኅበራት የታተሙት ጋዜጦችና መጽሔቶች ዛሬም ድረስ ተፈላጊዎችና ዋጋ ያላቸው ናቸው።

በእነዚያ ጋዜጦችና የውይይት መድረኮች ውስጥ አንዱ የሊብራል ዴሞክራሲን አስተሳሰብ ደግፎ፣ ሌላው ሊብራል ዴሞክራሲን ነቅፎ ወይም ደግሞ ሶሻሊዝምን ደግፎ ይጽፍና ይከራከር ነበር። ጥገናዊ ለውጥን የሚደግፍ የነበረውን ያህል፣ ሥር ነቀል አስተሳሰብ ያለውም ሐሳቡን እንዲገልጽ ዕድልም ያገኝ ነበር። በየካቲት 66ቱ አብዮት ወቅት በአዲስ ዘመን ጋዜጣ "የውይይት መድረክ" በተባለው አምድ ላይ ሲካሄድ የነበረውና ለአጭር ጊዜ ብልጭ ብሎ ድርግም ያለው አጋጣሚም በአርኣያነቱ ሊጠቀስ የሚገባው ነው።

ያ መልካም የዴሞክራሲያዊ አሠራር ጅምር አልቀጠለም። በሚያሳዝን ሁኔታ፣ የተለየ ሐሳብ ማክበሩ፣ በዕውቀትና በቅንነት ላይ የተመሠረተው ግንኙነትና ውይይት ኢዴሞክራሲያዊ መልክ እየያዘ የመጣ ሲሆን፣ በዚህ ጅምር ላይ ኮምዩኒስታዊና ድርጅታዊ አሠራር ተጨምሮበት፣ የሰለጠነ ውይይት የሚደረግበት ዕድል ተዘጋ። የጽንፈኝነት፣ የተለየ ሐሳብን በጥርጣሬ የመመልከት እና በጠላትነት የማየት አደገኛ አዝማሚያ ነገሠ።

በተለይ ‹ያ ትውልድ› እየተባለ የሚጠራው ትውልድ ትልቁ በሽታ ልዩነትን ያለማክበር ክፉ ልክፍት ነበር ማለት ይቻላል። አሁንም ብዙዎች ከዚህ በሽታ የተፈወሱ አይመስልም። በልዩ ልዩ ጎራ ተሰልፈው ከተቋሰሉ፣ ብዙ መከራ ከተቀበሉና በርካታ ዓመታትን በስደትና በእስር ቤት ውስጥ ካሳለፉ በኋላም አልተማሩም ማለት ይቻላል። የየካቲት

66ቱ አብዮት 50 ዓመት አስመልክቶ በተለያዩ ሚዲያዎች የቀረቡትን ቃለ-ምልልሶች እና የሚጻፉትን ጽሑፎች በማየት ብቻ አሁንም ነባሮቹ ጎራዎች እንደቀጠሉ መሆናቸውን መገንዘብ ይቻላል:: በዚህ ምክንያት በ‹ያ ትውልድ› አባላት መካከል ብቻ ሳይሆን፣ በእሱና ከእሱ በኋላ በመጡት ትውልዶች መካከል ያለው ግንኙነትም የሻከረ ነው::

ያ ትውልድ ለማኅበራዊ ፍትሕና እኩልነት የነበረው እምነትና ያንን እምነቱን ወደ ተግባር ለመቀየር የነበረው ቆራጥነት በእጅጉ የሚያኮራ ቢሆንም፣ ያነገበው የሐሳብ ብዝሃነትን የማያከበር ሌኒናዊ ርዕዮተ ዓለም እና የገባበት የሥልጣን ሽሚያ ልዩነትን እንዳያከብር ስላደረገው፣ ለዴሞክራሲያዊ ሥርዓት ግንባታ እርሾ ሊሆኑ የሚችሉ ዕሴቶችን ማዳበር አልቻለም:: ትክክሉ እኔ ብቻ ነኝ የሚለው ለሌሎች ሐሳብ ቦታ ያለመስጠትና ልዩነትን ያለማክበር አግላይ አካሄድ ወደ ተከታዮቹ ትውልዶች ተላልፎ አገሪቱን ዋጋ እያስከፈላት ይገኛል::

ስለሆነም በኢትዮጵያ የሰመረ የዴሞክራሲ ሽግግርና የሥርዓት ለውጥ እንዲመጣ ካስፈለገ እንዲህ ዓይነቱ የተካረረ ልዩነት ተቀይሮ፣ በልኂቃኑ መካከል መግባባትና ስምምነት መምጣት ይገባዋል:: ይህን ለማምጣት አንዱ መንገድ የማያቋርጥ ውይይትና ክርክር ማድረግ ሲሆን፣ በሰጥቶ መቀበል መርህ ላይ የተመሠረተ ድርድርም መሠረታዊ ነው:: ልኂቃኑ ወደ ውይይትና ድርድር ሊመጡ የሚችሉት ደግሞ አገሪቱ የገባችበትን መቀመቅ በውል ሲገነዘቡትና ዴሞክራሲን እውነትም የነብስ አድን ጉዳይ አድርገው ሲቀበሉት ነው:: ወይ እርሾ ሊሆኑ በሚችሉ ባህሎቻችንና ዕሴቶቻችን ላይ እየገነባን ዴሞክራሲን እውን በማድረግ በጋራ እንኖራለን፤ ያ ካልሆነ ደግሞ መጠፋፋቱን ቀጥለንበት አገር አልባ እንሆናለን::[225]

[225] ለውይይት እርሾ ሊሆኑ ስለሚችሉ ዕሴቶች ሲነሳ፣ አገር በቀል ተቋማትንም (ለምሳሌ እንደ ሽምግልና፣ ገዳ፣ ያጆካና-ሴራ እና ሴራ የመሳሰሉትን) ማስታወስ ይገባል::

በብዙ አገሮች እጅግ የከረረ የፖለቲካ ልዩነት ያላቸው፣ በጠላትነት የሚፈላለጉ እና ደም የተቃቡ ልኂቃን በሁኔታዎች አስገዳጅነት ስምምነት ላይ መድረሳቸው የሰመረ የፖለቲካ ሽግግር ለማድረግ በር ከፍቷል:: በልኂቃን መካከል ስምምነት እንዲፈጠር ከሚያደርጉ ምክንያቶች መካከል፣ የደም አፋሳሽ ግጭትና የእርስ በርስ ጦርነት አሰቃቂ ትውስታ፣ አዲስ የግጭት አደጋ፣ የውጭ ተጽዕኖ እና የግለሰቦች [የመሪዎች ወዘተ.] ሞት፣ የጥበበኛና ልባም መሪዎች መኖር ይጠቀሳሉ::[226]

እንደሚታወቀው፣ የዳበረ ዴሞክራሲያዊ ሥርዓት መገንባት የቻሉት ብዙዎቹ ምዕራባዊያን አገሮችም ቢሆኑ ዛሬ ተጋንኖ የሚነገረውን ያህል የውይይት ባህል አልነበራቸውም:: እንዲያውም እንደ ምዕራባዊያን በሃይማኖት፣ በብሔረሰብና በፖለቲካ አመለካከት ልዩነት ምክንያት እርስ በርሱ የተጠፋፋ ሕዝብ የለም:: ሆኖም በጊዜ ሂደት ከመከራ ተምረው፣ ለሰለጠነ ውይይት እርሾ ሊሆኑ በሚችሉት ዕሴቶቻቸው ላይ እየገነቡ የዳበረ ዴሞክራሲን በመገንባት የፖለቲካ ልማታቸውን አረጋግጠዋል:: እኛም እንኳንስ እርሾ ሊሆን የሚችል የውይይት ባህል እያለን፣ ባይኖረንም (ባህል የሚሻሻልና የሚቀየር የአኗኗር ዘይቤ እስከሆነ ድረስ) ለአኗኗራችን የሚጠቅመንን ባህል እየፈጠርን ወይም ነባሩን እያሻሻልን ለዚህ ዘመን የሚያስፈልገንን የሰለጠነ የውይይት ባህል መገንባት እንችላለን፤ ይገባናልም::

ስለሆነም በፖለቲካ ልማት ረገድም ይሁን በሌላውም መስክ ወደኋላ ለመቅረታችን ባህላችን እንደ ዋነኛ ምክንያት ማስቀመጡ ሰበብ ከመደርደር ውጪ የሚፈይደው ነገር የለም:: ባህላችን ዋነኛው የኋላቀርነታችን ምክንያት ሊሆን እንደማይችል ዶ/ር የራስወርቅ አድማሴ በዚህ መልክ ያስቀመጡትን ማስታወስ ያስፈልጋል፡-

---

[226] John Higley and Michael Burton, *Elite Foundation of Liberal Democracy*, p. 103.

በርካታ ምሁራንና ተከታዮቻቸው ለአገራችን ኋላቀርነት ሲወርድ ሲዋረድ የመጣውን የጦረኛና ያለመተማመን ጠባይ እንዲሁም ሥራን የመናቅ ባህላችን ነው የሚሉትን ዋነኛ ምክንያት በማድረግ ያቀርባሉ:: ነገር ግን፣ ባህል ወይም ነባራዊ-ልምድ፣ ኅብረተሰባዊ ደንቦች፣ ወጎች፣ ልምዶችና ልማዳዊ ሕጎች ለኢትዮጵያ ኋላቀርነት አበርክተዋል የሚባለውን አሉታዊ አስተዋጽዖ በሚመለከት በእርግጠኝነት አንድ ነገር ማለት የሚቻል ይመስለኛል:: ባህል ከብዙዎቹ የኋላቀርነት ምክንያቶች መካከል ግፋ ቢል አንዱ ብቻ ይሆን እንደሆነ እንጅ ከዚያ አይዘልም:: ሌሎች እንደ መልክዓ-ምድራዊ/አካባቢያዊ፣ ሥርዓታዊ፣ ኢኮኖሚያዊና ፖለቲካዊ ምክንያቶች ከባህል ያልተናነሰ ሚና ተጫውተዋል::[227]

### 3.1.3 ሲቪል ማኅበረሰብ እና ሽግግር

በኢትዮጵያ ባለፉት ሦስት ዐሠርት እንደታየው የሲቪል ማኅበረሰብ ድርጅቶች፣ በተለይም አገር በቀሎቹ፣ በአፈና ውስጥ ሆነውም፣ በሰብአዊ መብቶች መከበር፣ በፖለቲካ ንቃተ ኅሊና ግንባታ፣ በድህነት ቅነሳ፣ በአካባቢ ጥበቃ ወዘተ. መስኮች ላይ ያደረጉት አስተዋጽዖ የሚናቅ አይደለም::[228] እንደ የኢትዮጵያ ሰብአዊ መብቶች ጉባኤ (ኢሰመጉ)፣ የኢትዮጵያ ሴት የሕግ ባለሙያዎች ማኅበር፣ የኢትዮጵያ የኢኮኖሚክስ ባለሙያዎች ማኅበር ወዘተ. ያሉት አገር በቀል የሲቪል ማኅበረሰብ ድርጅቶች አስተዋጽዖ ቀላል ግምት የሚሰጠው አይደለም::[229]

ይሁን እንጂ አገዛዙ በተለይ በሰብአዊ መብቶችና በዴሞክራሲ ጉዳዮች ላይ የሚሠሩትን የሲቪል ማኅበረሰብ ድርጅቶች (አብዛኞቹ አቅማቸው

---

[227] የራስወርቅ አድማሴ፣ “ባህልና ልማት:- ምንነታቸውና ትስስራቸው” ከሽፈራው በቀለ (አርታኢ)፣ *ባህልና ልማት በኢትዮጵያ:- በፎረም ፎር ሶሻል ስተዲስ የውይይት መድረክ ላይ የቀረቡ ጥናታዊ ጽሑፎች* (አዲስ አበባ፣ ፎረም ፎር ሶሻል ስተዲስ፣ 2004 ዓ.ም)፣ ገጽ 16-17::

[228] የሲቪል ማኅበረሰብ ድርጅቶችም ልክ እንደ የግል ሚዲያዎችና ተቃዋሚ ፓርቲዎች በሕጋዊ መንገድ መንቀሳቀስ የሚችሉበት ሁኔታ የተጀመረው ኢሕአዴግ ከገባ በኋላ መሆኑን ማስታወስ ያስፈልጋል::

[229] Ibid, pp. 109-113; Dessalegn Rahmato, “The Voluntary Sector in Ethiopia: Challenges and

ደካማና ከአዲስ አበባ ያለፈ እንቅስቃሴ የሌላቸው ናቸው) እየተከታተለ ሲያዋክባቸው ቆይቷል:: በተለይ የኢትዮጵያ ሰብአዊ መብቶች ጉባኤ፣ የኢትዮጵያ መምህራን ማኅበር እና የኢትዮጵያ ነጻ ጋዜጠኞች ማኅበር ያሳለፉት ፈተና ቀላል አልነበረም::[230]

አገዛዙ በ1997ቱ ምርጫ የደረሰበትን ያልተጠበቀ ሽንፈት ተከትሎ፣ ለዚህ ውድቀት ዳርገውኛል ያላቸውን መንግሥታዊ ያልሆኑ ድርጅቶች ለመቅጣት አፋኝ አዋጅ በማውጣት፣ በተለይ በዴሞክራሲ፣ በሰብአዊ መብቶች እና በሌሎች ፖለቲካ ነክ ጉዳዮች ላይ የሚሠሩ የሲቪል ማኅበረሰብ ድርጅቶችን በከፍተኛ ደረጃ አዳክሟቸው ቆይቷል::[231]

ለውጡ ካስገኛቸው ትሩፋቶች አንዱ ያ አሳሪ አዋጅ በጣም በተሻለ አዋጅ መቀየሩ ነው::[232] አዲሱ አዋጅ መውጣቱን ተከትሎም በጣም በርካታ ሲቪል ማኅበረሰብ ድርጅቶች ተቋቁመዋል:: ይሁን እንጂ በጊዜ ሂደት እየተቀናጁና እየተዋሐዱ ካልመጡ እና ከዓለም አቀፍ መንግሥታዊና መንግሥታዊ ያልሆኑ ድርጅቶች የገንዘብ ድጋፍ (እና ተጽዕኖ) ነጻ ካልወጡ ጠንካራ አገር በቀል የሲቪል ማኅበረሰብ ድርጅቶች አይኖሩንም:: ጠንካራ የሲቪል ማኅበረሰብ ድርጅቶች ሳይኖሩን ደግሞ፣ የሰመረ የዴሞክራሲ ሽግግር ማድረግ አንችልም::

---

Future Prospects", in Taye Assefa and Bahru Zewde (eds.), *Civil Society at the Crossroads: Challenges and Prospects in Ethiopia* (Forum for Social Studies: Addis Ababa, 2008), pp.110-111.

230 ኢሰመጉ ገና ከተመሠረተ ጊዜ ጀምሮ ብዙ ዋጋ የከፈለ ድርጅት ነው:: በአገዛዙ ጥርስ ውስጥ ገብቶ የነበረው ድርጅቱ የባንክ አካውንቱ ታግዶ ገንዘቡን ተቀምቷል፤ ከመሥራች ኀላፊው ከፕሮፌሰር መስፍን ወልደማርያም ጀምሮ ብዙዎች ዋጋ ከፍለዋል:: ታስረዋል፣ ተሰደዋል፣ መሥዋዕት ከፍለዋል:: ድርጅቱ ስሙን ሳይቀር ከ‹ኢሰመጉ› ወደ ‹ሰመጉ› እንዲቀይር ተገድዶ ነበር:: በዘመነ ሕወሓት/ኢሕአዴግ የግል ፕሬሱን ጨምሮ ሌሎች የሲቪል ማኅበረሰብ ድርጅቶች ያሳለፉት ፈተናም ከባድ ነበር:: እንዳለመታደል፣ ዛሬም ያው የተለመደው ወከባና መሳደድ ተመልሶ መጥቷል::

231 የበጎ አድራጎት ደርጅቶችና ማኅበራት አዋጅ ቁጥር 621/2001::

232 የሲቪል ማኅበረሰብ ድርጅቶች አዋጅ፣ ቁጥር 1113/2011::

ስለሆነም፣ የሲቪል ማኅበረሰብ ድርጅቶች በውጭ ድጋፍ ሰጭ ተቋማት እጃቸውን ተጠምዝዘው ከአገራቸው ይልቅ የሌሎችን ኀይሎች ጥቅም የሚያስከብሩ ድርጅቶች እንዳይሆኑ፣ በተለይ አገር በቀል የሲቪል ማኅበረሰብ ድርጅቶችን መደገፍና ማጠናከር ይገባል:: በብሔረሰብ ወይም በሃይማኖት ስም ከተደራጁት እና ይበልጥ ክፍፍል ከሚፈጥሩ ወይም በሌላ አባባል በሲቪል ማኅበረሰብ ስም ከተቋቋሙ፣ ነገር ግን ሲቪል ባሕሪ ከሌላቸው ድርጅቶች ይልቅ፤ አካታች የሆኑትን እና በዴሞክራሲ፣ በሰብአዊ መብቶች፣ በሰላምና በልማት ጉዳዮች ላይ የሚያተኩሩትን በልዩ ሁኔታ ማጠናከር ያስፈልጋል::

በአገራችን የሕወሓት የበላይነት የነገሰበት አገዛዝ ከተቀየረ ጀምሮ ሲቪል ማኅበረሰቡን በሚመለከት የተሻለ ሁኔታ ሰፍኖ የቆየ ቢሆንም፣ ከቅርብ ጊዜ ወዲህ ግን በሌሎችም መስኮች እንደሚታየው ያለው አዝማሚያ ጥሩ የሚባል አይደለም:: ያለፈውን አፋኝ አዋጅ በተሻሻለ አዋጅ ማስቀየር የተቻለው በሕዝብ የተቀናጀ ትግል እንደመሆኑ መጠን፣ የተገኘውን አንጻራዊ ነጻነት ጠብቆ የበለጠ እያጠናከሩ ለመሄድም የዴሞክራሲ ኀይሎች የተቀናጀ ትግል አስፈላጊ ነው::

እዚህ ላይ፣ ሊሰመርበት የሚገባው ቁምነገር፣ ለዴሞክራሲ ሽግግር መደበኛ በሆነ መንገድ ተመዝግበው የሚንቀሳቀሱት አገር በቀል የሲቪል ማኅበረሰብ ድርጅቶች አስፈላጊ ቢሆኑም፣ የሌሎች አገሮች ተሞክሮ እንደሚያሳየው ወሳኙን ሚና የሚጫወቱት መመዝገብ ሳያስፈልጋቸው፣ በጉዳዮች (issues) ላይ የጋራ አቋም ያላቸው ኢ-መደበኛ ስብስቦች የሚፈጥሯቸው ማኅበረሰባዊ ንቅናቄዎች ናቸው:: እንደነዚህ ያሉ ኀይሎች ከሶቭዬት ኅብረት መፍረስ በኋላ በመሥራቅ አውሮፓ በተካሄዱት የዴሞክራሲ ንቅናቄዎች አመርቂ ውጤት አምጥተዋል:: ዝቅ ብለን እንደምናየው በደቡብ ኮሪያ የሆነውም ተመሳሳይ ነው::

በኢትዮጵያም ምንም እንኳን ተመዝግበው የሚንቀሳቀሱት የሲቪል ማኅበረሰብ ድርጅቶቻችን አቅም ደካማ ቢሆንም፣ ክፍተቱን ለመድፈን ዘመኑ የፈጠረውን የቴክኖሎጂ አቅም በመጠቀም የዴሞክራሲ ኀይሎችን የሚሰባስቡ ጠንካራ ማኅበረሰባዊ ንቅናቄዎችን መገንባት ይቻላል:: እነዚህ የዴሞክራሲ ኀይሎችን ያቀፉ ንቅናቄዎች በውስጣቸው በርካታና የተሰበጣጠሩ ድርጅቶችንና ስብስቦችን ሊያካትቱ ይችላሉ::

# ምዕራፍ ሦስት

# ሌላ የሽግግር ዕድል

## 1. በሕዝብ መሥዋዕት የተገኘ ድል

ኢሕአዴግ ሥልጣን ከያዘበት ከግንቦት 1983 ዓ.ም. ጀምሮ የተለያየ መልክ ያላቸው እና በርካታ ወገኖችን መሥዋዕት ያስከፈሉ የትግል እንቅስቃሴዎች ተደርገዋል:: አያሌ ኢትዮጵያዊያን አገዛዙን በመቃወማቸው ለእስር እየተዳረጉ እጅግ አሰቃቂ ግፍ ተፈጽሞባቸዋል:: ብዙዎች የሕይወት መሥዋዕት ከፍለዋል:: አገራቸውን ጥለው የተሰደዱትም በርካታ ናቸው::[233] የሆነ ሆኖ፣ የኢሕአዴግ አገዛዝ በዚህ መንገድ የመብት ጥያቄዎችን በኀይል እያኮላሸ ለ27 ዓመታት በሥልጣን ላይ መቆየት ቢችልም፣ ያ አይበገሬ ይመስል የነበረ ሥርዓት በለውጥ ፈላጊ ኢትዮጵያዊያን መሥዋዕት የጠየቀ ትግል ተሸንፏል::[234]

---

[233] በዘመነ ኢሕአዴግ በንጹሐን ኢትዮጵያዊያን ላይ የተፈጸመው ግፍና በደል ገና በዝርዝር አልተዘገበም፤ አልተጻፈም::

[234] አምባገነኖች ውስጣቸው በስብሶ እየተንኮታኮቱም፣ አይበገሬ መስለው ለመታየት የማያደርጉት ጥረት የለም:: ኢሕአዴግም ውስጡ ምስጥ እንደበላው እንጨት ተቦርቡሮ አልቆ ሳለ፣ ማንም ሳይነግረኝ ራሴን አርሜና ታድሼ የምወጣ አብዮታዊና ልማታዊ ዴሞክራት ኀይል ነኝ ይል እንደነበር አይዘነጋም:: ኢሕአዴግ አይበገሬ ነው፣ ሊሸነፍ አይችልም ብሎ ተስፋ ቆርጦ የተቀመጠው እና ወደ አገዛዙ ለመጠጋት የሚሞክረው ወገንም ብዙ ነበር::

ጋዜጠኞች፣ የሰብአዊ መብቶች ተሟጋቾች፣ የፖለቲካ ፓርቲ አባላት፣ ጦማሪያን እና ከሁሉም በላይ ሲቪል ዜጎች ያደረጉት ትግል አይበገሬ ይመስል የነበረውን ግፈኛ አገዛዝ አንኮታኩቶታል::

በራሱ በአገዛዝ ሥርዓቱ ውስጥ የተፈጠረው ፖለቲካዊ መበስበስ እንደተጠበቀ ሆኖ፣ በተለይ ከ2004 ዓ.ም. ወዲህ የተደረጉት የተለያየ መልክ ያላቸው የነጻነትና የመብት ትግሎች ለአገዛዙ መፍረክረክ ከፍተኛ አስተዋጽዖ አድርገዋል::

ከእነዚህ ተጋድሎዎች መካከል “ግፉ በዛ” በሚል ታኅሣሥ 24 ቀን 2004 ዓ.ም. የአወሊያ ትምህርት ቤት ተማሪዎች የጀመሩትና በሂደት የተቀጣጠለው ትግል ተጠቃሽ ነው:: በዕለቱ አወሊያ ትምህርት ቤት ውስጥ በመሥዋዕት የተመሠረተው የኢትዮጵያ እስልምና ጉዳዮች ምክር ቤት ለሆዳቸው ባደሩና የሙስሊሙን ጥቅም አሳልፈው በሰጡ ሰዎች ተሞልቷል፤ መንግሥት ሕገ መንግሥቱን ጥሶ ይህን ምረጡ ያንን አትምረጡ እያለ በውስጥ ጉዳያችን መግባቱን ያቁም፤ የተባረሩት መምህሮቻችን ይመለሱ መንግሥት የአሕባሽ አስተምህሮን መደገፉን ያቁም ወዘተ. የሚሉ ጥያቄዎች ተስተጋቡ:: የተማሪዎች ጥያቄ አያሌ ቁጥር ያለው ሕዝበ ሙስሊም ጥያቄም ስለሆነ፣ ብዙ ሰው ተማሪዎችን ተቀላቀላቸው:: የሕዝበ ሙስሊሙን መብት ለማስከበርም ተወካዮች ተመርጠው ከመንግሥት ከፍተኛ አመራሮች ጋር መወያየት ጀመሩ::[235]

የአገዛዝ ሥርዓቱ የሕዝበ ሙስሊሙን ጥያቄ አንድ ጊዜ በበጎ ሌላ ጊዜ በጥርጣሬ ዓይን እያየ፣ ውይይቶችም አንዴ ሞቅ ሌላ ጊዜ ቀዝቀዝ እያሉ ቀጠሉ:: ሐምሌ 2004 ዓ.ም. ግን አንድ ያልተጠበቀ ነገር ተከሰተ:: በዑስታዝ አቡበክር አሕመድ የሚመራውን የኢትዮጵያ ሙስሊሞች መፍትሔ አፈላላጊ ኮሚቴ አባላት በከፊል፣ ከሌሎች የኮሚቴ አባላት ጋር ግንኙነት አላችሁ ከተባሉ ግለሰቦች ጋር ተይዘው በፌደራል ፖሊስ የወንጀል ምርመራ ዘርፍ (ማእከላዊ) ታሰሩ::

---

[235] በጥያቄዎቹ ዙሪያ በሕዝበ ሙስሊሙ ዘንድ የከረሩ ልዩነቶች ቢኖሩም፣ መንግሥት ከሙስሊሙ [ሃይማኖታዊ] ጉዳይ ላይ እጁን ያንሳ በሚለው አጀንዳ ላይ ግን ስምምነት ነበር:: ሆኖም ይህ መንግሥት በውስጥ ጉዳያችን አይግባ የሚለው የሁሉም ጎራዎች አቋም ከለውጡ በኋላ ተቀይሮ የመንግሥትን ድጋፍ ለማግኘት በሚደረግ የጦፈ ፉክክር የተተካ ይመስላል::

መንግሥት የኮሚቴው አባላት በውጭ አገራት ከሚንቀሳቀሱ የሽብር ቡድኖች ጋር ግንኙነት ፈጥረው ሕገ መንግሥቱንና ሕገ መንግሥታዊ ሥርዓቱን በመናድ እስላማዊ መንግሥት የመመሥረት ተልዕኮ አንግበዋል ሲል ወነጀላቸው:: ይህን ለማስረዳትም ጥር 28 ቀን 2005 ዓ.ም. ማታ ከሁለት ሰዓት ዜና በኋላ በኢትዮጵያ ቴሌቪዥን ‹ጅሐዳዊ ሃረካት› የተባለ ዘጋቢ ፊልም ቀረበ:: በዘጋቢ ፊልሙ ላይ መንግሥት አቡበክር አሕመድን ጨምሮ አምስት የመፍትሔ አፈላላጊ ኮሚቴው አባላት በድብቅ ካሜራ የተቀረጹ ምስሎቻቸውን በማሳየት፣ ጥፋተኝነታቸውን ለሕዝብ ያሳይልኛል ያለውን ጉዳይ በሚፈልገው መንገድ አቀረበ::

"ድምፃችን ይሰማ!" በሚል መሪ ቃል የታጀበው የሕዝበ ሙስሊሙ እንቅስቃሴ ግን ከጊዜ ወደ ጊዜ ጥልቀትና የሕዝብ ተሳትፎ እያገኘ ቀጠለ:: የአገዛዝ ሥርዓቱ ጠብ-አጫሪ እርምጃዎች እየወሰደ፣ የራሱን ሰዎች አስርጎ እያስገባ ብጥብጥ ለማስነሳትና የሕዝበ ሙስሊሙን ተቃውሞ በቀላሉ ለማንበርከክ ጥረት ቢያደርግም እንቅስቃሴው በእጅጉ ሰላማዊ ነበር:: ለአገዛዝ ሥርዓቱ የመጨረሻ ማስጠንቀቂያ ቢጫ ካርድ ከማሳየት ጀምሮ፣ ከሙስሊሞች እንቅስቃሴ በኋላ ሌሎች ሕዝባዊ ተቃውሞዎች በስፋት ጥቅም ላይ ያዋሉት እጅን በማጣመር ወይም ታስሬያለሁ (ታስረናል) የሚለውን ምልክት በማሳየት ተቃውሟቸውን ገልጸዋል::

የአገዛዝ ሥርዓቱ የሕዝበ ሙስሊሙን እንቅስቃሴ መሪዎች አስሮ ግፍ ከመፈጸም እስከ ማሳደድ የደረሰ ከባድ ጫና ምክንያት ንቅናቄው ቀስ በቀስ የተዳፈነ ቢመስልም፣ የተቃውሞ ስልቱ ግን ለሌሎች ሕዝባዊ እንቅስቃሴዎች አርኣያነት ያለው ነበር:: አገራዊ ለውጡ ቅርጽ እንዲይዝና አሁን ከደረሰበት ደረጃ ላይ እንዲደርስ የኢትዮጵያ ሙስሊሞች እንቅስቃሴ ያደረገው አስተዋጽዖ ከፍተኛ ነው::

ይህ በእንዲህ እንዳለ፣ ከኅዳር ወር 2006 ዓ.ም. ጀምሮ የአዲስ አበባና የፊንፊኔ ዙሪያ ኦሮሚያ ልዩ ዞን የተቀናጀ ማስተር ፕላንን በመቃወም በኦሮሚያ ክልል ሕዝባዊ ተቃውሞ ተቀስቅሶ በሰው ሕይወትና በንብረት ላይ ከባድ ጉዳት ደረሰ:: በሕዝባዊ እንቅስቃሴው ላይም የኦሮሞ ወጣቶች ማስተር ፕላኑን አንቀበልም የሚለውን ተቃውሞ ለማስተጋባት የኢትዮጵያ ሙስሊሞች ሲያደርጉት እንደነበረው፣ ሁለት እጆቻቸውን አጣምረው የ‹ኤክስ› (X) ምልክት በማሳየት፣ በተለይም ማኅበራዊ ሚዲያ ላይ በመለጠፍ ተቃውሟቸውን ማሰማት ቀጠሉ:: ሕዝባዊ ተቃውሞው አንዴ ሞቅ ሌላ ጊዜ ቀዝቀዝ እያለ የቀጠለ ሲሆን፣ በሂደቱ ከፍተኛ የተቃዋሚ ፓርቲ መሪዎችን ጨምሮ በዐሥር ሺህዎች የሚቆጠሩ ዜጎች ሲታሰሩ፣ የበርካታ ሰዎች ሕይወት አልፏል:: ከፍተኛ መጠን ያለው ንብረትም ወድሟል::

የአገዛዝ ሥርዓቱ፣ ያሰረውን አስሮ እና የገደለውን ገድሎ ማስተር ፕላኑን እንደሚሰርዝ ገለጸ:: በዚህም ምክንያት ኦሮሚያ ክልል ውስጥ የተቀጣጠለው ሕዝባዊ ተቃውሞ የተቀዛቀዘና የተዳከመ መሰለ::

አገሪቱ በእንዲህ ዓይነት ሁኔታ ባለችበት ጊዜ ነበር፣ ሐምሌ 5 ቀን 2008 ዓ.ም. ሌላ ታሪክ ቀያሪ ክስተት የተፈጠረው:: በጎንደር ከተማና አካባቢው ካሉ አካላት ጋር በመቀናጀት፣ ከወልቃይት የአማራ ማንነት አስመላሽ አስተባባሪ ኮሚቴ አባላት መካከል የተወሰኑትን አፍነው ለመውሰድ፣ ከስድስት ወር በላይ ለሚሆን ጊዜ ሲያሴሩ የከረሙት የትግራይ ልዩ ኀይል አባላት፣ ከፌደራል ፖሊስ ጋር በመተባበር ኮሎኔል ደመቀ ዘውዱን ለመያዝ ያደረጉት ጥረት የከሸፈው በዚኸው ዕለት ነበር:: ኮ/ል ደመቀ የጸጥታ ኀይሉ አባላት ሕጋዊ ከሆኑ ማታ ሳይሆን ጠዋት ሊያናግሩት እንደሚገባ ቢገልጽላቸውም፣ አሻፈረኝ ብለው በኀይል ለማፈን ሲሞክሩ ኮ/ል ደመቀ ራሱን ለመከላከል በወሰደው እርምጃ ከጸጥታ አባላት መካከል ዐሥራ አንድ ያህሉ ተገደሉ::

ይህ በኮ/ል ደመቀ እና በሌሎች የወልቃይት ጠገዴ የአማራ ማንነት አስመላሽ አስተባባሪ ኮሚቴ አባላት ላይ የተቃጣው የእስርና የግድያ ሙከራ መላው የጎንደርን ሕዝብ በቁጣ ያነቃነቀ ክስተት ነበር:: ይህን ተከትሎ ሐምሌ 24 ቀን 2008 ዓ.ም. በጎንደር ከተማ እጅግ ብዙ ሕዝብ የተሳተፈበት፣ ፍጹም ሰላማዊ እና በዓይነቱ በብዙ መልኩ ልዩ የሆነ የተቃውሞ ሰልፍ ተደረገ:: በዚህ ሰልፍ ላይ የወጣው ሕዝብ ከአማራ ክልልም አልፎ "የኦሮሞ ወንድሞቻችን ደም የእኛም ደም ነው፤ የኢትዮጵያ ሙስሊሞች መፍትሔ አፈላላጊ ኮሚቴ አባላት ይፈቱ" ወዘተ. የሚሉ በኋላ በጋራ ትግሉ ላይ ትልቅ ተጽዕኖ ያመጡ መፈክሮችን አሰማ::[236]

ይህ ብዙዎችን ያስደሰተና በሕወሓት በኩል "እሳትና ጭድ" የሚል ስያሜ የተሰጣቸውን የአማራና ኦሮሞ ሕዝቦች የኅብረት መንፈስ ያለመለመ አካሄድ በባሕር ዳርና በሌሎች የአማራ ክልል ከተሞችም በስፋት ተንጸባርቋል:: የ‹ኤክስ› ምልክቱም አድማሱን እያሰፋ በሁሉም የተቃውሞ ሰልፎች ላይ ጥቅም ላይ ውሏል:: በዚህም ቀደም ሲል በአዲስ አበባና ኦሮሚያ ክልል የተወሰኑ አካባቢዎች ብቻ ታጥሮ የነበረው ሕዝባዊ እንቅስቃሴ ከጊዜ ወደጊዜ አድማሱ እየሰፋና የአገዛዝ ሥርዓቱን እየተገዳደረ ሲመጣ፣ መንግሥት ከመስከረም 28 ቀን 2009 ዓ.ም. ጀምሮ በመላ አገሪቱ ለስድስት ወር የሚቆይ የአስቸኳይ ጊዜ አዋጅ አወጀ:: አዋጁን መሠረት አድርጎም በመቶ ሺህዎች የሚቆጠሩ ኢትዮጵያዊያን በተለይም የአማራና ኦሮሚያ ክልል ወጣቶች በገፍ ታሰሩ፤ ብዙዎች በየወታደራዊ ማሰልጠኛ ጣቢያው ከተወሰዱ በኋላ "አይደገምም" የሚል ቲሸርት ለብሰው እንዲታዩ ተደረገ::

ኢሕአዴግም የምታገልለትን ዓላማና መሥመር የሳተ የአስተሳሰብ መዛባት ችግር ገጥሞኛል፤ በድርጅቱ ውስጥ ልማታዊ ዴሞክራሲያዊውን መሥመር ለቅቆ ሕዝብን ተጠቃሚ የማያደርገውን የሌሎችን (የኒዮ-

[236] በአገዛዙ መሪዎች በኩል እሳትና ጭድ ናቸው ይባሉ የነበሩት የአማራና ኦሮሞ ልኂቃን የፈጠሩት ጥምረት የትግሉን አቅጣጫ ፍጹም እንደቀየረው አያከራክርም::

ሊብራል ኀይሎችን) ዓላማ ሙሉ ለሙሉና በከፊል በመውሰድ በግል ፍላጎት ላይ የተመሠረቱ መሥመሮችን የማራመድ እና የጋራ ርዕዮተ ዓለም ብለን ካሰመርነው መሥመር የማፈንገጥ ሁኔታ ታይቷል፤ በውስጣችን በተለይ ደግሞ በአመራር ደረጃ በመንግሥታዊ ሥልጣን የነበረው አተያይና አጠቃቀም ፈር እየለቀቀ መሄዱን ተከትሎ፣ ለሕዝብና ለአባላት ጥያቄ ትክክለኛ ምላሽ መስጠት አልተቻለም ወዘተ. በማለት ብልሽቱን ለማረም "ጥልቅ ተሐድሶ" ያለውን መርሐ ግብር ነድፎ በስብሰባና ግምገማ ላይ ተጠምዶ ከረመ::

ብአዴን ለአባላቱ ባሰራጨው ሰነድ፣ ከውጭ በሚመጣ እና በድርጅቱ ውስጥ በሚታይ መሠረት የሌለው የመገፋት ዝንባሌ ተነሳስቼ እህት ድርጅቴን ሕወሓትን ተጠራጥሬ ነበር፤ በድርጅቱ ውስጥም የትምክኀት አስተሳሰብ ገንግኗል ሲል ራሱን መገምገሙን ይፋ አደረገ::

ኦሕዴድም በተመሳሳይ መልኩ "ምሕረት የለሽ" ያለውን ግምገማ ማድረጉን ገልጾ፤ መስከረም 10 ቀን 2009 ዓ.ም. የድርጅቱ ማእከላዊ ኮሚቴው ለስድስት ቀናት ባካሄደው ግምገማ ሊቀመንበሩን አቶ ሙክታር ከድርንና ምክትላቸውን ወ/ሮ አስቴር ማሞን ከኀላፊነታቸው አነሳ:: በምትካቸው የጨፌ ኦሮሚያ አፈ ጉባኤ የነበሩትን አቶ ለማ መገርሳን ሊቀመንበር፣ የትራንስፖርት ሚኒስትሩን ዶ/ር ወርቅነህ ገበየሁን ምክትል ሊቀመንበር አድርጎ የመረጠ ሲሆን፣ የኦሮሚያ ክልል ምክር ቤት ጥቅምት 13 ቀን 2009 ዓ.ም. ባካሄደው አምስተኛ የሥራ ዘመን ሁለተኛ ዓመት ሁለተኛ አስቸኳይ ጉባኤ አቶ ለማ መገርሳን የክልሉ ርእሰ መስተዳደር አድርጎ መረጠ:: በክልል ምክር ቤቱ ከተሾሙት የክልል ካቢኔ አባላት ውስጥ፣ ዶ/ር ዐቢይ አሕመድ፣ በምክትል ርእሰ መስተዳድር ማዕረግ የኮንስትራክሽንና ከተማ ልማት ቢሮ ኀላፊ ሆነው የተሾሙ ሲሆን፣ ቀጥለውም የኦሕዴድ ጽሕፈት ቤት ኀላፊ ሆነው ተሹመው ነበር::

ኢሕአዴግ ጀመርኩት ያለውን "የጥልቅ ተሐድሶ ንቅናቄ" በገለጸበት የንድፈ ሐሳብ መጽሔቱ ላይ የሚከተለውን አስፍሮ ነበር፦

> ስለ ጀመርነው በጥልቀት የመታደስ ንቅናቄ ስንነጋገር፣ ይሳካል ወይስ አይሳካም የሚል ሙግት በአእምሯችን ማስተናገዳችን አይቀርም። ከየብሔራዊ ክልሉ ከመጡት ግብረ መልሶችና ከሕዝቡም ከተሰበሰቡት የዳሰሳ ጥናቶች መረዳት እንደሚቻለው በተሐድሶው መሳካት ላይ ጥርጣሬ ይታያል። በዚህ ረገድ የሚነሱት ኢሕአዴግ መታደስ እና ችግሮቹን ማስተካከል የነበረበት ጊዜ አልፏል፤ በብልሽት ረዥም ርቀት ከሄደ በኋላ የመጣ ተሐድሶ በመሆኑ ማዳን አይቻልም… የመሳሰሉ አስተያየቶች ናቸው። እነዚህ እውነትነት የሌላቸው ሐሳቦች ናቸው ማለት አይቻልም። በእርግጥ በጥልቀት የመታደሱ ንቅናቄ ቀደም ብሎ መካሄድ ነበረበት። ብልሽቶቹ ሰፊ በመሆናቸው ለማስተካከል የሚደረገውም ጥረት ቀላል አይሆንም። ከዚህ በመነሳት የሚቀርበው ጥያቄ ግን አማራጩ ምንድን ነው የሚል ይሆናል። የሚኖሩት አማራጮች ሁለት ናቸው። አንድም ጊዜው አልፏል፣ ማስተካከሉ ከባድ ነው በሚል ችግሩ እንዲቀጥል መፍቀድና የበለጠ ጥፋት፣ በአገር ላይ አርማጌዶን ማወጅ፤ አልያም ችግሩ ከደረሰበት በላይ እንዳይሄድ መግታትና የተበላሹትን የተቻለውን ያህል ማስተካከል፣ አዳዲስ ችግሮች እንዳይፈጠሩ መቆጣጠር። ኢሕአዴግ የመረጠው ሁለተኛውን አማራጭ ነው። ይህ አማራጭ የሚጠይቀው ብዙ መሥዋዕት እንደሚኖር ቢረዳም በተቻለ መጠን በአነስተኛ መሥዋዕት ለውጥ ለማምጣት መረባረብ እንደሚገባ ያምናል።[237]

"የተሐድሶ ንቅናቄውን" ተከትሎ ሕወሓት፣ ብአዴንና ደኢሕዴን ልክ እንደ ኦሕዴድ የጎላ የአመራር ሽግሽግ ባያደርጉም፣ ቆየት ብሎ የሕወሓት ማእከላዊ ኮሚቴ እስከ ረቡዕ፣ ኅዳር 21 ቀን 2010 ዓ.ም. 35 ቀናት የፈጀ ስብሰባ አካሂዶ ዘጠኝ የሥራ አስፈጻሚ ኮሚቴ አባላትን መርጧል።

---

[237] አዲስ ራዕይ መጽሔት፤ ቅጽ 5፣ ቁጥር 7 (የካቲት-መጋቢት፣ 2009 ዓ.ም.)፣ ገጽ 104።

ይሁን እንጂ የኢሕአዴግ አባል ድርጅቶች በተናጠልም ሆነ በግንባር ደረጃ የሚያደርጓቸው ስብሰባዎች፣ ግምገማዎች፣ "ጥልቅ ተሐድሶ" የተሰኘው የድርጅቱ መርሐ ግብር እና ጠቅላይ ሚኒስትር ኀይለ ማርያም ደሳለኝ ያዋቀሩት "በምሁራን የተደራጀ ነው" የተባለው አዲስ ካቢኔ ሁሉ መፍትሔ ሊያስገኝ አልቻለም:: መንግሥት ዜጎችን በገፍ በማሰር፣ የበይነመረብ አገልግሎትን በመዝጋት፣ በውጭ አገራት የሚንቀሳቀሱ ሚዲያዎችን በአሸባሪነት ፈርጆ ጣቢያዎችን የሚከታተሉ ዜጎችን በማሰር ወዘተ. ሕዝባዊ ተቃውሞውን ሊገታው አልቻለም:: ይልቁንም የሕዝቡ ተቃውሞ ከጊዜ ወደ ጊዜ እየጠነከረ መሄዱ በኢሕአዴግ አባል ድርጅቶች መካከል የልዩነት በር ከፈተ::

በውስጣዊ አለመተማመን የሚታመሰው የኢሕአዴግ ሥራ አስፈጻሚ ኮሚቴ ከታኅሣሥ 3 ቀን፣ 2010 ዓ.ም. ጀምሮ ለዐሥራ ሰባት ቀናት ያካሄደውን ግምገማ ከጨረሰ በኋላ፣ ቅዳሜ ታኅሣሥ 21 ቀን፣ 2010 ዓ.ም. ባወጣው መግለጫ፣ ቀደም ሲል የተጀመረውን "የመታደስ ሂደት" እና የደረሰበትን ደረጃ፣ እንዲሁም በአገሪቱ የሚታዩ ችግሮችን ከነ ዝርዝር መገለጫቸው በመለየት፣ በመንስዔና መፍትሔዎቻቸው ላይ በመምከር የሐሳብ አንድነትና መተማመን መፍጠሩን የገለጸ ሲሆን፣ "አገሪቱ በአንድ በኩል ኢሕአዴግ በተከተለው መሠረታዊና ትክክለኛ አቅጣጫ በተገኙ መልካም ውጤቶች እጅግ የሚያስጎመጅ ሁኔታ ላይ እንደመትገኝ እና በሌላ በኩል ራሱ ድርጅቱ በፈጸማቸው ስህተቶችና ከአገሪቱ እድገት ጋር ተያይዘው በተከሰቱ አዳዲስ ለውጦችና ፍላጎቶች ምክንያት ለጊዜውም ቢሆን በአሳባቢ ወቅታዊ ችግሮች መወጠሯን" በትኩረት መገምገሙን አስታወቀ::

በየደረጃው ባሉ የአመራር እርከኖች በተለይ ደግሞ በከፍተኛው የአመራር ደረጃ የውስጠ ድርጅት ዴሞክራሲ እጦት ሥር እየሰደደ መምጣቱን ማረጋገጡን የገለጸው ሥራ አስፈጻሚ ኮሚቴው፣ ይህም የአመለካከትና የተግባር አንድነት እንዳይኖር ማድረጉን፣ ዴሞክራሲ

እየጠበበ አድርባይነት በመንሰራፋቱ በግልጽነትና በመርህ ላይ ተመሥርቶ ከመታገል ይልቅ መርህ አልባ ግንኙነት መስፈኑን እና በጠባብ ጥቅሞች ላይ የተመሠረተ መርህ አልባ ግንኙነት ግንባሩንና አባል ድርጅቶችን ማዳከሙን ማረጋገጡን አስታወቀ:: ሥራ አስፈጻሚ ኮሚቴው፣ በየትኛውም ክልልም ይሁን ብሔራዊ ድርጅት የሚደረጉ መርህ አልባ ጉድኝቶች በጥልቅ እየተፈተሹ ሊወገዱ እንደሚገባ በመተማመን በአንድነት የወሰነ መሆኑንም በመግለጫው አትቷል::

ሆኖም በድርጅቱ ውስጥ የተከሰተው ቀውስ የሚታከም አልሆነም:: ኢሕአዴግ እንኳን ኢትዮጵያን ሊያረጋጋ ራሱም መረጋጋት ከማይችልበት ደረጃ ላይ ደረሰ::

በዚህ ሁኔታ በግንባሩ አባል ድርጅቶች መካከል የተከሰተው ልዩነት እየተባባሰ ሲሄድ እና የመንግሥት የሕዝቡን ጥያቄ የመመለስ አቅሙ እየተዳከመ ሲመጣም ለሁለተኛ ጊዜ የአስቸኳይ ጊዜ አዋጅ ለማወጅ ተገደደ:: ለስድስት ወራት ይቆያል የተባለው ይኸው የአስቸኳይ ጊዜ አዋጅ አርብ የካቲት 9 ቀን 2010 ዓ.ም. በሚኒስትሮች ምክር ቤት የታወጀ ሲሆን፣ አዋጁ አርብ የካቲት 23 ቀን 2010 ዓ.ም. በሕዝብ ተወካዮች ምክር ቤት በ395 የድጋፍ ድምፅ፣ በ88 የኦሕዴድ አባላት የተቃውሞ ድምፅ እና በ7 ድምፀ ተዓቅቦ ጸደቀ:: አዋጁ የጸደቀበት ሂደትና በድምጽ ቆጠራ ላይ የታየው አለመግባባትም ሌላ የልዩነትና የክርክር አጀንዳ ሆኖ ሰነበተ::[238]

ከዚያ ቀደም ብሎ፣ ማለትም ሐሙስ የካቲት 8 ቀን 2010 ዓ.ም. "በአገሪቱ ለሚታዩ ችግሮች እኔም የመፍትሔው አካል ለመሆን በፈቃዴ ከሥልጣን ለመልቀቅ ወስኛለሁ" በማለት ጠቅላይ ሚኒስትር ኀይለማርያም ደሳለኝ ሥልጣን ለመልቀቅ መወሰናቸውን ለጋዜጠኞች

---

[238] ኢሕአዴግ ጥርሱን ከነቀለበት የዴሞክራሲያዊ ማዕከላዊነት አስተሳሰብ አኳያ ሲታይ፣ በድርጅቱ ውስጥ እያደገ የመጣው ዝንባሌ ግንባሩን እንደሚበትነው ግልጽ ነበር:: በኋላ ራሳቸው ይፋ እንዳደረጉት አንዳንድ የብአዴንና የኦሕዴድ መሪዎች በውጭ ከሚገኙ አክቲቪስቶችና ፖለቲከኞች ጋር ይገናኙ እና አብረው ይሠሩ ነበር::

በሰጡት ጋዜጣዊ መግለጫ ይፋ አደረጉ። በአቶ ኃይለማርያም ደሳለኝ ምትክ የግንባሩን ሊቀመንበር ለመምረጥ ከመጋቢት 11 ቀን 2010 ዓ.ም. ጀምሮ ስብሰባ (ግምገማ) ላይ ተቀምጦ የሰነበተው የኢሕአዴግ ምክር ቤት ማክሰኞ መጋቢት 18 ቀን 2010 ዓ.ም. ምሽት አምስት ሰዓት ላይ ባወጣው መግለጫ የ42 ዓመቱን ዶ/ር ዐቢይ አሕመድን ሊቀመንበር አድርጎ መምረጡን አስታወቀ። በኢሕአዴግ ምክር ቤት በተሰጠው ድምጽ መሠረት ዶ/ር ዐቢይ አሕመድ 108፣ አቶ ሺፈራው ሽጉጤ 59፣ ዶ/ር ደብረ ጽዮን ገብረ ሚካኤል 2 ድምጾች ማግኘታቸው ታውቋል።

በድርጅቱ የተለመደ አሠራር መሠረት የኢሕአዴግ ሊቀመንበር ዶ/ር ዐቢይ አሕመድ ሰኞ መጋቢት 24 ቀን 2010 ዓ.ም. አቶ ኃይለማርያም ደሳለኝን በመተካት መቶ በመቶ በግንባሩ አባላት በተሞላው የሕዝብ ተወካዮች ምክር ቤት ፊት ቀርበው በጠቅላይ ሚኒስትርነት ተሰየሙ። በዕለቱ አዲሱ ጠቅላይ ሚኒስትር በሕዝብ ተወካዮች ምክር ቤት ባደረጉት የበዓለ ሢመት ንግግር፣ "ዕለቱ ለአገራችን ታሪካዊ ቀን ነው" ካሉ በኋላ፣ "በታሪካችን በተለያዩ አጋጣሚዎች አዲስ የፖለቲካ ምዕራፍ የመጀመር ዕድሎችን አግኝተን ብዙዎቹን በወጉ ሳንጠቀምባቸው አምልጠውናል። አሁንም፣ ይህ የሥልጣን ሽግግር አዲስ ምዕራፍ የምንጀምርበት ሌላ ታሪካዊ ዕድል ነው፤ በመሆኑም በከፍተኛ የኀላፊነት ስሜት ልንጠቀምበት ይገባል" ሲሉ ተናገሩ። ጠቅላይ ሚኒስትሩ በዚያ ብዙዎችን ቀልብ በገዛ የበዓለ ሢመት ንግግራቸው ላይ፣ "ወቅቱ ከስህተታችን ተምረን አገራችንን የምንክስበት ነው" በማለት የሚመሩት ድርጅትና መንግሥት ከጥፋቱ ተምሮ ሕዝቡን ለመካስ ያለውን ቁርጠኝነት ገለጹ።

የዴሞክራሲን አስፈላጊነት አስመልክተው ሲናገሩም፣ "እኛ ኢትዮጵያዊያን ዴሞክራሲና ነጻነት ያስፈልገናል፤ ይገባናልም" ካሉ በኋላ፣ ዴሞክራሲ ለኢትዮጵያዊያን ባዕድ አለመሆኑን የገዳ ሥርዓትን

ጠቅሰው፣ በኢትዮጵያ "አሁንም ዴሞክራሲን ማስፈን ከየትኛውም በላይ ለእኛ የህልውና ጉዳይ እንደሆነ እናምናለን:: ዴሞክራሲ ያለ ነጻነት አይታሰብም:: ነጻነት ከመንግሥት ለሕዝብ የሚበረከት ስጦታ አይደለም፤ ከሰብአዊ ክብር የሚመነጭ እያንዳንዱ ሰው የተፈጥሮ ጸጋ እንጂ" በማለት ተናግረው ነበር::

"መጪው ጊዜ በኢትዮጵያችን የይቅርታና የፍቅር ጊዜ ነው" ያሉት ጠቅላይ ሚኒስትር ዐቢይ፣ "አገራችን ፍትሕ፣ ነጻነት እና ሰላም የሰፈኑባት፣ ዜጎቿ በሰብአዊነት የሚተሳሰቡባት፣ በእህትማማችነትና ወንድማማችነት የተሳሰሩባት እንድትሆን እንፈልጋለን" ብለው ነበር በበዓለ ሢመት ንግግራቸው::

"በለውጥ ኀይሉ" የተገቡትን ቃሎች ጠቅለል አድርገን ስናያቸው፤ አንደኛ ጭቆናን የሕግ መሠረት የሰጡ አፋኝ ሕጎችን ማሻሻል፣ ሁለተኛ የተዳፈነውን የፖለቲካ ምኅዳር መክፈት እና ለረጅም ጊዜ በዘለቀው አፈና ምክንያት የተፈጠሩትን ቁስሎች አንዳንዶችን በእርቅ ሌሎችን ደግሞ ተጠያቂነትን በማስፈን መጠገን ተብለው ሊገለጹ የሚችሉ ናቸው:: በዚህ መንፈስም በሽብርተኝነት ተፈርጀው የነበሩትን ጨምሮ በርካታ የፖለቲካ ድርጅቶችና ግለሰቦች ወደ አገር ቤት እንዲመለሱ ሆኗል:: በእርካታ የፖለቲካና የኅሊና እስረኞች ከእስር ተለቀዋል:: በተለያዩ አገሮች ውስጥ በእስር ላይ የሚገኙ ኢትዮጵያዊያንም ከእስር እንዲለቀቁና ወደ አገራቸው እንዲመለሱ ተደርጓል:: አንዳንዶችን እስረኞች ራሳቸው ጠቅላይ ሚኒስትሩ በሄዱባቸው አገራት እያስፈቱ እሳቸው በሚመጡበት አውሮፕላን ይዘዋቸው መጥተዋል::

እነዚህና ሌሎች የጠቅላይ ሚኒስትሩ የተስፋ ቃላት እና የወሰዷቸው ተግባራዊ እርምጃዎች በምርጫ ከተመረጠ መሪ በላይ ተቀባይነት እንዲያገኙ አድርጓቸው ነበር ማለት ይቻላል:: ሰኔ 16 ቀን 2010 ዓ.ም. በመስቀል አደባባይ በሚሊዮን የሚቆጠር ሕዝብ ወጥቶ ለጠቅላይ ሚኒስትሩና ለለውጡ ድጋፉን የገለጸውም በዚህ መንፈስ ነበር::

ሕዝቡ በርግጥም ለውጥ ይፈልግ ነበር:: ስለ ኢትዮጵያዊነት፣ ስለ አንድነትና ኅብረት፣ ስለ ይቅርታ ወዘተ. መስማት ይመኝ ነበር:: ብዙዎች የኢትዮጵያ ፖለቲካ ከተቸከለበት የጥሎ ማለፍ አስተሳሰብ እንዲላቀቅ እና በዚህች አገር የሰለጠነ ፖለቲካ እንዲኖር ይፈልጉ ነበር:: ማንም ዜጋ በብሔረሰባዊ ማንነቱ ምክንያት ልዩነት ሳይደረግበት በየትኛውም የኢትዮጵያ ክፍል በነጻነት ተዘዋውሮ የመሥራት፣ ንብረት የማፍራት እና የመኖር መብቱ እንዲከበር ብዙዎች ይፈልጉ ነበር:: ጠቅላይ ሚኒስትር ዐቢይ ይህ እንዲሆን ቁርጠኛ አቋም ያላቸው መሪ ናቸው በሚል መንፈስ ነበር ያ ሁሉ ድጋፍ የተቸራቸው::

ይሁን እንጂ ብዙም ሳይቆይ ይህንን የተስፋ ድባብ የሚያጨልሙ ተግባራት በራሳቸው በጠቅላይ ሚኒስትሩ ይወሰዱ ጀመር:: ከዚያ በፊት የተወሰዱ አፍራሽ እርምጃዎችን ትተን ሰኔ 16 ቀን 2010 ዓ.ም. የሆነውን ብናይ፣ በዕለቱ በጠቅላይ ሚኒስትሩ ላይ ተቃጣ የተባለውን የግድያ ሙከራ ተከትሎ በሰጡት መግለጫ ላይ ያን ድርጊት የፈጸሙት አካላት "የቀን ጅቦች" መሆናቸውን በደፈናው መናገራቸው እና የእሳቸውን ንግግር ተከትሎ በሚዲያው የተስተጋባው ቅስቀሳ የኢትዮጵያ ፖለቲካ ከፍረጃና ከወዳጅ/ጠላት አስተሳሰብ እንዳልወጣ የሚያስገነዝብ ክፉ ምልክት ነበር::[239]

ጠቅላይ ሚኒስትር ዐቢይ በበዓለ ሢመታቸው ላይ ባደረጉት ንግግር፣ "… ይህ የሥልጣን ሽግግር አዲስ ምዕራፍ የምንጀምርበት ሌላ ታሪካዊ ዕድል ነው፤ በመሆኑም በከፍተኛ የኀላፊነት ስሜት ልንጠቀምበት ይገባል" ሲሉ የተናገሩ ቢሆንም፣ ይህ በብዙዎች መሥዋዕት የተገኘ ዕድል ብዙ ርቀት ሳይራመድ አደጋ ላይ እንዲወድቅ መሪውን ሚና የተጫወቱት ራሳቸው ጠቅላይ ሚኒስትር ዐቢይ ናቸው ማለት ይቻላል::

---

239 የግድያ ሙከራውን እንዲያጣራ የአሜሪካ የፌደራል ወንጀል ምርመራ ቢሮ (FBI) ሳይቀር ተጋብዞ መምጣቱ በሚዲያ ቢገለጽም፣ የምርመራ ሂደቱ ምን ውጤት እንዳስገኘ ለሕዝቡ ይፋ ሳይደረግ ድፍንፍን ብሎ መቅረቱ፣ ሕዝቡ በመንግሥት ላይ ያለውን ትምምን (trust) ጥያቄ ውስጥ ያስገባ እና ዜጎች በለውጡ ላይ ጥርጣሬ እንዲያድርባቸው ያደረገ አንድ ክስተት ሆኗል ማለት ይቻላል፡፡

## 2. እኔ አሻግራችኋለሁ

ኢትዮጵያዊያን የተሳካ የፖለቲካ ሽግግር አድርገን ስለማናውቅ ሽግግርን የመምራት ልምድ እንደሌለን፤ ስለሆነም ሂደቱን በአግባቡ ለመምራት መነጋገርና መመካከር እንደሚያስፈልገን፤ ይህንንም ለማድረግ የመንግሥት ተቋማት ከፓርቲ ነጻ ሆነው እንዲጠናከሩ ማድረግ እንደሚገባ ብዙ አገር ወዳድ ምሁራን አበክረው አሳስበዋል:: ሂደቱን በተሳካ ሁኔታ ለመምራት ፍኖተ ካርታ እና የተዋሐደና አንድ-ወጥ አመራር እንደሚያስፈልግም መክረዋል::[240] ለምሳሌ አንጋፋው ፖለቲከኛና ምሁር አንዳርጋቸው አሰግድ እንደሚከተለው አሳስበው ነበር፡-

> የሽግግር ወቅት በግቡ፣ በፖለቲካ-ማኅበራዊ ፕሮግራሙና በድርጊቱ የተዋሐደና አንድ-ወጥ የሆነ አመራርን ይጠይቃል:: የሽግግሩ ወቅት ከየት ወደ የት እንደሚኬድ የሚያበስር ፍኖተ ካርታን ይጠይቃል:: ፈጥኖ የሚወስንና ፈጥኖ በተግባር ለማዋል የበቃ አመራርን ይጠይቃል:: "ከመፍረስ አፋፍ ላይ ነበረች፤ ነች" እየተባለ የሚነገርላት የዛሬይቱ ኢትዮጵያ ደግሞ፤ በይበልጥና በእጅግም የተዋሐደና አንድ-ወጥ አመራር ያስፈልጋታል:: ይህም በኮሚቴዎች፣ በስብሰባዎች፣ በወግ ትርዒቶች ብዛትና በሹነቶች ድምቀት የሚመለስ ጥያቄ አይደለም:: በእኔ እይታ ስለዚህም፤ ዶ/ር ዐቢይ አንድ ፓርቲም ይመሥርቱ ወይንም ያለውን ኢሕአዴግ ሪፎርም አድርገው ይቀጥሉ፣ የሽግግር ግብና አጀንዳ በዝርዝርና በግልጽ እንዲያስታውቁ ያስፈልጋል:: በአንጻሩም፣ የሽግግሩን ግብና አጀንዳ የሚሸከመው ድርጅትና አመራር በግልጽ እንዲታወቅ ያስፈልጋል::[241]

---

[240] ለምሳሌ አቶ ልደቱ አያሌው ከለውጡ በፊት ጀምረው፣ የኢሕአዴግ መሪዎች የውስጥ ችግራቸውን ካልፈቱ አገሪቱን ቀውስ ውስጥ ሊያስገቧት እንደሚችሉ እየገለጹ፣ በጽሑፍም በንግግርም፣ በተደጋጋሚ አሳስበዋል:: እንደተፈራው በግንባሩ አባል ድርጅቶች እና በድርጅቱ ከፍተኛ መሪዎች መካከል የተፈጠረው ልዩነት እየተካረረ ሄዶ እጅግ አደገኛ ቀውስ ውስጥ አስገብቶናል:: ዶ/ር የራስወርቅ አድማሴ ስለ ፖለቲካ ፍጅት በጻፉት ጽሑፍ (ገጽ 65) እንደገለጹት "ብዙውን ጊዜ ጠብ የሚከረው በቅርባሞች መካከል [ስለሆነ]" ይመስላል፣ ለ27 ዓመታት አብረው ሕዝብ ሲያሰቃዩ በነበሩት የኢሕአዴግ ቁንጮ መሪዎች መካከል የተፈጠረው ጠብ እጅግ የከረረ እና አገርን ዋጋ የሚያስከፍል ሆኗል:: ትልቁ ፈተና ደግሞ፣ ብልጽግና ፓርቲም በልዩነት የሚታመስ ድርጅት መሆኑና በዚህም ምክንያት ሌላ አደጋ የሚጠብቀን መሆኑ ነው::

[241] አንዳርጋቸው አሰግድ፣ *ቅን ፍላጎት እስካለ መንገድ አለ* ... ገጽ 118::

ይሁን እንጂ “የለውጥ ኀይል” የሚባለው ቡድን በተለይም ጠቅላይ ሚኒስትር ዐቢይ እንዲህ ዓይነቱን ጥያቄ ፈጽሞ አልፈለጉትም ነበር:: ይልቁንም ጥያቄው ከየአቅጣጫው ሲበረክትባቸው አንዴ “እኔ አሻግራችኋላሁ”፣ ሌላ ጊዜ “የምናካሂደው ሽግግር ሳይሆን ሪፎርም ነው” እያሉ የተምታታ መልስ እየሰጡ፣ ለጉዳዩ የሚገባውን ትኩረትና ክብደት ሳይሰጡት አልፈውታል:: የለውጡ ዋና ባለቤት የሆነው ብዙሃኑ ኢትዮጵያዊም ሕወሓት ይወገድ እንጂ ሌላው እዳው ገብስ ነው በሚል መንፈስ የሚመራ ስለነበር ይመስላል፣ ፍኖተ ካርታ እንዲዘጋጅና የፖለቲካ ሽግግር እንዲደረግ ከመጠየቅ ይልቅ፣ መሥዋዕት ከፍሎ ያመጣውን ለውጥ ለአንድ ቡድን (ወይስ ለአንድ ግለሰብ?) አስረክቦ ቤቱ ገብቷል::

ለውጡ በፍኖተ ካርታ እና በተዋሐደና አንድ-ወጥ በሆነ አመራር አለመመራቱ ኢትዮጵያን አሁን ለምትገኝበት መቀመቅ ዳርጓታል:: ፍኖተ ካርታ ቢኖር ኖሮ (በድርጅቱ በአጠቃላይና “በለውጥ ኀይሉ” መሪዎች መካከል በተለይ) ጠንካራ የሐሳብና የዓላማ አንድነት ስለሚፈጠር፣ “የለውጥ ኀይሉ” ቀስ በቀስ እየሟሟና የአንድ ሰው አድራጊ ፈጣሪነት እየነገሠ አይመጣም ነበር:: “የለውጥ ኀይሉ” ውሕደትና አንድ-ወጥነትም በመንግሥትና በሕዝቡ መካከል ያለውን ግንኙነት በመተማመን ላይ የተመሠረተ እንዲሆን ያደርገው ነበር፤ ወይንም በሌላ አባባል “የለውጥ ኀይሉ” ከፍ ያለ ሕዝባዊ ቅቡልነት ይኖረው ነበር:: ዓለም አቀፉን ማኅበረሰብ ጨምሮ፣ ሌሎች የሂደቱ ደጋፊዎችና ተዋናዮች ለሽግግሩ ስኬት አወንታዊ ሚና ይጫወቱ ነበር፤ ወዘተ.:: ይህ ሁሉ ሳይሆን ቀርቶ፣ ዛሬም እንደ ትናንቱ፣ እኔ አውቅላችኋለሁ (አሻግራችኋለሁ) የሚለው አግላይ አስተሳሰብ የመከራ አዙሪት ውስጥ ጨምሮናል::

## 3. ሽግግር ያለ ፍትሕ?

በለውጡ ማግስት፣ የአገዛዝ ሥርዓቱ አፈናውን ሕጋዊ መልክ ለመስጠት አውጥቷቸው የነበሩት አሳሪ ሕጎች እንዲሻሻሉ ተደርጓል:: የፀረ ሽብር ሕጉ ተሻሽሏል፤ የምርጫ ሕጉና የሲቪል ማኅበረሰብ ድርጅቶች አዋጅም እንዲሁ እንዲሻሻሉ ተደርጓል:: ሕጎቹ እንዲሻሻሉ የተደረገበት ሂደትም በጣም ጥሩ ነበር:: በጥቅሉ፣ እነዚህና ሌሎች እነዚህን የመሳሰሉ በጎ እርምጃዎች ተወስደዋል:: ይሁን እንጂ የሽግግር ፍትሕ እንዲሰፍን ባለመደረጉ ምክንያት የተወሰዱት በጎ እርምጃዎች ሁሉ ወደ ኋላ እየተመለሱ ይገኛሉ:: የሽግግር ፍትሕ (በብዙ አገሮች እንደታየው) ባለፈው የአገዛዝ ሥርዓት ሲፈጸሙ የነበሩት አስከፊ የመብት ጥሰቶች ዳግም እንዳይፈጸሙ እና ዘላቂ እርቅና ሰላም እንዲሰፍን የሚያደርግ የፍትሕ ዓይነት ነው:: በዚህ ሂደት፣ ቀደም ሲል ሲፈጸሙ የነበሩ የመብት ጥሰቶች ምንጮቻቸው፣ ፈጻሚዎቻቸውና አፈጻጸማቸው በግልጽና በዝርዝር ተለይተው እንዲታወቁ ይደረጋል::

የሽግግር ፍትሕ አምባገነናዊ በነበረው ሥርዓት ውስጥ የአስከፊ የሰብአዊ መብት ጥሰቶች ሰለባ የነበሩ ሰዎች ተገቢውን ካሳ እንዲያገኙ እና በዜጎች ላይ የሰብአዊ መብት ጥሰቶችን ሲፈጽሙ የነበሩ አካላት ለፍርድ እንዲቀርቡና ተገቢውን ቅጣት እንዲቀበሉ የሚያደርግ የፍትሕ ዓይነት ነው::

ብዙ አገሮች ተጠያቂነቱ ለሕዝብ ተወካዮች ምክር ቤት የሆነ ብሔራዊ የእርቅና የእውነት አፈላላጊ ኮሚሽን አቋቁመው፣ ባለፈው የአገዛዝ ሥርዓት የተፈጸሙት የሰብአዊ መብት ጥሰቶች ምን እንደሆኑ እየለዩ፣ በእርቅ መፈታት የሚችሉ ችግሮችን በእርቅ፣ በይቅርታ መፈታት ያለባቸውን በይቅርታ እየፈቱ፣ የከፋ የሰብአዊ መብት ጥሰት የፈጸሙ አካላትን በሕግ ተጠያቂ እንዲሆኑ፣ እንዲሁም ካሳ ማግኘት የሚገባቸውን ወገኖች ካሳ እንዲያገኙ እያደረጉ ወደ ዴሞክራሲ ሽግግር

አድርገዋል:: ባለፈው የአገዛዝ ሥርዓት የተፈጸሙት የሰብአዊ መብት ጥሰቶች ምን ምን እንደሆኑ፣ ማንና መቼ በምን ሁኔታ እንደፈጸማቸው፣ በማን ላይ እንደተፈጸሙ ወዘተ. በዝርዝር ሐቁ መውጣት ይገባዋል:: ገለልተኛ የሆነ የእውነት አፈላላጊና የእርቅ ኮሚሽን የሚያስፈልገው ለዚህ ነው::[242]

በእኛም አገር፣ በሌሎች አገሮች እንደሆነው፣ ነጻና ገለልተኛ የሆነ የእርቅና የእውነት አፈላላጊ ኮሚሽን ከተቋቋመ እና በዜጎች ላይ የመብት ጥሰት የፈጸሙ አካላት በደንብ ተጣርተው ተጠያቂ ከሆኑ በኋላ ወደ ይቅርታ መሄድ ይገባ ነበር:: ይሁን እንጂ በአገራችን በሕዝብ ላይ መጠነ-ሰፊ በደል የፈጸሙ አካላትን ተጠያቂ ከማድረግና እውነትን ከማፈላለግ አኳያ ይህ ነው የሚባል ሥራ አልተሠራም:: ከመነሻውም እንደ ትልቅ ጉድለት መታየት የሚገባው ስለ ጥፋትና ፍትሕ ሲነገር ከአራቱ የግንባሩ ድርጅቶች አመራሮች መካከል በአንዱ ላይ፣ ማለትም በሕወሓት መሪዎች ላይ በልዩ ሁኔታ ማተኮሩ ነው:: በሕዝብ ላይ የፈጸሙት በደልና ግፍ እንዲሁም በአገር ንብረት ላይ የተፈፀመው ዝርፊያ መጠኑ ሊለያይ ቢችልም ሁሉም የግንባሩ ድርጅቶችና ከፍተኛ አመራሮች ተጠያቂዎች ናቸው:: እውነታው ይህ ሆኖ እያለ የተለየ ትኩረት የተደረገው በሕወሓት አመራሮች ላይ፣ ከእነሱም ውስጥ

በተወሰኑ ሰዎች ላይ ነበር:: ይህም ገና ከመነሻው የሽግግር ፍትሕ የተባለው ጉዳይ ፍትሕን የማረጋገጥና ወደሌላ የተሻለ የዴሞክራሲ ምዕራፍ የመሸጋገር ሳይሆን ጉዳዩ የፖለቲካ ዓላማን የማስፈጸም እንደነበር ያመለክታል::

---

[242] Priscilla B. Hayner, "Fifteeen Truth Commissions-1974 to 1994: A Comparative Study", *Human Rights Quarterly*, Vol.16, No.4 (1994), pp. 600-611.

የጠቅላይ ሚኒስትር ዐቢይ መንግሥት አንዱ ትልቅ ስህተት የሽግግር ፍትሕ እንዲሰፍን እና በአገረ መንግሥቱና በሕዝቡ መካከል ያለው ግንኙነት በመተማመን ላይ የተመሠረተ እንዲሆን አለማድረጉ ነው:: ለሽግግር ፍትሕ እና ለአገራዊ መግባባት ሲባል ገለልተኛ የሆነ ኮሚሽን ማቋቋም አስፈላጊ ቢሆንም አገዛዙ ይህን ማድረግ አልፈለገም:: ይህን ባለማድረጉም፣ መስፈርቱ በማይታወቅ መልኩ ለአንዱ ሥልጣን ሲሰጥ፣ ሌላውን እስር ቤት ሲያወርደው፣ አንዱን ሲያስር ሌላውን ሲፈታ ተስተውሏል:: ይህ አካሄድ ሕዝቡ የመንግሥትን አካሄድ ብዙም ሳይቆይ በከፍተኛ ጥርጣሬ እንዲመለከተው አድርጎታል::

የዐቢይ መንግሥት የፍትሕ ተቋማቱን ነጻነትና ገለልተኝነት በማክበርና የሽግግር ፍትሕን በማስፈን በሕዝቡ ዘንድ ያገኘውን ተቀባይነት ወደ ጠንካራ መተማመን መቀየር ሲችል፣ ያገኘውን ታሪካዊ አጋጣሚ በማምከን፣ የአገሪቱን የፖለቲካ ሽግግር ዕድልም ችግር ውስጥ አስገብቶታል:: እስካሁን ያለው ሁኔታ ይህን የሚመስል ቢሆንም፣ ዛሬም ስለ ሽግግር ፍትሕ ፖሊሲ ብዙ እየተባለ ይገኛል:: ይሁንና አሁን በተያዘው መንገድ የሽግግር ፍትሕን ማረጋገጥ የሚቻል አይሆንም:: ምክንያቱም የፍትሕ ተቋማቱ ነጻነትና ገለልተኛነት በዘመነ ኢሕአዴግ ከነበረበት ሁኔታ ያልተለወጠ በመሆኑ ነው::

## 4. አደገኛው የወዳጅ/ጠላት አስተሳሰብ

ጠቅላይ ሚኒስትር ዐቢይ ከበዓለ ሢመት ንግግራቸው ጀምሮ ስለ መደመር፣ ስለ ፍቅርና ይቅርታ ብዙዎችን የደስታ እንባ ያስለቀሱ ንግግሮችን አድርገዋል:: በጣም በርካታ ኢትዮጵያዊያንም ጠቅላይ ሚኒስትሩ የሚናገሩትን ከልብ በመቀበልና በማመን ደግፈዋቸው ነበር:: ይሁን እንጂ ቃልና ተግባራቸው አብሮ የማይሄድ መሆኑ ብዙም ሳይቆይ ግልጽ እየሆነ በመምጣቱ ብዙዎች አምርረው የጠቅላይ ሚኒስትሩ ተቃዋሚዎች ሆነዋል:: “ተቃዋሚ ፓርቲዎችን

ተፎካካሪ ፓርቲ ብንላቸው የተሻለ ነው" ያሉን ዐቢይ፣ ብዙም ሳይቆዩ ይቀናቀኑኛል ያሏቸውን ሰዎች "የቀን ጅብ" የሚል ስያሜ በመስጠት ያው የኖርንበት የወዳጅ/ጠላት አስተሳሰብ አለመቀየሩን አርድተውናል::

## 4.1 "የቀን ጅብ" ከመምጣቱ በፊት

ከእኔ ጋር ያልቆመ ሁሉ ፀረ አብዮተኛ ብቻ ሳትሆን የአገር (የጭቁኑ ሰፊ ሕዝብ) ጠላት በመሆኑ መወገድ ወይም መደምሰስ ይገባዋል የሚለው አስተሳሰብ በአገራችን፣ በተለይ ከ1960ዎቹ ጀምሮ ሥር ሰድዶ የቆየ አስተሳሰብ ነው::

አሁን እንዲህ እንዳልነበር ሊሆን ያኔ ሁሉም ድርጅቶች እያንዳንዳቸው በኢትዮጵያ ሐቀኛው ማርክሲስት ሌኒኒስት እኔ ብቻ ነኝ፤ ከእኔ ውጪ ያሉ ድርጅቶች ከእኔ ውጪ በመሆናቸው የተነሳ ሐቀኛ ማርክሲስት ሊሆኑ አይችሉም፤ ቢያንስ ግራ የተጋቡ፣ አለፍ ሲልም መሰሪና ጠላት መሆን አለባቸው የሚል ዓይነት በግልጽ የተነገረ ወይም በውስጥ የተያዘ አቋም ነበራቸው::[243]

በእንዲህ ዓይነቱ የወዳጅ/ጠላት አስተሳሰብ ምክንያት በርካታ ኢትዮጵያዊያን ሕይወታቸውን አጥተዋል፤ ብዙ ወገኖቻችን ተሰደዋል፤ በርካቶች ድምጻቸውን አጥፍተው ጊዜውን አሳልፈውታል፤ ሌሎች ደግሞ፣ የአገዛዝ አፋሽ አጎንባሽ ሆነው ቆይተዋል:: "ፀረ አብዮተኛ"፣ "አድኃሪ"፣ "ፋሽስት"፣ "አምስተኛ ረድፈኛ"፣ "ፎኮይስት"፣ "ፊዲስት"፣ "አናርኪስት" ወዘተ. ይባል ነበር:: በዘመኑ አስተሳሰብ የአንድ ድርጅት አባላት ሲገደሉ ወይም ሲታሰሩና ቶርቸር ሲፈጸምባቸው የነበሩት ሰዎች ሳይሆኑ "አድኃሪያን" ወይም "አናርኪስቶች" ናቸው፤ አንድ የአብዮታዊ ሰደድ አባል ከተገደለ የተገደለው አንድ ክቡር የሰው ልጅ ወይም አንድ ኢትዮጵያዊ ሳይሆን "ፋሽስት" ነው፤ አንድ የኢሕአፓ አባል ሲገደል (ወይም በዘመኑ ቋንቋ እርምጃ ሲወሰድበት) የተገደለው ሰብአዊ ፍጡር ሳይሆን "አናርኪስት" ነው::

---

243 የራስወርቅ አድማሴ፣ "በኢትዮጵያ የፖለቲካ ፍጅት…"፣ ገጽ 65::

እንዲህ ዓይነቱ የወዳጅ/ጠላት የፍረጃ አካሄድ በዓለም ላይ ለብዙ የሰው ልጆች ሕይወት መጥፋት ምክንያት እንደሆነ ይታወቃል:: ፖለቲካ እስካለ ድረስ የወዳጅ/ጠላት ክፍፍሉ አይቀሬ መሆኑን የሚገልጹ ምሁራንም አሉ:: የታወቀው ጀርመናዊ ምሁር ካርል ሽሚት በዚህ ጉዳይ ላይ በስፋት ከጻፉና ሐሳቡን ከሚያራመዱ ምሁራን መካከል በግንባር ቀደምነት ይጠቀሳል::[244]

ይሁንና የኢትዮጵያም ይሁን የሌሎች አገሮች ታሪክ እንዳስተማረን የፖለቲካ የበላይነት ለማግኘት ሲባል የተለየ ሐሳብ ያላቸውን አካላት በጠላትነት መፈረጅ የተለመደ፣ ግን ደግሞ አውዳሚ የሆነ የፖለቲካ ዘይቤ ነው:: የተሻለውና ለአገርና ለሕዝብ የሚጠቅመው መንገድ፣ ሁልጊዜም እኛና እነሱ የሚል የፖለቲካ ልዩነትና ተቀናቃኝነት የማይቀር (እና መቅረትም የሌለበት) መሆኑን ተገንዝቦ፣ የሐሳብ ልዩነቱና ተቀናቃኝነቱ ወደ ጠላትነት እንዳያድግ ማድረግ፤ ለዚህም ሲባል ጠንካራ ሥርዓታት መገንባት እና በጨዋታው ሕግ መሠረት ፉክክሮች እንዲቀጥሉ ማድረግ ነው::

በፖለቲካ ውስጥ ሊብራል ዴሞክራቶች እንደሚሉት ቅራኔዎች ሁልጊዜም በስምምነትና በመግባባት ይቋጫሉ ወይም መቋጨት ይገባቸዋል ማለት አይደለም:: በፖለቲካ ትግል ውስጥ ሁልጊዜም ሰጥቶ መቀበልና ስምምነት አስፈላጊ ነው ማለትም አይደለም:: ይልቁንም የተካረረ የሐሳብ ልዩነትና የጦፈ ፉክክር መኖሩ አይቀሬ ብቻ ሳይሆን አስፈላጊም ነው:: በፉክክሩም የአንዱ ወገን ሐሳብ አሸናፊ ሆኖ ሊወጣ ይችላል፤ ይገባዋልም:: አንዳንድ ጊዜ ሕዝብ የሚጠቀመው የአንደኛው ወገን ጥራት ያለው ሐሳብ አሸናፊ ሆኖ ሲወጣ ነውና:: ቁምነገሩ፣ ሁሉም ኀይሎች በጨዋታ ሕጉ ላይ ተግባብተው፣ አንዱ ሌላውን በጠላትነት ሳይሆን በተፎካካሪነት (በተቀናቃኝነት) መቀበላቸው እና በዚህ አግባብ መታገል መቻላቸው ነው:: አንደኛው ግለሰብ ወይም ቡድን የሌላውን አካል ሐሳብ ባይቀበለውም፣ አለመቀበል ብቻ ሳይሆን ተቀባይነት እንዳይኖረው አምርሮ ቢታገለውም፣ ሐሳቡን የመግለጽ ሙሉ መብቱን ግን የማክበር፣ ከዚያም አልፎ ሐሳቡን

[244] Carl Schmitt, *The Concept of the Political* (The University of Chicago Press, 1996)

የመግለጽ መብቱ ጥያቄ ውስጥ እንዳይገባ የመታገል ኀላፊነት አለበት:: ይህ ሳይሆን ቀርቶ፣ አንዱ ሌላውን በጠላትነት ከፈረጀው ግን አጀንዳው ሐሳቡን መታገል ሳይሆን የሐሳቡን ባለቤት ማሳደድ ይሆናል::[245]

በዘመናችን በብዙ የአውሮፓ፣ ሰሜን አሜሪካ፣ እስያና አንዳንድ የአፍሪካ አገሮች ውስጥ የፖለቲካ ተቀናቃኝን በጠላትነት ሳይፈርጁ በሰለጠነ የሐሳብ ፍጭት እና በሕዝብ ምርጫ (ወሳኝነትና ዳኝነት) ሥልጣን እንደሚያዝ ይታወቃል:: የተለየ የፖለቲካ ሐሳብና አመለካከት ያላቸው አካላት ጠላቶች ሳይሆኑ ተቀናቃኞች ወይም ተፎካካሪዎች ናቸው:: ስለሆነም ወይ ይጥፉ፣ ወይ እንጥፋ! የሚባልላቸው አይደሉም:: ብዙ ፍረጃዎችና ስም መጠፋፋቶች ይኖራሉ፤ አሉም:: ሆኖም ድርጅቶች እንደ ድርጅት፤ ግለሰቦችም እንደ ግለሰብ ጠላት ናቸውና ይጥፉ ሊባል አይገባም::

## 4.2 ፀረ ዴሞክራሲ፣ ትምክኅተኝነት እና ጠባብነት

የኢሕአዴግ ከፍተኛ መሪዎች፣ የፖለቲካ ጽንፈኝነት ዓይነተኛ መለያቸው የሆነው የኢትዮጵያ ግራ ኀይሎች አካል በመሆናቸው፣ ተቀናቃኞቻቸውን መሰየም፣ በጠላትነት መፈረጅ እና የፈረጁትን ኀይል ማጥፋት ያደጉበትና የኖሩበት የፖለቲካ ዘይቤ ነው:: ልዩ ልዩ የኅብረተሰብ ክፍሎችን በአብዮተኛና ፀረ አብዮተኛነት፣ በትምክኅተኛና ዴሞክራትነት፣ በጠባብነትና ተራማጅነት ወዘተ. እየከፋፈሉና እየፈረጁ ሲንቀሳቀሱ ኖረዋል:: በዚህ መንገድ ብዙ ኢትዮጵያዊያን ፀረ ዴሞክራት፣ ትምክኅተኛ፣ ጠባብና አሸባሪ እየተባሉ መጠነ-ሰፊ በደል ደርሶባቸዋል:: በርካታ ወገኖች እነዚህ ስያሜዎች እየተለጠፉባቸው ታስረዋል፤ ተገድለዋል፤ ተሰደዋል ወዘተ.::

አገዛዙ ስለ መድበለ ፓርቲ ሥርዓት፣ ሐሳብን በነጻነት ስለ መግለጽ መብትና ስለ መደራጀት ነጻነት አበክሮ እየተናገረ፣ እዚያው በዚያው የመድበለ ፓርቲ ሥርዓትን ሲደፍቅ እንደኖረ የታወቀ ነው:: ሐሳብን

---

245 Chantal Mouffe, *On the Political: Thinking in Action* (London: Routledge, 2005), pp. 20-21.

በነጻነት የመግለጽ እና የመደራጀት መብቶችም ምን ያህል ለበርካቶች መዋከብ ምክንያት እንደነበሩ የቅርብ ጊዜ ትዝታ ነው::

ኢሕአዴግ ከእሱ በፊት የነበሩትን አገዛዞች ጭራቅ አድርጎ ለመሳል ያልፈነቀለው ድንጋይ አልነበረም:: ሌሎች የፖለቲካ ኀይሎች "ፀረ ዴሞክራቶች"፣ "ትምክኅተኞች"፣ "ጠባቦች" እና "የብተና ኀይሎች" ስለመሆናቸውም ያልተባለ፣ ያልተነገረና ያልተጻፈ ነገር አልነበረም:: በኢትዮጵያ ሕዝብ ፊት የተደቀኑት ሁለት አማራጮች አንድም በልማታዊና ዴሞክራሲያዊ መስመር (ኢሕአዴግ) ሄዶ ዴሞክራሲያዊ አንድነትንና ልማትን ማረጋገጥ፤ ይህ ካልሆነ ደግሞ በፀረ ዴሞክራሲ መንገድ ሄዶ ብተናን መጋበዝ ነው እየተባለ ብዙ አውዳሚ ስብከት ተሰብኳል:: ወጤቱም እየታየ ነው::

## 4.3 ከየቀን ጅብ ወደ ጁንታ፣ አሸባሪ፣ ጽንፈኛ...

በኢሕአዴግ ውስጥ የነበረው እና ነባሩን አካሄድ ከውስጥ ሆኖ በመታገል የወጣው፣ "የለውጥ ኀይል" እየተባለ ሲጠራ የነበረው የነ ዐቢይ ቡድን፣ ይህን የኢትዮጵያን የፖለቲካ ባህል በክሎት የኖረውን የወዳጅ/ጠላት ፍረጃ ከሥረ-መሠረቱ ይቀይረዋል የሚል ከፍተኛ ተስፋ ተጥሎበት እንደነበር አይዘነጋም:: የነ ዐቢይ ቡድን ስለ ኢትዮጵያዊነት፣ ስለ አብሮነት፣ ስለ ይቅርታ እና ስለ ፍቅር በስፋት ሲሰብክ ስለቆየ፣ ነባሩን አግላይ የሆነ የወዳጅ/ጠላት የፖለቲካ መንገድ ለአንዴና ለመጨረሻ ጊዜ ለመሻገር አመቺ ሁኔታ የተፈጠረ መስሎ ነበር:: ከገዥው ፓርቲ ውጪ ያሉትን ፓርቲዎች መጠሪያ አስመልክቶ ጠቅላይ ሚኒስትር ዐቢይ፣ "ተቃዋሚ ፓርቲ" ከሚባሉ፣ "ተፎካካሪ ፓርቲዎች" ቢባሉ የተሻለና ተመራጭ መሆኑን ሲገልጹ ደግሞ ይህ ተስፋ ይበልጥ ሰፍቶ ነበር::

ሆኖም ሰኔ 16 ቀን 2010 ዓ.ም. "የለውጥ ኀይሉን" እና ለውጡን ለመደገፍ በወጣው ሕዝብ ላይ፣ በተለይም በጠቅላይ ሚኒስትር ዐቢይ

ላይ ያነጣጠረ ነበር ከተባለው የግድያ ሙከራ አደጋ በኋላ፣ የነበረው በጎ ስሜት አልቀጠለም:: ጠቅላይ ሚኒስትር ዐቢይ የተከሰተውን አደጋ በገለጹበት ንግግር የዚያ አደጋ አቀነባባሪዎችና መሪዎች ናቸው የተባሉትን አካላት "የቀን ጅብ" ሲሉ ፈረጇቸው:: ብዙም ሳይቆይ "የቀን ጅብ" የሚለው ስያሜ የቀድሞውን አገዛዝ ቁንጮ መሪዎች፣ በተለይም የሕወሓትን መሪዎች ብቻ ሳይሆን የድርጅቱን ደጋፊዎች የሚወክል ሆኖ በመቅረብ በማኅበራዊ ሚዲያው ተሰራጨ:: ለውጡ ለእኛ ሳይሆን በእኛ ላይ የመጣ ነው የሚል እምነት የያዙት አክራሪ የትግራይ አክቲቪስቶችና ፖለቲከኞች በበኩላቸው ስያሜው በትግራይ ሕዝብ ላይ ያነጣጠረ መሆኑን እየገለጹ፣ በመሰላቸውና ይጠቅመናል በሚሉት መንገድ በስፋት አቀጣጠሉት:: በዚህም ከለውጡ ጎን ሊሰለፉ ይችሉ የነበሩ የትግራይ ተወላጆችን ከሕወሓት ጎን ማሰለፍ ቻሉ::[246]

የሕወሓት አመራሮች ለዘመናት የትግራይ ሕዝብ እጣ ፈንታውን ከድርጅቱ ጋር እንዲያቆራኝ የሠሩት ሥራ በእነሱ ጥረት ሳይሆን "በለውጥ ኀይሉ" ድክመት ምክንያት ተሳካላቸው::

ያ "የቀን ጅብ" የሚለው ፍረጃ በተለይ ከየካቲት 66 አብዮት ወዲህ የኢትዮጵያን የፖለቲካ አየር በክሎት የቆየው የወዳጅ/ጠላት ፖለቲካ ተመልሶ በአዲስ መጠሪያ መከሰቱን የሚገልጽ አደገኛ ፍረጃ ነበር:: የወዳጅ/

[246] ለውጡ የእኛን ጥቅም የማያስከብር፣ ያለፈውን ሥራችንና ታሪካችንም የሚያጠፋ ነው ብለው የሚያምኑ የቀድሞው አገዛዝ ወሳኝ መሪዎች የለውጡ ዋና እንቅፋትና አደናቃፊ ሆነው መቅረባቸው ስለማይቀር፣ "የለውጥ ኀይሉ" ሽግግሩን በአግባቡ መርቶ ለውጤት ለማብቃት እነዚህን አካላት በልዩ ሁኔታ መያዝ፣ ከተቻለም ለውጡ ለእነሱ ጭምር የመጣ መሆኑን አሳምኖና ለፖለቲካ ሽግግሩ ሲባል ጥቅማቸውን አስከብሮ፣ አክራሪውን ቡድን መከፋፈልና የተወሰኑትን (ከተቻለም ብዙሃኑን) ከጎኑ ማሰለፍ ነበረበት:: ይህ ባለመደረጉ ከሕወሓት መሪዎች ውስጥ አንዱንም ከለውጡ ጎን ማሰለፍ አልተቻለም:: ይህም ውሎ አድሮ ለውጡን አምርሮ የሚቃወመውን ቡድን አጠናከረው፤ የእርስ በርስ ጦርነትንም ጋበዘ:: እንደ እውነቱ ከሆነ፣ የሕወሓት መሪዎች የፖለቲካ ምኅዳሩ መከፈቱ (liberalized መሆኑ) አደጋ ውስጥ ገብቶ የነበረውን ሥልጣናቸውን እንደሚታደገው አምነው፣ የፖለቲካ እስረኞች እንዲፈቱ እና ምኅዳሩ እንዲሻሻል ከሌሎች የኢሕአዴግ አባል ድርጅቶች ጋር አብረው ተስማምተው ነበር:: ለውጡ በሕዝብ አስገዳጅነት የመጣ ቢሆንም፣ ተገደው ለውጡን በመቀበል ረገድ የሕወሓት መሪዎች ከሌሎች የተለዩ አልነበሩም:: ለውጡ ወደ ፖለቲካ ሽግግር እንዲያመራ ግን እነሱም ሆኑ ብልጽግናን የመሠረቱት ኀይሎች ቁርጠኝነት እንደሌላቸው ታይቷል::

ጠላት ፍረጃው በዚህ ሳይወሰን “ባንዳ”፣ “ጁንታ”፣ “አሸባሪ”፣ “ፋሽስት” የተሰኙ ቃላት የፖለቲካ አየሩን ተቆጣጠሩት:: አንዱ ሌላውን በጠላትነት የሚፈርጅበት የፖለቲካ ዘይቤ አሁንም እንደቀጠለ መሆኑ በግልጽ ታየ:: ከለውጡ ማግስት ጀምሮ ስለ ይቅርታ፣ ስለ ፍቅርና መደመር በስፋት ቢነገረንም፣ አሁንም ለዘመናት ከኖርንበት የወዳጅ/ጠላት አስተሳሰብ አልተሻገርንም:: ይህም እጅግ ውድ ዋጋ እያስከፈለን ይገኛል::[247]

## 4.4 ወይ ተደመር፤ ወይ ተመርመር!

የኢትዮጵያ የፓርቲ ፖለቲካ ታሪክ በጣም አጭር ነው:: አጭር ከመሆኑም ባሻገር አጀማመሩ በግራ ዘመም ድርጅቶች፣ በህቡዕ አደረጃጀት የተጀመረ ነው:: በዘመኑ ገንኖ የነበረው ደግሞ የተለመደው ሌኒኒስታዊ የአንድ ፓርቲ ግንባር ቀደም አስተሳሰብ/አደረጃጀት ነበር::

በዚህ አስተሳሰብ መሠረት ሌሎች የፖለቲካ ስብስቦችም ሆኑ የሙያና የጥቅም ማኅበራት በግንባር ቀደሙ ፓርቲ ሥር ሆነው የሚንቀሳቀሱ እንጅ የራሳቸው ህልውና ያላቸው አይደሉም:: መድበለ ፓርቲ ብሎ ነገር አይታሰብም:: እሱ “የቡርዧው አስመሳይነት” ነው::

ኢሕአዴግ ሥልጣን ከያዘ በኋላ እንዲህ ዓይነቱ አካሄድ ቀርቶ፣ የመድበለ ፓርቲ ሥርዓት እውን ሆኗል ቢባልም ብዙዎቹ ፓርቲዎች (ሊብራል ዴሞክራት ነን የሚሉትም ጭምር) የግራው አስተሳሰብ ሰለባዎች ነበሩ ማለት ይቻላል፡- እንደ ኢዴፓ ዓይነት የተሻለ ውስጠ ፓርቲ ዴሞክራሲ የነበራቸው ድርጅቶች የነበሩ ቢሆንም::

ለዚህ ነው፣ የፖለቲካ ባህላችን ገና ከግራው አስተሳሰብ ሙሉ በሙሉ ባልተላቀቀበት ሁኔታ “ወይ ተደመር፤ ወይ ተመርመር” የሚለው ቀላል የሚመስል መፈክር እጅግ አደገኛ የሚሆነው:: የፖለቲካ ነፃነት

---

[247] እዚህ ላይ ግልጽ መሆን ያለበት፣ እንኳን በእኛ ዓይነት ኋላቀር ፖለቲካ ውስጥ ይቅርና፣ የሰለጠነ የፖለቲካ ፉክክር በሚያካሂዱ ኀይሎች መካከልም ፍረጃና ስም መጠፋፋት የተለመደ ነው:: የእኛን ሁኔታ አደገኛ የሚያደርገው ፍረጃው ብሔረሰባዊ ቅርጽ ሊይዝ መቻሉ፤ በዚህም በለውጡ ተገፍቻለሁ የሚለው አካል አወክለዋለሁ የሚለውን ብሔረሰብ ቀስቅሶ ከጎኑ ሊያሰልፍበት መቻሉ ነው:: ሕወሓት ያደረገውም ይህንኑ ነው::

በተከበረበትና የሕግ የበላይነት በተረጋገጠበት አገር እንዲህ ቢባል ምንም የሚገርም አይሆንም:: ከዚህም ያለፈ ነገር ሊባል ይችላል:: በእኛ አገር ግን ትርጉሙ በጣም የተለየ ነው:: የፖለቲካ ነጻነት ባልተከበረባትና የሕግ የበላይነት ባልተረጋገጠባት ኢትዮጵያ እንዲህ ዓይነት መፈክር ትርጉሙ ከመፈክርነት ያለፈ ነው:: የተለየ አቋም መያዝን እንደ መብትና ጸጋ የማይቆጥር ከመሆኑም ባሻገር ያልተደመሩትን የሚጠብቃቸው ምን እንደሆነ አመላካች የሆነ፣ አማራጭ የሚያሳጣ መፈክር ነበር:: በርግጥም ብዙም ሳይቆይ ያልተደመሩት ማረፊያ እስር ቤት ወይም ስደት እየሆነ መምጣቱ ተረጋግጧል::

## 5. ሕዝባዊነት ወይስ ሕዝበኝነት?

ሕዝበኝነት ከነጻና ገለልተኛ ተቋማት ፋይዳ ይልቅ የሕዝቡ ጥበብ (ዕውቀት) ይበልጣል ከሚል መንፈስ የሚነሳ፤ ግን ደግሞ በሕዝብ ስም የአንድን ግለሰብ ወይም የአንድን ቡድን አጀንዳ ለማሳካት የሚራመድ አስተሳሰብ ነው::[248] ከልኂቃኑ ይልቅ ሕዝቡ፣ እንዲሁም ከተቋማት ይልቅ የሕዝቡ የራሱ የአኗኗርና አሠራር ዘይቤ ዓይነተኛ እና ወሳኝ ነው ብሎ የማመን ዝንባሌ አለው - ሕዝበኝነት:: ሕዝበኝነት ከርዕዮተ ዓለም፣ ከድርጅታዊ አሠራር እና ከተቋማት ጋር በተቃርኖ የቆመ አስተሳሰብ ነው::

ሕዝበኞች በተለያየ መልክ የሚገለጹ ቢሆንም፣ ሕዝብን የሚያማልሉ ኮርኳሪ ቃላትን በመጠቀም የብዙሃኑን ሕዝብ ቀልብ ለመሳብ በሚያደርጉት ጥረት ይመሳሰላሉ:: ለአገርና ለሕዝብ የሚጠቅመው በጥናትና ምርምር የተገኘ ነገር ምንድን ነው ሳይሆን፣ ሕዝቡ የሚፈልገው ምንድን ነው? ከሚል ጥያቄ በመነሳት፣ ስሜት ኮርኳሪ

---

[248] Paul Taggart, *Populism* (London: Open University Press, 2002), pp. 1-21 & 75-76. ሕዝበኝነትን በሚመለከት የተለያዩ እሳቤዎች አሉ:: አንዳንድ ምሁራን ሕዝበኝነት አሉታዊ ብቻ ሳይሆን አወንታዊ ገጽታም እንዳለው ይከራከራሉ:: በዚህ መጽሐፍ ውስጥ ስለ ሕዝበኝነት የቀረበው፣ ጥቅመኛ ፖለቲከኞች በተቋማት ግንባታ ላይ ከማተኮር ይልቅ የሕዝቡን ስሜት በመኮርኮር ወደ ሥልጣን ለመምጣትና በሥልጣን ላይ ለመቀጠል የሚያደርጉትን ጥረት በሚገልጽ አኳኋን ነው::

ንግግሮችን በማድረግ የሕዝብን ቀልብ ለመሳብና ከጎናቸው ለማሰለፍ በጣም ብዙ ርቀት ይጓዛሉ::

በዓለማችን በርካታ ሕዝበኛ መሪዎች ታይተዋል:: ኮርኳሪ ቃላትን በመጠቀም የሕዝቡን ስሜት እየቆሰቆሱ ለሥልጣን የበቁ፣ ከዚያ በኋላ ግን ሥልጣን ላይ ያወጣቸውን ሕዝብ መልሰው ያስለቀሱ ገዥዎች ነበሩ፤ አሉም:: በኢትዮጵያም ቢሆን እነ ኮ/ል መንግሥቱ ኀይለማርያም "መንጌ"፣ "ቆራጡ አብዮታዊ መሪ"፣ "የሕዝብ ልጅ" ወዘተ. እየተባሉ፤ እነሱም በፊናቸው "ያለ ምንም ደም ኢትዮጵያ ትቅደም!" እያሉ እየተናገሩ፣ አስፈላጊ ሲሆንም በሠራዊቱ እና በሕዝቡ መካከል እየተገኙ አብረው እየበሉና እየጠጡ፣ በአደባባይ እንባ እያወጡ እያለቀሱ ወዘተ. ምን ያህል በሕዝቡ ልብ ውስጥ ለመግባት ይሞክሩ እንደነበር የቅርብ ጊዜ ትዝታ ነው::

ኢትዮጵያዊያን የምንተማመንባቸው ጠንካራ፣ ነጻና ገለልተኛ ተቋማት ስለሌሉን በሕዝበኛና አምባገነን መሪዎች ዙሪያ በጭፍራነት የመኮልኮልና አምባገነንን የመኮትኮት ልማድ አዳብረናል:: ይህ በአንድ ቡድን ወይም በአንድ ግለሰብ ዙሪያ የመኮልኮል ልማድ የዴሞክራሲ ፀር ነው:: እንዲህ ዓይነቱ ለግለሰብ የማደግደግ ክፉ ልክፍት በጠቅላይ ሚኒስትር መለስ ዜናዊ ጊዜም ታይቷል::[249] የፓርቲና የመንግሥት አመራሮች ከላይ እስከ ታች የአቶ መለስ አምላኪዎች ነበሩ:: እንደ አቶ መለስ መናገርም የተለመደ ነበር:: በወቅቱ አቶ መለስ በዘመናት ውስጥ ከሚፈጠሩ ባለ ራዕዮች አንዱ ናቸው እየተባለ ያልተነገረ ነገር አልነበረም:: ከሕልፈተ ሕይወታቸው በኋላ አቶ መለስ "ታላቁ መሪ" ተብለው እንዲጠሩ የሚያስገድድ ሕግ ወጥቶ እንደነበርም አይዘነጋም::

---

[249] በኢሕአዴግ ውስጥ የግለሰብ ተክለ ሰብዕና ግንባታ እንደ አደጋ የሚቆጠር ነገር ነበር፡፡ ሆኖም ከሕወሓት የ1993 ዓ.ም. ክፍፍል በኋላ አቶ መለስ ዜናዊ ከዚህ የድርጅቱ ነባር አሠራር ውጪ በሆነ መልኩ ራሳቸውን በማግነን፣ ከሌሎች የድርጅቱ ከፍተኛ አመራሮች ተለይተው አድራጊ-ፈጣሪ ሆነው ነበር፡፡ የኋላ ኋላ ድርጅቱን ያዳከመውና ለውድቀት የዳረገው አንዱ ምክንያትም ይኸው የአንድ ሰው አምባገነንነት መገንገን ነው ማለት ይቻላል፡፡

አሁንም ብዙዎቻችን እዚያው ነን:: ዛሬም ከተለመደው ለግለሰብ የማደግደግና አምባገነንን ከማንገሥ አካሄድ አልተፈወስንም:: ከአብዮታዊ ዴሞክራሲ ውጪ ያለው አማራጭ የፀረ ዴሞክራሲና የብተና አማራጭ ነው ሲሉን የከረሙት ጥቅመኛ ፖለቲከኞች ዓይናቸውን በጨው አጥበው ከብልጽግና ፓርቲ ውጪ ያሉት ፓርቲዎች አማራጭ የላቸውም፤ ሊኖራቸውም አይችልም፤ ኢትዮጵያ ያላት ብቸኛ አማራጭ ብልጽግና ሲሆን መሪዋም ዐቢይ አሕመድ ብቻ ናቸው እየተባለ ነው:: ትናንትና የአቶ መለስን ፎቶግራፍ ሲሳለሙ የነበሩ የለየላቸው ጥቅመኞች፣ ዛሬ ተመልሰው "የለውጥ ኀይል" ሆነው የጠቅላይ ሚኒስትር ዐቢይን ምስል በየቢሯቸው፣ በየስልካቸውና በየመኪናቸው ሰቅለዋል:: ራሳቸው ጠቅላይ ሚኒስትር ዐቢይም ሕዝበኛ በሆኑ አጀንዳዎች ተጠምደው ከርመዋል:: በንድፈ ሐሳብ ረገድ ቅርጽ የሌለውና ምንነቱ የማይታወቅ

የተደበላለቀ አስተሳሰብ በማራመድ፤ አንድ ጊዜ መሥመራችን መደመር ነው ሲሉ፣ ሌላ ጊዜ አሁንም ልማታዊ ዴሞክራሲን አልተውንም ብለው ሲናገሩ፣ ሌላ ጊዜ ደግሞ የምንከተለውን ርዕዮተ ዓለም አንነግራችሁም ሲሉ፣ በተግባር ግን መመሪያቸው ሕዝበኛ የሆነ አስተሳሰብ መሆኑን ሲያሳዩን ከርመዋል::

የሕወሓትን ቡድን ፍጹማዊ የበላይነት አሸንፎ ራሱን በሕወሓት ቦታ የመተካት ፍላጎትና ዝግጁነት ያለው "የለውጥ ኀይል" እየተባለ የሚጠራው ቡድን ሕወሓት የተከለውን የብሔረሰብ ፖለቲካ [ውስጥ ውስጡን] ይበልጥ አክራሪ በሆነ መልኩ በማቀጣጠል እና በአገር ውስጥና በውጭ ከሚገኙ የሥርዓቱ ተቃዋሚዎች ጋር አብሮ በመሥራት ብሔርተኝነትንና ሕዝበኝነትን እያመጋገበ በመጠቀም ሥልጣን እንደያዘ (እንደነጠቀ) ይታወቃል::

ይኸው ኀይል ተከታዮቹን አንድ ላይ ሊያሰባስብ የሚችል የጠራ የፖለቲካ መሥመር ስለሌለው የተሻለና ተመራጭ መስሎ የታየው በዘመነ ኢሕአዴግ በእጅጉ ሲወገዝ የነበረውን ሕዝበኝነትን እንደ ዋና የፖለቲካ

ስትራቴጂ መጠቀም ይመስላል:: የድርጅቱን መሪዎች ግብዝ በሆነ መልኩ ከልክ በላይ ማግነን፣ በጎን ስለ ኢትዮጵያና ኢትዮጵያዊነት እንደ ማር የሚጣፍጥ ንግግር እያደረጉ እዚያው በዚያው ደግሞ አንዱን ብሔረሰብ ሰማይ መስቀል፣ ለውጡ የእኛ የትግል ውጤት ነው እያሉ ስሜት ኮርኳሪ ቅስቀሳ ማድረግ፤ ሰበርናቸው፣ ቁማሩን በላናቸው ወዘተ. እያሉ ደጋፊ ለማሰባሰብ በርካሽና ቅርብ አዳሪ ቅስቀሳ መጠመድ የተለመደ አሠራር እየሆነ መጥቷል::

የብልጽግና መሪዎች ማይክራፎን ሲጨብጡ የሕዝብን ቀልብ ለመሳብ የሚያደርጉት ስሜት ኮርኳሪ (ግን ደግሞ ፍሬ የማይሞላና አንዳንድ ጊዜም አደገኛ) ንግግር በሥልጣን ላይ ያለው አካል በንድፈ ሐሳብ ወይም በፖለቲካ መሥመር ቀውስ ውስጥ እየዳከረ እንደሚገኝ የሚያሳይ ነው:: ባጭሩ፣ ከብልጽግና መርሆች መካከል አንዱ ሕዝባዊነት ነው ቢባልም፣ የእስካሁኑ የድርጅቱ መሪዎች አካሄድ የሚያሳየው ዓይነተኛ መለያቸው ሕዝባዊነት ሳይሆን ሕዝበኛነት መሆኑን ነው::

## 6. ብልጽግና፡- ከምር ወቅቶ ጭብጥ

እንደ ኢትዮጵያ ያሉ የአንድ አፋኝ ፓርቲ አገዛዝ ነግሦባቸው የቆዩ አገሮች የጠንካራ ድርጅት/ቶች ምድረ በዳ በመሆናቸው፣ ስለ ለውጥ ሲወራ ትልቁ ትኩረት በገዥው ፓርቲ ላይ ነው:: ገዥው ፓርቲ ተቀናቃኞቹን ደፍቆ የራሱን መዋቅር ከላይ እስከ ታች ዘርግቶ የኖረ ድርጅት በመሆኑ፣ ከውስጡ የሚሰርጽ ለውጥ፣ ባጠቃላይ ሽግግሩ ላይ አወንታዊም ሆነ አሉታዊ አስተዋጽዖ ይኖረዋል:: ፓርቲው ምሕረት የለሽ የሆነ ውስጣዊ ለውጥ አድርጎ ራሱን አድሶ ወይም በአዲስ መልክ ተደራጅቶ ነጥሮ ከወጣ ለራሱና ለሚመራው መንግሥት ብቻ ሳይሆን፣ ለሌሎች ተፎካካሪ ፓርቲዎች፣ ሲቪል ማኅበረሰብ ድርጅቶች፣ መገናኛ ብዙኃን እና በአጠቃላይ ለፖለቲካ ምኅዳሩ በጎ አስተዋጽዖ ያደርጋል:: ጠንካራ ገዥ ፓርቲ ሲኖር ብቻ ነውና፣ ተፎካካሪ ፓርቲዎች ሳያንቀላፉ ሠርተው የተሻለ ለመሆን የሚታገሉት::

ከዚህ አንጻር ብልጽግና ፓርቲ በታሪክ አጋጣሚ ከራሷ ጋር የታረቀች ኢትዮጵያን ለመገንባት የሚደረገውን ጉዞ የመምራት ዕድል ያገኘ ድርጅት ቢሆንም፣ ለውጡን የያዘበት መንገድ ግን፣ እንኳን ወደ ዴሞክራሲ ሽግግር ሊመራን ቀርቶ፣ የአገሪቱን ህልውናም አደጋ ውስጥ የከተተ ሆኗል:: በተለይ በጥቅመኞች የተበከለውን የኢሕአዴግን መዋቅር ሳያጠራ እንዳለ መረከቡ፤ በዚህም በመንግሥትና በሕዝቡ መካከል የነበረውን የተበላሸ ግንኙነት በመጠገን መተማመንን መፍጠር አለመቻሉ ዋነኛው የችግሩ ምንጭ ነው:: በዘመነ ኢሕአዴግ በዘራፊነታቸውና ፈላጭ ቆራጭነታቸው ይታወቁ የነበሩ ጥቅመኞች ዛሬም በለውጥ ኀይል ስም በፓርቲው ውስጥ ተሰግስገዋል:: በዘመነ ኢሕአዴግ የአገሪቱን አንጡራ ሀብት ሲቀራመቱ የነበሩ ተጠቃሚ ባለ ሀብቶች፣ ደላሎች እና የአገዛዙ ጭፍሮች ዛሬም ባሉበት ቀጥለዋል:: በኢሕአዴግ ውስጥ ገንግኖ የነበረው ጥቅመኝነትና የደላላ አድራጊ-ፈጣሪነት አሁንም በፓርቲና በመንግሥት መዋቅር ውስጥ ተባብሶ ቀጥሏል::

ይህ ብቻ ሳይሆን፣ ፓርቲው የተዋሐደበት ግልጽነት የጎደለው መንገድ እንደተጠበቀ ሆኖ፣ ግልጽ የሆነ የልማት መሥመርና የፖለቲካ አማራጭ ማስተዋወቅ አለመቻሉ፣ የሽግግር ፍትሕ አለማስፈኑ እና የፍትሕ ተቋማቱን እሱም እንደ ኢሕአዴግ በመግዣ መሣሪያነት መጠቀም መጀመሩ፣ የዜጎችን ሰላምና ደኅንነት ማረጋገጥ የተሳነው ወይም ለማረጋገጥ ፍላጎት የሌለውና ቀውስን እንደ አንድ የመግዣ መሣሪያ የሚያይ ድርጅት ሆኖ መታየቱ፣[250] ከለውጡ በኋላ የተካሄደው አገራዊና ክልላዊ ምርጫ ሂደትና የታየው ኢፍትሐዊነት፣[251] በለውጡ

---

[250] የጠቅላይ ሚኒስትር ዐቢይ መንግሥት ወደ ሥልጣን ከመጣ በኋላ የፍትሕ ሥርዓቱ ነጻ ይወጣል፤ ሥራውንም በነጻነትና በገለልተኝነት ያከናውናል የሚል ከፍተኛ ተስፋ በብዙዎች ዘንድ የነበረ ቢሆንም፣ እንደታሰበው ሊሆን አልቻለም:: "ሳናጣራ አናስርም" ከተባለ ማግስት ጀምሮ በአገሪቱ ተጠርጣሪዎች የሚያዙበት፣ የፍርድ ቤት ሂደቱ የሚመራበት ወይም ጉዳያቸው የሚታይበት እና ከእስር የሚለቀቁበት ሁኔታ፣ ነባሩን ሕግን በመግዣ መሣሪያነት የመጠቀም አካሄድ የሚያስታውስ ነው::

[251] 6ኛውን አገራዊና ክልላዊ ምርጫ ተከትሎ፣ መስከረም 24 ቀን 2014 ዓ.ም. በተካሄደው በዓለ ሢመታቸው ላይ

ተገፍቻለሁ የሚለውን የሕወሓትን ማን-አህሎኝነትና ኢዴሞክራሲያዊና መሰሪ ባሕሪ በበቂ ሁኔታ ተረድቶ አስፈላጊውን ዝግጅት አለማድረጉ፣ ከኤርትራ ጋር የተፈጸመው ግልጽነት የጎደለው ግንኙነት በኢትዮጵያ የፖለቲካ ሽግግር ላይ አሉታዊ ተጽዕኖ ማሳረፉ፣ የገባንበት የማያባራ የእርስ በርስ ጦርነት ወዘተ. አገሪቱን ውድ ዋጋ አስከፍሏታል፤ የለውጡን ጎዳናም ከድጡ ወደ ማጡ አድርጎታል::

የእስካሁኑ ሂደት እንደሚያሳየው፣ ብልጽግና ፓርቲ በጥቅመኛነት የተበከለ፣ የሐሳብ ጥራትና የዓላማ ወጥነት የሌለው፣ አገሪቱ የገባችበትን መቀመቅ በበቂ ሁኔታ የማይገነዘቡ በምናብ ዓለም የሚኖሩ አመራሮች የሞሉበት፣ ዓይን ያወጣ ቅጥፈትና ብልጣ ብልጥነት መለያው የሆነ ድርጅት ነው ማለት ይቻላል::[252]

---

ንግግር ያደረጉት ጠቅላይ ሚኒስትር ዐቢይ፣ ስለምርጫው ሲገልጹ "6ኛው አገር አቀፍ ምርጫ ከእንከኖች ሁሉ የጸዳና የምኞታችንን ያህል እጅግ የተሳካ ነው ባይባልም፣ የዘመናት ጥያቄ የነበረውን ዴሞክራሲያዊ ሥርዓት የመትከልና የማጽናት ሕልም እውን ለማድረግ አዲስ ምዕራፍ ከፍቷል፤ አንድ እርምጃም ወደፊት አራምዶናል" ማለታቸው አይዘነጋም:: ጥር 2014 ዓ.ም. የታተመው "ልሳነ ብልጽግና" የተሰኘው የድርጅቱ ልሳን በበኩሉ፣ "ስድስተኛው አገራዊ ምርጫ ከብልጽግና ፓርቲ አሸናፊነት በላይ፣ ምናልባትም በኢትዮጵያ ታሪክ ለመጀመሪያ ጊዜ ማለት ይቻላል፣ ኅብረ-ብሔራዊ ወንድማማችነት የታየበት ብቸኛ ምርጫ ነው:: ሁሉም ኢትዮጵያዊያን ‹ብልጽግና ይምራን› የሚል የተባበረ ድምጽ አሰምተዋል" ሲል ያትታል:: በአማራ ክልል፣ በአዲስ አበባና በተወሰነ ደረጃ በደቡብ ክልል ከነበረው አንጻራዊ ፉክክር ውጪ፣ በኦሮሚያ እና በሌሎች ክልሎች የነበረው የኢሕአዴግን ዘመን የሚያስታውስ አፈና ስለሚታወቅ፣ እንዲህ ዓይነቱ ከሐቅ የራቀ ገለጻ ትዝብት ውስጥ የሚጥል ከመሆኑም በላይ፣ የድርጅቱ መሪዎች ስለ ዴሞክራሲ ያላቸው አተያይ የተበላሸ መሆኑን የሚያስገነዝብ ነው::

[252] ፕሮፌሰር ሺፈራው በቀለ የፖለቲካ ፕሮፌሽን ግርማ ሞገስና አክብሮት መጎናጸፍ በቀጥታ ከቅቡልነት/ሌጂትሜሲ ጋር እንደሚቆራኝ ገልጸው:- "አብዮት ካመጣቸው ብዙ መዘዞች አንዱ የፖለቲካ ፕሮፌሽናል ደረጃ እየወደቀ መሄድ ነው:: ፖለቲካ ማለት መቀላመድ፣ የመንግሥትን እና የአገርን ሀብት ልፎ ለልጅ ልጅ፣ ለዘመድ አዝማድ፣ ለአምቻ ለጋብቻ፣ ለዝርያ ለጎሳ ‹ጮማ መቁረጥ ጠጅ ማፍሰስ› ማለት ሆኗል:: በኢትዮጵያዊያን አእምሮ ውስጥ በፖለቲካና በማፊያ መካከል ልዩነቱ እየደበዘዘ ሄዷል ማለት ይቻላል:: ... ፖለቲካና ፖለቲከኞች የተከበሩ ካልሆኑ፣ ጨዋ የጨዋ ጨዋ ካልሆኑ፣ ላገር አሳቢ ለወገን ተቆርቋሪ ካልሆኑ፣ የሚናገሩት መሬት ጠብ የማይል ካልሆኑ ምንም ያህል ውብ ውብ ርዕዮቶችን ስንደቀድቅ ብንውል ርዕዮቻችን ዋጋ አይኖራቸውም::" ብለው ነበር:- ሺፈራው በቀለ፣ "አብዮት፣ ሌጂትሜሲና ፖለቲካ:- ሦስት ዐበይት ሒደቶችና ርዕይ 2020"፣ *ኢትዮጵያ ከአንድ ትውልድ በኋላ፣ የኢትዮጵያ ኢኮኖሚክስ ባለሙያዎች ማኅበር ባዘጋጀው ርዕይ 2020 የውይይት መድረክ የቀረቡ ጽሑፎችና አስተያየቶች* (አዲስ አበባ፣ ነሐሴ 1996)፣ ገጽ 26-27::

ፕሮፌሰር ሺፈራው ይህንን ጽሑፍ ካቀረቡ ከሁለት ዐሥርት በኋላ ያለውን የአገራችንን የፖለቲካ የሞያ ደረጃ ስንመለከተው፣ ከነበረበት አሳዛኝ ሁኔታም ይበልጥ እንዳሽቆለቆለ እንረዳለን፡፡ ከላይ ከጠቅላይ ሚኒስትሩ ጀምሮ ያሉት

የድርጅቱ ፕሬዚዳንት የሆኑት ዐቢይ አሕመድ በኢትዮጵያ ታሪክ ብልጽግናን ልዩ የሚያደርገው በመጤ ሳይሆን በአገር በቀል እሳቤ የተመሠረተ ፓርቲ መሆኑ ነው ብለውን ሲያበቁ፣ ብዙም ሳይቆዩ ፓርቲው የመግባባት ዴሞክራሲን እየገነባ መሆኑን ይነግሩናል::[253] አንዳንድ የፓርቲው ከፍተኛ መሪዎች ሳይቀሩ፣ ብልጽግና ማለት አንድ ክምር እህል ወቅቶ ጭብጥ ምርት እንደሚገኝበት ገለባው የበዛ አዝመራ ነው ሲሉ የሚደመጡት፣ በድርጅቱ መሪዎች ዘንድ የሐሳብና የዓላማ አንድነት ስለሌለ ነው::[254] ድርጅቱ ከመነሻው የጽንስ ችግር ስላለበት አይድንም፣ አይሻሻልም የሚሉትም ብዙ ናቸው:: ባጭሩ፣ አሁን ባለው ሁኔታ፣ ብልጽግና ፓርቲ ችግር ፈጣሪ ሳይሆን [በራሱ] ችግር ነው ማለት ይቻላል:: ዋነኛው የኢትዮጵያ የህልውና አደጋ የሚመነጨው በጥቅመኛነት አረም ከተዋጠው ብልጽግና ፓርቲ ነው::

እንደ ኢትዮጵያ ባሉ ከፍ ያለ የብሔረሰብ፣ የሃይማኖትና የፖለቲካ አመለካከት ክፍፍል ባለባቸው አገሮች ውስጥ ዋነኛው ችግር ፈጣሪ ልኂቁ ሲሆን፣ ችግሩ ከመሠረቱ ሊቀረፍ የሚችለውም በገዥው ፓርቲ መሪዎች መካከልም ሆነ በገዥው ፓርቲና በሌሎች የፖለቲካ ኀይሎች [ልኂቃን] መካከል ቀጣይነት ያለው ውይይት፣ ምክክርና ድርድር ሲኖር፤ ለዚህም አስቀድሞ ውል ሲታሰር እና በዚህም ምክንያት ከፍ ያለ መተማመን ሲፈጠር ነው::

---

መሪዎች የሚናገሩትና የሚሠሩት የማይገናኝ በመሆኑ፣ በሕዝቡና በመንግሥት መካከል ያለው ግንኙነትና መተማመን በእጅጉ የተበላሸ ሆኗል::

253 "የመግባባት ዴሞክራሲ" (Consociational Democracy) የሚባለውን ጽንሰ ሐሳብ ከ60 ዓመታት በፊት በደንብ ያስተዋወቀው ሆላንዳዊው የፖለቲካ ሳይንስ ምሁር አሬንድ ላይፓርት (Arend Lijphart) ሲሆን፣ በየጊዜው የተለያዩ ማሻሻያዎች ተደርገውበት በአንዳንድ አገሮች ውስጥ ጥቅም ላይ ውሏል። "የመግባባት ዴሞክራሲ" በኢትዮጵያ ይሠራል አይሠራም የሚለው ጉዳይ እንደተጠበቀ ሆኖ፣ ይህንን ንድፈ ሐሳብ መተግበር ከተፈለገ ከምርጫ ሥርዓቱ ጀምሮ ብዙ ነገሮችን መቀየር እንደሚያስፈልግ እና አብዛኞቹ የሕገ መንግሥቱ አንቀጾች መሻሻል እንዳለባቸው ግልጽ ነው። ጠቅላይ ሚኒስትር ዐቢይ ስለ አገር በቀል ዕውቀት/ርዕዮት ያላቸውን ግንዛቤ ለመረዳት "መደመር" የተሰኘውን በ2012 ዓ.ም. የታተመ መጽሐፋቸውን ማንበብ ይጠቅማል።

254 ለመጽሐፉ ዝግጅት ከተደረገ ቃለ-ምልልስ የተወሰደ::

ገዥው ፓርቲ ከሌሎች የፖለቲካ ኀይሎች ጋር በቅን ፍላጎትና በሰጥቶ መቀበል መርህ ሊደራደርና በሂደቱም የዴሞክራሲ ሽግግር ሊደረግ የሚችለው ግን መጀመሪያ የራሱን ቤት አጥርቶ ጠንካራ አቅም ያለው ኀይል ሆኖ ሲወጣ፣ በተለይም አገሪቱ ወደ ዴሞክራሲ ሽግግር ብታደርግ ጥቅማቸው እንደማይነካባቸው ወይም ይበልጥ ጥቅማቸውና ትሩፋታቸው እንደሚከበር የሚያምኑት መሪዎችና አባላት ቁጥር ከፍተኛ ሲሆን ነው:: በገዥው ፓርቲና በተፎካካሪ ፓርቲ መሪዎች መካከል ሽግግሩን ለማስኬድ የሚያስችል ስምምነት መኖሩና ውል መታሰሩ ደግሞ፣ በፖለቲካ ኀይሎች ዘንድ መተማመንን ለመፍጠር በእጅጉ ይረዳል::[255]

ሆኖም በገዥው ፓርቲ መሪዎች መካከል ክፍፍል በሚታይበት እና የፖለቲካ ሽግግሩን በተመለከተ ወጥ አቋምና ቁርጠኝነት በሌለበት ሁኔታ፣ ከሌሎች ተፎካካሪ ፓርቲዎችና የፖለቲካ ኀይሎች ጋር የሚደረገው ምክክርም ሆነ ድርድር የሚፈለገውን ውጤት ሊያመጣ አይችልም:: በፖለቲካ ተዋናዮች መካከል ሐቀኛ ውይይት ለማድረግና አንኳር በሆኑ አገራዊ ጉዳዮች ላይ ብሔራዊ መግባባትን ለመፍጠር፣ በገዥው ፓርቲ መሪዎች ዘንድ ፍላጎትና ቁርጠኝነት እንዲኖር ያስፈልጋል::

ይህ ሳይሆን ቀርቶ፣ በፖለቲካ መሥመር ትርምስ እና በጎራ መደበላለቅ ውስጥ የተዘፈቀ ገዥ ፓርቲ ባለበት ሁኔታ፣ አገርን የሚያሻግር ሐቀኛ ውይይትና ምክክር ይደረጋል ማለት አይቻልም፤ ብሔራዊ መግባባት ይመጣል ማለትም ዘበት ነው:: ብልጽግና ፓርቲ የራሱን ቤት ባላጠራበትና ከላይ እስከ ታች በጥቅመኞች በተወረረበት ሁኔታ ከሌሎች የፖለቲካ ኀይሎች ጋር ምክክር አድርጎ የአገሪቱን መሠረታዊ ችግሮች መፍታት አይቻልም::[256]

---

[255] Guillermo O'Donnell and Philippe C. Schmitter, *Transitions from Authoritarian Rule*, p.19; Adam Przeworski, "Democarcy as a Contingent Outcome Conflict", in Jon Elster and Rune Slagstad (eds.) *Consitutionalism and Democracy*, p. 69, 71 &79.

[256] የኢትዮጵያ ሀገራዊ ምክክር ኮሚሽን በአዋጅ ቁጥር 1265/2014 መሠረት ተቋቋሞ የካቲት 16 ቀን 2014

ገዥው ፓርቲ የፖለቲካ ሽግግሩ አካል መሆን አለበት በሚለው መሠረታዊ መርህ ላይ መግባባት ካለ፣ የብልጽግና ፓርቲ በጥቅመኞች መወረርና መበስበስ ሊያሳስበን እንጅ ሊያስደስተን አይገባም:: ይልቁንም ገዥው ፓርቲ ውስጡን አጥርቶ መውጣቱ ሊደገፍ የሚገባው ጉዳይ ነው:: እዚህ ላይ ሊነሳ የሚችለው ወሳኝ ጥያቄ ገዥው ፓርቲ ራሱን ሊያጠራና የመፍትሔው አካል ሊሆን የሚችለው እንዴት ነው? የሚለው ነው:: ዝቅ ብለን እንደምናየው፣ ገዥው ፓርቲ ውስጡን ሊያጠራና የሽግግሩ አካል ሊሆን የሚችለው ጠንካራና ተገዳዳሪ የዴሞክራሲያዊ ኀይሎች ንቅናቄ ሲፈጠር እና በዚህም ብልጽግና አንድም የሂደቱ አካል በመሆን ሥልጣኑን በዴሞክራሲያዊ መንገድ ማስቀጠል እንደሚችል ሲገነዘብ ወይም ደግሞ ራሱን ካላረመ በዴሞክራሲ ኀይሎች ትግል ሥልጣኑን ሊያጣ እንደሚችል ሲረዳ ነው:: የዴሞክራሲ ኀይሎች ተጠናክሮ መውጣት ወሳኝ የሚሆነው ለዚህ ነው::[257]

---

ዓ.ም ሥራውን ጀምሯል:: ይሁን እንጅ ከኮሚሽነሮች ከአመላመል ጀምሮ ሂደቱ አጠያያቂ ከመሆኑም በላይ፣ ኮሚሽኑ ከዚህ በፊት በአዋጅ እንደተቋቋሙት የአስተዳደር ወሰን እና ማንነት ጉዳዮች ኮሚሽን (አዋጅ ቁጥር 1101/2011 ዓ.ም.) እና የእርቀ ሰላም ኮሚሽን (አዋጅ ቁጥር 1102/2011 ዓ.ም.) ይህ ነው የሚባል አመርቂ ሥራ ሳይሠራ ለይስሙላ ተመሥርቶ እንዳይቀር የብዙዎች ስጋት ነው:: የእስካሁኑ አካሄዱ እንደሚያሳየው ከፍተኛ የቅቡልነት ችግር የገጠመው ኮሚሽን ነው ለማለት ይቻላል:: እንደሚታወቀው፣ ከለውጡ ማግስት ጀምሮ እንደ የእርቀ ሰላም ኮሚሽን፣ የወሰንና የማንነት ኮሚሽን፣ የፕራይቬታይዜሽን አማካሪ ምክር ቤት፣ የውጭ ጉዳይ አማካሪ ምክር ቤት እና ገለልተኛ ብሔራዊ የኢኮኖሚ ምክር ቤት ያሉ ኮሚሽኖችና ምክር ቤቶች ተቋቁመው፣ ከጊዜያዊ የሕዝብ ግንኙነት ፍጆታ ያለፈ ፋይዳ ያለው ተግባር ሳይፈጽሙ መክነው ቀርተዋል::

257 ለዴሞክራሲ ሽግግሩ የተሻለ ተመራጭ የሚሆነው ገዥው ፓርቲ የሂደቱ አካል ቢሆን ነው:: በብዙ አገሮች የተሳኩ የዴሞክራሲ ሽግግሮች የተካሄዱት በዚህ መንገድ ነው:: ከዚህ ጋር በተያያዘ በእስያ አንዳንድ አገሮች ስለተካሄዱት የዴሞክራሲ ሽግግሮች ለመገንዘብ የሚከተለውን መጽሐፍ ይመልከቱ፡ Dan Slater and Joseph Wong, *From Development to Democracy: The Transformations of Modern Asia* (Princeton, New Jersy: Princeton University Press, 2022)

# ምዕራፍ አራት

# ጥቅመኝነት እና የሽግግር ክሽፈት

ማክሰኞ፣ ኅዳር 14 ቀን፣ 2014 ዓ.ም. ጠቅላይ ሚኒስትር ዐቢይ አሕመድ ወደ ጦር ግንባር ለመዝመት መወሰናቸው በመገናኛ ብዙኃን ይፋ የተደረገበት ዕለት ነበር:: የጠቅላይ ሚኒስትሩን የዘመቻ ውሳኔ ተከትሎ፣ አንዳንዶች ውሳኔውን ከቀደሙት ነገሥታት ጋር እያወዳደሩ የአገር ህልውናን የታደገ ታሪካዊ እርምጃ እያሉ ሲያደንቁት፣ ሌሎች ኀላፊነት የጎደለው ጀብደኝነት መሆኑን እየገለጹ ተችተውታል::

ይሁንና ያኔም ይሁን ዛሬ ከጠቅላይ ሚኒስትሩ መዝመት በላይ ሊያወያየንና ሊያከራክረን የሚገባው መሠረታዊ ጉዳይ፣ በአያሌ ኢትዮጵያዊያን ትግልና መሥዋዕት የመጣው ለውጥ ለምን የመቶ ሺህዎችን ሕይወት ወደሚቀጥፍ፣ ሚሊዮኖችን ወደሚያፈናቅል፣ ሠራዊቱን ለሁለት ከፍሎ ወደሚያዋጋ፣ የአገሪቱን ህልውና ጥያቄ ውስጥ ወደሚያስገባና የጠቅላይ ሚኒስትሩን መዝመት ወደሚያስገድድ ትራጀዲ ሊዘቅጥ ቻለ? የሚለው ነው::

እነ ጠቅላይ ሚኒስትር ዐቢይ የመሩት "የለውጥ ኀይል" በታሪካችን ለመጀመሪያ ጊዜ አገዛዝ በተቀየረ ቁጥር ከሚፈጠር የለውጥ ሾተላይ ይገላግለናል፤ የኖርንበት የአፍርሶ መገንባት አዙሪት ለአንዴና

ለመጨረሻ ጊዜ የሚቀየርበት ዕድል ሊፈጠር ነው፤ ከለውጥ ወደ አመጽና ግድያ ሳይሆን ከለውጥ ወደ ብሔራዊ እርቅና መግባባት፣ ከዚያም ወደ ዴሞክራሲ ሽግግር ልናመራ የምንችልበት ሁኔታ ሊፈጠር ነው የሚል ትልቅ ተስፋ ነበር:: እንደታሰበውና ተስፋ እንደተደረገው አልሆነም::

ይልቁንም ኢትዮጵያ በለውጥ ማግስት ተመልሳ ህልውናዋን ወደሚፈትን አስከፊ የእርስ በርስ ጦርነት ውስጥ ገብታለች:: በዚህ ሁሉም የየራሱን ጥቅም እያሰላ በገባበት ልጊቅ ሠራሽ ጦርነት ምክንያት በመቶ ሺህዎች የሚቆጠሩ ኢትዮጵያዊያን ሕይወታቸውን ገብረዋል፤ በመቶ ሺህዎች የሚቆጠሩት አካል ጉዳተኛ ሆነዋል፤ በሚሊዮን የሚቆጠሩ ንጹሐን ቤት ንብረታቸውንና ቀያቸውን ጥለው ተሰደዋል፤ መጠነ-ሰፊ ንብረትና መሠረተ ልማት ወድሟል::

ባጠቃላይ በዚህ በትግራይ ተጀምሮ አማራና አፋር ክልሎችን ባካተተው ጦርነት ከሞቱትና ከቆሰሉት ወገኖች በተጨማሪ፣ በዓለም አደባባይ የአገሪቱ ገጽታ በእጅጉ ተበላሽቷል:: ከሁሉም በላይ ደግሞ፣ በኢትዮጵያዊያን መካከል በአጭር ጊዜ ሊሽሩ የማይችሉና ለሌላ የግጭት አዙሪት መንስኤ ሊሆኑ የሚችሉ ተጨማሪ ጠባሳዎች ተፈጥረዋል:: የአገሪቱ አንድነትም አደጋ ላይ ወድቋል::

ለዚህ ሁሉ መከራ ከዳረጉን ምክንያቶች መካከል አንዱ፣ የለውጡን ሂደት በአግባቡ ለመምራት የሚያስችል ዝርዝር ፍኖተ ካርታ አለመዘጋጀቱና ለውጡን የሚመራ ጠንካራ ድርጅት (አመራር) አለመኖሩ ነው::

እንደ ኢትዮጵያ ባሉ ነጻና ገለልተኛ ተቋማት ባልዳበሩባቸው፣ ኢኮኖሚያቸው ዝቅተኛ ደረጃ ላይ በሚገኝ እና የብሔረሰብ፣ የሃይማኖትና የፖለቲካ ልዩነት ባለባቸው አገሮች ውስጥ የሚደረግ የፖለቲካ ለውጥና ሽግግር፣ በፈተና የታጀበ በመሆኑ፣[258] ልዩነቶችና

[258] Edward D. Mansfield and Jack Snyder, *Electing To Fight: Why Emerging Democracies Go To War* (Cambridge, Massachusettes: MIT Press, 2005), pp. 4-11; Jack Snyder, *From Voting to Violence: Democratization and Nationalist Conflict* (New York: Norton, 2000), pp. 27-30.

ቅራኔዎች ወደ ግጭት እንዳያመሩ መፍትሔ የሚያስቀምጥ፣ ሽግግሩ ከየት ወደ የት እንደሚሄድ የሚያሳይና መተማመንን የሚገነባ ፍኖተ ካርታ ማዘጋጀት አስፈላጊ ቢሆንም፣ በአገራችን ይህ ባለመደረጉ ታሪካዊ ስህተት ተሠርቷል:: ለውጡን ለመምራት የሚያስችሉ ተቋማት እንዳይገነቡና የሽግግር ፍኖተ ካርታ እንዳይኖር የተደረገው ደግሞ፣ አስፈላጊነቱ ሳይታወቅ ቀርቶ ሳይሆን ቅን ፍላጎት ባለመኖሩ ነው::

ብዙ አገር ወዳድ ኢትዮጵያዊያን ለውጡ የዴሞክራሲ ሽግግር መሠረት የሚጣልበት እንዲሆን ሂደቱን በአግባቡ ለመምራት የሚያስችል ሥርዓት መዘርጋት እንደሚገባ እና ለዚህም የሽግግር ፍኖተ ካርታ ማዘጋጀት እንደሚያስፈልግ ቢያሳስቡም፣ ጠቅላይ ሚኒስትር ዐቢይ "እኔ አሻግራችኋለሁ" እያሉ፣ ጉዳዩን አቃለውት አልፈዋል:: በዚህም አገሪቱ ወርቃማ የሽግግር ዕድሏን ተነጥቃለች::

ለውጡና ሽግግሩ እንዴት እንደሚመራ እና ከማን ምን እንደሚጠበቅ የሚገልጽ ዝርዝር ፍኖተ ካርታ ተዘጋጅቶ ቢሆን ኖሮ፣ በራሱ "በለውጥ ኀይሉ" ዘንድ የዓላማ አንድነት፣ መተማመንና ቁርጠኝነት ስለሚኖር ስብስቡ አይከፋፈልም ነበር:: ይህ ብቻ ሳይሆን በሕዝቡ፣ በሌሎች የፖለቲካ ኀይሎች እና በመንግሥት መካከልም መግባባትና መተማመን ይሰፍን ነበር:: በዚህ ሂደት የሽግግር ተቃዋሚ የሆኑት ኀይሎች ከጎናቸው ሊያሰልፉ የሚችሉት ብዙ ሕዝብ ስለማይኖር፣ ለውጡን ተገደው እየመረራቸው እንደተቀበሉት ሁሉ፣ የሽግግር ሂደቱ ደጋፊዎች ባይሆኑ እንኳ ከማደናቀፍ ይታቀቡ ነበር ወይም የአደናቃፊነት ሚናቸው ይቀንስ ነበር:: የሕወሓት አክራሪ መሪዎች ሽግግሩን ለማደናቀፍ መሥራታቸው አይቀርም ቢባል እንኳ በራሱ "በለውጥ ኀይሉ" መሪዎች መካከል፣ እንዲሁም በለውጥ ኀይሉ፣ በተፎካካሪ ፓርቲዎችና በሕዝቡ መካከል የሰመረ ግንኙነት እስከተመሠረተ እና "የለውጥ ኀይሉ" ሰፊ መሠረት ያለው ድጋፍና ተቀባይነት እስካገኘ ድረስ፣ የሕወሓት መሪዎች ሊፈጥሩ የሚችሉት አደጋ ይቀንስ እንደነበር መረዳት አይከብድም::

ሁለተኛው እና ከላይኛው ጋር ተያያዥ የሆነው ምክንያት፣ "የለውጥ ኀይል" በሚባለው ቡድን በኩል አገሪቱን ወደ ዴሞክራሲ ለማሸጋገር ታማኝነትና ቁርጠኝነት አለመኖሩ ብቻ ሳይሆን፣ በታሪካችን እንደተለመደው፣ አንድ ቡድን ሌሎችን የፖለቲካ ኀይሎችና ሕዝቡን አግልሎ ሥልጣኑንና ከሥልጣን የሚገኘውን ጥቅም በብቸኝነት ወይም በበላይነት ለመቆጣጠር ቆርጦ መነሳቱ ነው::

> ሩቅ ሳንሄድ ከዘመነ መሳፍንት ጀምሮ ያለውን የአገራችንን ታሪክ ብንመለከት አንድ ቋሚ ክስተት እናያለን:: ከዚህ ወቅት ጀምሮ እስከ ዛሬም የኢሕአዴግ አገዛዝ ድረስ ያለው ታሪክ ሥልጣን በአመጽ ተይዞ ድል በተመቱ ተቀናቃኞች ላይ ብቻ ሳይሆን በጠቅላላው በኅብረተሰቡ ላይ በአመጽና በአፈና የሚጠበቅበት የአስከፊ አዙሪት ታሪክ ነው::[259]

ዛሬም ከዚህ አስከፊ አዙሪት አልወጣንም:: ዛሬም እንደትናንቱ በሕዝብ ትግልና መሥዋዕት የተገኘው የሽግግር ዕድል፣ በዴሞክራሲ ስም በሚምሉ፣ ነገር ግን ለዴሞክራሲ ታማኝ ባልሆኑና አገረ መንግሥቱን በምርኮ መልክ ተቆጣጥረው የፈለጉትን ለማድረግ በተዘጋጁ ጥቅመኛ[260] አካላት እጅ ገብቶ አደጋ ላይ ወድቋል:: ዛሬም እንደ ትናንቱ የመንግሥት ሥልጣን በሕዝብ ላይ በኀይል ተጫነ እንጂ የሕግና የሞራል ተቀባይነት (Legitmacy) ያለው አካል በሥልጣን ላይ አልተቀመጠም::[261]

ሦስተኛው ምናልባትም ዋናው ምክንያት ከኢትዮጵያ የፖለቲካ ልኂቃን ጋር የተያያዘው ነው:: አብዛኛው የአገራችን የፖለቲካ ልኂቅ ዛሬን ሳይሆን ትናንትን የሚኖር፣ አገርና ኅብረተሰብን በሚለውጡ

---

[259] ነገደ ጎበዜ፣ *ሕገ መንግሥትና ዴሞክራሲ...* ገጽ 147::

[260] በዚህ መጽሐፍ፣ "ጥቅመኝነት" ተብሎ የቀረበው ሥልጣንን እና/ወይም ማንነትን (ብሔረሰብን፣ ሃይማኖትን ወዘተ.) ተገን አድርጎ የሚፈጸምን ኢፍትሐዊ ተጠቃሚነት ለመግለጽ ነው:: በኢትዮጵያ አሁን ያለው ቅራኔ በማንነት ስም ተደራጅተው የአገርን ሀብት ኢፍትሐዊ በሆነ መንገድ በሚቀራመቱ ጥቅመኞች እና በሠርቶ-በሌው ሕዝብ መካከል ነው:: ጥቅመኝነት እና ፍትሐዊ ተጠቃሚነት በእጅጉ ይለያያሉ::

[261] በዚህ መጽሐፍ፣ "ጥቅመኝነት" ተብሎ የቀረበው ሥልጣንን እና/ወይም ማንነትን (ብሔረሰብን፣

የፖለቲካና ኢኮኖሚ ጉዳዮች ላይ ከማተኮር ይልቅ በታሪክ ላይ የተቸነከረ፣ ለዴሞክራሲ ታማኝነትና ቁርጠኝነት የሌለው ብቻ ሳይሆን ዴሞክራሲን አምርሮ የሚፈራ፣ በፍትሕ ስም እየማለ ኢፍትሐዊነት የተጠናወተው፣ ስለ እኩልነት እየሰበከ ከእኩልነት ተቃርኖ የቆመ፣ ግልጽነትና ተጠያቂነትን እየዘመረ በተግባር ሴረኝነትን እንደ ወሳኝ የፖለቲካ ጥበብ የሚወስድ፣ ባለውና በነበረው ላይ እየገነባ ወደፊት ከመገስገስ ይልቅ አፍርሶ መገንባት የተጠናወተው፣ ለሁሉም እንዲበቃ አድርጎ አስፍቶ መጋገር ሲችል በኩርማን የሚፋጅ የኅብረተሰብ ክፍል በመሆኑ፣ መግባባትና የጋራ አጀንዳ መቅረጽ አልቻለም:: የጋራ አጀንዳ መቅረጽ ባለመቻሉም፣ ዛሬም የድርጅት ብልጫ ተወስዶበት፣ የተፈጠረውን ወርቃማ የሽግግር ዕድል አሳልፎ ሰጥቷል:: በዚህም ራሱንና አገሪቱን ውድ ዋጋ አስከፍሏል::

ኢትዮጵያ መከተል በሚገባት የዘመናዊነት አቅጣጫም ይሁን በሌሎች ዋና ዋና አገራዊ ጉዳዮች ላይ በአገሪቱ ልኂቃን ዘንድ ስምምነት ኖሮ አያውቅም:: ጠንካራ ብሔራዊ አንድነት ያለው ዘመናዊ አገረ መንግሥት ለመገንባት እና ዴሞክራሲን እውን ለማድረግ ደንቃራ ከሆኑት ምክንያቶች አንዱ በልኂቃኑ መካከል በወሳኝ አገራዊ ጉዳዮች (ሌላው ቢቀር በጨዋታ ሕጉ) ላይ ስምምነት አለመኖሩ ነው::[262] በአገራችን ከሥልጣን ወርዶ በሰላምና በክብር መኖር የማይቻለው ብቻ ሳይሆን፣ ወደ ሥልጣን መምጣትም ይሁን በሥልጣን ላይ መቆየት የሞት ሽረት ጉዳይ የሚሆነው በዚህ ምክንያት ነው ማለት ይቻላል::

ባጭሩ በኢትዮጵያ በየዘመናቱ መሥዋዕት ተከፍሎባቸው የሚመጡት የፖለቲካ ሽግግር ዕድሎች በተደራጁ ጥቂቶች ተጠልፈው የሚመክኑት፣

---

ሃይማኖትን ወዘተ.) ተገን አድርጎ የሚፈጸምን ኢፍትሐዊ ተጠቃሚነት ለመግለጽ ነው:: በኢትዮጵያ አሁን ያለው ቅራኔ በማንነት ስም ተደራጅተው የአገርን ሀብት ኢፍትሐዊ በሆነ መንገድ በሚቀራመቱ ጥቅመኞች እና በሠርቶ-በሌው ሕዝብ መካከል ነው:: ጥቅመኝነት እና ፍትሐዊ ተጠቃሚነት በእጅጉ ይለያያሉ::

[262] John Higley and Michael Burton, *Elite Foundation of Liberal Democracy* (New York: Rowman and Littlefield Publishers, Inc., 2006), p. 47.

የአገሪቱ ልኂቃን ለዴሞክራሲ ታማኝ ሆነው በወሳኝ አገራዊ ጉዳዮች ላይ መግባባት መፍጠር እና ጠንካራ ድርጅቶችን መገንባት ባለመቻላቸው ምክንያት ነው:: በተለይ የሁሉም የፖለቲካ ኀይሎች የጋራ ጉዳይ መሆን የሚገባው የተቋማት ግንባታ አጀንዳ የትግሉ የእንጀራ ልጅ መሆኑ አገሪቱን ውድ ዋጋ አስከፍሏታል:: ጠንካራ ተቋማት ባለመኖራቸው ምክንያትም፣ የኢትዮጵያ አገረ መንግሥት አንድ በሕዝብ ስም የሚምል ቡድን ሌሎችን የፖለቲካ ኀይሎች እያገለለ ሥልጣኑን በብቸኝነት ወይም በበላይነት ከሚጠቀልልበት፤ ሌሎች ቡድኖች በአመጽ ሥልጣን ነጥቀው አገረ መንግሥቱን ሲቆጣጠሩት ደግሞ በፈንታቸው ቢሮክራሲውንም ይሁን ሌላውን የአገረ መንግሥቱን አካል በሚመቻቸው መንገድ ከሚቀይሩበት፤ አገረ መንግሥቱን መቆጣጠር ማለት ወሳኝ በሆነው የምርት መሣሪያ፣ ማለትም በመሬት ላይ የማዘዝን ሥልጣን መረከብ (መንጠቅ) ከሆነበት የፖለቲካ አዙሪት መውጣት አልቻለም::

## 1. ዴሞክራሲ፦ የነብስ አድን አጀንዳ

በአገራችን በየአካባቢው የሚታየው የማያቋርጥ ብሔረሰብ ተኮር ግጭት እና የገባንበት እጅግ አውዳሚ የእርስ በርስ ጦርነት፣ በብዙ ኢትዮጵያዊያን ዘንድ ከዴሞክራሲ ይልቅ ሕግና ሥርዓትን አስፍኖ የዜጎችን ሰላምና ደኅንነት የሚጠብቅ አገዛዝ ይሻላል የሚል ስሜትን የፈጠረ ይመስላል:: ያለፈው የኢሕአዴግ አገዛዝ የተሻለ ነበር የሚሉ ወገኖችም አልታጡም:: እንደ እውነቱ ከሆነ፣ የኢትዮጵያ ሕዝብ ከገባበት አረንቋ አኳያ ያለፈውን ግፈኛ አገዛዝ ቢናፍቅ የሚያስገርም አይደለም:: ከሁሉም ነገር በላይ በሕይወት መኖርና በሰላም ወጥቶ መግባት ይቀድማልና::

አንዳንድ ወገኖች በበኩላቸው ጉዳዩን ከሌላ እይታ አኳያ በመመዘን፣ ኢትዮጵያ ከገባችበት የብሉይ ዘመን ድህነት እንድትወጣ ካስፈለገ፣ የግድ እንደ ምሥራቅ እስያ አገሮች ብሩህና በጎ አመለካከት ባለው

መሪ የሚመራ አምባገነናዊ አገዛዝ (benevelont dictatorship) ያስፈልጋታል ሲሉ ይከራከራሉ:: ኢትዮጵያን አሁን ለምትገኝበት መቀመቅ የዳረጋት ድህነት ነው፤ ድህነት በተንሰራፋበት ሁኔታ ደግሞ ስለ ሰላምና ዴሞክራሲ ማውራት አይቻልም፤ ስለዚህም የቅድሚያ ቅድሚያ ሊሰጠው የሚገባው ከድህነት መላቀቅና ኢኮኖሚያዊ ልማትን ማረጋገጥ ነው የሚሉ የምሥራቅ እስያን ኢ-ዴሞክራሲያዊ አገዛዞች ፈለግ የሚመኙ ብዙ ወገኖች አሉ::

ይሁን እንጂ የእነዚህ ወገኖች ከቅን መንፈስ የሚቀርብ ሐሳብ ከኢትዮጵያ ተጨባጭ ሁኔታ አንጻር ሊደገፍ የሚገባው አይደለም:: ለምን ሊደገፍ እንደማይገባው ዶ/ር የራስወርቅ ሲያስረዱ እንዲህ ይላሉ፡-

> የልማትንና የዴሞክራሲን ግንኙነት በተመለከተ አንዳንድ በጸጥታ መታለፍ የሌለባቸው ጥያቄዎች አሉ:: እነሱም፣ በተለያዩ ጊዜና የዓለም ክፍሎች እንደነ ሲንጋፖር፣ ደቡብ ኮሪያና ታይዋን ያሉ አገሮች በሕዝብ በተመረጡ ተወካዮች ምክር ቤቶችና መሪዎች አማካይነት ሳይሆን እንዲያውም ብሩህና በጎ አመለካከት ባላቸው “ፈላጭ ቆራጭ” በሆኑ አገዛዞች አማካይነት አይደለም ወይ ብርቱና መልካም ሥርዓታት ገንብተው ወደ ልማት ያመሩት? ከዚያስ በኋላ አይደለም ወይ የፖለቲካ ነጻነትና ዴሞክራሲያዊ አስተዳደርን ለመቀዳጀት የበቁት? የሚሉት ጥያቄዎች ናቸው:: ሆኖም፣ ምንም እንኳን ይህ ከላይ የተጠቀሰው ሁኔታ በታሪክና በጽንሰ ሐሳብ ደረጃ እውነትነት ቢኖረውም፣ እንደ ኢትዮጵያ ላለ፣ በሕዝብ ብዛቱና በመሬት ስፋቱ ግዙፍ ለሆነ፣ በአንድ-ወጥነት ሳይሆን በተለያዩ ባሕሪያቱ ለታወቀ፣ ለበርካታ የተቆላለፉ ተፈጥሯዊና ኅብረተሰባዊ ችግሮች ለተጋለጠ አገር አማራጭ አይደለም:: የኢትዮጵያን ሶሲዮ-ኢኮኖሚክና የፖለቲካ ችግሮች ለመፍታት ሰፊ ሕጋዊነትና ተቀባይነት ያለው (ሌጂትሜት የሆነ) የፖለቲካ ሥርዓትና ሰፊ ሕጋዊነትና ተቀባይነት ያላቸው መፍትሔዎች ያሻሉ:: እነዚህ

ደግሞ ከተሟላ ዴሞክራቲክ አስተዳደር ውጪ ማግኘት የማይታለም ይመስለናል::[263]

ሌላው ቀርቶ ቃሉና ተግባሩ የማይገጥመው ኢሕአዴግ እንኳ ዴሞክራሲም እንደ ልማት ለኢትዮጵያ "የህልውና ጉዳይ" መሆኑን በሚያምሩ ስንኞች በሚከተለው መልኩ አበክሮ ሲገልጽ ቆይቷል፡-

> ድርጅታችን በኢትዮጵያ ትላንትም ሆነ ዛሬ ልክ እንደልማቱ ሁሉ የዴሞክራሲ ጉዳይም የህልውና ጥያቄ ነው ብሎ በጥብቅ ያምናል:: ልማታዊ መንግሥታችን ዴሞክራሲያዊ ሆኖ እንዲጀምር የሚያስገድዱት የህልውና ጥያቄዎች ስላሉትም ከመጀመሪያው ልማታዊና ዴሞክራሲያዊ ሆኖ የጀመረ መንግሥት ነው:: በዚህም በነ ኮሪያ ከነበሩት ልማታዊ መንግሥታት በዓይነቱ የተለየ መንግሥት ነው ማለት ይቻላል::[264]

ኢትዮጵያን አሁን ለምትገኝበት መከራ የዳረጋት የተለመደው ሌሎችን የፖለቲካ ተዋናዮችና ሕዝቡን አግልሎ፣ ሁሉንም ነገር የመጠቅለል ኢ-ዴሞክራሲያዊ የፖለቲካ አዙሪት የመሆኑ ጉዳይ እምብዛም የሚያከራክር አይደለም:: አገሪቱን የጠንካራ ተቋማት ምድረ በዳ ያደረጋት የአገዛዝ ሥርዓት ነው:: በሥልጣን ላይ እያሉም ሆነ ከወደቁ በኋላ (በክፉ ውርሳቸው አማካይነት) ዋጋ የሚያስከፍሉን አምባገነኖች ናቸው:: አምባገነኖች ተጠያቂነት የለባቸውምና ቃልና ተግባራቸው ተገናኝቶ አያውቅም:: በሚያምሩ ቃላት ስለ አገር ፍቅር፣ ስለ ዴሞክራሲ፣ ስለ ልማት ወዘተ. እየሰበኩ በተግባር የራሳቸውን የግልና የቡድን ጥቅም ሲያሳድዱ ይገኛሉ::

አምባገነናዊ አገዛዝ መወገዝና መጠላት ያለበት የዜጎችን መብት የሚደፈጥጥ እና ተቋማትን በጽንሳቸው በመቅጨት ወይም መገልገያ በማድረግ የሚያቀጭጭ በመሆኑ ብቻ አይደለም:: አምባገነናዊ አገዛዝ

---

263 የራስወርቅ አድማሴ፣ ሥርዓታት፣ ገጽ 316-317::

264 ኢሕአዴግ/መለስ፣ *የተሃድሶው መሥመርና የኢትዮጵያ ህዳሴ*፣ ገጽ 71-72::

መጠላት ያለበት ሌላ አምባገነንን የሚያስመኝ በመሆኑም ጭምር ነው። ከዚህ የከፋ ጨቋኝ ሥርዓት ሊኖር ስለማይችል ይህኛው አገዛዝ ይውደቅ እንጂ ሌላው እዳው ገብስ ነው አሰኝቶ የዜጎች የትግል አጀንዳ በእኩልነት፣ ፍትሕና ዴሞክራሲ ላይ ሳይሆን ያለውን አገዛዝ በመጣል ላይ እንዲያተኩር ያደርጋል። የአፄ ኀይለሥላሴ ያረጀ ያፈጀ አድኃሪ አገዛዝ ይውደቅ እንጂ የፈለገው ይምጣ ሲባል ደርግን የመሰለ አምባገነን ነገሠ። የደርግ ፈላጭ ቆራጭ አገዛዝ ይውደቅ እንጂ የፈለገው ይምጣ ሲባል ኢሕአዴግን የመሰለ አምባገነን ተተከለ። የኢሕአዴግ ዘረኛና ግፈኛ አገዛዝ ይውደቅ እንጂ የፈለገው ይምጣ ተብሎ የተደረገው ትግልም ውጤቱ እየታየ ነው።

ኢትዮጵያ ተደጋግሞ እንደሚገለጸው (እውነትም እንደሆነው) የብሔረሰብና የሃይማኖት ብዝሃነት ያላት አገር ናት። የአገሪቱ የፖለቲካ ምኅዳርም በተለያዩ ብቻ ሳይሆን በተካረሩ የፖለቲካ አመለካከቶችና ልዩነቶች የተወጠረ ነው። በዚህ ላይ ድህነቱ፣ ዓይን ያወጣው የአገር ሀብት ምዝበራው እና ሥር የሰደደው ጥቅመኝነት ሁሉ አለ። የፖለቲካ ሥልጣን መያዝ ማለት ሌሎችን ማግለል፣ ሥልጣኑንም ሀብቱንም በብቸኝነት ወይም በበላይነት መቆጣጠር እና የጥቅም ሰንሰለት ዘርግቶ መጠቃቀምና መዝረፍ [ማለት] የሆነበት እጅግ ኋላቀር ፖለቲካ ያለን አገርም ነን። ይህን ሁሉ ጓዝ የተሸከመችው ኢትዮጵያ ከገባችበት አረንቋ ልትወጣ የምትችለው በዴሞክራሲ ብቻ ነው። ያሉን የሃይማኖት፣ የብሔረሰብና የፖለቲካ አመለካከት ልዩነቶች በአግባቡ ሊስተናገዱ የሚችሉትም በዴሞክራሲ ነው። ለዚህ ነው፣ ቃላቸውና ተግባራቸው የማይገጥም ቢሆንም፣ አቶ መለስ ዜናዊ ያሉት "ዴሞክራሲ ለኢትዮጵያ የነብስ አድን እንቅስቃሴ ነው" የሚለው አባባል ገና ለገና እሳቸው የተናገሩት ነው ተብሎ መጣል የሌለበት። ዴሞክራሲ ለኢትዮጵያ በርግጥም የነብስ አድን አጀንዳ ነው።

የኢትዮጵያን መሠረታዊ ችግሮች በዴሞክራሲያዊ መንገድ፤ በውይይት፣ በድርድርና በሰጥቶ መቀበል መርህ ካልሆነ በስተቀር በሌላ መንገድ መፍታት አይቻልም። [እንደ ኢትዮጵያ ባሉ] የተካረሩ

ልዩነቶች ባለባቸው አገሮች ውስጥ የዜጎችን ነጻነት ማስጠበቅ፣ ልዩነቶችና ቅራኔዎች ወደ ግጭትና የእርስ በርስ ጦርነት እንዳያመሩ ማድረግ እና ሰላም ማስፈን የሚቻለው በዴሞክራሲያዊ ሥርዓት አማካይነት ነው:: በሌላ አባባል፣ ዴሞክራሲ የፖለቲካ ልዩነቶችንና ተቃውሞዎችን በኀይል ማፈንና ዝም ማሰኘት ሳያስፈልግ ወይም ልዩነቶች እንደተጠበቁ ሆነው ሰላምን ለማስፈን የሚያስችል ወሳኝ ሥርዓትም ነው::[265]

ባጭሩ ለኢትዮጵያ ከዴሞክራሲ ውጪ ያለው አማራጭ ለጊዜው መፍትሔ ሊመስል ቢችልም፣ ለአገሪቱ ህልውና ግን እጅግ አደገኛ ነው::[266] በኢትዮጵያም ሆነ በሌሎች አገሮች እንደታየው የአገዛዝ ሥርዓት ልዩነቶችን ለጊዜው አምቆ መያዝ ቢችልም፣ በጊዜ ሂደት ልዩነቶች እየተካረሩ ሄደው መፈንዳታቸው አይቀሬ ከመሆኑም በላይ፣ በሚፈነዱበት ጊዜም መዘዛቸው የከፋ ነው:: ደም ያፋስሳሉ፤ የአገርን ህልውናም በእጅጉ ይፈትናሉ:: ይህንንም በአገራችን በተደጋጋሚ አይተነዋል፤ እያየነውም ነው:: ኢሕአዴግ በጠንካራ ክንዱ አፍኖት የነበረው ረመጥ አመች ሁኔታ ሲያገኝ እንዴት ገንፍሎ ወጥቶ እየለበለበን እንደሚገኝ በግልጽ እያየነው ነው::

በርግጥ ወደዴሞክራሲ የምናደርገው ጉዞ አልጋ በአልጋ አይሆንም:: ቢያንስ በሽግግሩ የመጀመሪያ ጊዜያት ግጭቶችን እናስተናግዳለን:: ሞትና መፈናቀለም ይኖራል:: ይሁን እንጂ ግጭቱም ሆነ ሞቱና መፈናቀሉ በፀረ ዴሞክራሲያዊ አገዛዝ ሥር ሆነን ከሚደርስብን ጋር ጨርሶ አይመጣጠንም:: በፀረ ዴሞክራሲያዊ አገዛዝ ሥር ሆነን የሚደርስብን እልቂትና ስደት ማባሪያ እንደሌለው ከበቂ በላይ አይተነዋል::[267]

---

265 Adam Przeworski, "Divided We Stand? Democracy as a Method of Processing Conflicts", *Scandinavian Political Studies*, Vol. 34, No. 2 (2011), pp. 172.

266 Semir Yusuf, "Rethinking Transitology: Structural Influencers and Political Change in Ethiopia", in Melaku Geboye Desta, Dereje Feyissa Dori and Mamo Esmelealem Mihretu (eds.), *Ethiopia in the wake of Political Reforms* (Tsehai Publishers and Distributers: Loyola Marymount University, 2020), pp. 55-83.

267 በአገራችን በአንዳንድ ወገኖች ዘንድ ዴሞክራሲ ሲባል፣ ማንም እንደፈለገ ከሕግ ውጪ የሚፈነጭበት ሥርዓት አድርጎ የመረዳት ችግር ይታያል:: ዴሞክራሲ ለኢትዮጵያ አይሠራም፣ የኢትዮጵያን በሕዝብ

ከዚህ በኋላ የአገርን ሉዓላዊነት በማስከብርም ይሁን ሰላምና መረጋጋትን አስፍኖ የዜጎችን ደኅንነት በመጠበቅ ወይም በልማት ስም የአፈና አገዛዝን ማንገሥ በተዳከመችው ኢትዮጵያ ላይ ሌላ ዙር አመጽን መጥራትና የአገሪቱን ህልውና ይበልጥ አደጋ ላይ መጣል ካልሆነ በስተቀር አንዳችም አወንታዊ ውጤት አያስገኝም:: እንደ አገር ያሉብን ከብሔረሰብም ይሁን ከሃይማኖት ወይንም ከፖለቲካ አመለካከት የሚመነጩ የተካረሩ ልዩነቶችና ቅራኔዎች በአግባቡ ሊስተናገዱ እና/ወይም ሊታረቁ የሚችሉት በዴሞክራሲ አማካይነት ብቻ መሆኑን ተገንዝቦ ለዴሞክራሲ መታገል ወቅቱ የግድ የሚለው ወሳኝ ጉዳይ ነው::

ዴሞክራሲ ለኢትዮጵያ የግድ አስፈላጊ የህልውና ጉዳይ ነው ካልን፣ ቀጥሎ የሚመጣው ቁልፍ ጥያቄ እንዴት ከአገዛዝ ወደ ዴሞክራሲ እንሸጋገር? የሚለው ነው::

ከአፈና የአገዛዝ ሥርዓት ወደ ዴሞክራሲ የሚደረግ ሽግግር ብዙውን ጊዜ ፈተና የበዛበት እና ከፍተኛ መሥዋዕት የሚጠይቅ፣ ሁለት እርምጃ ወደፊት አንድ እርምጃ ወደኋላ፣ አንዳንዴም አንድ እርምጃ ወደፊት ሁለት እርምጃ ወደኋላ የሆነ እልህ አስጨራሽ ጎዳና ነው::

አንዳንድ አገሮች ብዙ መሥዋዕት ሳይከፍሉና ረጅም ጊዜ ሳይወስድባቸው ወደ ዴሞክራሲ ሲሸጋገሩ፣ ሌሎች ብዙ ዋጋ ይከፍላሉ፤ ረጅም ጊዜም ይወስድባቸዋል:: ጥረታቸው መክኖ ባሉበት የሚረግጡ አገሮችም አሉ::

የፖለቲካል ሳይንስ ምሁራን ለዚህ የተለያዩ ምክንያቶችን ያቀርባሉ:: በተለይ፣ እንደ ኢትዮጵያ ያሉ ሰፊ የብሔረሰብ፣ የሃይማኖትና የፖለቲካ አመለካከት ልዩነት ያለባቸው፣ ጠንካራ ተቋማት ያልተገነቡባቸው እና ደካማ ኢኮኖሚ ያላቸው አገሮች የለውጥና የሽግግር ጉዞ በፈተና የተሞላ ነው:: አገዛዞች ጠንካራ ተቋማት እንዳይገነቡ ስለሚያደርጉ እና ያሉትንም በመሣሪያነት ስለሚገለገሉባቸው፣ [አገዛዞች] ፈተና ሲገጥማቸው ወይም

---

በዴሞክራሲ ማስተዳደር አይቻልም ወዘተ. እየተባለ ተደጋግሞ ሲነገር የሚሰማው በዚህ ምክንያት ነው:: ሆኖም ዴሞክራሲ የሕግ የበላይነትን የግድ የሚል ሥርዓት በመሆኑ፣ ማንም እንደፈለገ ከሕግ ውጭ በሆነ መልኩ ሊፈነጭ የሚችልበት [ሥርዓት] አይደለም::

ጨርሶ ሲወገዱ ከፍተኛ ትርምስ ይነግሣል:: እንዲህ ዓይነት ሁኔታ ሲፈጠር፣ ጥቅመኛ የፖለቲካ ኀይሎች ያገኙትን "ባዶ ቤት" እንደፈለጉ ይጫወቱበታል፤ ደጋፊ ለማሰባሰብ ሲሉም ግጭት የሚፈጥሩ አደገኛ ቅስቀሳዎችን ያለ ተጠያቂነት ያሰራጫሉ:: ጽንፈኝነት የፖለቲካው ዓይነተኛ መገለጫ ይሆናል::[268]

የአፈና አገዛዙ በሚወድቅበት ወይም በሚዳከምበት ወይም በሥልጣን ላይ ያሉት አካላት በራሳቸው ውሳኔ የፖለቲካ ምኅዳሩን ከፈት (Liberalize) በሚያደርጉበት ጊዜ ሁሉም የፖለቲካ ኀይል አለኝ የሚለውን ጥያቄ ይዞ ወደ አደባባይ ይወጣል:: እንደ ልብ የመናገር፣ የመሰብሰብ፣ የመጻፍና ሐሳብን በነጻነት የመግለጽ ሁኔታ ስለሚፈጠር በአፈናው ዘመን ታምቀው የነበሩ ጉዳዮችና ብሶቶች ሁሉ ወደ አደባባይ ይወጣሉ:: የፖለቲካ ኀይሎች ደጋፊ ለማሰባሰብ በሚያደርጉት ጥረት አክራሪና ስሜት ኮርኳሪ የሆኑ አጀንዳዎችን ይዘው ይቀርባሉ፤ የሞያ ብቃታቸው ዝቅተኛ የሆነ ወይም ጽንፈኛ የፖለቲካ አጀንዳ ያላቸው መገናኛ ብዙኃን ያለ ተጠያቂነት እንዲህ ዓይነት ጉዳዮችን በማራገብና በማቀጣጠል ላይ ይጠመዳሉ:: ከፍተኛ ቁጥር ያለው የኅብረተሰብ ክፍልም ወደ ፖለቲካው መድረክ ይቀላቀላል፤ የዜጎች የፖለቲካ ተሳትፎ ይጨምራል::269

እንዲህ ዓይነቱ የፖለቲከኞች፣ የመገናኛ ብዙኃንና የሌሎች ተዋናዮች ፉክክርና ሽኩቻ የፖለቲካ ምኅዳሩን ውጥረት ውስጥ ያስገባውና ግጭቶችን ይጋብዛል:: የተራራቁና የተካረሩ ፍላጎቶችን መልክ የሚያስይዙና የሚያስታርቁ ጠንካራ ተቋማት ስለሌሉ፣ ግጭቶች ይበልጥ እየተስፋፉና ሌላ መልክ እየያዙ የመሄድ ዕድላቸው ከፍተኛ ነው:: በብዙ አገሮች ደም አፋሳሽ ግጭቶች፣ የእርስ በርስ ጦርነቶች፣ ከዚያም አልፎ የዘር ማጽዳትና የዘር ማጥፋት ወንጀሎች የሚከሰቱት በእንዲህ ዓይነት የፖለቲካ ሁኔታ ውስጥ ነው::[270]

---

[268] Jack Snyder, *From Voting to Violence: Democratization and Nationalist Conflict*, pp. 27-30.

[269] Ibid.

[270] Edward D. Mansfield and Jack Snyder, *Electing To Fight: Why Emerging Democracies Go To War*, pp. 4-6.

ዜጎችን ከሰላም አንጻር ያለፈው አገዛዝ ይሻለን ነበር እንዲሉ ወይም ሌላ አምባገነንን እንዲመኙ የሚያደርጋቸው እንዲህ ዓይነቱ ሁኔታ ነው:: የብሔረሰብ ግጭቶች የሚቀጣጠሉት በአፈናው ዘመን ሳይሆን በሽግግሩ ጊዜ በመሆኑ፣ በርካቶች ያለፈው የአፈና አገዛዝ ቢያንስ ሰላምና መረጋጋት ስለሚያሰፍን ወደዚያው ብንመለስ የሚል አምባገነናዊ ሥርዓትን "የመናፈቅ" አዝማሚያ ያሳያሉ::

በአገራችን አሁን የሚታየው የብዙ ወገኖች አቋም ከዚህ ጋር የሚዛመድ ነው ለማለት ይቻላል:: ሆኖም "የጨነቀው እርጉዝ ያገባል" እንደሚባለው ካልሆነ በስተቀር፣ ለዚህ መከራ ያበቃንን ግፈኛ አገዛዝ መመኘት ባርነትን ማቆነጃጀት ካልሆነ በስተቀር ያ ግፈኛ ሥርዓት ጨርሶ ሊናፈቅ የሚገባው አይደለም:: ሌላ አዲስ አምባገነናዊ ሥርዓትም ቢሆን፣ መከራን ካልሆነ በስተቀር ዘላቂ ሰላምና ብልጽግናን ሊያመጣ አይችልም:: መፍትሔው የፍትሕ፣ የእኩልነትና የዴሞክራሲ ትግሉን ማጠናከር ብቻ ነው:: ዘላቂ መፍትሔው ዴሞክራሲያዊ ሥርዓትን እውን ማድረግ ብቻ ነው::

በኢትዮጵያ ስለ ዴሞክራሲ ሽግግር ሲነሳ፣ አንዳንድ ወገኖች የሚያሱት የግጭት ስጋትም አለ:: ይኸውም አሁን ባለው የተካረረ የፖለቲካ ሁኔታ ለዴሞክራሲ ሽግግር የሚያስፈልጉ ነጻነቶችን መፍቀድ ከቁጥጥር ውጪ የሆነ ግጭትና ትርምስን ይጋብዛል ከሚል መነሻ የሚነሳ ስጋት ነው::

በርግጥም ከፍ ብሎ እንደተገለጸው፣ በሽግግሩ ሂደት ግጭቶች ሊበራከቱና የሰው ሕይወት ሊጠፋ ይችላል:: ይህ በብዙ አገሮች፣ በተለይም የተካረሩ የዘውጌ ብሔርተኛ ኀይሎች ባሉባቸው አገሮች የታየ እውነታ ነው::271 ይሁን እንጅ በሽግግሩ ሂደት የሚፈጠሩ ግጭቶችንና የሚጠፋውን የሰው ሕይወት በመስጋት ሂደቱን ማዘግየት

[271] Atul Kohli, "Can Democracies Accommodate Ethnic Nationalism? Rise and Decline of Self-Determination Movements", *The Journal of Asian Studies* Vol.56, No.2 (1997), pp. 326-327.

ከሁሉም የባሰ መዘዝ ያለው ነው:: የዴሞክራሲ ሽግግሩ በዘገየ ቁጥር የአገሪቱ ቀጣይነት ራሱ አደጋ ውስጥ እየገባ እንደሚሄድ፣ የአገር መፍረስ ሲመጣ የሚያልቀው ዜጋና የሚደርሰው የንብረት ውድመት ደግሞ በብዙ እጥፍ እንደሚጨምር ማስታወስ ያስፈልጋል:: ለነገሩማ፣ የዴሞክራሲ ሽግግርን በማዘግየታችን ምክንያት በአገራችን የሚያልቀውን ሕዝብና የሚወድመውን ንብረት እያየነው አይደለምን?

## 2. የዴሞክራሲ ንቅናቄ አስፈላጊነት

ኢትዮጵያ ከአገዛዝ ወደ ዴሞክራሲ እንድትሸጋገር የሚፈልጉ እና ለዚህ ዓላማ የሚታገሉ ኀይሎች ከለውጥ ጋር ተያይዞ የሚመጣውን ፈተና በበቂ ሁኔታ ተረድተው መንቀሳቀስ ይጠበቅባቸዋል:: እንደ ኢትዮጵያ ባለ ብዙ ብሔረሰብና ሃይማኖት እንዲሁም የተካረረ የፖለቲካ አመለካከት ባለባቸው አገሮች ውስጥ የሚደረግ የዴሞክራሲ ሽግግር ፈታኝ መሆኑን መረዳት፣ የሌሎችን አገሮች የዴሞክራሲ ሽግግር ተሞክሮ በሚገባ መመርመርና ከኢትዮጵያ ነባራዊ ሁኔታ ጋር አዋሕዶ መጠቀም፣ በተቻለ መጠን ጉዳዩን ለጥቂቶች ከመተው የሁሉም ዜጋ እንዲሆን በንቃት መሳተፍ፣ በማኅበረሰቦች መካከል ግጭት ከሚቀሰቅሱ ተግባራት መራቅና ለዴሞክራሲ ታማኝ መሆን፣ አንዱ መንገድ አልሳካ ሲል ወይም ሲዘጋ ሌሎችን መንገዶች እየቀየሱ በጽናት መታገል ያስፈልጋል::

በዚህ ረገድ፣ የደቡብ ኮሪያ የፖለቲካ ሽግግር ሂደት ለአገራችን እንደ ትልቅ አብነት ሊወሰድ የሚገባው ነው:: ደቡብ ኮሪያ ውስጥ ተማሪዎች፣ ምሁራን፣ የሠራተኛና የሙያ ማኅበራት፣ ታዋቂ ሰዎች፣ የሃይማኖት ድርጅቶች፣ ጋዜጠኞች፣ አክቲቪስቶች ወዘተ. "ተራውን ሕዝብ" ዋና የትግል ማእከል በማድረግ የጀመሩት ማኅበረሰባዊ ንቅናቄ ለዚያች አገር የፖለቲካ ሽግግርና የዴሞክራሲ ግንባታ ወሳኝ ሚና ተጫውቷል::[272]

---

[272] Sunhyuk Kim, *The Politics of Democratization in Korea: The Role of Civil Society* (Pittsburgh, Pa: University of Puttsburgh Press, 2000), pp. 4-5.
የደቡብ ኮሪያ ምሁራንና የዩኒቨርሲቲ ተማሪዎች ከአገሪቱ የቅኝ ግዛት ታሪክ በመነሳት እንዴትና ለምን "ተራውን ሕዝብ" (Munjung/the common people) የትግላቸው ማዕከል እንዳደረጉት፣ እንዴት

በደቡብ ኮሪያ ለዓመታት በተደረገው የዴሞክራሲ ትግል በርካቶች ታስረዋል፤ አገራቸውን ጥለው እንዲሰደዱ ተደርገዋል፤ የሕይወት መሥዋዕት የከፈሉትም በጣም ብዙ ናቸው። ሆኖም ያ የተለያዩ የሲቪል ማኅበረሰብ ድርጅቶች እየተቀናጁ የመሩት የዜግነትና የዴሞክራሲ

ንቅናቄ ከስህተቱ እየተማረ እና የተለያየ መልክና ቅርጽ እየያዘ ሳያቋርጥ ስለቀጠለ፣ በርካታ ዜጎች ዋጋ ቢከፍሉም ውጤቱ ያማረ ሆኗል። ንቅናቄው በአንድ ቡድን ግንባር ቀደም መሪነት የሚዘወር ሳይሆን ብዙሃኑን ባሳተፈ መልኩ፣ በወሳኝ የዴሞክራሲ ጥያቄዎች ዙሪያ የጋራ መግባባት በፈጠሩ ድርጅቶችና ቡድኖች የሚመራ ስለነበር፣ በሂደት እያደገና እየሰፋ መጥቶ የደቡብ ኮሪያን ዴሞክራሲ አዋልዷል።

ከብሔረሰብና ሃይማኖት ብዝሃነት እንዲሁም ከጅኦ-ፖለቲካ አኳያ ሁለቱ አገሮች ልዩነት ያላቸው መሆኑ ግልጽ ቢሆንም፣ ኢትዮጵያዊያን ከደቡብ ኮሪያ የዴሞክራሲ ንቅናቄዎች የምንማራቸው በጣም ብዙ ጉዳዮች አሉ። ከእነዚህ ውስጥ አንዱ፣ የተለያዩ አመለካከት ያላቸው የሲቪል ማኅበረሰብ ድርጅቶች ልዩነቶቻቸው እንደተጠበቁ ሆነው፣ በወሳኝ የዴሞክራሲ ጉዳዮች ላይ ተስማምተውና ቅንጅት ፈጥረው በጋራ መታገላቸው ሲሆን፤ ሌላው ደግሞ፣ የተወሰነ ለውጥ ከመጣ በኋላ ሁሉንም ነገር እርግፍ አድርገው ለአንድ ቡድን ሰጥተው ቤታቸው ሳይገቡ፣ እስከመጨረሻው የዴሞክራሲ ሽግግር እስከሚደረግ ድረስ ጸንተው መታገላቸው ነው።

ሌሎች ለዴሞክራሲ ሽግግር የሚያስፈልጉ አስቻይ ሁኔታዎች ባይሟሉም፣ በዴሞክራሲ ጥያቄ ዙሪያ ተሰባስበው የሚታገሉ ማኅበረሰባዊ ንቅናቄዎች እስከተፈጠሩ ድረስ ጠንካራና ተገዳዳሪ የዴሞክራሲ ኀይል በመገንባት

---

ሒሳባቸውን ለሠራተኛ ማኅበራት፣ ለሃይማኖት ድርጅቶች፣ ለሰብአዊ መብት አክቲቪስቶች ወዘተ. "ለመሸጥ" ጥረት እንዳደረጉ፤ ከተከታታይ አገዛዞች ጋር ምን ዓይነት ትግል እንዳካሄዱ እና የደቡብ ኮሪያን ዴሞክራሲ ለማዋለድ ምን ያህል መሥዋዕት እንደከፈሉ የሚከተለው መጽሐፍ ግሩም ትንታኔ ያቀርባል፡ - Namhee Lee, *Munjung: Democracy and the Politics of Representation in South Korea* (Ithaca, New York: Cornell University Press, 2007)

አገዛዙ ለሽግግር ዝግጁ እንዲሆን ማስገደድ ይቻላል::[273] ለዚህም ነው፣ የዴሞክራሲ ንቅናቄ አስፈላጊ የሚሆነው:: በኢትዮጵያም ልክ እንደ ደቡብ ኮሪያ የዴሞክራሲ ታጋዮች፣ ከሁሉም የኅብረተሰብ ክፍልና ብሔረሰብ የተወጣጡ የዴሞክራሲ ኀይሎችን ያሰባሰቡ ማኅበረሰባዊ ንቅናቄዎችን በመገንባት፣ አንዱ መንገድ ሲዘጋ ሌላ እየቀየስን በጽናት ወደፊት መራመድ ይጠበቅብናል:: የሕግ የበላይነት፣ የሰብአዊ መብቶች፣ የሰላም፣ የሠራተኛ ማኅበራት፣ የጥቅምና የሙያ ማኅበራት፣ የሴቶች መብቶች፣ የሕገ መንግሥት ማሻሻያ፣ የአካባቢ ጥበቃ ወዘተ. ንቅናቄዎች እና እነኝህን ንቅናቄዎች ያቀፈ ዣንጥላ ማኅበረሰባዊ ንቅናቄ ያስፈልገናል:: በተለይ በይነመረብ የፈጠረልንን ምቹ ሁኔታ ተጠቅመን ጠንካራ የዴሞክራሲ ንቅናቄ/ዎችን ፈጥረን መታገል ይገባናል::

ታዲያ በአገራችን እውን ሆነው ማየት የምንፈልጋቸውን እንደ ነጻነት፣ እኩልነት፣ ፍትሕና ዴሞክራሲ ያሉ ዕሴቶችን በዲጅታል ሚዲያው ላይ መለማመድና የፖለቲካ ባህላችንን ማዘመን ይጠበቅብናል:: ዲጅታል ዴሞክራሲን ማስፈንና ማኅበራዊ ሚዲያው የሰለጠነ ውይይትና ክርክር የሚካሄድበት መድረክ እንዲሆን ማድረግ ይገባል::[274]

ስለሆነም፣ ኢትዮጵያ ዜጎቿንና ብሔረሰቦቿን በእኩልነት፣ በፍትሕና በዴሞክራሲያዊ መንገድ የምታስተናግድ ዘመናዊ አገር እንድትሆን የሚፈልጉ አገር ወዳዶች ሁሉ በጋራና በተቀናጀ መልኩ መታገል ይገባቸዋል:: የሕግ የበላይነት እውን እንዲሆን፣ እኩልነትና ፍትሕ

---

[273] Nancy Bermeo and Deborah J. Yashar (eds.) *Parties, Movements, and Democracy in the Developing World*, pp. 20-24.

[274] ማኅበራዊ ሚዲያውን በአግባቡ መጠቀም ከተቻለ ትልቅ የመብትና የዴሞክራሲ የትግል መድረክ የሆነውን ያህል፣ በአግባቡ ጥቅም ላይ ካልዋለ ደግሞ፣ እርስ በርስ የሚያፋጅ አደገኛ መሣሪያ ነው:: ተቃዋሚዎች ሐሳባቸውን ለማስረፅ እንደሚገለገሉበት ሁሉ፣ መንግሥታትም በአፈና መሣሪያነት ይገለገሉበታል:: የማኅበራዊ ሚዲያውን አጥፊና አልሚ ገጽታ በአገራችን በሚገባ የምናውቀውና እየኖርነው ያለ ጉዳይ ቢሆንም፣ [ማኅበራዊ ሚዲያው] በዴሞክራሲ ግንባታ ረገድ ያለውን አሉታዊና አወንታዊ አስተዋጽዖ በሚገባ ለመረዳት የሚከተለውን መጽሐፍ ማንበብ ይጠቅማል፡- Larry Diamond and Marc F. Platter (eds.), *Liberation Technology: Social Media and the Struggle for Democracy* (Baltimore: John Hopkins University Press, 2012)

እንዲሰፍን፣ የተቋማት ሁሉ መሠረት የሆኑት የፍትሕ ተቋማት ነጻና ገለልተኛ ሆነው ሥራቸውን እንዲያከናውኑ በጽናት መታገል ያስፈልጋል:: የትግሉ ሂደት የግልና የቡድን ጥቅማቸውን በሚያሳድዱ ኀይሎች እንዳይጠለፍ ነቅቶ መጠበቅ ብቻ ሳይሆን፣ የሕዝቡን የእኩልነትና የፍትሕ ትግል መኖሪያና መጦሪያ ያደረጉትን ጥቅመኛ ኀይሎችም መታገል ይገባል::

ትግሉ ዴሞክራሲያዊ ሥርዓትን የሚያዋልድ እንዲሆን የኢትዮጵያን ህልውና አደጋ ላይ በሚጥሉ ትርክቶችና እንቅስቃሴዎች ውስጥ ላለመዘፈቅ ከፍተኛ ጥንቃቄ ማድረግ ይገባል:: ያለውን አገዛዝ እና ሌሎችን የፖለቲካ ኀይሎች አስገድዶ ዴሞክራሲያዊ ሥርዓትን እውን ማድረግ አንድ ነገር ነው፤ የትግሉ ሂደት አገራዊ ተቋማትን (መከላከያን፣ ፍርድ ቤትን ወዘተ.) ይበልጥ በሚያዳክም እና አገረ መንግሥቱን በሚያፈርስ መንገድ መዳከር ደግሞ ሌላ ጉዳይ ነው:: አገዛዙ አገዛዝ ነውና የኀላፊነት ስሜት ስለሌለው፣ ገለልተኛ መሆን የሚገባቸውን አገራዊ ተቋማት ተቃውሞን ለመጨፍለቅ ይጠቀምባቸዋል:: የዴሞክራሲ ታጋዮች በአንጻሩ የእነኚህን ተቋማት ቅቡልነት በሚያዳክም ተግባር ላይ መሳተፍ አይገባቸውም:: የእነሱ ዓላማ ከአገዛዙ በእጅጉ የተለየ ነውና:: እነሱ ከአገዛዙ መሪዎች ይልቅ ስለ አገረ መንግሥቱ ቀጣይነት መጨነቅ ይገባቸዋልና::

የኢትዮጵያ ዘላቂ ህልውና ሊረጋገጥ የሚችለው እኩልነትና ፍትሐዊነት የተረጋገጠበት ዴሞክራሲያዊ ሥርዓት እውን ሲሆን መሆኑን አምነው የሚታገሉ የዴሞክራሲ ኀይሎች ከሌሎች ተቀናቃኝ ኢ-ዴሞክራሲያዊ ኀይሎች በብዙ መንገድ ተሽለው መገኘት ይጠበቅባቸዋል:: ከሁሉም በላይ የዴሞክራሲ ኀይሎች የሞራል እና "የዴሞክራሲያዊነት የበላይነት" ሊኖራቸው ይገባል::[275] ይህም ሲባል ለዴሞክራሲያዊ ሥርዓት እውን መሆን የሚታገሉት ኀይሎች ራሳቸው ዴሞክራሲያዊ፣ አካታች እና

[275] ነገደ ጎበዜ፣ *ይድረስ ለግንቦት ከየካቲት*፣ ገጽ 406::

ሁሉንም ዜጎችና ብሔረሰቦች በእኩልነት የሚያዩ መሆን ይጠበቅባቸዋል ማለት ነው:: በዴሞክራሲያዊ ኀይሎች መካከል የሚኖረው ግንኙነት ራሱ ጤናማና ዴሞክራሲያዊ መሆን ይገባዋል ማለት ነው:: የሐሳብ ልዩነትን እንደ ጸጋ የሚያዩ መሆን ይገባቸዋል ማለት ነው::

አገዛዝን ታግሎ ዴሞክራሲያዊ ሥርዓትን እውን ለማድረግ ተገዳዳሪ ኀይል መገንባት ያስፈልጋል ሲባል፣ ተገዳዳሪ ኀይል መገንባቱ ብቻውን ዴሞክራሲን ያዋልዳል ማለት አይደለም:: እንዲያውም ከሰላምና ዴሞክራሲ ይልቅ ወደ ግጭትና ትርምስ ሊያመራም ይችላል::[276] የፖለቲካ ፉክክሮች ወደ ግጭትና ትርምስ ሳይሆን ወደ ዴሞክራሲ ሽግግር ሊያመሩ የሚችሉት የዴሞክራቶቹ ጎራ ዴሞክራሲያዊነቱን ጠብቆ የድርጅታዊ አቅምና የሐሳብ/ትርክት የበላይነት በመያዝ የሕዝብን ተቀባይነት ሲያገኝ ነው:: የዴሞክራሲ ኀይሎች የዴሞክራሲያዊነት የበላይነት ያዙ ማለት የገዢው ፓርቲ መሪዎች የደህንነት ስጋትም ተቀረፈ ማለት ነው:: አንድም የሽግግሩ አካል ሆነው መቀጠል የሚችሉበት ዕድል ሰፊ ነው:: ያ ሳይሆን ቀርቶ ሥልጣን ቢለቁ እንኳ የሚደርስባቸው የደህንነት ችግር አይኖርም:: የእንዲህ ዓይነቱ የትምምን መንፈስ መፈጠር ለሽግግሩ በጣም አስፈላጊ ነው::[277]

## 3. ይቻላል!

አምባገነናዊ አገዛዞች ለዓለም አቀፉ ማኅበረሰብና ለሚገዙት ሕዝብ ብቻ ሳይሆን ለራሳቸው አባላትም ጭምር አይበገሬ ሆነው (መስለው) መታየት ይፈልጋሉ::[278] ሕዝቡ ከእኛ ውጪ አማራጭ የለውም፤ ከእኛ ውጪ ያለው አማራጭ አገርን አደጋ ላይ የሚጥል አደገኛ አማራጭ

---

[276] "Not every contestation lead to democracy" - Semir Yusuf, "Rethinking Transitology: Structural Influencers and Political Change in Ethiopia", p. 65.

[277] በአገራችን በ2010 ዓ.ም. የመጣው ለውጥ የተኮላሸበት አንዱ ምክንያት፣ ከገዥው ፓርቲ ውስጥ ሕወሓትን በማስወጣት ሁለት ተገዳዳሪ ጎራዎች እንዲፈጠሩ በመደረጉ ነው:: ከሁሉም ድርጅቶች በሕግ መጠየቅ ያለባቸው ተጠያቂ እንዲሆኑና ሂደቱ በሽግግር ፍትሕ እንዲያልፍ በማድረግ፣ ሁሉንም የፖለቲካ ኀይሎች ያሳተፈ የዴሞክራሲ ሽግግር ማካሄድ ይቻል ነበር::

[278] Charles Boix, "Authoritarian Regimes and Political Institutions", in Enriqueta Aragones et al. (eds.), *The Political Economy of Democracy* (Foundation BBVA: Bilbao, 2009), p. 119.

ነው ይላሉ:: የእነሱን መኖርና አለመኖር ከአገር ህልውና ጋር ማያያዝ ብቻ ሳይሆን፣ በተግባርም የሚሉት እውን ሆኖ እንዲታይ (self-fulfilling prophecy እንደሚሉት) አደገኛ ቁማር ይጫወታሉ::

በአገራችን ፀሐዩ ንጉሠ ነገሥት ቀዳማዊ አፄ ኀይለሥላሴ ከሌሉ ኢትዮጵያ ያልቅላታል ተብሎ ነበር፤ ቆራጡ አብዮታዊ መሪ ከሌሉ ኢትዮጵያ ያበቃላታል ተብሎም ነበር:: በአገራችን ዴሞክራሲን እውን የማድረግ የተሻለ ዕድል የነበረውና ዕድሉን በማባከን ታሪኩን ያበላሸው ኢሕአዴግ በበኩሉ፡-

> ልማታዊ ዴሞክራሲያዊ መሥመራችን አገራችን በድህነት፣ በመልካም አስተዳደርና ዴሞክራሲ እጦት ለብተናና እልቂት የምትዳረግበትን ሁኔታ ሊያስቀር የሚችል መሥመር ነው:: [መሥመራችን] ልማታዊነትን ከዴሞክራሲ ጋር በማጣመር የግልና የቡድን መብቶችን ያጣመረ፣ ለቡድን መብቶች ተገቢውን ትኩረት የሚሰጥ ዴሞክራሲ ከመጀመሪያው ጀምሮ በመገንባት ብዙሃነትን በብቃት ማስተናገድ የምንችልበት ስለሆነም አገራችንን ከብተና፣ ሕዝባችንን ከእልቂት የሚታደግ ሁኔታን የሚፈጥር መሥመር ነው::[279]

የሚል ትርክት ነበረው:: ከዚህም አልፎ ከኢሕአዴግ ውጪ ያሉት ኀይሎች ፀረ ዴሞክራሲያዊ የብተና በመሆናቸው እነሱ ወደ ሥልጣን ከመጡ የአገሪቱ ህልውና ያበቃለታል እያለ ይቀሰቅስ ነበር::[280]

ኢሕአዴግም ሆነ የቀደሙት አገዛዞች እንዲህ ዓይነቱን እኔ ከሌለሁ የኢትዮጵያ ህልውና ያበቃለታል የሚል ትርክት ሲያራምዱ የነበረው

[279] ኢሕአዴግ/መለስ ዜናዊ፤ *የተሃድሶው መሥመርና የኢትዮጵያ ህዳሴ*፤ ገጽ 84::

[280] በሌሎች በርካታ ሰነዶችና የኢሕአዴግ አመራሮች ቃለ ምልልሶች ተደጋግሞ ስለ አገር ብተና የተገለጸው እንደተጠበቀ ሆኖ፣ የሚከተለውን ድርጅታዊ ሰነድ ማንበብ ይጠቅማል፡- ኢሕአዴግ፣ *ዴሞክራሲና ዴሞክራሲያዊ አንድነት በኢትዮጵያ*፣ ሰኔ 1997 ዓ.ም.

ሕዝቡ የእነሱን የበላይነት አሜን ብሎ እንዲቀበል ብቻ ሳይሆን የእነሱ መውደቅ የአገር መውደቅ ነው በሚል ለመብቱ እንዳይታገል ለማድረግ እንደሆነ ግልጽ ነው:: ይሁን እንጂ ከብዙ ዓመታት ጭቆና በኋላ ቢሆንም፣ ሕዝቡ ‹በደላችሁ በደላችን›፣ ‹ጥቃታችሁ ጥቃታችን› በሚል መንፈስ በአንድ ላይ እየተነሳ ሦስቱንም አገዛዞች አንኮታኩቷቸዋል:: የእነሱ ውድቀት የአገር ውድቀት አለመሆኑንም አስመስክሯል::[281]

የነቃና የተደራጀ ሕዝብ ያለው አቅም እጅግ ከፍተኛ ነው:: ይህንንም በአገራችን በተደጋጋሚ አይተን አረጋግጠናል:: በጣም የቅርቡን ብንመለከት፤ ሁሉንም ነገር ተቆጣጥሮ የነበረውንና አይነኬ ይመስል የነበረውን የሕወሓት/ኢሕአዴግ አገዛዝ ማንኮታኮት የቻለው የተቀናጀ የሕዝብ ትግል ነው:: ስለሆነም በነቃና በተደራጀ ሕዝብ አቅም ማመን ያስፈልጋል:: አንዳንድ ወገኖች ሊያሳምኑን እንደሚፈልጉት የኢትዮጵያ ፖለቲካ የማይድንና የማይታከም አይደለም::[282] እንዲህ ዓይነቱን የፖለቲካን ዓይነተኛ ጠባይ (dynamism) የማይገልጽና የሕዝብን አቅም የሚያሳንስ አመለካከት መቀበል አይገባም:: እንዲያውም ራሱን እንዲህ ዓይነቱን ጨለምተኛ አስተሳሰብ መታገልም ያስፈልጋል::

አምባገነኖች ሁሉም ነገር አልቋል፤ ያልተመለሰ መሠረታዊ የሕዝብ ጥያቄ የለም፤ ከዚህ በኋላ መሠረታዊ ለውጥ አመጣለሁ ብሎ መታገል ከሕዝብና ከአገር ጥቅም በተቃራኒ መቆም ነው ብለው ሊያሳምኑን

---

[281] አገዛዞቹ በሥልጣን ላይ በሚቆዩባቸው ጊዜያት ነጻና ገለልተኛ ተቋማትን ስለማይገነቡ ወይም እንዲህ ዓይነት ተቋማትን እንዳይገነቡ እንቅፋት ስለሚፈጥሩ፣ በሚወድቁበት ጊዜ ግጭት መኖሩ፣ በዚህም በሰው ሕይወትና በንብረት ላይ ጉዳት መድረሱ ግን የሚጠበቅ ነው:: ይህም በአገራችን በተደጋጋሚ የታየ እውነታ ነው::

[282] የኢትዮጵያን ታሪክና ፖለቲካ ለረዥም ዘመናት አጥንተዋል ከሚባሉት ምሁራን አንዱ የሆኑት እስራኤላዊው ሃጋይ ኤርሊክ የኢትዮጵያን ፖለቲካ ብቻ ሳይሆን ራሷን ኢትዮጵያንም አልቆላታል የሚል ይዘት ያለው ሐሳብ አስፍረዋል:: ኢትዮጵያዊያንን ለዘመናት አጣብቀው በአንድ ላይ ያኖሯቸው ሙጫዎች ስለተበጣጠሱ አንድ ላይ ሊያኖራቸው የሚችለው ብቸኛ ሙጫ (ማግኔት) የህዳሴው ግድብ መሆኑን ጽፈዋል:- Haggai Erlich, *Greater Tigray and the Mysterious Magnetism of Ethiopia* (London: Hurst, 2023), p. 178.

ይሞክራሉ:: የየካቲት 66 አብዮት ያልመለሳቸው መሠረታዊ ጥያቄዎች የሉም ተብሎ ነበር:: ኢሕአዴግ በበኩሉ የኢትዮጵያ ሕዝብ (በኢሕአዴግ አባባል ሕዝቦች) ዋና ዋና የዘመናት ጥያቄዎች በኢፌዴሪ ሕገ መንግሥት ተመልሰዋል፤ ቀሪው ትግል ድህነትን መዋጋት ነው ወዘተ. እያለ አበክሮ ይገልጽ ነበር:: ዛሬ ደግሞ ፍቱን መድኃኒቱ መደመር ብቻ ነው እየተባለ ነው::

በርግጥ ማንም የፖለቲካ ኀይል የምከተለው ርዕዮት ወይም መሥመር ደካማ ነው ሊል አይችልምና የእኛዎቹም አገርን የሚጠቅም ፍቱን መድኃኒት ባለቤቶች እኛ ነን ቢሉ የሚያጣላ አይሆንም:: ትልቁ ችግር ብቸኛው ፍቱን ርዕዮት እኔ የምከተለው ነው፤ ከዚህ ውጪ ያለው የጥፋት መሥመር ነው ሲባልና የተለየ አማራጭ ያላቸውን አካላት በጠላትነት ፈርጆ ማሳደድ ሲመጣ ነው:: የኢትዮጵያ የዘመናት ፈተና ከእንዲህ ዓይነቱ አማራጭ የሚያሳጣ አግላይና አፋኝ አካሄድ የሚመነጭ ነው:: ደግነቱ ይህንን አስተሳሰብ አሸንፎ የተለያዩ አመለካከቶች በሰላም የሚስተናገዱባት ዴሞክራሲያዊት ኢትዮጵያን እውን ማድረግ ይቻላል:: በብዙ አገሮች ተችሏል:: በእኛም አገር ይቻላል:: አዎ ይቻላል!

# ድል ለዴሞክራሲ!

www.ingramcontent.com/pod-product-compliance
Lightning Source LLC
Chambersburg PA
CBHW060707221224
19273CB00038B/1058

9 798330 567218